የስደትን ኑሮ እንዴት እናሸንፍ?

7 የክህሎት ማዕቀፎች

ትርጉም፦ ሰናይት መስፍን ፒቼጋሎና አለማየሁ ከኒሳ

Contents

Contents

ምስጋና (Acknowledgments)

ከሁሉ በላይ ይህን መፅሀፍ ለመፃፍ ስነሳ፤ ጥንካሬና ጥበብን ለሰጠኝና በማደርገው ሁሉ የሀይል ምንጭ ለሆነኝ ለፈጣሪ ምስጋናዬን አቀርባለሁ።

ግቤን ማሳካት እንድችል ፍቅርንና ብርታትን ሳያቋርጥ ለለገሰኝ ኢንጂነር ዶክተር ለሆነው ውድ ባለቤቴ ማርኮ ፒቺ.ኃሎ ምስጋናዬን ማቅረብ አወዳለሁ። በህይወቴ የሚጠቅመኝን ማድረግ እንድችል የሚያግዘኝ እውነተኛ ረዳቴ ስለሆነ፤ አሁንም ላመሰግነው እወዳለሁ። እንዲሁም ይህን መፅሀፍ ስፅፍ ገንቢ ስለሆኑ የእርምት አስተያየቱና በመፅሀፉ የአርትአት ስራ ላይ ስላበረከተው የቴክኒክ ድጋፍም ደግሜ ላመሰግነው እወዳለሁ።

ልጆቼ ኤረን፤ ዮሴፍና ሚካኤል በህይወቴና በቤቴ ለፈጠሩት የደስታ ድባብና፤ ትኩረታ-ችንን በመሳብና ልክ እንደ ልጅ እንድናስብ ዕድል ስለሰጡን፤ በህይወታችንም ስላበረከቱት የእንክብካቤና የዕድገት ተግዳሮቶቻቸውና በዚሁ ውስጥ አብረን ማለፍና ማደግ እንድንችል ስለረዱን ምስጋናዬ የላቀ ነው።

በተጨማሪም፤ እናቴን ዘውዴ ሸፈሬ ተስፋ ስላሴንና አባቴ መስፍን አብርሀ መሐሪ፤ ሁሉ ነገራቸውን ትተው ከትውልድ ስፍራቸው ወደ አሜሪካ በመምጣት፤ ለኤረንና ለእኔ ድጋፍ ለመስጠት ስላደረጉት ውሳኔና ድፍረት፤ እንዲሁም የአሜሪካ ዜግነት ለማግኘትና መኖሪያቸውን እዚሁ ለማድረግ በወሰኑት ውሳኔ ላመሰግናቸው እወዳለሁ።

ለውጥን ባለመፍራት ባሳዩኝ ተምሳሌትነት፤ ድፍረትና ጥንካሬን አስተምረውኛል። እንደ አለት እንድጠነክር ስላደረጉኝና ለ3ቱ ወንድ ልጆቼም ግሩም አያቶች በመሆናቸው፤ እኔም ይህን መጽሐፍ ለማዘጋጀት ከቤት በምርቅበት ጊዜ ሁሉ ክፍተቴን እየሞሉ ስላገዙኝና ስላበረ- ታቱኝ፤ ምስጋናዬ የላቀ ነው። ይህ መጽሐፍ ያለ እነርሱ መስዋዕትነትና ድጋፍ ሊሳካ የሚችል አልነበረም።

የቤቶች ቡድን አባላቶቼንም ላመሰግን እወዳለሁ:- ኪን (Kin)፤ ሜሪ (Mary)፤ አልደን ጉላርት (Alden Goulart)፤ ካትሪን ፎርድ (Catherine Ford)፤ ሬቤካ ጋስፓር (Rebecca Gaspar)፤ ካትሪ ኮንጁ (Kathy Konjuh)፤ ቦኒ ጁን (Bonny June) የባህል ውህደት ሂደቴን በቅርብ በመከታተል የተሻለ ማንነት እንዲኖረኝ ሁኔታዎችን በማመቻቸት ከጎኔ ስለቆሙ· ላመሰግናቸው እወዳለሁ። እኔም ካመጣሁት አዲስ ባህል ጋር ራሳቸውን ለማዋሀድ ያሳዩኝ የነበረውን ቀና ምላሽ እከታተል ስለነበር፤ ማንኛውንም ነገሬን ሳላመነታ በነፃነት እንዳዋያቸው ስለፈቀዱልኝ ፤ መንፈሳዊ እህቶቼ ብዬ ልጠራቸው እደፍራለሁ። በስሜትና በመንፈስ ያደረጉልኝ ድጋፍ ለእኔ ያልተቋረጠ እድገት ከፍ ያለ አስተዋፅኦ አድርጎልኛል።

በቀጥታም ሆነ በተዘዋዋሪ ድጋፍ ላደረጉልኝ ጓደኞቼና ቤተሰቦቼ በሙሉ ምስጋናዬን ማቅረብ እወዳለሁ። ሚስ ክላራ አደምስ (Ms Clara Adams) ፍላጎቶቼን መለየት እንድ-ችልና፤ በህይወቴ ለሚያጋጥሙኝ የተለያዩ ሰዎችና ቡድኖች በምን መልኩ መናገር እንዳለብኝ ለሰጠችኝ ትምህርት፤ ላመሰግናት እወዳለሁ። በእነኬና በማደርገው ነገር ሁሉ ላይ ስለነበራት እምነትና መሆን የምፈልገውን እንድሆን ለማብቃት (Empower) የከፈለችውን መስዋዕትነት፤ እንዲሁም ከእንግዲህ ምንም የማይፈይዱልኝን/ የማይጠቅሙኝን፤ ነገር ግን አጥብቄ ይዤ- ያቸው ከነበሩት ባህላዊ አመለካከቶችና አቋሞች እንድላቀቅ ያደረገችውን ጥረት፤ ምን ጊዜም አልረሳውም።

ቴዎ ኮፕ (Theo Cope) ራሴን እንዳገኝና እንድነዘብ እንዲሁም ለዕድገቴ የረዱኝን ጠቃሚ ጥያቄዎች ራሴን እንድጠይቅ ይረዳኝ ስለነበር ላመሰግነው እወዳለሁ።

ሬቤካ (Rebecca) እና ሜሊሳ ጋስፓር (Melissa Gaspar) በጣም በተጣበበ የጊዜ ስሌዳ

ውስጥ መጽሀፌን በማንበብና የሚታዩ ግድፈቶችን / ስህተቶችን በማጥራትና በማስተካከል (Proofreading) ላደረጉልኝ ድጋፍ የተለየ ምስጋና ላቀርብ እወዳለሁ። ቀናነት ለተሞላው ልባችሁና በመጽሀፌ ላይ ስላዋላችሁት ውድ ጊዜያችሁ ታላቅ አክብሮትና ምስጋና አለኝ።

በመጨረሻም፤ አሳታሚዮን ዊላ ሮቢንሰን (Willa Robinson) በየጊዜው ትለግሰኝ ስለ-ነበረው ብርታትና መጽሀፌ አሁን ያለውን መልኩን እንዲይዝ ላደረገችልኝ ብርቱ እገዛ ላመስግናት እወዳለሁ። ጊዜው ከባድና ተግዳሮት የበዛበት ወቅት ቢሆንም መጽሀፉ ታትሞ እንዲወጣ ከፍተኛ ድጋፍ በማድረጓ ሳላደንቃት አላልፍም።

የአንባቢ አስተያየት

የዚህ መጽሐፍ ደራሲ ከሆነችው ከሰናይት መስፍን ፒቼ ጋሎ ጋር በአስመራ ዩኒቨርሲቲ ዋናው ካምፓስ ውስጥ ከተገናኘንና ከተዋወቅን ከ23 ዓመታት ትንሽ አለፍ ይላል። ጊዜው እ.ኤ.አ 1998 ዓ/ም አጋማሽ ላይ ሲሆን፤ ይህ ጊዜ ለኤርትራና ለኢትዮጵያ ህዝቦች ከባድ የፈተና ወቅት ነበር። ወቅቱ ሰናይትና እኔ ከሌሎች ብዙ ጓደኞቻችን እና የክፍል ባልደረቦቻችን ጋር፣ በዩ. ኤን. ኤች.ሲ.አር /የተባበሩት መንግስታት የስደተኞች ጉዳይ ከፍተኛ ኮሚሽነር / (UNHCR) ውስጥ ከኢትዮጵያ እንዲወጡ የተደረጉትን ኤርትራዊያን፣ በበጎ ፈቃደኝነት የምናገለግልበት ወቅት ነበር። አብዛኞዋቻችን አዲስ አበባ ተወልደን ያደግን በመሆናችን፤ ከተፈናቃዮቹ ኤርትራዊያን ጋር ግንኙነት ለማድረግና አስፈላጊውን መረጃ ለስደተኛ ድርጅቱ ለማስተላለፍ እምብዛም አልተቸገርንም። በተጨማሪም፣ በተመሳሳይ ባህል ውስጥ ያደግንና ተመሳሳይ ቋንቋም የምንናገር በመሆናችን፤ ሁላችንም መልካም ግንኙነትና ወዳጅነት ነበረን፤ ለዚህ ነው ሰናይትና እኔ ገና ስንገናኝ በውስጣችን አንድ የሚያስተሳስረን ነገር ያቃጨለው።

በእንስሳት ሳይንስ በቢ.ኤ ዲግሪ ከተመረቅኩ በኋላ፣ እ.ኤ.አ በጥር ወር 2001 ዓ.ም ኤርትራን ለቀቅኩ። ይህ ጊዜ በሁለቱ ሀገራት መካከል የነበረው ጦርነት የተገባደደበት ጊዜ ቢሆንም፤ አሁንም በሁለቱም በኩል ያለው የጦርነትም ሆነ የሰላም ሁኔታ በቅጡ ያልለየለት በመሆኑ፣ " ጦርነት የለም፤ ሰላም የለም! " በሚለው አስቸጋሪ ድባብ ውስጥ ነበርን። ልክ እንደሌሎቹ ስደተኞች ሁሉ እኔም፣ በዚህ መጽሐፍ ውስጥ በጥልቅት የተዳሰሰውን ፈተናና ተግዳሮት ሁሉ አልፌበታለሁ። ነገር ግን እንዲያም ሆኖ፤ ከጥቂት አሜሪካውያንና ጥቂት

ኤርትራውያን ጓደኞቼ፣ አንዳንድ ድጋፍ ለማግኘት በመቻሌ እድለኛ ነበርኩ። በዚህ አጋጣሚ የገነዘብና የሞራል ድጋፍ ላደረጉልኝ ሁሉ የከበረ ምስጋናዬን አቀርባለሁ። ከዚህም የተነሳ ፤ ለመጀመሪያዎቼ ሶስት ወራት የቤትም ሆነ የገነዘብ ችግር አላጋጠመኝም ነበር። ከሶስት ወራት በኋላም፣ በቦስተን ሁለት የትርፍ ጊዜ ስራ እድል ለማግኘት ችያለሁ። አንደኛው በ አ .ቦን .ፔን (AU BON PAIN) ሬስቶራንት የተረኞች ስምሪትና ቁጥጥር ሀላፊ በመሆን ሲሆን፣ ሌላው ደግሞ በፖስታ ቤት አደባባይ በሚገኘው ጋራዥ በምሽት ተረኛ ስራ አስኪያጅነት ተቀጥሬ እሰራ ነበር። ሁለት ስራ እየሰራሁና ቦስተን በሚገኘው በማሳቹሴትስ ዩኒቨርሲቲ / ቦስተን (University of Massachusetts /UMASS/ Boston) ትምህ-ርቴን ከተከታተልኩ በኋላ፣ የሙሉ ጊዜ ትምህርቴን በሳን አንቶኒዮ ቴክሳስ (San Antonio (UTSA) በሚገኘው የቴክሳስ ዩኒቨርሲቲ ለመከታተል ወደዚያው ለመሄድ ወሰንኩ፣ ም-ክ-ንያቱም ትምህርቴን በከፍተኛ ደረጃ ለመከታተል ከነበረኝ ፍላጎት የተነሳ ነው። በዚህም በኒዮሮሎጂ (Neurology)፣ በተለይም በዶፓሚን ኒውሮንና ኒውራል ሰርኪዩት አፍ ሪኢንፎርስሜንት እና የዕፅ (መድሀኒት) ሱሰኝነት (Dopamine Neurons and neural circuits of reinforcement learning and drug addiction) ላይ አፅንኦት በመ-ስጠት፣ በመጨረሻ የዶክትሬት ዲግሪዬን ለማግኘት ችያለሁ። ረዥሙን ታሪክ ለማሳጠር፣ ትምህርቴን ካጠናቀቅኩ በኋላ የስራ እድል በማግኘቴ፣ ከቴክሳስ ወደ ካሊፎርኒያ ተዛወርኩ። አሁን በኒውሮሳይንስ (Neuroscience) መስክ በረዳት ፕሮፌሰርነት እያገለገልኩ እገኛለሁ። የዚህ የማስተማር አገልግሎቴ በአሁኑ ወቅት እየሰፋ፣ ባህር ማዶ ያሉትንም ሀገራት እያካተተ ይገኛል። በዚህም ቻይና ውስጥ በሚገኘው ዜጂያንግ ኖርማል ዩኒቨርሲቲ (ZheJiang Normal University) ውስጥ፣ በኒውሮሎጂና በባዮ-ኬሚስትሪ (Neurology and Biochemistry) የትምህርት ዘርፍ በተባባሪ ፕሮፌሰርነት ማዕረግ፣ በመምህርነት አገለግ-ላለሁ።

ሰናይት እና እኔ በሳን ሆዜ ካሊፎርኒያ (San Jose, California) በድጋሚ የተገናኘነው ከስምንት አመታት በኋላ ነበር፣ ከዚህ ሁሉ ጊዜ በኋላ የቀድሞ ጓደኛን መልሶ ማግኘት መታደል ነው። እ.ኤ.አ በ 2014 ዓ.ም በኤረን ፋውንዴሽን (Aaron Foundation) ምስረታ በዓል፣ በሴሬብራል ፓልሲ (Cerebral Palsy) የበሽታ ዓይነት ላይ፣ ንግግር

እንዳደርግ የመጋበዝ እድል ገጥሞኝ ነበር።

የሰናይትን " የስደትን ኑሮ እንዴት እናሸንፍ፤ 7 የክህሎት ማዕቀፎች " በሚል ርእስ የጻ-
ፈችውን መጽሀፍ ሳነብ፤ ወደ አሜሪካን ከመምጣቴ በፊት ምነው ይህን መሰል መረጃ ስጨ
ግብአት ባገኝ ኖሮ፤ የባህል ውህደቴን ምንኛ ባቀለለልኝ ነበር ብዬ ሳላስብ አልቀረሁም።
እንደዚህ አይነት የስደተኞችን ህይወት ሊያቀል የሚችል መጽሀፍ በዚህ መልኩ ታስቦበትና
በሚጥም መልኩ ተጽፎ የቀረበ አላያሁም፤ አላነበብኩም። በዚህ አጋጣሚ ከየትኛውም
የአለም ክፍል ለሚሰደዱ ስደተኞች ልጠቁማቸው የምወደው፤ ከፊታቸው የሚደቀነውን
የባህል ውህደት በቀላሉ እና ዘና ባለ መልኩ ለማለፍ፤ ይህ መጽሀፍ እንደሚያግዛቸው ነው።
ደራሲዋ በተለያዩ ጠቃሚ ርዕሰ ጉዳዮች ውስጥ ይዘችሁ በመንዝ፤ ስደተኞች የሚያልፉበትን
የህይወት ጉዞ በድል ለማጠናቀቅ እንዲችሉና ማወቅ የሚገባቸውን እንዲያውቁ መንገዱን
ትጠቁማቸዋለች። በባዕድ ምድር የሚያጋጥመንን የባህል ውህደት ውጣ ውረድ ለማቅለል፤
ሰናይት "ልታውቁት የሚገባ " በሚል እሳቤ፤ መሰረታዊውን ጉዳይ ልታስጨብጠን ትሞክ-
ራለች። በዚህ ውስጥ እንዴት አዲ ዋ አመለካከትን እንደምትገበ፤ ስሜቶቻችሁን እንዴት
መቆጣጠርና መምራት (አደብ ማስገዛት) እንደምትችሉ፤ እንዴትና ከወዴት ድጋፍ እንደ-
ምታገኙ፤ ውሎ አድሮም በራስ መተማመንን እንዴት እንደምትገነቡና በምትኖሩበት እንደ
ውቅያኖስ በሰፋው ዓለምና የተለያየ ህብረተሰብ ውስጥ፤ እራሳችሁን እንዴት አዋህዳችሁ
ልትኖሩ እንደምትችሉ የሚጠቁሙ መንገዶችን አካታ ታቀርብላችኋለች።

ከሁሉም በላይ ስለ ሰናይት የወደድኩት ነገር ቢኖር፤ በህይወቷ ያለፈችባቸውን አድካሚና
አሰልቺ ውጣ ውረዶች፤ ግልጽ በሆነ መንገድ ሌሎች እንዲማሩባቸውና ልምድ እንዲቀስ-
ሙባቸው ያደረገችው ጥረትና ያሳየችው ድፍረት ይበልጥ ማርኮኛል። ሰናይት በሴረብራል
ፓልሲ (Cerebral Palsy) ህመም የተጠቃውን ልጇን ለማሳደግ ያደረገችውን ትግል፤
ለልጇ ህክምና ስትል የከፈለችውን መስዋዕትነትና የተንዞዘችበትን ጎዳና፤ በባዕድ ምድር ቆይታ
በሚከሰቱ የባህል ውህደት ሂደቶች ውስጥ በሚፈጠሩ የባህል ግርታዎች (ድንጋጤዎች) እና
ከአእምሮ ጫና ጋር ተያያዥነት ያላቸውንና ሌሎች ተጓዳኝ ጉዳዮች ለማካፈል የሄደችበት
ርቀት ሁሉ፤ ያላትን ጥንካሬና ብርታት ፍንትው / ግልፅ አድርገው የሚያሳዩ ናቸው።

በተከፈተ አእምሮና አዳዲስ ነገሮችን ለመማር ካላት የማይበገር ጽናት፤ ብዙ መልክ ካለው የአሜሪካ ባህል ጋር ራሷን ለማዋሃድና ለማመሳጠር ያደረገችው ትግል፤ አስቸጋሪውን ፈተና እንድታልፍና ከዋሻው ጽልመት ባሻገር ያለውን ብርሃን አማትራ እንድታይ አስችሏታል። እርሷም እንደምትለው፤ ማንም አዲስ መጤ፤ አዲስ አካባቢን በሚቀላቀልበት ወቅት ሊሆን ወይም ሊያደርግ የሚገባው ይህንኑ ነው፦ አእምሮን ክፍት ማድረግ፤ ማንኛውንም ድጋፍ መጠቀም፤ እና አዳዲስ ነገሮችን ለመማር ሁል ጊዜ ትጉ መሆን።

ሁለታችንን የሚያመሳስለንና ጉዞአችንን ከሞላ ጎደል በአንጻራዊነት ቀለል ያደረገልን ዋነኛ ነገር ቢኖር፤ ከልብ ወለዱ የመጻህፍት አለም እና ባህል የምንቃርመውን አዳዲስ ነገሮች፤ ወደ ውስጣችን ለማስገባት የነበረን የልብ ክፍትነት ነው። መጽሀፉ የባህል ውህደታችሁን ተጨባጭ፤ ፈጣንና ቀላል እንዲሆን የሚያስችላችሁና ሂደቱን የሚያቀላጥፍላችሁ መሳሪያ ሆኖ ስለምታገኙት፤ ሳታመነቱ ትከታተሉታላችሁ።

ዮናስ ቀለታ (ዶ/ር/ PhD)

በቢሄቪዬሪያል ኒውሮሳይንስ ሪሰርች ኤንድ ዳታ ሚይኒነግ አማካሪ

ተባባሪ ፕሮፌሰር

Associate professor of Behavioral Neuroscience Research and Datamining Consultant

መግቢያ

የመጽሀፉ ጥንስስ / ይህ መጽሀፍ እንዴት ተጠነሰሰ /

    ወደ አሜሪካን ሀገር ስመጣ ፣ ስራ ለማግኘት ከነበረኝ ጉጉት የተነሳ በሙሉ ድፍረትና መተማመን ተምልጬ ነበር። ባለኝ የእንግሊዝኛ ቋንቋ ብቃት ላይ ተደምሮ፣ በህብረተሰብና በስነ-ሰው (sociology and Anthropology) ትምህርት ያገኘሁት የመጀመሪያ ቢ.ኤ ዲግሪ (BA)፣ ያለምንም ጣጣ በአጭር ጊዜ ውስጥ ስራ እንደማገኝ ተስፋ አሳድሮብኝ ነበር። በዚህ የአሸናፊነት ስሜት ውስጥ ሆኜ ውስጤ ፈገግ ብልም፣ ያልጠበቅኩት የህይወት ግርታ ውስጥ እገባለሁ ብዬ ፈፅሞ አልገመትኩም ነበር። ወደ ስኬት ያንደረድረኛል ብዬ ያሰብኩትና በብርቱ ጥረት የተወጣሁት ትምህርት፣ ዕውቅና የተነፈገው ወይም ፈላጊ ያጣ መስሎ ነው የተሰማኝ። ምንም እንኳ የእንግሊዝኛ ቋንቋ ችሎታዬ አስተማማኝነቱ ቢታወቀኝም፣ ከፈት ለፈቴ በንፅፅር ከሚጠብቀኝ ውስብስብ አዲስ ባህል ጋር ለመጋፈጥና ለማለፍ የሚያስችል የባህል ዕውቀት እጥረት ስለነበረብኝ፣ የቋንቋ ብቃቴን ሳይቀር አደበዘዘብኝ። ነገር ግን ይህም ቢሆን፣ ችግሩ ገዝፎ ጉዞዬን እንዲገታው አልፈቀድኩም። እናንተ አንባቢ-ዎቹም፣ እንዲሁ እንደኔ እንድታደርጉ አበረታታችኋለሁ--በየዕለቱ አዳዲስ ነገሮችን ለመማር መትጋት አለባችሁ፣ ይህም በእንግዳና ባልተለመደ ከባቢ (Atmosphere) ውስጥ ለመስራት የሚያስችላችሁን አቅም ያጎለብትላችኋል።

    ምንም እንኳ የእንግሊዝኛ ችሎታዬ ጥሩ የሚባል ደረጃ ላይ የሚገኝ ቢሆንም፣ ከፈቴ

የተዘረጋው ባህላዊ ዕውቀት ከውቅያኖስ የሰፋና የጠለቀ በመሆኑ፤ የጉዞዬ አቅጣጫ ውስብስብ ነበር። ስለዚህ ባህሉን ከሞላ ጎደል በሙላት ለማለመድ አምስት ዓመታት ፈጅቶብኛል።

ከአስራ አንድ ዓመታት በኋላ እንኳ አሁንም፤ በየዕለቱ የምማረው አዲስ ነገር አገኛለሁ። ቢሆንም ግን፤ አሁን እንደበፊቱ አልፍገመገምም። ምክንያቱም አሁን በማላውቀውና በእንግዳ ከባቢ (Atmosphere) ውስጥ እንዴት መቅዘፍ እንዳለብኝ፤ በቀለምኩትና በተረዳሁት ላይ ደግሞ፤ እንዴት ማሳደግና መገንባት እንዳለብኝ የሚያስችለኝን ክህሎት አዳብሬያለሁ።

ይህን ውስብስብ ባህል ለመማርና በዚህ ውስጥ እየቀዘፉ ለማለፍ የሚያስችለኝን ክህሎት ለማግኘት የማደርገውን ትግል ሳስብ፤ ሌሎችም እንደኔው እያለፉበት ይሆን ወይ? ብዬ እገረማለሁ። ሌሎች ሀገራቸውን ለቀው ወደ አሜሪካ ወይም በልማት ወደአደጉ ሀገሮች የሚሰደዱ ሰዎች፤ ከአዲሱ ባህል ጋር ለመዋሀድ በተመሳሳይ ችግር ውስጥ ያልፋሉ? ወይስ እኔ ብቻ የተጋፈጥኩት ልምምድ ይሆን ወይ? እላለሁ።

ለምንስ ሀዘናቸውንና ጭንቀታቸውን ለቅርብ ወዳጆቻቸው ማካፈል የሚሹ/የሚፈልጉ/ እንደኔ ያሉ ብዙ ሰዎችን ማግኘት ያቃተኝ ለምን ይሆን? ከዚህ በፊት ይሄን ያደረጉ ካሉ ደግሞ አሁን ወዴት አሉ? ለምንስ ለተቀረነው መንገዱ ቀለል እንዲልን ጥርጊያውን አላዘጋጁልንም?

እውነት ለመናገር አንባቢ ነኝ። በሰባት ዓመት ዕድሜዬ ፒና ቾዮን በአማርኛ ካነበብኩበት ጊዜ ጀምሮ፤ በህይወት ዘመኔ ሁሉ በንባብ ፍቅር ተጠምጄ ነበር። አስራ ስምንት ዓመት እስከሞላኝ ድረስ፤ የልብ ወለድና እጅ የሚገቡትን ማንኛውንም ዓይነት መጽሀፍት ሁሉ አነብ ነበር። ድንገት ግን ባላሰብኩት ሰዓት ፍላጎቴ ተለወጠና ኢ-ልቦለዳዊ፤ በተለይም በአብዛኛው ራስን ማብቃት ላይ ወደሚያተኩሩ መጽሀፍት ማዘንበል ጀመርኩ። እስካሁን ድረስ በሼህ የሚቆጠሩ መጽሀፍትን አንብቤያለሁ። ይህን የንባብ ጥማቴን ያዩና የሚያውቁ ሰዎች፤ አንድ ቀን ፀሀፊ እንደሚወጣኝ ይገምቱ ነበር፤ የዕለት ማስታወሻዎቼም ይህንን ነው የሚጠቁሙትና የሚያረጋግጡት፤ ነገር ግን ይህን መጽሀፍ ለመጻፍና ፀሁፌን ለሌሎች ለማካፈል እስከተነሳሳሁበት ጊዜ ድረስ የቀጠልኩት አሁንም በአንባቢነቴ ነው።

ቀደም ብዬ እንደገለፅኩላችሁ፤ በተመሳሳይ ሁኔታ ውስጥ ያለፈ ሰው እንደሚኖር አል-ጠራጠርም። ካለ ደግሞ ለምን አጋሹ፤ ጠቁሚ፤ መመሪያ የሚሆን ወይም ተመሳሳይ ነገር ትተውልን አላለፉም? ብዬ እንደተገረምኩ ታስታውሳላችሁ።

በአሜሪካ ባህል፤ ታሪከና የባህል ውህደት ላይ ያተኮሩ ብዙ መፅሀፍትን አንብቤያለሁ፤ ነገር ግን አንዳቸውም ተባዝተው ምሳሌ የሚሆኑና፤ በምዕራቡ ዓለም እንዴት መኖር እንደሚቻል የሚያስገነዝቡና ምሪት የሚሰጡ ሆነው አላገኘኋቸውም።

እኔ በጊዜው ምንም እንኳ የጠፋውን በግ ዐይነት ስሜት ቢያድርብኝም፤ ሊያግዙኝ የሚችሉ ንደዎችና ጠቃሚ መረጃዎች የማሰባሰብባቸውን ምንጮች ለማግኘት ችዬ ነበር። ከህክምናና ከአእምሮ ጋር ተያያዥነት ያላቸው፤ ከአሜሪካን የዲግሪ ግምገማ መስፈርት፤ ከቤት ጉዳይ፤ ከስራ ቅጥር ማመልከቻ ቅፅ (ፎርም) አሞላል ወዘተ...ጋር በተገናኘ እገዛ ሊያደርጉልኝ ከሚችሉ ትርፍ አልባ የስደተኛ ድርጅቶች ጋር ግንኙነት መስርቼ ነበር።

የመረጃ ምንጮቼ ግሩምና በጣም አጋሹ ስለነበሩ፤ አዳዲስ ስደተኞች ተመሳሳይ የመረጃ ምንጮችን ማግኘት እንዲችሉ ከትርፍ አልባ ድርጅቶች ጋር በበጎ ፈቃደኝነት በመስራት፤ ዕውቀት ማካበቴን ተያያዝኩት። ያም ሆኖ ግን አዲሱ ባህል የሚፈጥረውን ውስብስብ ተግ-ዳሮት ማለፍ እንዲህ ቀላል አልነበረም።

ራሴም እንኳን ሳላውቀው እንደ እድል ሆኖ፤ የብዙ መረጃ ምንጭ ባለቤት ሆኜ ራሴን አግኝቼዋለሁ። ባለፍኩባቸው ስቃይ የበዛባቸው ውጣ ውረዶች የደገፉኝን የውድ ንደዎቼን እርዳታ በሙሉ ተጠቅሜበታለሁ ማለት እችላለሁ። ለምሳሌ ከራሴ ጋር የማደርገውን ትግል እንድገነዘብ ያደረጉኝ የነበሩ አማካሪዎች፤ በህይወት አጋጣሚ ተገናኝቻቸው በህይወቴ ላይ ልዩነትን ያመጡ ግለሰቦች፤ ባህሎችን እንዳውቅና እንድዋሃድ የረዱኝ መፅሀፍትና ራስን በራስ የመርዳት ፕሮግራሞች ሁሉ፤ ትምህርት የቀሰምኩባቸው ምርኩዞቼ ናቸው።

እየተጋፍጥኳቸው ያሉትን ነገሮች ለመረዳትና ለመገንዘብ፤ አምስት አመታት ፈጅቶ-ብኛል። ምክንያቱም፤ ያሉኝ የመረጃም ሆነ የተፈጥሮ ግብአቶቼ የተበታተኑ ስለነበሩ፤ እን-ዚህን እንቆቅልሾች በራሴው መንገድ እየገጣጠምኩ መልክ ማስያዝ ነበረብኝ። ይኸ ደግሞ

xi

ውስብስብ በሆነው የአሜሪካ የህይወት ስርዓት ውስጥ ለመቅዘፍ የሚያስችለኝን ክህሎት ለማ-
ዳበር፤ ተጨማሪ ሁለትና ሶስት አመታት ቢያስፈልጉኝም፤ በብዙ ትግልና ጥረት ግን ላሳካው
ችያለሁ። በመጨረሻም ጧንቅላቴን ከውሃው ውስጥ በማውጣት፤ ከፈት ለፈቴ ተዘርግቶ የሚ-
ጠብቀኝን ተግዳሮት አሻግሬ ለማየት በቅቻለሁ። በዚህ ጊዜ ግልጥልጥ ብሎ የታየኝና ከዚህ
ጋር ተዳብሎ የመጣው የአእምሮ ሰላምና እረፍት ፈፅሞ አይረሳኝም፤ እናም ለአሜሪካን
ህልሜ ዝግጁ ነበርኩ። ብዙ ነገሮችን ላሳካ እፈልግ ነበር፤ አንደኛው ደግሞ ይህ መፅሃፌ
ነበር። መፅሀፉ፤ ከዚህ የህይወት ልምዴ የተማርኩትን ሁሉ በማቀናጀትና የተቀረውን ደግሞ
ከእኔ በኋላ የሚመጡት እንዲያሚሉት በመተው፤ የእኔን መስል ውጣ ውረድ (ትግል) እና
መደናገር እንዳያጋጥማቸው በማሰብ ለመፃፍ የወሰንኩት ነው።

በዚህ ሁኔታ ላይ እያለሁ ነበር ፤ አንድ ቀን ከሳሌም ጋር የተገናኘነው። ሳሌም ለብዙ
አመታት ከአሜሪካ ባህል ጋር ለመላመድ ትግል ያደረገች ሴት ናት፤ በመጨረሻም ያለፈችበት
ውጣ ውረድ ህይወቷን ሳይቀር ዋጋ እንዳስከፈላት ሳይ፤ የእርስዋ ሞት ትልቅ ተፅዕኖና ሼክም
አሳደረብኝ። ስለዚህ ይህን መፅሃፍ ሳይረፍድ ባስቸኳይ ለማውጣት እና ልምዴን ለማካፈል
ከፍተኛ ግፊትና ሀላፊነት እንዲወድቅብኝ አድርጓል።

በአሜሪካ ብዙ ስራዎችን ሰርቻለሁ፤ ከረጅም አመታት በፊት ወደ አሜሪካ ከመጡ
ስደተኞች ጋርም ለመገናኘት ችያለሁ። ይህ መፅሃፍም የነርሱን ግራ መጋባታቸውን፤ ውጥረ-
ታቸውን፤ ጧንቀታቸውን የሚናገሩበትና የሚደመጡበት፤ እንዲሁም ታሪካቸው ከእኔ ታሪክ
ጋር ምን ያህል ተመሳሳይነት እንዳለው ህይወታቸውን የሚያካፍሉበት ነው።

እኔም አዲስ መጤዎችን በነፃ በማገልገል፤ በማበረታታትና በማስልጠን ብዙ ግብረ መልስ
(Feed back) ለማግኘት ችያለሁ። ብዙ ምስጋናዎችም የደረሱኝ ሲሆን፤ ሁሉንም
በጋራ የሚያመሳስላቸው ነገር ቢኖር ግን፤ ስለሚያወሩት ነገር ለማያውቅ፤ ወይም በተመ-
ሳሳይ ልምምድ ውስጥ ላላለፈ ሰው ታሪካቸውን ማጋራት አለመቻላቸው ነው፤ ይህ ደግሞ
ጧንቅላቴን ነው የመታኝ። ሰዎች በተመሳሳይ ጉዳይ ሳይልፉ ቀርተው አይደለም፤ ያልፋሉ፤
ሁላችንም አልፈናል፦ በመጤው፤ በስደተኛው፤ በጥገኝነት ፈላጊው ላይ ሁሉ የደረሰው የግራ
መጋባት ሁኔታ ደረጃው ሊለያይ ቢችልም፤ ሁላችንም በተመሳሳይ ችግር ውስጥ አልፈናል።

ያም ሆነ ጊዜ፤ በተለያየ ምክንያት ሰዎችን "አትጨነቁ፤ አንዴ ከስርአቱ ጋር እስክትላመዱ ነው፤ ስትገቡበት ትረዱታላችሁ" እንላቸዋለን። እኔም ገና መጤ እንደነበርኩ ይህ አባባል አይጥመኝም፤ እንዲያውም እጠላው ነበር፤ ምክንያቱም ምን ማለት እንደሆነ አይገባኝም ነበር። ለእነ ይልቁን ልምዳቸውን ቢያካፍሉኝ፤ በተመሳሳይ ሁኔታ ያለፉበትን ውጣ ውረድና ትግል፤ ይሄንንም እንዴት እንደተወጡት ቢያሳዮኝ ይበልጥ ያግዘኝ ነበር። የእድል ጉዳይ ሆኖ ይኼ አላጋጠመኝም። በተሳሳተ መልኩ ግን አትረዱኝ፤ ከፍተኛ እርዳታ ያደረጉልኝ ግሩም ጓደኞች ነበሩኝ፤ ነገር ግን ድጋፋቸው ከላይ በገለፅኩት መንገድ አልነበረም። ይልቁን ልምዳቸውን መካፈል ብችል ኖሮ፤ ከፊት ለፊቴ ያለውን ነገር ፈጥኜ ለመረዳትና አሁን ያለ- ሁበትን ደረጃና ሂደት ለማወቅ፤ ይሄንንም እንዴት ልወጣው እንደምችል መንገድ / አቅጣጫ በጠቆመኝ ነበር። የተጋረጠብኝን ትግል ለመወጣት ያስችሉኝ ይሆናል ብዬ ያሰብኳቸውን መፅሐፍቶችና፤ ካለሁበት ሁኔታ ጋር ተያያዥነት ያላቸውን ፕሮግራሞች ለማሰስ ብሞክርም፤ አንድም እንኳን ማግኘት አልቻልኩም።

ያኔ ግልፅ እየሆነልኝ የመጣው ነገር፤ ህይወት እኛው እንዳበጀነውና፤ መንገዱም ዝግ ከመሰለ ፤ መንገዱን መቅደድ ያለብን እኛው መሆናችን ነው። ስለዚህም፤ ይህ ሀሳብ ለዚህ መፅሀፍ ውልደት ምክንያት ሆነ።

መቅድም

ይህንን መፅሀፍ ማንበብ ያለበት ማን ነው?

ምንም እንኳን ይህ መፅሀፍ የጻፍኩት በአሜሪካን ቆይታዬ ያለኝን የህይወት ልምድ ለማ- ካፈል ቢሆንም ፤ በማንኛውም ምክንያት ከቀዬአቸው (ከመኖሪያቸው) ርቀው፤ በሌላ ሀገር ለዘለቄታው ለመኖር ለሚያስቡ ሁሉ ያግዛል ብዬ አምናለሁ። ምንም እንኳን ከአሜሪካን ባህል ጋር ስላላ ውህደት ባወራም፤ ለውህደት ይጠቅማሉ ያልኳቸው መሳሪያዎች ግን ከት- ውልድ ሀገራቸው ወጥተው በሌላ ቦታ መኖሪያቸውን ሊያደርጉ ላቀዱ ሁሉ እንደሚጠቅም

እገነዘባለሁ።

• ወደ ሌላ ሀገር ለስራ ወይም ለተወሰነ ጊዜ ለመኖር ስታስቡ የሚያጋጥማችሁ ተግዳሮት፤ ለዘለቄታው ለመቅረት ስታስቡ ከሚጋረጥባችሁ ተግዳሮት የተለየ ሊሆን ይችላል። ቢሆንም፤ ማህበራዊ ገጽታውን በሚመለከት፤ ከዚህ መጽሀፍ ብዙ ጠቃሚ ነገሮችን ትቀስሙበታላችሁ ብዬ አምናለሁ። እውነተኛ ግንኙነት ለመመስረትና ከፈሪው ህብረ-ተሰብ የምታገኙትን ማህበራዊ ድጋፍ ለማጎልበት የምታስቡና የምትፈልጉ ከሆነ፤ ይህ መጽሀፍ አጋዥ ሆኖ ቀርቦላችኋል።

• ወደ ሌላ ባዕድ ሀገር፤ በተለይ ደግሞ ወደ ምዕራቡ ዓለም ለመኗዝና ለህይወታችሁ አዲስ ምዕራፍ መክፈት የምታስቡ ከሆነ ደግሞ፤ ይህ መጽሀፍ ካላችሁበት ቦታ ሳትንቀሳቀሱ፤ ምን አይነት ክህሎት ማዳበር እንዳለባችሁ የሚያሳይ ግሩም መረጃ ይሆንላችኋል።

ምነው ሀገሬን ከመልቀቄ በፊት፤ በዚህ መጽሀፍ ውስጥ በጥልቀት የተሄደባቸውን ጉዳዮች ባወቅኋቸው ኖሮ እላለሁ። ይህ ቢሆን ኖሮ ምንኛ ራሴን በተሻለ መንገድ ባዘጋጀሁና ከብዙ የልብ ስብራት በዳንኩኝ፤ አእምሮዬንም በሚገባ ለመጠቀም እድል ባገኘሁ ነበር።

• በተለይ ደግሞ ይህ መጽሀፍ፤ ወደመረጡት ወይም ወደተመረጠላቸው ሀገር ለመሄዝ በመጠባበቂያ ካምፕ ውስጥ ላሉ ስደተኞች የበለጠ ጠቃሚ ነው ብዬ ተስፋ አደርጋለሁ። በአመታት የስራ ቆይታዬ ካገኘኋቸው ስደተኞች የተረዳሁት፤ ስለ አሜሪካ ያላቸው አመለካከትና ግምት ሁልጊዜ ተመሳሳይ መሆኑ ነው። ለአምስት እና ለሰባት ዓመታት፤ አንዳንዴም ለአስር ዓመታት ያህል በጉጉት ሲጠባበቁት የነበረው ህልማቸው ተሳክቶ ቦታው ሲደርሱ፤ ነገሮች ሁሉ ያከተሙና ትግሉ የተጠናቀቀ ይመስላቸዋል። የሚያ-ሳዝነው ግን፤ ቦታው ከደረሱ በኋላ ፍልሚያው በአዲስ መልክ መጀመሩን መረዳት መቻላቸው ነው። ብዙዎች ለመሪር እንባ፤ ለብስጭትና ለቁጣ ሲዳረጉ ተመልክቻለሁ፤ ምክንያቱ ደግሞ የተሳሳተ ግምታቸውና፤ ራሳቸውን ለሁኔታዎች አስቀድመው ያለማ-ዘጋጀታቸው ውጤት ነው።

- ማንኛውም ከስደተኞችና ጥገኝነት ፈላጊዎች ጋር የሚሰሩ ጉዳይ አስፈፃሚዎች፤ መልሶ የማቋቋም ስራ ሀላፊዎች፤ ምናልባትም ተማሪዎቻቸው ስደተኞች ሆነው ያጋጠሟቸው መምህራን፤ ስደተኞቹ የሚያልፉባቸውን የስሜት፤ የገንዘብ እና የመንፈስ ተግዳሮ-ቶችን በሚገባ ይገነዘቢቸዋል። ታዲያ፤ ይህ መጽሀፍ ለናንተም በተሻለ መንገድ እንዴት ልትቀርቢቸው እንደምትችሉና ጉዳያቸውንም በአዲስ መልክ አይታችሁ ይበልጥ እን-ድታገለግሉዋቸውና እንድትረዷቸው ያግዛችኋል።

ይህ መጽሀፍ፤ ለምታነቡት ሁሉ የቀረብ ስጦታ ወይም ገፀ-በረከት እንደሚሆን ተስፋ አደር-ጋለሁ፤ እንደምትጠቀሙበትም አምናለሁ።

ይህ መጽሀፍ እንዴት ይነበብ

መቼም ከሀገር ቤት ወጥቶ ወደ ሌላ ሀገር ለመሄድ ማሰብ ድፍረትን ይጠይቃል፤ ሁሉን ነገር አውጥቶና አውርዶ ማቀድ ደግሞ፤ ይበልጥ ጉብዝናን ይጠይቃል፤ ጓዝን ጠቅልሎ ለመውጣት ግን፤ ጉብዝናንም ድፍረትንም ይጠይቃል። ከዚሁ ጋር ተያይዞና ተደራርቦ የሚመጣው ጭንቀት፤ የባህል ግርታ/ ድንጋጤ/፤ ግራ መጋባቱ፤ ከባዶ (ከምንም) መነሳቱ፤ አንዳንድ ጊዜ የእምሮ ጤንታችንን እንኳ እንድንጠራጠር ያደርገናል፤ ሁላችንም በዚህ ውስጥ እናልፋለንና። ነገሮቹ ግን የተለመዱ ሆነው እናገኛቸዋለን።

አትርሱ፤ እኔ የአእምሮ ጤና ባለሙያ አይደለሁም፤ ስለዚህ ይህ መፅሀፍ የአእምሮ ጤና አገልግሎትን የሚተካ አድርጋችሁ እንዳትወስዱት፤ አደራ!።

" የስደትን ኑሮ እንዴት እናሸንፍ: 7 የክህሎት ማዕቀፎች "--የሚለው መጽሀፍ ሊዳስስ የሚሞክረው፤ ለመጀመሪያ ጊዜ፤ በተለይም ደግሞ በመልማት ላይ ካሉ ሀገሮች ወደ አሜ-ሪካን ስትመጡና ፤ ከዚያም በኋላ ባሉት አመታት ልትጋፈጧቸው የምትችሏቸውን ጥቂት ተግዳሮቶች፤ እንዴት ለይታችሁ ማወቅ እንደምትችሉ ለማመላከት ነው። ስለዚህም የራሴና የብዙ ሰዎች በጥበብ የካበተ ታሪክና ልምድ፤ በዚህ መፅሀፍ ውስጥ ተካተው ቀርበዋል።

በተጨማሪ ከዚህ መጽሐፍ የምታገኟቸው ትሩፋቶች፦

- በምታልፉበት ሂደት ውስጥ ብቻችሁን አለመሆናችሁን

- በባህል ውህደት ውስጥ የሚያጋጥሙ ከበድ ያሉ ተግዳሮቶችንና የእንምሮ ጤና እክልን የሚመለከቱ ጉዳዮችን ለመወጣት የሚረዱ መሳሪያዎችን

- በከባድ ፈተና ወቅት፤ ተግዳሮቶችን ማለፍ የሚያስችሉ መሳሪያዎችን መለየት፤ ፈጠራን መጠቀም እና በአዎንታዊነት የሚረዱ ማለፊያ መንገዶችን

- ባዕድነት (እንግዳነት) እንዳይሰማችሁ፤ ይልቁኑ አዲሱን መኖሪያችሁን እንድትላመዱ፤ የባላቤትነት (የቤተኝነት) ስሜት እንዲያድርባችሁ ማድረግ እና እትብታችሁ የተቀበ-ረባትን ሀገር ሳትዘነጉ አሜሪካንን መውደድ እንደምትችሉ

- የራሳችሁንም ሆነ የሌሎችን ህይወት እንዴት ማብቃት እንደምትችሉ

- የተወለዳችሁበትን ሀገራዊውንና፤ የመጣችሁበትን አሜሪካዊውን እውቀት የምታዛም-ዱበትና አገናኝ ድልድይ የምትዘረጉበት

- የባህል ውህደትን ምንነት መማር፤ ትክክለኛውን አመለካከት ማዳበር፤ በውህደት ጉዞ ውስጥ አሸናፊ ሆናችሁ የምትወጡባቸውን እርከኖች ማወቅ፤ በአዲሲቷ ሀገራችሁ በአሜሪካ ልቃችሁ የምትወጡበትን ዕውቀት ማፍራት

ከዚህ መጽሐፍ ምርጡን ነቅሶ ለማውጣት፦

1. የተወለዳችሁበትን ሀገር ልቃችሁ ስትወጡ የነበራችሁን ጉብዝናና ድፍረት፤ አሁንም እንድትጠቀሙበት እመክራለሁ። ይህን መጽሐፍ ስታነቡ፤ አእምሯችሁን ክፍት አድርጉ፤ ለአዲስ ግኝት መሻት ይኑራችሁ፤ ጉጉትም ይደርባችሁ።

2. የሚመቱላችሁን መረጃዎች ሁሉ ለማስተናገድ ሞክሩ፤ አዕምሮአችሁን ባዶ አድ-

ርጉት። ከዚህ ቀደም የምታውቋቸውንና የቀሰማችኋቸውን ለጊዜው ወደ ጎን ተወት አድርጉና፤ በአዲስ የጀብደኝነት መንፈስ ይህን መጽሐፍ አንብቡ። መጽሐፉን አንብባችሁ ከጨረሳችሁ በኋላ ወደ ጎን ገፋ ያደረጋችሁትን የቀደመውን እውቀትና ተሞክሮ፤ አሁን ማንሳት ትችላላችሁ። ከመጽሐፉ የሚጠቅሟችሁን ውሰዱ፤ አይጠቅመንም የምትሉትን ደግሞ ተዉት።

3. ስለ አእምሮ ጤና የሚዳስሰውን ክፍል ስታነቡ፤ ከባህላዊ አመለካከታችሁ ጋር የሚ-ጣረስ የሚመስላችሁን ሀሳብ ለመሸሽ አትሞክሩ፤ " የአእምሮ ጤና " እሳቤን በደስታ ተቀበሉት። በአንዳንድ ባህል ስለ አእምሮ ጤንነት ሲነሳ፤ ሰዎች ንክ (ዕብድ) አድርገው የቆጠሩን ሊመስለን ይችላል፤ ይሄ ደግሞ የተዛባ አመለካከት ስለሆነ፤ ከውስጣችን አሻ-ቀንጥረን ልንጥለው ይገባል። ንባቡን ከመጀመራችሁ በፊት እንደ ምክር የምለግሰው፤ ከዚህ በፊት ስለ አእምሮ ጤንነት የምታውቁትንና የተማራችሁትን አሁንም ወደ ጎን ትታችሁ፤ አዲስ ነገር ለመማር የተዘጋጃችሁ እንድትሆኑ ነው። ስለ አእምሮ ጤና ግንዛቤ መጨበጥ፤ ከአእምሮ ጤና ባለሙያዎችም ጋር ሆነ ከነሱ ውጪ እንዴት እራ-ሳችንን መንከባከብ እንደሚገባን ስለሚረዳን፤ ጠቀሜታው እጅግ የጎላ ነው። እኔም የአእምሮ ጤንነታችሁን መጠበቅ እንዳለባችሁ ሳስገነዝብ፤ የአእምሮና የነፍስ ተሀድሶና ጥንካሬ፤ በአዲሲቷ ሀገራችሁ በአሜሪካም ሆነ አሁን በምትገኙበት ምድር የሚኖራ-ችሁን ህይወት፤ ምቹና የተደላደለ ለማድረግ እንደሚረዳችሁ በማሰብ ነው።

ማሳሰቢያ

ይህ መጽሐፍ የልብ ወለድ ስራ አይደለም። መጽሐፉ ውስጥ የተካተቱ እውነተኛ ስሞች፤ በባለቤቶቹ ፍቃድ የተጠቀሱ ሲሆን አንዳንድ ቦታ ላይ ግን፤ የግለሰቦችን ማንነትና ምሾት ለመጠበቅ ሲባል እውነተኛ ስማቸው ተቀይሯል።

ስደተኛ የሚለውን ቃል ደራሲዋ ስትጠቀም፤ ወደ አሜሪካ በስደተኝነት፤ በጥገኝነት ወይም በሌላ ምክንያት ለመኖር የሚመጡትን ለማመላከት ነው።

ደራሲዋ የአእምሮ ጤና ባለሙያ አይደለችም። ልታካፈል የፈለገችው፤ በአእምሮ ጤንነት ዙሪያ የቀሰመችውን የራስዋን ልምድና ተሞክር እንጂ የአእምሮ ጤና እንክብካቤ ባለሙያዎችን አገልግሎት በሚተካ መልኩ ታስቦ አይደለም።

ምዕራፍ 1

ወደ ቤታችሁ እንኳን ደህና መጣችሁ!

የአሜሪካን ግዛት ወደ ሆነችው ሳን ፍራንሲስኮ ካሊፎርኒያ የመግቢያ ወደብ ደርሼ ቆሜ ሳለሁ፤ አጇቼ ይንቀጠቀጡና በላብ ተጠምቀው (ረጥበው) ነበር። ይህቺን ከተማ በተለያዩ ፊልሞች ላይ አይቻታለሁ፤ ቢሆንም የሳንፍራንሲስኮን ምድር መርገጤና በዚህ መገኘቴን ግን ማመን አልቻልኩም፤ " ያንተ ያለህ! ህልም መሆን አለበት፤ በመጨረሻ መጣሁ ማለት ነው?!"። በዚህ ጉዞ ቢያንስ ለ24 ሰአታት ያህል ተጉዣለሁ፤ ምሽቱን ዶሀ-ካታር (Doha-Qatar) ላይ ሳሳልፍ፤ ከበረራውና ለረዥም ጊዜ ያህል ከመቀመጤ የተነሳ፤ በአካልም ሆነ በእምሮ ዝዬ ነበር። ከአዲስ የጊዜ ቀጠና ጋር ለመተዋወቅና ለመዋሀድ ከተለመደው የሰአት ቀመሬ ጋር አልቀናጅ ስላለኝ፤ ነገሮች ተዛብተውብኝ ነበር፤ ቢሆንም፤ እምብዛም አልተጨነኩም፤ ምክንያቱም በሁኔታዎች እጅግ ተመስጬ ነበር።

   ወደ አሜሪካ ለመሄድ ስነሳ፤ የቪዛዬን ነገር ለመጨረስ ከሀገሬ እና ከቤተሰቤ ርቄ፤ ኬንያ ለአንድ ወር ያህል የግድ ማሳለፍ ነበረብኝ። ወደ አሜሪካ ኤምባሲ ለብዙ ጊዜያት ያህል ከተመላለስኩና በተለያዩ የጨንነት ምርመራዎች፤ ክትባቶች፤ ጭንቀቶችና ይጥሉኝ

(አይቀበሉኝ) ይሆን በሚሉት ስጋቶች ውስጥ ካለፍኩ በኋላ፤ በመጨረሻ እዚህ ተገኝቻለሁ።

የመጀመሪያውን የእንኳን ደስ ያለሽና እ.ኤ.አ. የ2007 ዓ.ም የግሪን ካርድ(ዲቪ) ሎተሪ ማሽነሬን የሚገልጸው ደብዳቤ ከአሜሪካን የዜግነት እና የስደተኛ አገልግሎት ቢሮ የደረሰኝ ልክ በአስረኛው ወር ላይ ነበር። በደብዳቤውም፤ ትንሽ ረዘም ያሉ ቅጾችን የያዙ በዛ ያሉ ገጾችን እንድሞላና በአሜሪካ ሀገር የሚኖር ተጠሪዬን (ስፖንሰር) እንዳሳውቅ ተጠይቄ ነበር። ተጠራጣሪ ስለነበርኩ፤ ባርባራ የምትባለውንና በኤርትራ ዋና ከተማ በአስመራ አሜሪካ ኤምባሲ የምትሰራውን ጓደኛዬን ቀርቤ፤ ይህ ነገር እውነት ህጋዊነት አለው? ስል ጠየኳት፤ እሷም ሞቅ ካለ ፈገግታ ጋር ህጋዊነት ያለው መሆኑን አረጋገጠችልኝ። ባርባራ፤ በአሜሪካ ኤምባሲ ውስጥ በነርስነት ታገለግል ነበር። እርሷም የነበርኩበትን ሁኔታ ታውቅ ስለነበር ጨምራ እንዲህ ነው ያለችኝ " ማንም ሰው አሜሪካ የመግባት ዕድል የሚያገኝ ከሆነ፤ ያቺ ሰው አንቺ መሆን አለብሽ "። በእርግጥ ትንሽ ሳታሞካሽኝ አልቀረችም።

የሶስት አመት እድሜ ያለው ኤሮን የሚባለው ወንድ ልጄ፤ የሴራብራል ፓልሲ (cerebral palsy) ተጠቂ መሆኑ በህክምና በመረጋገጡ፤ ለሁለት ዓመታት ያህል በቻይና የሚደረግለትን ህክምና ስከታተል ቆይቼ ወደ አስመራ ገና መመለሴ ነበር። በተባበሩት መንግስታት ድርጅት ውስጥ ስራ ጀምሬ ስለነበር በርግጥ የገንዘብ ችግር አላጋጠመኝም፤ ነገር ግን ስለ ኤሮን የወደፊት ህይወት እጨነቅና ሁል ጊዜም አወራ ነበር። አንድ ቀን ግን ከጓደኞቼ አንዱ የሆነችው ፋኑስ ወደ አንድ ኢንተርኔት ካፌ ወስዳኝ የዲቪ ፎርም አስሞላችኝ። መጀመሪያ ላይ ተቃውሞ ማሰማቴን አስታውሳለሁ " ላለፉት አስር ዓመታት ስትሞክሪ አውቃለሁ፤ አንቺ ያልተሳካልሽን ዕድል እንዴት ለእኔ ይመጣል ብለሽ ታስቢያለሽ " ብያታለሁ። ፋኑስ ግን የኔን ጨለምተኛ አስተሳሰብ ወደ ጎን ትታ፤ " አንድ ጊዜ እንግዲህ አስገብተናል፤ ካሁን ወዲህ ምንም ማድረግ አይቻልም፤ ደግሞም እድሉን በመሞከርሽ የምታጪው ምንም ነገር የለም " አለችኝ። አንዳንድ ጊዜ ጓደኞቻችን እንደ መላዕክት ሆነው የሚላኩ ይመስለኛል። ፋኑስ ስላላት ጽናትና አይቻልም/ አይሆንም/ የሚባል ነገር ስለማያውቀው ስብዕናዋ፤ እንዲሁም ለእኔ ስለዋለችልኝ ውለታ ትልቅ አክብሮትና ምስጋና አለኝ።

የዩ.ኤስ.ሲ.አይ.ኤስ (USCIS) ቅጾች በጣም ረጃጅምና ለመሙላት የሚያስቸግሩ ከመ-

ሆናቸውም በላይ፤ አብዛኛዎቹን መረጃዎች ልረዳቸው አልቻልኩም ነበር። በአሜሪካ ሀገር ነዋሪ የሆነና ሊቃበለኝና ዋስትና ሊሰጠኝ የሚችለውን ተጠሪ (ስፖንሰር) መለየት ነበረብኝ። ይህ ተጠሪ (ስፖንሰር)ደግሞ በአሜሪካን ሀገር ስራ እስካገኝ ድረስ ኃላፊነትን የሚወስድ ሰው መሆን አለበት። በውድ ጉደኞቼ እርዳታ የቪዛውን 750 ዶላርና በወቅቱ የአሜሪካ ቪዛ ኤርትራ ውስጥ ስለማይሰጥ፤ ወደ ጎረቤት ሀገር የምንዘበትን ወጪ የሚሸፍንልኝን ገንዘብ አሰባስቤ ወደ ኬንያ መሄድ ነበረብኝ።

ምንም እንኳን የመንንዣ ወጪዬን አሁን ባላስታውሰውም ውድ እንደነበር ግን ትዝ ይለኛል። ይሄ ደግሞ ለጤና ምርመራዎች፤ ለክትባቶች እንዲሁም በኬንያ ለአንድ ወር ቆይታ የሚያስፈልገኝን ወጪዬን ሁሉ ይጨምራል። እኔም በተቻለ መጠን ወጪ ለመቀነስ፤ ከአንድ ደግ የአይሪሽ ቄስ እና ወዳጅ ጋር መቆየት ነበረብኝ። ለአስር ወራት ያህል በአ-ስመራና በኬንያ በብርቱ ውጣ ውረድ ካሳለፍኩኝ፤ ወደ 10000 ዶላር ካወጣሁኝ፤ ብዙ ስአታት ከፈጁ እቅዶች፤ እንቅልፍ ካጣሁባቸው ምሽቶች፤ ከተጋረጡብኝ ተስፋ መቁረ-ጦችና ስቀቀኖች በኋላ፤ በመጨረሻ ይሄው ሳንፍራንሲስኮ ደረስኩ። ድካሜና ልፋቴ ከንቱ አልቀረም፤ ተክሻለሁ፤በወቅቱም ኩራት ተሰምቶኛል።

ነገር ግን ስሜቶቼ በፍጥነት ይፈራረቁብኝ ነበር--ከለቅሶ ወደሳቅ፤ አንዳንዴም ወደ ድንዛዜ፤ መገረም፤ ናፍቆት፤ ፍርሀት እና ጭንቀት። አንዱ ስሜቴ በቦታው ከጥቂት ደቂቃ በላይ አይቆይም። አንድ ወቅት የማይቻል የሚመስለው ደግሞ ተችሎና ሆኖ ይገኛል። እኔም ዓይኖቼን ወደ ሰማይ ቀና አደርግና ምስጋናዬን አቀርባለሁ።

ኤርፖርት መጥታ የተቀበለችኝ የአጎቴ ልጅ ብዩ የምጠራትና (ጓደኛነታችን ቤተሰባዊ ነው) ተጠሪ የሆነችልኝ፤ የጣዕመ ልጅ ስሚራ ናት። ምሽቱ ደግሞ በጣም ቀዝቃዛ ስለነበር ያንዘፈዝፈኝ ነበር። እንደ ዕድል ሆኖ፤ ስሚራ ጃኬት ይዛ ስለነበር ላዬ ላይ ደረበችልኝ። በዚያ ሁሉ ዝግጅቴ ወቅት፤ ስለ አየር ፀባዩ ለማጣራት ሀሳቡ ጭራሽ አልመጣልኝም ነበር። ስሚራ ነገሩን ጠርጥራ ጃኬት ስለያዘችልኝ ሳላመሰግናት አላላፍም።

ከስሚራ ጋር ወደቤት ከማምራታችን በፊት ሳንፍራንሲስኮ ወዳለ ወደንደኛዋ ቤት ግብዣ

(ፓርቲ) ወሰደችኝ። ግብዣው ላይ የነበሩትም፤ ከአፍሪካ የመጣ አዲስ ሰው ሲያዩ መገ-ረማቸውን አስታውሳለሁ። እነሱም የቋንቋ ክህሎቴን በማድነቅ ያበረታቱኝ ነበር፤ ከአስር ዓመታት በፊት ወደ አሜሪካ ከመጣ ሰው ጋር እያስተያዩኝም ይሳሳቁ ነበር፤ ይህ ደግሞ ስለተግባባት ችሎታዬ መልካም ፍንጭ ስለሰጠኝ በውስጤ ደስ ሳይለኝ አልቀረም። እርግጠኛ ነኝ " ወደ አሜሪካ እንኳን ደህና መጣሽ " ሳይሉኝ የቀሩም አይመስለኝም። ከግብዣው /ከፓርቲው/ ከመጣን በኋላ፤ ወደ አንድ ሰዓት የሚኪና መንገድ ርቀት ወዳለው ሳን ሆዜ ካሊፎርኒያ ወደሚገኘው ጊዜያዊ ማረፊያዬ ተጓዝን።

እርግጠኛ ነኝ " ወደ አሜሪካን እንኳን ደህና መጣሽ " የሚለውን ቃል ከዚያ በኋላ፤ ለብዙ ጊዜያት ያህል ስምቻለሁ። የተጠሪዬ ዘመዶች ሁሉ እንኳን ደህና መጣሽ ሊሉኝና መልካም እድል እንዲገጥመኝ ሊመኙልኝ በብዛት ይመጡ ነበር።

አይሮፕላን ማረፊያ ውስጥ ሻንጣዬን ሳልረከብ ተስተንጉሎብኝ ስለነበር፤ መጫረሻ ላይ በስህተት ወደ አውሮፓ መላኩን ተረዳሁ። እኔም ቅያሪ ልብሶቼ ሁሉ እዛ ውስጥ ስለነበሩ በጣም ተበሳጨሁ፤ የምቀይረው ልብስ አልነበረኝም። ነገር ግን ሰላም ሊሉኝ የሚመጡት ሰዎች ሁሉ መልካምና ለጋሶች ነበሩ። ልብስ የምገዛበትን ጥቂት መቶ ዶላሮች፤ ሻንጥ ያደርጉልኝ ነበር። በአባቴ ወገን ከሆነው አጎቴ ጣዕም ጋር አንዴም በአካል ተገናኝተን አናውቅም። እሱም ሊጎበኘኝ (ሊያየኝ) መጥቶ ስለነበር፤ ልብሶችና ብርድልብስ የምገዛበትን ገንዘብ ሰጠኝ። ሌላም ዘመድ እንዲሁ አስበባት ብርድልብስ፤ ትራሶችና አንሶላዎችን ይዞልኝ መጣ። እነዚህ ነገሮች ሁሉ የሚደረጉልኝ ተጠሪዬ (ስፖንሰሬ) ሳታቀርብልኝ ቀርታ ሳይሆን፤ በግሌ ራሴን ችዬ ከተጠሪዬ ቤት ስወጣ፤ እነዚህ የሚያስፈልጉኝ መሰረታዊ ቁሶች መሆናቸውን አርቀው በማሰብ ያደርጉልኝ ድጋፍ ነው።

ምንም እንኳ ይህ ሁሉ ልግስናና መልካም አቀባበል ቢደረግልኝም፤ ቤተኛነት አልሰማሽ አለኝ፤ ስለዚህም ስራ ለመያዝ በጣም ጉጉቼ ነበር። በስራ መወጠር፤ ገንዘብ መቆጠብ እና ከስድስት ወራት በኋላ ከኔ ጋር ለሚቀላቀለው ልጄ ለኤሬን ብር ለመላክ ስል ብዙ ጫና አርፎብኝ ነበር። አባቴ ደግሞ አብሮት አጅቦ መምጣት ነበረበት። ከሀገር ከመልቀቁ በፊት፤ ልጄ ከኔ ጋር መኼድ እንደሚችል ፈቃድ ማግኘቱ ከአሜሪካን ኤምባሲ ተገልፆልኝ ነበር፤

ስለዚህ ለቪዛ ሳመለክት፤ ልጄንም መውሰድ ነበረብኝ፤ ያለበለዚያ፤ እኔ ወደ አሜሪካ ከመጣሁ በኋላ እሱን ለመውሰድ የስድስት ወራት ጊዜ መጠበቅ ይኖርብኛል። በስድስት ወራት ውስጥ ልጄን ወደ አሜሪካ ካላመጣሁ፤ የቪዛው ጊዜ ያልቅና የአሜሪካን ዜግነት አግኝቼ ለአምስት ዓመታት እስክቆይ ድረስ፤ ለልጄ ቪዛ ለማውጣት ማመልከት እንደማልችል ተነግሮኝ ነበር።

ስለዚህ በመጀመሪያ ላደርግ የወሰንኩት፤ ኤሬንን ሀገር ቤት በመተው ወደ አሜሪካ መም-ጣትና ለልጄ የሚያስፈልጉትን መሰረታዊ አቅርቦቶች ማዘጋጀት ነበር። በአጭር ጊዜ ውስጥ ልጄን ወደኔ የማምጣት ፍላጎቱና ጫናው በርትቶብኝ ስለነበር፤ ሁልጊዜ እታወክና ያለዕረፍት እሰራ ነበር። ደስ በሚሉ ቀላል ነገሮች እንኳ ፈታ ለማለትም ይከብደኝ ነበር። ፈጣን ከሆነው የአሜሪካ የህይወት ዘይቤ ጋር እኩል መራመድ ያቅተኝና ውጥረት ውስጥም እወድቅ ነበር። በአሜሪካ ሰው ሁሉ የፍጥነት መለኪያ የተገጠመለት ይመስል ፤ ሁሉም ሲናገር ይፈጥናል፤ ሲበላ ይፈጥናል፤ ሲራመድ ይፈጥናል። አንዳንዴ ወደ አሜሪካ መምጣቴ ስህተት ነበር እንዴ? ሳልል አልቀረሁም። በተባበሩት መንግስታት ድርጅት ውስጥ ተቀጥሬ ከዚህ ብወጣና፤ ቢቻል በመልማት ላይ ባሉ ሀገሮች፤ ባይቻል ባንድ አውሮፓ ሀገር ውስጥ ተመድቤ ብሰራ ይሻለኛል ብዬም ሳላስብ አልቀረሁም።

ያም ሆነ ይህ ግን፤ ምንም እንኳን ትግሉ ብርቱ ቢሆንብኝና የማልፍበትን ሁኔታ ባል-ወደውም፤ ለኤሬንም ሆነ ለእኔ ትክክለኛው ሀገር ይሄ መሆኑን ተረድቻለሁ። ምክንያቱም፤ የሚያስፈልጉትን ብዙ ግልጋሎቶችና አቅርቦቶች ሊያገኝ የሚችለው እዚህ ነው። አሜሪካን ከመላመዴና ቤተኛ ከመሆኔ ከሶስትና አራት ዓመታት በፊት፤ ቢል የተባለውና በጊዜው በጀ-ርመን ይኖር የነበረው የብዕር ጓደኛዬ፤ ካሊፎርኒያ ተወልዶ ያደገውን የአክስቱን ልጅ ትሮይን አስተዋወቀኝ። አንዳንድ ጊዜ ሰዎችን ለምን እንደምትገናኙና እንደምትተዋወቁ ወዲያው ላይ-ገባችሁ ይችላል። ትሮይ አፍጋኒስታን ውስጥ አገልግሎ ከዘመቻ የተመለሰ ሰው ነው፤ እኔም አፍሪካ ውስጥ ቀደም ብዬ በውትድርና ስልጠና ውስጥ አልፌ ስለነበር፤ ሁለታችንም ብዙ ሊያዋራን/ ሊያጫውተን የሚችል የጋራ ነገር እንዳለ ተገነዘብን። በእውነትም ግንኙነታችን ሁሌ ረጅምና አንጊ እየሆነ መጣ። ሁለታችንም እርስ በርስ የምንጠራራው ወንድሜ፤ እህቴ እየተባባልን ነበር፤ ሁለታችንም የባህሪ መመሳሰልና ስለ አለም ያለን አመለካከትም ተቀራራቢ

እንደሆነ ለመገንዘብ ጊዜ አልፈጀብንም።

እንደኔ ያለ ራቅ ካለ ክፍለ አለም ውስጥ ተወልዶ ያደገ ሰው፣ ከሌላ አጽናፈ- ዓለም ከሚኖር ሰው ጋር ብዙ ተመሳሳይ ልምዶች፣ አስተሳሰቦችና እምነቶች ሊኖረው መቻሉ፣ ራሱ አስገራሚ ግጥምጥሞሽ ነው። ከአንድ አሜሪካዊ ጋር እንደዚህ ያለ ግንኙነት ሲኖረኝ ደግሞ፣ ይህ የመጀመሪያዬ ነበር። ከዚህ በፊት ከብዙ አሜሪካኖች ጋር የተገናኘሁ ቢሆንም ይሄኛው ግን ልዩ ነበር።

አንድ ቀን ውስጤ በጣም እየታወከ እንደሆነ በተደጋጋሚ ስነግረው፣ ትሮይ በአቅራቢያችን ወደሚገኘው የእግር ጉዞ ወደሚዘወተርበት ስፍራ ይዞኝ ሄደ። ምንም እንኳን ወደ ቤት በእግር መንዛ የምወድ ብሆንም፣ እንደዚህ ያለ ከፍ ያለ ስፍራ ርቄ የመንዛ ሀሳቡ አልነበረኝም፣ ወዴት ሄጄ መንሸራሸር እንዳለብኝም አላውቅም ነበር። ምክንያቱም የኑሮ ትግል ውስጥ ስለነበርኩ፣ መዝናናትና ጊዜ ወስዶ ለራስ እረፍት መስጠት፣ እንደ ቅንጦት የሚታሰብና ፈጽሞም ፕሮግራሜ ውስጥ ያልተያዘ ነበር።

ከትሮይ ጋር ለሃያ ደቂቃ ያህል በመኪና ከተንዝን በኋላ፣ ሬድ ዊድ ወደሚባለው ደን (Red Wood) ውስጥ ስንደርስ፣ እጁብ ድንቅ በሆኑት ዛፎች ከመደነቁና በአግርሞት ከመዋጤም በላይ፣ በተፈጥሮ ሀይል ስታደስ ውስጤ ይታወቀኝ ነበር። ይሄ ደግሞ በትልልቅ ከተሞች ከሚታየው ምስቅልቅል ያለና የሩጫ ህይወት ፈጽሞ የተለየ ነበር። ትሮይም እንዲህ አለኝ " ውጥረት ሲጫንሽ፣ ከከተማ መሸሽና ደን ውስጥ መመሸግ ትችያለሽ "፣ እኔም መስማማቴን ለመግለጽ ጭንቅላቴን በአዎንታ ነቀነቅኩ፣ አገሬ ያለሁ ያህልም ተሰማኝ፣ ልገልጸው አልቻልም። ለማንኛውም ይህ ለመጀመሪያ ጊዜ በደን ውስጥ ማለትም በተፈጥሮ እቅፍ ውስጥ ስገኝ የተሰማኝን ቤተኛነት በቃላት መግለጽ ያዳገተኛል። ይሄን ስሜቴን ትሮይ በመንፈሱ ሳይረዳ አልቀረም መሰለኝ፣ እዚህ ውስጥ ካሉት ዛፎች መካከል አንዳንዶቹ የ2000 ዓመት እድሜ-ጠገብ መሆናቸውን ሲገልጽልኝ፣ ወደ ውስጤ ሰርን በገባው ኃይል ለካ የዛ ውጤት ነው ብዬ ተደመምኩኝ።

እሱም በአንደኛው እድሜ-ጠገብ ዛፍ ላይ እንድቀመጥ ካደረገ በኋላ " ሰናይት፣ በብዙ ነገር

ውስጥ እያለፍሽ እንደሆን አውቃለሁ፤ በዚህ አጋጣሚም ለልጅሽ ዋጋ እየከፈልሽበት ያለው ነገር ሁሉ የከበረና የሚያስመሰግን መሆኑ ልገልጽልሽ እወዳለሁ። የኛ ባህል የሚያተኩረው ገንዘብ ማሳደድ ላይ ነው፤ ለገንዘብ ከፍተኛ ቦታ ስለምንሰጥ ከራሳችን ጋር እንኳ ለመገናኘት ጊዜ ያጥረናል፤ ማንም ስለሌላው ግድ የለውም፤ ስለዚህ የልብ ግንኙነት ጨርሶውኑ የማይ-ታሰብበት ደረጃ ላይ ደርሷል። አሁን ምንም ይሁን ምን፤ ወደዚህ ሀገር አንዴ መጥተሻል፤ ቀረብ ብለሽ ከተመለከትሻቸው፤ በዙሪያሽ ብዙ የተዋቡና የሚማርኩ ነገሮች አሉ፤ አሜሪካ እንዳንቺ ያለውን በጠበብና በፍቅር የተሞላ ሰው በማግኘቷና በመቀበሏ እድለኛ ናት፤ ወደ ቤትሽ (ሀገርሽ) እንኳን ደህና መጣሽ ልልሽ እወዳለሁ፤ ይህ የኔ መኖሪያዬ (ሀገሬ) ነው፤ የአያቶቼ ርስት ነው፤ እናም አሁንም እንኳን ደህና መጣሽ ልልሽ እፈልጋለሁ፤ እንኳን ደህና መጣሽ! "።

ከዚያም ትሮይ አንድ ወንድም ወይም አባት ሊያደርገው እንደሚገባ እጁን ዘርግቶ አቀፈኝ። ትሮይ በቀደሙትና ነባር የአሜሪካን ተወላጆች /ሬድ ኢንድያን / (Red Indian) የህይወት ዘይቤ የተቀረጸ ስለነበር በጣም መንፈሳዊ ሰው ነው። እኔም ለመጀመሪያ ጊዜ በትሮይና በሀገሪቱ፤ በዛፎቹና በአየሩ የተደረገልኝ መልካም አቀባበል ሆኖ አገኘሁት፤ ከደ-ስታዬም የተነሳ እንባዬን መቆጣጠር አልቻልኩም፤ ውስጤ ሰርጾ ገባ " አ አምላኬ! አሁን ቤተኛ ሆኝለሁ ማለት ነው! " አልኩ።

አንባቢዎቼ፤ ትሮይ በጉዞ የወንድምነት ፍቅር ላደረገልኝ መስተንግዶና ቤተኝነት እንዲ-ሰማኝ ላደረገው ጥረት ሁሉ፤ በዚህ አጋጣሚ ሳላመሰግነው አላልፍም። እኔም እንደተደረገልኝ ልባዊ አቀባበል፤ እናንተንም ከልቤ እንኳን ደህና መጣችሁ ማለት እወዳለሁ። ይህን አባባል ከብዙ ሰዎች አፍ ለብዙ ጊዜያት ያህል እንደሰማችሁት አውቃለሁ፤ አባባላቸው፤ ወደ ውስ-ጣችሁ ዘልቆ አልገባ ወይም ስሜት አልሰጣችሁ ይሆናል። እኔ ግን በምንም ሁኔታ ይሁን የመጣችሁት፤ እንኳን ወደ ቤታችሁ (ሀገራችሁ) በደህና መጣችሁ ልላችሁ እወዳለሁ። ወደ አሜሪካ የመጣችሁት ምናልባት እንደ እኔ ዲቪ ሎተሪ ደርሷችሁ ይሆናል፤ ምናልባትም ስደተኝነት ወይም ጥገኝነት በመጠየቅ ወይም ደግሞ የአሜሪካ ዜግነት ያለውን/ ያላትን አግ-ብታችሁ ወይም ለስራ መጥታችሁ ይሆናል፤ በምንም መንገድ የመጣችሁ ሁኑ፤ አሁንም

እንኳን ደህና መጣችሁ!።

ለአራት እና ለአምስት ወይም ከዚያ በላይ ላሉ አመታት እዚሁ ሀገር ኖራችሁ፤ አሁንም የባይተዋርነት ስሜት የሚሰማችሁ ትኖሩ ይሆናል፤ እናንተም እንኳን ደህና መጣችሁ!። ከለመዳችሁት አካባቢ ለመውጣትና ወደማታውቁት ቦታ ለመፍለስ፤ ጉብዝናና ድፍረት አን-ግባችሁ ለተነሳችሁ ሁሉ ምስጋና ይገባችኋል። ሁሉም'ኮ ይህን አያደርግም፤ ለከፈላችሁት መስዋእትነት እኛ አሜሪካኖችና ሀገሪቷ ወሮታ መላሾች እንደሆንን በማመን፤ ወደ አሜሪካ ስለመጣችሁ እናመስግናለን።

እንዲሁም ያላችሁን ፍቅር፤ አዳዲስ እይታዎች፤ አዳዲስ ህልሞች፤ ፈጠራዎች፤ ቤተሰ-ቦቻችሁ፤ እምነቶቻችሁንና ያላችሁን ሁሉ ሳታስቀሩ ሸክፋችሁ / አንግባችሁ ስለመጣችሁ እናመስግናለን። እኛ አሜሪካኖች ከናንተ የተነሳ የተሻልን ህዝቦች ሆናል። አሜሪካ ህልማ-ችሁን ለማሳካት ቃል ትገባለች፤ በደስታም ትቀበላችኋለች። ዓላማችሁ ላይ ትኩረት ካደ-ረጋችሁና ጠንክራችሁ ከሰራችሁ በአሜሪካም ሆነ አሁን ባላችሁበት ሀገር፤ የመጣችሁበትን ግብ ለማሳካት የሚበግራችሁ ምንም ኃይል እንደሌለ አምናለሁ።

አንዳንዴ የወረሳችኋትን ወይም የተረከባችኋትን ሀገር (አሜሪካ) ስታስቡ፤ ውስጣችሁ ይከፈላል። አንዳንድ አሜሪካውያን ዘረኞች፤ መራሮች፤ እንግዳ-ጠል ሆነው ይገኛሉ። ሌሎቹ ደግሞ ሊፈትኗችሁና የባላንጣነት ስሜት ሊያሳድሩባችሁ ይሞክራሉ። አንዳንዶችም ትዕግስት የለሽ ሊሆኑ ይችላሉ። እንዲሁም እምነቶቻችሁንና እሴቶቻችሁን የሚገዳደሩ አንዳንድ ነገሮች ሊያጋጥሟችሁ ይችላሉ፤ ሌሎች ደግሞ ሊቆጣጠሯችሁና ሊጠቀሙባችሁ የሚሞክሩ ሰዎችም አይጠፉም።

አንድ ነገር ግን መረዳት አለባችሁ። አሜሪካም ሆነች ያላችሁባቸው ሀገሮች መንግስተ ሰማያት አይደሉም። በየትኛውም የአለም ክፍል እደዚህ አይነት መጥፎ ባህሪ ያላቸውን ሰዎች ታገኛላችሁ። ከምንጊዜውም በበለጠ ልትፈሩ፤ ባይተዋርነት ሊሰማችሁና ዛቻ ሊበዛ-ባችሁ ይችላል፤ ይሄ ደግሞ የትም ቦታ የሚገመተና የሚጠበቅ ነው። በአሁኑ ወቅት ያለው የዘረኝነት ውጥረት፤ ለአብዛኛው አሜሪካዊ ሳይቀር አስደንጋጭ ሆኖ እየመጣ ነው፤ ምንም

ማድረግ አይቻልም፤ ይልቁን ነገሮች ሁልጊዜ ባሉበት እንደማይቀጥሉ ማመን ይኖርባችኃል። ራሳችሁን ከመውቀስ፣ ሌሎችም ላይ ከመፍረድ ወይም ያልተገባ እርምጃ ከመውሰድ ይልቅ፣ እውነታውን በመረዳት ላይ አቅማችሁን አውሉ።

ህይወታችሁን ተነሳሽነት ባለው መንገድ ለመለወጥ በድፍረት ግቡበት፤ ቀድሞ ወዳተ-ለማመዳችሁትና ህይወትን በሙላት ወደምታጣጥሙበት ደረጃ ለመድረስ፣ ህይወታችሁን በአዲስና በአጓጊ ፕሮጀክቶች (እቅዶች) ላይ አውሉ፤ በአዎንታዊ ጉዳዮችና ከሁኔታዎች ጋር እንድትላመዱ ሊረዷችሁ በምታገኟቸው ቀና ሰዎች ላይ አተኩሩ።

በዛ ያሉ አሜሪካኖችን አውቃለሁ- ማህበራዊ ሰደተኞችን፣ የአእምሮ ጤና ባለሙያዎችን፣ ዶክተሮችን፣ ጉዳይ ፈጻሚ ሰራተኞችን ወዘተ...። ከእነዚህ ውስጥ ወደሌላ ሀገር ተጉዘው የማያውቁ ብዙ አሉ፤ ያም ሆኖ ግን ብልሆች ናቸው፣ ምክንያቱም ከሰደተኞች ጋር የሚፈ-ጥሩት ተግባቦት፣ ራሳቸውን በሰደተኛው ጫማ ውስጥ አስገብተው ነገሮችን የሚመለከቱበት እይታና፣ ሊያጋጥማቸው የሚችለውን ተግዳሮት ተረድተው ከልብ የሚያዝኑ ናቸው።

ለመጀመሪያ ጊዜ ወደ አሜሪካ ስመጣ የሰማሁትን ታሪክ እወደዋለሁ፤ ይሄን ታሪክ በሰማሁ ቁጥር ሁሌ ምን ላይ ማተኮር እንዳለብኝ ያስታውሰኛል። ታሪኩ እንዲህ ነው፡-

አንድ አዛውንት የልጅ ልጃቸውን፣ ስለ ህይወትና የህይወት ተግዳሮቶች ሊያስተምሩት ይሞክራሉ፤ እንዲህም ይሉታል፣ "በውስጤ ትልቅ ፍልሚያ እየተካሄደ ነው፤ ፍልሚያው ከባድ ነው፤ ውጊያውም በሁለት ውሾች መካከል የሚካሄድ ነው፤ አንደኛው ውሻ ዳለቻ ሲሆን ባህሪው ክፉ ነው- ንዴት፣ ቅናት፣ ሀዘን፣ ጸጸት፣ ስስት፣ ትዕቢት፣ ለራስ ማዘን፣ ጥፋት፣ ቂም መቋጠር፣ የበታችነት፣ ውሸት፣ ጉራ፣ የበላይነት እና ራስ ወዳድነት የተጠናወተው ነው " አሉና ቀጠሉ " ሌላኛው ደግሞ ቡራቡሬ ሲሆን ባህሪው መልካም ነው- እሱም ደስታ፣ ሰላም፣ ፍቅር፣ ተስፋ፣ ረጋ ያለ፣ትሁት፣ ደግ፣ ቅን፣ አዛኝ፣ ለጋስ፣ እውነት፣ ርህርሄና እምነት ናቸው። እንዲህ ዓይነት ውጊያ ባንተም፣ በሌሎችም ውስጥ ይካሄዳል " አሉት። የልጅ ልጅዬውም ለጥቂት ደቂቃዎች ካሰበ በኃላ አያቱን ይጠይቃል፣ " አባባ፣ ታዲያ የትኛው ውሻ ነው የሚያሸንፈው? " ሽማግሌውም " አንተ በደንብ የመገብከው " ሲሉ

መለሱለት

የዚህ ታሪክ መልዕክት ቀላል ነው። እንደ ስደተኛ በውስጣችን ሁለት ተፋላሚ ማንነቶች ይዘናል፤ አንደኛው ተስፋ ከመቁረጥ የሚመነጭ ነው- አሜሪካ እንዳሰብካት አይደለችም፤ መመለስ ይበጅሃል ፤ ሰዎች አንተን የሚያዩበትን መንገድ ልትጠላው ይገባል፤ ከኑሮ ውጣ ውረድ ጋር የምታደርገውን ግብግብ ልትጠላው ይገባል- ይልሃል። አንተም እንደዚህ መጠየቅ ትጀምራለህ " ጎረቤቴ ለምንድን ነው አፍጦ የሚያየኝ? " ከዛም በሃሳብ መናወዝ ትጀ-ምራለህ፤ እንዲህም ለማለት ትነሳሳለህ - " አሜሪካኖች ዘረኞች ናቸው፤ አሜሪካ ማለት አስቸጋሪ ሀገር ነው፤ ህዝቡ ተግባቢ አይደለም፤ ቋንቋው ከባድ ነው፤ ልማረው የምችል አይመስለኝም "። ምንም እንኳ በዙሪያችሁ ያለውና ከፊት ለፊታችሁ የተጋረጠው አስቸጋሪ ሁኔታ ቢሆንም፤ አሜሪካ ስደተኞችን ብቁ ማድረግ ካልቻለች፤ የአሜሪካ ህልማችሁን እውን ለማድረግ የትኛውን ውሻ መመገብ እንዳለባችሁ፤ በዚህች መፅሀፍ መጨረሻ አካባቢ መማር ትጀምራላችሁ።

የባህል ውህደት ምንድን ነው?

ይህ ምእራፍ ወሳኝ ምእራፍ ነው። በኔ ግምት ባህል ማለት ምን ማለት እንደሆነ እና አመ-ጣጡን መረዳት የሚያስፈልግ ሲሆን፤ አንዴ ይህን ካወቃችሁ ደግሞ፤ የባህል ውህደት ምን ያህል አዳጋች እንደሆነ እና ረጅም ጊዜ የሚወስድ መሆኑን በቀላሉ መገንዘብ ትችላላችሁ።

የህብረተሰብ ሳይንስ ጥናት ባህልን ሲገልጸው፤ አንድን ህብረተሰብ አቅፎ እና አስተሳስሮ የሚይዘውበት እና የሚገለፅበት-- እምነት፤ እውቀት፤ እሴት፤ ባህርይ፤ ልማድ፤ የህይወት ዘይቤ፤ ስነ ጥበብ ወዘተ .....ነው ይለዋል።

እሴቶች፤ ህብረተሰቡ ትክክለኛውንና የተሳሳተውን፤ ቆንጆውንና አስቀያሚውን፤ የምን-ሻውንና የምንሸሸውን ወይም የምንፀየፈውን በመጠቆም፤ የህብረተሰቡን ስነ ልቦና የሚቀርፁ ናቸው። እሴት፤ በህብረተሰቡ ውስጥ ምክንያታዊነትን እና ትክክለኛውን ነገር መለየት የሚያ-ስችል የባህል መስፈርት ነው። እሴቶች ጥልቅ በሆነ ሁኔታ የተጠላለፉ እና ባህላዊ እምነቶችን

ለማስተማር እና ለማስተላለፍ ወሳኝነት አላቸው።

አምነት ሰዎች እውነት ናቸው የሚሏቸውን ነገሮች/ ጉዳዮች አጥብቀው የሚይዙበት እና የማያወላዱበት አቋም ነው። በማህበረሰብ ውስጥ ያሉ ግለሰቦች፤ ሰለ ነገሮች የራሳቸው የሆነ ዕይታ ወይም አመለካከት አላቸው፤ ቢሆንም ግን የጋራ የሆኑ እሴቶችንም ይካፈላሉ። የሁለቱን ልዩነት ለማስረዳት ይህን ምሳሌ እጠቀማለሁ - አሜሪካኖች ማንም ሰው ጠንክሮ ከሰራ ስኬታማ እንደሚሆንና፤ በአሜሪካ የብልፅግና / የሀብት ማፍራት / ህልሙን እውን ማድረግ እንደሚችል በጋራ ያምናሉ። በዚህ የጋራ እምነት ስር ደግሞ ሀብት (ብልፅግና) ጠቃሚ እና ወሳኝ ለመሆኑ፤ የአሜሪካን እሴት በጉልህ ያሰምርበታል።

(ምንጭ: Introduction to Sociology; OpenStax CNX)

እዚህ ላይ ሙያዊ ገለፃ ስለምጠቀም አሰልቺ ሊሆንባችሁ ይችል ይሆናል፤ ነገር ግን ለመረዳት እንዲያስችላችሁ በምሳሌ ለማስደገፍ እሞክራለሁ፤ ከናንተ ልምምድ ጋር እንዴት ሊዛመድ እንደሚችል እየቀነስኩ ስለማወጣላችሁ እናንተ ንባባችሁን ቀጥሉ። ባህል ምን እንደሆነና አመጣጡን መረዳት አስፈላጊ እንደሆነ አስባለሁ፤ ይህም መሰረት ስለሚጥል አንዴ ካውቃችሁት፤ የባህል ውህደት አስቸጋሪና ጊዜ የሚወስድ መሆኑን ለመረዳት የሚቀላችሁ ይሆናል።

የባህል እሴቶችን ጠብቆ መኖር ሊከብድ ይችላል፤ ጤንነትን መጠበቅና መንከባከብ ጠቃሚ እሴት መሆኑን መረዳት ቀላል ነው፤ ነገር ግን ሲጋራን ማቆም ከባድ ነው፤ አንድ ለአንድ ጋብቻ የተቀደሰና የሚወደስ ነው፤ ነገር ግን ብዙ ትዳሮች በምንዝርና ወይም በዝሙት ወድቀው መገኘታቸው ደግሞ የማይታበል ሀቅ ነው፤ የባህል ልዩነት መከበርና ለሁሉም ሰው እኩል እድል የሚለው መርህ በአሜሪካን ውስጥ ተቀባይነት አለው፤ እንደዛም ሆኖ ግን የሀገሪቱን ከፍተኛ የፖለቲካ እርከን የተቆጣጠሩት፤ ነጮቹ ናቸው፤ ለዚህ ነው "የጥቁር ህይወት ይገዳል " የሚለው እንቅስቃሴ፤ ሁሉም ሰው እኩል ነው ወደሚለው የአሜሪካ እሴት እንዲመለስ

የሚታገለው።

ህብረተሰብ እሴቶቹን ወደ ተግባር እንዲለወጡ ጥረት የሚያደርግበት አንዱ መንገድ በመሸለም፤ በማገድ እና በመቅጣት ነው። ሰዎች የህብረተሰብን ወግ ሲያከብሩ እና እሴቶችን ሲጠብቁ፤ ብዙ ጊዜ ይሸለማሉ።

(ምንጭ ÷ Introduction to Sociology 2e. OpenStax CNX)

ሰዎች ከህብረተሰቡ እሴቶች ሲያፈነግጡ፤ በማህበረሰቡ ቅጣት ይጣልባቸዋል። በወጣትነት እድሜዬ እንደማስታውሰው፤ በአውቶቡስ ሆነን እየሄድን ሳለ፤ አንድ አዛውንት ሰው ፌርማታ ላይ ቢሳፈሩና እኔ ከተቀመጥኩበት ወንበር ተነስቼ ቦታ ባለለቅላቸው፤ የሁሉም ተሳፋሪ ዓይን " ወንበርሽን ልቀቂላቸው እንጂ " የሚል በሚመስል የወቀሳ እይታ ይገላምጡኛል። ቃላት አያስፈልግም፤ ሁሉም ይረዳዋል ፤ ይሄ የማህበረሰቡ መቅጫ መንገድ ነው።

በተመሳሳይ ሁኔታ አንዲት አዛውንት ሴት አውቶቡስ ላይ ቢሳፈሩና ተነስቼ እጃቸውን ይዤ የኔ ቦታ ላይ ባስቀምጣቸው፤ ሁሉም ተሳፋሪ ወደእኔ የሚመለከተው፤ ባደረኩት ነገር በመስ- ማማት፤ ፈገግ በማለት፤ ራስን በአዎንታ በመነቅነቅ እና አንዳንድ ጊዜም ቃል አውጥተው" ተባረኪ ። በማለት ሊሆን ይችላል፤ ይሄ ደግሞ ባህላዊ ሽልማቱ ነው።

ከላይ የተጠቀሰው ተመሳሳይ ሁኔታ የተደረገው በአሜሪካ አገር ቢሆንና፤ የአንድን ሰው እጅ ይዞና ደግፌ አዛውንቱን ለማስቀመጥ ቢሞከር ፤ ወዲያውኑ አንድ ሰው ወደሚመለከተው ክፍል ደውሎ ሪፖርት በማድረግ፤ ምናልባት በሰውዬው ላይ እገዳ ሊያስጥልበት ይችላል።

እሴቶች የማይለወጡ አይደሉም ፤ ሰዎች ከጊዜና ከተለያዩ ቡድኖች መነሳት አንፃር በሚያደርጓቸው ግምገማዎች፤ ክርክሮችና ውይይቶች፤ የህብረተሰቡ የጋራ አመኔታዎች ሊቀየሩ ይችላሉ። እሴቶች ከባህል ባህልም ይለያያሉ፤ ለምሳሌ ህዝብ በሚበዛበት አካባቢ ምን አይነት የአካል ቅርርብ ተገቢ እንደሆነ፤ ባህሎች በእ- ሴቶቻቸው ውስጥ ለየተው ያስቀምጣሉ። ሁለት ወንድ ጓደኛሞች ወይም የስራ ባልደረቦች እጅ ለእጅ ተያይዘው ሲሄዱ፤ በአሜሪካን ሀገር እምብዛም አይታዩም፤

ምክንያቱም ይህን አይነቱን ባህሪ፣ ከፍቅር ግንኙነት /ከፆታዊ ተራክቦ / ጋር የማ-
ያያዝ ልማድ ስላለ ነው። ነገር ግን በብዙ ሃገሮች፣ በአደባባይ የሚታይ የወንዶች
የአካል ቅርርብ የተለመደና ተፈጥሮዊም ተደርጎ ይወሰዳል።

(ምንጭ ; (ምንጭ ÷ Introduction to Sociology 2e. OpenStax CNX)

ለአሜሪካን ባህል ገና አዲስ በነበርንበት ወቅት፣ ሴት ጓደኛዬና እኔ ለብዙ አመታት የነበረንን
ልምምድ አልረሳውም፤ ሁለታችንም በተቃራኒ ፆታ ግንኙነት የምናምን ስንሆን፣ ሁለታችንም
ግን በእህትማማችነት ፍቅር የተዛመድን ነበርን። አንድ ቀን መንገድ ላይ በእግር ስንሄድ፣
እጇን ትከሻዋ ላይ ጣል አድርጌባት ስለነበር፣ አንዱ መንገደኛ በመፀየፍ አይቶን አለፈ፤
ሴላው መንገደኛ እንዲያው ገርሞም አድርጎን /ተመልክቶን/ ብቻ አለፈ፤ ሴላኛው ደግሞ
"ደስ የምትሉ ጥንዶች " በማለት አንገቱን በአዎንታዊ መልኩ ነቅንቆ አለፈ፤ እኛ ግን
ያለንበት ደርቀን ነው የቀረነው ፤ ምቾት አልተሰማንም።

በሀገራችን ቢሆን፣ አብዛኛውን ጊዜ የብዙ ሰዎች ምላሽ የሚሆነው፣ ምንም ትኩረት
ባለመስጠት፣ ወይም አዎንታዊ የራስ ንቅናቄ በማሳየት፣ አልፎ አልፎ ደግሞ አንዳንዶች -
"እናንተ ልጆች በጣም ትዋደዳላችሁ!፣ ለምን ያህል ጊዜ ጓደኛሞች ነበራችሁ?" የሚል
ጥያቄ ሊወረውሩ ይችላሉ፤ በተረፈ ግን ማንም በሴላ አይነት ወሲባዊ የፍቅር ግንኙነት
ሊጠረጥረን አይችልም።

ለዚህ ነበር ለካ፣ አዲሲ የአሜሪካ ጓደኛዬ እጇን ትከሻዋ ላይ አድርጌ ስንራመድ ጥሩ ስሜት
(ምቾት) ያልተሰማት፤ ስለዚህ የጓደኞቼን ርቀት ለመጠበቅና አንዳንዴ ችግር ሲያጋጥማቸው
እንኳ ለማፅናናት ስፈልግ፣ እንዳቅፋቸው ይፈቅዱልኝ እንደሆን መጠየቅ ያለብኝ መሆኑን
ለመማር፣ አመታት ፈጅቶብኛል። ምክንያቱም፣ እኔ ከሰዎች ጋር ቅርርብና መተቃቀፍ
እወዳለሁ። ያም ሆነ ይህ ግን፣ እዚህ ሀገር ችግር ስላለው፣ የባለቤቴንና የህፃናት ልጆቼን
እጅ ካልሆነ በስተቀር፣ የሌሎችን መያዝ አቆምኩኝ። ይህ ማለት እንግዲህ፣ በአንድ አካባቢ
ባህል ውስጥ ያሉ ተቀባይነት ያላቸው የስነ-ምግባር እሴቶች፣ ሌላ አካባቢ እንደ ስህተት
(ነውር) ሊቆጠሩ ይችላሉ ማለት ነው።

እነዚህ ሁሉ ምሳሌዎች፤ ህብረተሰብ የተዋቀረበትና የሚመራባቸው የሚታዩና የማይታዩ የባህሪይ መገለጫ ህግጋት ሲሆኑ፤ የህብረተሰብ ጥናት ተመራማሪዎች ልማድ ወይም ወግ ይሉታል። ልማድ ወይም ወግ ማለት፤ ህብረተሰቡ ጥሩ፤ ትክክል እና ጠቃሚ ብሎ ያፀደ- ቀውን፤ አብዛኛው የማህበረሰቡ አባላት ስምምነታቸውን የሚገልፁበት የጋራ ባህሪይ ነው። በመደበኛነት የሚታወቁ ልማዶች ወይም ወጎች፤ በፅሁፍ የተደነገጉ ህጎች ይሆናሉ፤ እነ- ዚህን ባትከተሉ በህጉ መሰረት የምትቀጡባቸው ይሆናል፤ ለምሳሌ በአሜሪካ በአልኮል ግፈት (አልኮል ጠጥቶ) መኪና መንዳት በህግ ያስቀጣል፤ ይህን የመሰለ ተመሳሳይ ድርጊት በሌላ ሀገር ላያስቀጣ ይችላል። ፍርድ ቤት ውስጥ በዚህ ወንጀል የተከሰሱ እርስ በእርስ የማይተ- ዋወቁ የተለያዩ ሰዎች፤ እፈታቸው ላይ ግራ መጋባት እየተነበበ እንዲህ ሲሉ ስምቻቸዋለሁ "ጥቂት ቢራዎች ነው የጠጣሁት፤ ምን ችግር አለው? "፤ በባህላቸው ይሄ እንደ ቁም ነገር የሚቆጠር ጉዳይ አይደለም።

ያም ሆነ ይህ ግን መደበኛ ያልሆኑ ልማዶች ወይም ወጎች በፍጥነት የሚለመዱ ናቸው፤ ምክንያቱም የተፈፉ ህጎች ሆነዋልና።

መደበኛ ያልሆኑ ልማዶች ወይም ወጎችስ? Open education sociology dic- tionary **መደበኛ ያልሆኑ ልማዶች ወይም ወጎችን ሲገልፀ**፤ አንድ ግለሰብ በአ- ጠቃላይ መስማማቱን የሚያሳይበት የተለመደ (ወትሮአዊ) ባህሪይ ነው ይለዋል። ሰዎች መደበኛ ያልሆኑ ልማዶችን ወይም ወጎችን በምልከታ፤ ከሌላው በመቅዳት(በመገልበጥ) እና ባጠቃላይ በሚደረጉ ማህበራዊ ግንኙነቶች አማካይነት ይማራሉ፤ ጥቂት መደበኛ ያልሆኑ ልማዶችን ወይም ወጎችን በቀጥታ መማር (መልመድ) ይቻላል፤ ለምሳሌ "አክስትህን አስካለን ሳማት" ወይም " አፍ መጥረጊያውን ተጠቀም "። ሌሎች ደግም በምልከታ የሚማሩአቸው አሉ፤ ለምሳሌ አንድ ሰው ልማድን ወይም ወግን ሲተላለፍ የሚያስከትልበትን ውጤት በመመልከት ይማራሉ።

(ምንጭ Introduction to Sociology 2e. OpenStax CNX)

14

ለዚህ ጥሩ ምሳሌ አድርጌ የምወስዳት ቅድም አያቴን ወርቅውሀን ነው ፤ ከኛ ጋር ስትቀላቀል እኔ ባልሳሳት የአስራ ሶስት ወይም የአስራ አራት አመት እድሜ እንደነበረኝ አስታውሳለሁ፤ ከነበረችበት የገጠር መንደር እኛ ወደምንኖርበት አዲስ አበባ (ኢትዮጵያ) ስትመጣ የመጀመሪያ ጊዜዋ ነበር፤ በመንገድ ላይ ስንሄድ በአጠገቢ የሚያልፉትን ሰዎች ሁሉ ለሰላምታ እጅ ትነሳ ነበር፤ ሰዎች ደግሞ በግርምትና በፌዝ መልክ ስለሚያዩዋት፣ በዚህ ባህሪይዋ ሁሌ እበሳጭ ነበር። ከእናቴ ጋር ሆነን መንገድ ላይ የምታያቸውን ሰዎች ሁሉ እጅ እንዳትነሳ (ሰላም እንዳትል) ስንነግራት ያለችን አንረሳውም "- ያማችኋል (እብድ ናችሁ)? እኔኮ እንስሳ አይደለሁም፤ እንስሳ እንኳን ሰላም ይባባላል፤ እንዴት ነው የማገኛውን ሰው ሰላም የማልለው? ” ነበር ያለችን፤ ይህን ስትለን እኛም ስቀን ' ከተማ ውስጥ ግን እንዲህ አይደረግም ' ብለናት ዞር አልን። አያቴም እንደተለመደው፤ በየቀኑ ስታልፍ ስታገድም የምታገኛቸውን ሁሉ፤ ሰላም ማለቲን አልተወችም። ከመጣችበትና ሁሉም እርስ በእርስ በስም ሳይቀር ከሚተዋወቅበት የገጠር መንደር ጋር ሲወዳደር፤ እዚህ የምትለማመደው ነገር በጣም አድካሚ ነው የሚሆንባት፤ ነገር ግን እኛም መሆን የፈለገችውን እንድትሆን ተውናት፤ ምክንያቱም በዚህ እሴት ተቀርፃ ያደገችና ለእርሷ ደግሞ መተኪያ የሌለው ነገር ስለነበር፤ እ.ኤ .አ. በ2003 ዓ/ም፤ ነፍስዋን ይማረውና፤ ከዚህ አለም በሞት እስከተለየችበት ጊዜ ድረስ ሳታቋርጥ ቀጥላበታለች።

ስለዚህ ወደ አንድ ሀገር መዘዋወር፤ ከአዳዲስ ነገሮች ጋር መላመድ እና በተሳካ የባህል ውህደት ውስጥ ማለፍ፤ ፈታኝ እና ግራ አጋቢ ሊሆን ይችላል።

አንዳንድ ጊዜ ግን፤ ምንም እንኳ ቋንቋና ባህሉ የተለያየ ቢሆንም፤ የምትንዘበት ሀገር ልዮነቱ፤ ከሀገራችሁ ጋር እምብዛም የማይራራቅ ከሆነ ሂደቱ ቀላል ሊሆንላችሁ ይችላል። ህዝቦች የሚያስተሳስራቸውና የሚያዛምዷቸው የተለመዱ ባህሪያቶች ስላሏቸው፤ የነገሮችን ሂደት ቀላል ያደርጉላቸዋል። ለዚህ ምሳሌ የሚሆነው በአንድ አህጉር ውስጥ ስንንቀሳቀስ ወይም ወደ ቅርብ ጎረቤት ሀገር ስንንዛዝ፤ ነገሮች ቀለው እናገኛለን፤ ይሄ ሲባል ግን ይሄን መሰል ጉዞ ሁሉ ቀላል ነው ብላችሁ እንዳትገምቱ በትህትና አሳስባችኋለሁ፤ ብዙ ትግል የሚጠይቅ ነው፤ ነገር ግን ለማለት የፈለኩት፤ ከእናንተ ባህላዊ አመለካከት (belief) ጋር

አዲሱ ባህል ሊጋጭ ወደሚችልበት ሌላ አህጉር ስትሄዱ ከሚያጋጥማችሁ ጋር ሲነፃጸር፤ በአንፃራዊነት ቀለል ይላል ለማለት ነው። ሁሉቱን አጣምረን ውህደትን ስኬታማ ለማድረግ ስንነሳ፤ አብዛኛውን ጊዜ ሁሉንም ነገር አስልተን እስክንደርስበት ድረስ፤ ምናልባት ለአመታት ያህል ልንደናገጥና ግራ ልንጋባ እንችላለን፤ ይህ ደግሞ የባህል ግርታ (ድንጋጤ) /culture shock እንለዋለን።

የባህል ግርታን / ድንጋጤን / እንዴት እናስተናግድ

ዊኬፒዲያ የባህል ግርታን (ድንጋጤን) ሲያብራራው፤ ሰዎች ከሚያውቁትና ከለመዱት ወደማያውቁትና ወዳልለመዱት አካባቢ ሲዛወሩ የሚያልፉበት የህይወት ጎዳና ወይም ልምምድ ነው ይለዋል። በተጨማሪም አንድ ሰው በስደት ወይም ወደ አዲስና እንግዳ ወደ ሆነ ህገር በጉብኝት፤ ወይም በሁለት የተለያዩ ማህበራዊ ምህዳሮች መካከል በሚደረግ ዝውውር (እንቅስቃሴ)፤ ወይም ወደተለየ የህይወት አቅጣጫ በሚደረግ የሽግግር ወቅት፤ በግለሰቡ ላይ የሚደርስ የግንዛቤ መዛባት ወይም ግርታ ነው።

በይበልጥ ለባህል ግርታ (ድንጋጤ) ከሚዳርጉ ዋነኛ መንስኤዎች አንዱ፤ ግለሰቦች ወደ ማያውቁት ባዕድ ምድር ሲገቡ የሚያጋጥማቸው የባህል ቀውስ ነው። የባህል ግርታ /ድንጋጤ/ ከነዚህ ከአራቱ ቢያንስ በአንዱ ወቅት ሊከሰት ይችላል -- በጫጉላ፤ በድርድር ወቅት (negotiation)፤ ራስን ከሁኔታዎች ጋር በማስተካከል ሂደት (adjustment) እና ራስን በማላመድ (adaptation) ወቅት።

እንደ እኔ የተለየ ባህላዊ አስተሳሰብ ካለው ህብረተሰብ የመጣችሁ ከሆናችሁ፤ ምናልባት ምድረ በዳ ላይ የጠፋ ወይም የተጣለ ዓይነት ስሜት ሊሰማችሁ ይችላል፤ ምክንያቱም ሁሉም እሴቶቻችሁ፤ ደንቦቻችሁ (ኖርምስ) እና እስከዛሬ ድረስ ያካበታችኋቸው መሰናክል መሸገሪያ ከህሎቶቻችሁ ሁሉ፤ በአዲሲቷ ምድር ላያገለግሏችሁ ይችላሉ። ስለዚህ ክፍተቶቻችሁን/ ጉድለቶቻችሁን / መረዳትና፤ በአዲሱ ባህል ውስጥ እንዴት መኖርና መዋሃድ እንዳለባችሁ መማር ትጀምራላችሁ። ይኸ ደግሞ በጣም ተስፋ አስቆራጭና አንድን ሰው ወደ ኋላ ተመልሰህ

ህፃን ሁን እንደማለት ይቆጠራል፤ ብዙ ጊዜ በዙሪያችሁ ያሉ አዋቂ ሰዎች የሚያወሩት ሳይገባችሁ ሲቀር፤ ህፃን የሆናችሁ ያህል አላዋቂነት እንደሚስማችሁ ማለት ነው።

የመጀመሪያው ተግዳሮት ቋንቋን ማወቅ(መማር) ሲሆን፤ ቀጣዩ ደግሞ ህጉን መረዳት ነው፤ ሌላው ከሁሉም የሚከፋው ተግዳሮት ግን፤ ያልተፃፉና ያልተደነገጉ ደንቦችን (ኖርምስ) መማሩ ነው፤ ታድያ! እንዴት አድርጋችሁ ነው ያልተፃፉ ወይም ያልተነገሩ ነገሮችን ማወቅ የምትችሉት? ፤ በአብዛኛው በምልከታ ነው።

በህፃንነት ወቅት ችግር አልነበረብንም፤ ምክንያቱም እንመለከታለን፤ እንማራለን፤ስህተት ብንሰራም እንኳ ህብረተሰቡ ለህፃናት የይቅርታ ልብ አለው፤ አንዳንዴ እዚህና እዚያ ጥፈ ብንቀምስም ችግር አልነበረውም፤ አዋቂ ስንሆን ግን ይለያል። ስለ እናንተ ምንም የማ- ያውቁ ሰዎች በየጊዜው ሲያንጥዉ ችሁና ሲንቋችሁ ጭንቀታችሁ ያይላል፤ ብዙ ጊዜ ምን እንዳደረጋችሁ እንኳ ላታውቁ ትችላላችሁ፤ ታድያ! እንዴት ነው ደንቡን (መመሪያውን) ተምራችሁ፤ የዚህ ባህል አካል የምትሆኑትና የባለቤትነት (የቤተኝነት) ስሜት የምታዳብሩት?

የኔ የመጀመሪያ የባህል ግርታዬ የተከሰተው ወላጆቼ ወደ ኤርትራ ለመሄድ ሲወስኑ ነው፤ የቦታው ርቀት ከአዲስ አበባ (ኢትዮጵያ) የአንድ ስዓት በረራ ነበር፤ ይህም በአንድ አህጉር ውስጥ የሚደረግ እንቅስቃሴ ነው። እኔም የአስራ ስድስት ዓመት እድሜ አካባቢ የነበረኝ ስሆን፤ ሁሉን ነገር ትቼ በመሄዴ እጅጉን አዝኜ ነበር፤ ለምን ወደ ማናውቀው ሀገር እንድንሄድ ይደረጋል የሚል ጥያቄም አጭሮብኝ ስለነበር፤ ቀኑን ሙሉ ከወላጆቼ ስደበቅና ስሰወር፤ ውሎአቸውን አክብጀባቸው ነበር፤ ሁሉን ነገር ትቼ ወደማላውቀው ሀገር መሄዱን አልወደድኩትም። ቤተሰቦቼም ወደ ኢትዮጵያ የመጡት፤ እኔና ወንድም እህቶቼ ከመወለዳቸን በፊት የተሻለ ህይወት ፍለጋ እንደነበርና፤ አሁን ግን ነፃነት የተገኘበት ጊዜ ስለሆነ ወደሀገራችን መመለስ እንደሚገባን ሊያስረዱኝ ይሞክሩ ነበር። እኔም ምንም እንኳ ሀገሩን ባላውቀውም፤ ወላጆቼ ከዛ የተገኑሁ መሆኑን አስረግጠው ስለነገሩኝ፤ ውሳኔያቸው የመጨረሻ መሆኑን ተረድቼ፤ ከእነርሱ ጋር ከመሄድ ውጭ አማራጭ አልነበረኝም።

እኔም በኤርፖርት፤ በበረራ ወቅት እና በቀጣዮቹ ስድስት ወራት፤ ለወላጆቼ ጊዜውን

አስቸጋሪ እንዳደረግኩባቸው አስታውሳለሁ። በጣም አዝኜ ስለነበር፣ በዚህ ሁሉ ጊዜ ውስጥ፣ ወላጆቼ ፊቴ ላይ ፈገግታ ማየት ብርቅ ሆኖባቸው ነበር።

በዚህ ላይ ተጨምሮ በወቅቱ የከፋው ነገር፣ ቋንቋውን በመጠኑ ባውቅም እሰባብረው ስለነበር፣ የዕድሜ እኩዮች ህፃናት ሳይቀሩ ይቀልዱብኝ ነበር፣ የማደርገው ሁሉ ስለማይጥማቸው እኔም ሃፍረት ይሰማኝ ነበር። ሰዎቹ ከለመዱት የባህል መመሪያ (ደንብ) ውጪ የማደርገው ነገር ሁሉ ያበሳጫቸው ስለነበር፣ የቋንቋዬን መሰባበር እስኪለዩና እስኪገነዘቡ ድረስ ሁሉም ይጮኹብኝ ነበር፣ በኋላ ግን ከቋንቋ አጠቃቀሜ በመነሳት፣ እንግድነቴን ሲረዱ ይረጋጉና " ወላጆችሽ ከዚህ በተሻለ ሁኔታ ማስተማር ነበረባቸው " ብለው ያልፋኝ ነበር። የመጣሁባትን ሀገር ባህል ስላልተረዱ፣ በዓለም ያለው ህዝብ ሁሉ የኤርትራን የባህል እሴት አውቆ መለማመድ ይገባው ይመስል፣ ከእኔ ይህንኑ ይጠብቁ ነበር።

በት/ቤትም እንዲሁ ተገልፎና ግራ ተጋብቼ ነበር። በኋላ ግን፣ ከኤርትራ ነፃነት በኋላ እንደ እኔ ከኢትዮጵያ ወደ ኤርትራ ከሄዱ ወጣቶች ጋር መገናኘት ጀመርኩ፣ እኛም በተራችን ኤርትራ ተወልደው ካደጉ ወጣቶች ጋር ለመጫወት አሻፈረን ማለታችንን አስታውሳለሁ፣ እነሱም በዚህ ተናደው የፌዝ ስም ያወጡልን ጀመር፣ እኛም በአፀፋው አንዳንድ ስም እንለጥፍባቸው ነበር።

ለአምስት ዓመታት ያህልም እኛው ከፈጠርነው ማህበረሰብ (ኮሙኒቲ) ጋር ብቻ ለመቆየት ወሰንኩ። እኔም ብዙ ጓደኞች የነበሩኝ ሲሆን፣ ሁሉም ከአዲስ አበባ የመጡ ነበሩ። ሁልጊዜ የዚያ አካባቢ ልጆች ትክክል አለመሆናቸውን፣ ባህላቸው ትክክል እንዳልሆነ፣ ከንግግራቸው ጀምሮ ሁሉም ነገር ሚዛናዊነት የጎደለው እንደሆነ ነበር የምናወራው እና የምንተቸው። በአጠቃላይ፣ ከእነርሱ ይልቅ እኛ የተሻለ እንደምናውቅ እናስብ ነበር።

እንዴት እንደሆን ባላውቅም፣ በኋላ ግን ከሀገሬው ልጆች ጋር መግባባት ጀመርን፣ መቀላቀሉ ዘግምተኛ ቢሆንም በእርግጥም መዋሃድ ቻልን። እዚህም እዚያም፣ የባህል መንገራገጮች አሁንም ቢኖሩም፣ ቀስ በቀስ ግን መዋሃድ ችለን ነበር፣ በግል ት/ቤት የምርቃት ፕሮግራም ወቅት ላይም፣ የሸርሸር ቡድናችን ሁለት የአዲስ አበባ ልጃገረዶችንና አምስት

ደግሞ ግንኙነት መስርተን ጓደኞች ያደረግናቸውን የሀገሬውን ልጆች ያካተተ ነበር።

12ኛ ከፍልን ከጨረስን በኋላ፤ የሀገሩ ህግ እንደሚያዘው ለብሄራዊ ውትድርና ስልጠና ከቤታችን ርቆ ወደሚገኘው አስቸጋሪና ፈታኝ የማሰልጠኛ ካምፕ ተላክን፤ እዛም ለቀጣይ ሶስት ወራት እንድንቆይና ለ12ኛ ክፍል መልቀቂያ ፈተና፤ ተዘጋጅተን እንድንጠባበቅ ተደረግን። ይህ ደግሞ በአስቸጋሪ ሁኔታ ውስጥ እንዴት ማለፍ እንደሚቻል፤ ሆነ ተብሎ ለማስተማር የታቀደ ነበር። እኔም ከሁለቱ ጓደኞቼ ጋር በአንድ ክፍለ ጦር (ዲቪዥን) ውስጥ ተመድብን፤ ማደሪያችንም አንድ ላይ ሆነ። አዎን፤ በአንድ ትልቅ ጎጆ ውስጥ አብረን መኖር ጀመርን፤ ግን ታሪኩ ረሃም ስለሆነ ኳላ ላይ ይበልጥ አወጋችኋለሁ። በዚህ ስፍራ የሚቀርብልን ምግብ ደግሞ የሚያስደነግጥ ነበር፤ ነገር ግን የኦቾሎኒ ቅቤ፤ ፈሳሽ ነገሮች፤ ደረቅ ብስኩቶች እና ሌሎች ስድስት ወር ሊያሻግሩን የሚችሉ ሃይል ሰጪ ምግቦችን ይዘን መጥተን ነበር።

እኔም ያመጣሁትን ምግብ ከሁለቱ ጓደኞቼ ጋር ተካፍለን እንበላ ነበር፤ አንድ ቀን ግን፤ የእኔን ከበላን በኋላ ቀጥሎ የእነሱን ልካፈል ስጠብቅ፤ የራሳቸውን ይደብቁ ጀመር፤ እኔ በመጣሁበት ባህል ማካፈል ግዴታም ነው፤ እነሱ ግን እንደዚያ አልነበሩም፤ መጀመሪያ ቀን ላይ አንደኛዋ ጓደኛዬ የበላችውን በልታ የቀረውን ከእኔ ስትደብቅ ሳያት፤ የተሰማኝ ድንጋጤ ልክ በመብረቅ የተመታሁ ያህል ነበርና ምንም ልናገር አልቻልኩም፤ አንዳች ቃል ሳልተነፍስ ነው የተለየኋት፤ ያም የግንኙነታችን (የወዳጅነታችን) ማብቂያ ሆነ ነበር። ምንም ንግግር አልተለዋወጥንም፤ ምንም ግጭትና ንትርክ አልተፈጠረም፤ አሁን ግን መለስ ብዬ ሳየው፤ በጊዜው ይሄ መከሰቱ በእኔ ላይ ያስከተለው የባህል ግርታ/ድንጋጤ መሆኑን አለመገንዘቤን መቀበል ግድ ይለኛል።

የተካድኩ ያህል ነው የተሰማኝ፤ እኔም በጣም ተበሳጭቼ ስለነበር በሌላ ክፍለ ጦር ላሉት አዳዲስ ጓደኞቼ ነገሩን ስነግራቸው፤ እነሱም ለማመን ከብዲቸው ነበር። ረሃሙን ታሪክ አሁንም ላሳትርና፤ አንድ ወቅት ጓደኛዬ ያልኳት ይህቺ ሴት፤ ከዚህ ሁኔታ መከሰት በኋላ ተቀይራ፤ ባንድ ጊዜ ባላንጣዬ ሆነች።

በጓላ ላይ እንደተረዳሁት፤ ያጪ ጓደኛዬ ያደገችው፤ ጦርነት ባብዛኛው ካልተለየው አካባቢ መሆኑን ነው፤ ሁሉም ነገር አያስተማምንም፤ ስለዚህ ቆጣቢ መሆን (መሰስት)፤ ምግብ ላይ ጥንቃቄ ማድረግ፤ ካለፈችባቸው ልምዶች የቀሰመቻቸው ችግርን የመሻገሪያ መንገዶች አንዱ እንጂ፤ ፈፅም ልትነዳኝ አስባ እንዳልነበር ገባኝ።

እናንተም እንደኔው ወዳጅነታችሁን የሚያሻክር የባህል ግርታ ውስጥ ወድቃችሁ፤ ያንን ሰው ክፉ ወይም ትክክል እንዳልሆነ አስባችሁ ይሆናል፤ ይህም ቢሆን አይፈረድባችሁም፤ ለመጀመሪያ ጊዜ ከአዲስ ሁኔታ ጋር ስትላተሙ፤ እንዴት መያዝ እንዳለባችሁ ግራ ሊገባችሁ ይችላል።

በዚህ መጽሐፍ ውስጥ ወዳጅነታችሁን ሳታበላሹ ተመሳሳይ ሁኔታዎችን እንዴት መወጣት እንደምትችሉ የተለያዩ መንገዶችን/ መሳሪያዎችን/ ለማሳየት እሞክራለሁ።

በዚህ ምዕራፍ የባህል ግርታን/ ድንጋጤን/ እንዴት መቆጣጠር እንዳለባችሁ የማቀርብ- ላችሁ መሳሪያዎች / ዘዴዎች /:-

የምታምኑበትን ፈትሹ- /እምነታችሁን ፈትሹ/

እንደመጣችሁበት ባህል ነገሮችን ስታደርጉ፤ በዛው መንገድ ስትናገሩ እና የተለመዱ እሴ- ቶቻችሁን ስትጠብቁ፤ ያ ማለት ሁሉም ሰው የሚቀበለው እውነት ነው ማለት እንዳይደለ ልትገነዘቡ ይገባል። ምናልባት ይህን ስናገር ራስን ሊያሳክክ ቢችልም፤ ስሜቱ ተገቢ ነው፤ እኔም ለመጀመሪያ ጊዜ ይህን ስሰማ እንዲሁ አድርጌያለሁ። ስለዚህ ብቻችንን አይደለንም። ከየትኛውም የሀይማኖት ሰው ጋር ብትነጋገሩ ሊያረጋግጡላችሁ የሚወዱት፤ የነርሱ ሀይማኖት ብቻ ትክክል እንደሆን ነው። ሁላችንም እንደ ሰብአዊ ፍጡር የምናስበው ልክ እንደ ህጻን ልጅ፤ እኛ ብቻ ትክክል፤ የኛ ብቻ እውነት፤ የኛ ባህል ብቻ የተሻለ፤ የኛ ሀይማኖት ብቻ እውነተኛ፤ ወዘተ... የማድረግ ዝንባሌ እንዳለን ልንገራችሁ እወዳለሁ። ሁላችንም በዚህ ረገድ እንሳሳታለን። የሚያዋጣን መንገድ ግን ማናቸውንም የሚያጋጥሙንን ልምምዶች መጠቀም መቻል፤ ለረጅም ጊዜ አጥብቀን የያዝናቸውን እምነቶች (አመለካከቶች) በአዲስ መልክ

መቃናት እና የማያዋጡ /ጥቅም የማይሰጡ/ መሆናቸውን ስናውቅ ለመቀየር ፈቃደኛ መሆን ይገባናል።

ጥቂት መረጃ እንዲሆናችሁ ያህል፤ በቻይና የነበረኝን የባህል ግርታ/ድንጋጤ/ ጅማሮውን ባላስታውሰውም፤ ለመጀመሪያዎቼ ሶስት ወራት ግን፤ አንዱ የባህል ግርታ በሌላው እየ-ተተካ ያለማቋረጥ ይከታተለኝ እንደነበር ትዝ ይለኛል፤ እዛ ቦታ ላይ መገኘቴን የወደድኩት ለመሆኔ እርግጠኛ አልነበርኩም፤ የማልፍባቸው ልምምዶች ባብዛኛው ምቾት በእጅጉ የሚ-ነሱኝ ነበሩና፤ ወደ ሀገሬ መመለስን እፈልግ ነበር፤ የምንዝባቸው ጎዳናዎች እንደ ሀገሬ ጎዳናዎች እንዲሸቱኝ እፈልግ ነበር፤ እየተሻሸሁ የማልፋቸው ሰዎች፤ ከእኔ ጋር የሚቀ-ራረቡ፤የሚላመዱና የሚስማሙ እንዲሆኑ እፈልግ ነበር። ያም ሆነ ይህ፤ ቻይና እንዲህ በቀላሉ የሚላመዱት አልነበረችም፤ ጎዳናው ሸታው ይለያል (ከዚያ በፊት ጎዳናዎች ሁሉ የራሳቸው የተለየ ሸታ እንዳላቸው አላውቅም ነበር)፤ ህዝቡም ከለመድኩት የተለየ ጠረን ነበረው፤ ምግቡም እኔ የማላውቀውና ልለየ'ው ያልቻልኩት ያልተለመደ የራሱ ጣዕምና መዓዛ አለው፤ በዚህም፤ አምስቱ የስሜት ህዋሳቶቼ ያጋጠማቸውን አዳዲስ ልምምዶችና ተሞክ-ሮዎች መረዳት አቅቷቸው ግራ ተጋብተው ነበር።

ሁኔታዎች ስላስገደዱኝ ግን፤ ቻይና ለረጅም ጊዜ መቆየት ነበረብኝ እና በሁለተኛ ቋንቋ የእንግሊዘኛ መምህርነት ስራ ተቀጠርኩ፤ ቀስ በቀስ ከህፃናቱ ጋር መላመድና ንደኛ ማበጀት ስጀምር ቆይታዬ እየቀለለኝ መጣ፤ አሁን ስለ ብዙ ነገሮቻቸው በተለይም ስለባህላቸው ለማወቅ ጉጉት ያድርብኝ ጀመር።

ይህን ነጥቤን ይበልጥ ለማብራራት ወይም ለመጠቅለል ከሁለት ልምምዶቼ ምሳሌዎችን በመጥቀስ ለማሳየት ልሞክር፦-

ምሳሌ 1

አንድ ቀን ምሽት ላይ ተኝቼ የሚያውክ ህልም አየሁ፤ እኔና አንድ ዘመዴ ይመስለኛል፤ በሰዎች ስንባረርና ስንወጋ፤ እንዲሁም ደም በደም ስሆን አያለሁ። በማግስቱ ዉት ቻይናዊቷ

ረጻት መምህር፤ በአንድ ሃሳብ እንደተወጠርኩና የተለመደው ደስተኛ ባህሪዬ ቦታውን እን-
ደለቀቀ ታስተውላለች፤ ፊቴ ላይ ጭንቀት እየተነበበ የምራመደው በደመነፍስ ነበር። እሷም
ምን እንደተፈጠረ ጠየቀችኝ፤ ለጊዜው ካለን ግንኙነት አንፃር ለመንገር ባለነታም፤ መጨረሻ
ላይ አጠንክራ ጥያቄዋን ስታበዛና ነሩ እንዳሳሰባት ስረዳ፤ ስለ ህልሜ ነገርኳት። እሷም ነሩ
እንቆቅልሽ ሆኖባት እንዲህ አለችኝ " ታድያ ይሄ ምን ያሳስብሻል?   ደስ የሚል ህልምኮ
ነው፤ ቀይ ቀለም (ደም) የጥሩ ዕድል ምልክት ነው፤ ስለዚህ መልካም ዕድል ነው አሳድዶ
የሚያገኝሽ " አለችኝ።

"ቆይ ቆይ! ምን አልሽ? " አልኳት። ምንም እንኳን በመጠኑም ቢሆን ልታረጋጋኝ
የሞከረች ቢሆንም፤ ለምን ግን ነሩን አክብዳ እንዳላየችው ገርሞኛል፤ ምክንያቱም በእኔ
ባህል ቀይ ነገር አደጋ ነው የሚያመለክተው፤ እኔም እንደዛ ነው የማስበው፤ ነገር ግን እሷ
እንደምታብራራልኝ ከሆነ፤ ቀይ በህልምም ሆነ በእውን ጥሩ የዕድል፤ የፈንጠዝያ እና የደስታ
ምልክት አድርጋ ነው የምትነግረኝ። እሷ እንደምትለው፤ ቀይ ቀለምን በየክብረ በዓላቸው የሚ-
ጠቀሙበትና ባንዲራቸው /ሰንደቅ ዓላማቸው/ እንኳ ሳይቀር ቀይ የሆነው፤ በዚህ ምክንያት
እንደሆነ ነው።

እኔም ቀይ ቀለም (ደም) በእኔ ባህል ውስጥ ያለው ትርጉም፤ አሁን ራሴን ለማለማመድ
ከምጥርበት ባህል ጋር ፈፅሞ ተቃራኒ በመሆኑ፤ የትኛውን አመለካከት እንደምከተል ተቸግሬ
ነበር። በዚህ ጊዜ ቆም ብዬ በማሰብና በመረዳት፤ የራሴ ባህል ትክክል፤ የቻይናዎቹ ደግሞ
ስህተት መሆኑን ወደ መቀበል አዘነበልኩ። ለቻይናዊቷ ጓደኛዬ ግን፤ የእኔ ባህል ያን የመሰለ
የተሳሳተ ትርጉም መስጠቱ ግራ አጋብቷታል። ለአንድ ዓይነት ህልም፤ ሁለት የተለያዩ የባህል
ፍቺዎች፤ ለዚህ ትርጉም የሁለታችንም ምላሽ ተፈጥራዊ መሆኑ ሊያስገርም አይገባም።

ያም ሆን ይህ ግን፤ ይህ ጉዳይ ለመጀመሪያ ጊዜ ረጅም ዘመን /አመታት/ ይዤው የነበረውን
እምነቴን /አመለካከቴን/፤ መለስ ብዬ እንደገና ለመገምገም እድል ሰጥቶኛል። ምናልባት
ይህንኑ ጉዳይ ለአንድ አውሮፓዊ ብናቀርብለት፤ እርሱ ደግሞ የተለየ የህልም ፍቺ ሊነግረን
ይችላል። ሌላው ደግሞ " ህልም፤ ህልም ነው በታ! ምን ፍቺ ያስፈልገዋል " ብሎ ነገሩን
አቃልሎ ሊያልፈው ይችላል። ይህን መሰል አረዳድ፤ ባንድ በኩል አዋኪ፤ በሌላ በኩል ደግሞ

22

ገላግሌ /ነፃ አውጭ/ ሆኖ ሊገኝ ይችላል፤ አዋኪ የሚሆንበት ምክንያት፤ ባህሌን የካድኩ ያህል ስለሚሰማኝ ሲሆን፤ ገላግሌነቱ /ነፃ አውጪነቱ/ ደግሞ፤ ለወደፊቱ የምከተለውን የህልም ፍቺ ለመምረጥ፤ አማራጭ ዕድል ስለሚፈጥርልኝ ነው።

የባህል ቀረፃችን የሚጀምረው፤ ገና በለጋ እድሜያችን ነው። በዛ ያሉና እውነት ናቸው ብለን የምንቀበላቸውና የምንከተላቸው እምነቶች / አመለካከቶች / አሉን፤ ስለዚህ የባህል ግርታ ሲያጋጥመን፤ እንግዳ ለሆኑብን ወይም ላልተለማመድናቸው ነገሮች ራሳችንን ከፍተን፤ እምነትና አመለካከታችንን እንደገና መፈተሽ ያስፈልገናል። ምንም እንኳን አዲስ ባህላዊ እምነቶችን በተሳሳተ መንገድ የመፈረጅ ዝንባሌያችን የበረታ ቢሆንም፤ ላልተለመዱ ነገሮች ራስን ከፍት ማድረጉ ግን ይበጃል።

በዚህ ተምክሮ ውስጥ ግን፤ እኔ ትክክል ነው ብዬ ያሰብኩትና አማራጭ የሆነኝን እምነት እንደገና ለመፈተሽ ወሰንኩ፤ ምርጫው /ውሳኔው/ ቀይ ቀለም (ደም) በህልም ማየት፤ አደጋ መሆኑን መቀበል ወይም ደግሞ ቻይናዎች እንደሚሉት፤ ቀይ ቀለምን (ደምን) የመልካም ዕድል ምልክት አድርጎ እንደ አማራጭ መውሰድ።

ለጥቂት ጊዜያት ያህል ስለዚህ ጉዳይ ካወጣሁና ካወረድኩ በኋላ፤ በህልም ቀይ ቀለም (ደም) ማየት የመልካም ዕድል ምልክት መሆኑን ለመቀበል ወሰንኩ፤ ምክንያቱም ጥሩ ስሜት እንዲሰማኝ አድርጎኛልና። በተጨማሪም፤ ደም ማየት ማለት አደጋ ነው ወይም ደግሞ ምንም ትርጉም የለውም ብዬ ብቀበለውም፤ ምንም ችግር እንደሌለው አሁን ገብቶኛል።

ስለዚህ ቀደምት እምነቴ፤ ወደ ሀገሬ ተመልሼ ህዝቡን ሳነጋግር እና ከያዝኩት ትርጉም ጋር ለማመሳከር ስሞክር፤ ለካስ በራሴው ባህል ውስጥ እንኳ ሁሉም አንድ ዓይነት ስምምነት እንደሌላቸው ነው የተረዳሁት፤ አንዳንዶች በሚያስገርም ሁኔታ፤ ቀይ ቀለም (ደም) የመልካም ዕድል ምልክት እንደሆነ እንደሚያምኑ ደርሼበታለሁ፤ አይገርም?።

የያዝኩትን እምነት እንደገና ለመመርመር ባልወስን ኖሮ፤ ለንደፍኛዬ ምላሼ ይሆን የነበረው- " እግዚአ! ምንድነው የምታወራው? ቀይ ቀለም (ደም) የአደጋ ምልክት እንደሆነ እንዴት አታውቂም? ከዚህ ውጪ ሌላ ምን ትርጉም ሊኖረው ይችላል?፤ ምንም ሊኖር አይችልም፤

እውነቱ ይሄ ነው። ተሳስተሻል። ምን እንደሆን እንኳ የገባሽ አይመስለኝም " ልሳት እችል ነበር። በተጨማሪም፡ የእኔን እውነታ ለማስረዳትና ለማሳመን ብዙ እደክም ነበር። ወይም ደግሞ " ምን ጭቅጭቅ ያስፈልጋል። ብነግራትም አይገባትም። ባህላቸው እንደሆን ግራ አጋቢ ነው። ምን ዓይነት ባህል ውስጥ ነው የገባሁት? ይሄ ትክክለኛ ቦታዬ አይደለም። ሌሎች የውጭ ዜጎችን ማግኘትና ጓደኛ ማበጀት፡ ቻይናዎችን ደግሞ ባጠቃላይ መራቅ አለብኝ " ብዬ ላስብና ልወስን እችል ነበር።

የጓለኛውን ምላሽ አብዛኛዎቻችን የምንከተለው ነው። ራሳችንን የምንከላከልበት መሣርያ አድርገን እንጠቀምበታለን። በምንችለው አቅም ሁሉ እምነታችንን ለመከላከል ግዴታ እን- ዳለብን እንቆጥራለን። እንዲህ አይነቱ ዓፀፋዊ ምላሽ ያገለናል። የአዲሲቱን ሀገር የበለፀገ ባህልና ውበት እንዳናይና እንዳናጣጥምም ያደርገናል።

በሌላው ባህል ላይ ለመፍረድ አትቸኩሉ። ምክንያቱም የዛን ሀገር ባህልና ወግ ለመረዳት የሚያስችል በቂ መረጃ አላገኛችሁ ይሆናል።

በተጨማሪም፡ መፍረድ መጥፎ ስሜትን ያዳብራል። ምክንያቱም ሁልጊዜ ስሞተኛ /ስሞታ አቅራቢ / ያደርጋል። ለስሞታ ደግሞ ጊዜ ሊኖራችሁ አይገባም። ማውገዝ /ስሞተኝነት / እና አፍራሽ አስተሳሰብ፡ አዎንታዊ ሀይልን ይሰርቃል። ይህ አዎንታዊ ሀይል ደግሞ፡ ከፊት ለፊታችሁ ያለውን ጎዳና እንድትሻገሩ የሚያስችል ሀይል ነው።

ምን ጊዜም የባህል ግርታ ሲያጋጥማችሁ ፈራጅ አትሁኑ። ለራሳችሁ ሀቀኛና ታማኝ ሁኑ። በአዳዲስ ነገሮች የሚሳብ ትኩረት ይኑራችሁ። ሁኔታዎችን ተቀበሉ ፤ በተጨማሪም ቀልድ ወዳድ ሁኑ። ይረዳችኋል። ቻይና ውስጥ ብወለድና ባድግ ኖሮ፡ እኔም ከተወለድኩበትና ካደግኩበት ሀገር ፈፅሞ የተለየ እምነት፡ ባህልና የህልም ፍቺ እከተል ነበር። ከዚህ መረዳት የሚገባን፡ አንድን ነገር በተወሰነ ሁኔታ እንድናምንና እንድንቀረፅ የተደረግነው፡ በተወለድ- ንበትና ባደግንበት አካባቢ ባለ ህብረተሰብ አማካይነት መሆኑን መርሳት የለብንም። የእምነት ስርአቶችን እንማራለን። አካባቢን ለመቋቋም የሚያስችሉንን ክህሎቶች እናዳብራለን። እነዚህ ሁሉ ደግሞ የሚጠቅሙ ናቸው። ምክንያቱም፡ ላንጠፉ የቻልነው። ከተማርናቸው ክህሎቶችና

እምነቶች የተነሳ ነው።

አሁን አሜሪካ / አሁን ያለንበት ሀገር / ውስጥ ነው ያለነው፤ ከአዲስ እምነቶችና አመለካከቶች ጋር መላተማችን ስለማይቀር፤ የራሳችንን እንደገና መከለስ ይኖርብናል። ሁሉም እምነቶችና አመለካከቶች ጠቃሚ ናቸው ማለት አይደለም፤ ወደ ሌላ ባህል ስንሸጋገር፤ ሁሉም ለእኛ የሚመቹ ላይሆኑ ይችላሉ፤ ስለዚህም የራሳችንን እሴቶች በመስኮት አሽቀንጥረን ሁሉንም እንጥላለን ማለት ሳይሆን፤ የሚጠቅሙንን ጠብቀን ማቆየት እንችላለን።

ምሳሌ 2

ቻይና ሳለሁ፤ በአንድ የሁለታችንም የጋራ ወዳጅ በሆነች ንደኛዬ አማካይነት፤ ቪክቶሪያ ከምትባል ሴት ጋር ተዋወቅኩ፤ ንደኛነታችንም እያበበ፤ ቤቲም እየተጋበዝኩ እና ቤተሰቦ-ጇንም እያንበነሁ፤ ግንኙነታችን ያለ እንከን ቀጠለ። አንድ ቀን ግን ቪክቶሪያ እንዲህ አለችኝ " ሰናይት አንድ ነገር ብጠይቅሽ? "፤ እኔም " ችግር የለውም፤ ጠይቂኝ " አልኳት።

እሷም " ቤተሰቤና እኔ ባንቺ ቀለም ሁሌ እንገረማለን፤ ጥቁረትሽ ተፈጥሯዊ ነው እንዴ? ምናልባት ሻወር ብትወስጂ፤ ጥቁረትሽ መንፃት ይችል ይሆን? " ስትል ጠየቀችኝ። እኔም በዚህ ድንገተኛና አስገራሚ ጥያቄዋ ደነገጥኩ፤ ቅሬታም አደረብኝ፤ ደሜም ሲንተከተክ ይታወቀኝ ጀመር፤ ሆዬ ሲታወክና መንጋጋዬ ሲንገጫገጭ ይሰማኛል። እንዴት ቤታቸው ጋብዘው ሊሰድቡኝ ደፈሩ ብዬ አሰብኩ፤ ነገር ግን ምንም ነገር ከማለቴ በፊት ፊቴን ስመለከት፤ ከእኔ መልስ እየጠበቀች እንደሆነ ከገፅታዋ ተረዳሁ። ልክ የእኔ ተማሪዎች በየዋህነት ጥያቄ ጠይቀው፤ መልሱን በጉጉት የሚጠብቁበት ዓይነት ገፅታ ነው ፊቴ ላይ የማነበው። እኔም ግር ተጋባሁና ማመን አቅቶኝ፤ ጥያቄዋን እንድትደግምልኝ ጠየቅኋት። እሷም ጥያ-ቄዋን ደገመችው፤ በዚህ ጊዜ የድምፀዋ ቅላዜ ልክ ተማሪዎቼ ጥያቄ ጠይቀው፤ መልሱን የሚጠብቁበት ዓይነት ስሜትና ጉጉት እንዳለው በድጋሚ አረጋገጥኩ፤ ይሄ ደግሞ ትንሽ ሰከን አደረገኝ። ታድያ ምን ተፈጠረ? አንድ ነገር ተማርኩ፤ የተማርኩት ነገር ቢኖር፤ ቪክቶሪያና ቤተሰቦቿ አእምሮ ውስጥ ይህ ጥያቄ ሁልጊዜ ይንገዋለል የነበረና፤ ከእኔ የበለጠ ቅርብ የሆነ ጥቁር ሰው ባለማግኘታቸው፤ ደፍረው ሊያወጡት ያልሞከሩት ሁቅ እንደሆን ገባኝ። በዚህ

ላይ ደግሞ ቻይና ለብዙ ዓመታት ከሌላው ዓለም ተለይታ ዝግ ስለነበረች፤ በዚያን ጊዜ የውጭ ዜጋ ሀገራቸው ውስጥ ማየት ብርቅ ነበር።

በዚህ ወቅት ታዲያ ከማዘንና ከመቀየም ይልቅ፤ ጥያቄዋን ለመመለስ ማስላሰል ጀመርኩ፤ እናም እንዲህ ስል መለስኩላት " እንግዲህ አድምጪኝ፤ እኔን ለማሳዘን አስበሽ ያደረግሽው ሳይሆን፤ እንዲሁ ለማወቅ ጉጉት አድሮብሽ በየዋህነት ያነሳሽው ጥያቄ እንደሆን አምናለሁ። ነገር ግን በዚህ ጥያቄሽ ትንሽ ሳልከፋ እንዳልቀረሁ ግን ልነግርሽ እወዳለሁ፤ ያም ሆነ ይህ ክፋት የሌለበትና በቅንነት ያቀረብሽው ጥያቄ ስለሆን፤ እኔም አንቺው በሄድሽበት መንገድ ጥያቄ ላቀርብልሽ አልኳት። ቪክቶርያም ደንግጣና ግራ ተጋብታ፤ ደግማ ደጋግማ ይቅርታ ትጠይቀኝ ጀመር። እኔም " አትጨነቂ " አልኳት፤ ምክንያቱም ይቅርታ ለምን እንደጠየቀችኝ እንኳ በቅጡ የገባት አልመስለኝም። ይልቁን ሌሎች ቻይናዊ ተማሪዎቼ፤ ለምን ጥቁር እንደሆንኩ ሲጠይቁኝ የምመልስላቸውን ነገርኳት። አዲስ ክፍል ለማስተማር በገባሁ ቁጥር የሚያጋጥመኝ ይኸው ጥያቄ ነበር። እኔም ለቪክቶሪያ ቤተሰቦች ሶስት ጥቁርና ብርቱካናማ የድመት ልጆች /ሙጭሊት/ እንዳላቸው ስለማውቅ፤ እነዚህን ድመቶች ታጥባቸው እንደሆን ጠየኳት፤ እሷም " በደንብ እንጂ / እንዴታ/ " ስትል መለሰችልኝ።

" ታድያ ካጠብሻቸው በኋላ፤ ጥቁሩ ድመት ቀለሟ ተቀይሮ ይሆን? " ስል ጠየቅኋት፤ ቪክቶርያ ጨኸቷን አቀለጠችው፤ ብርሃን ፈነጠቀላት። ምንም እንኳን በቅንነት ያቀረበችው ጥያቄ ቢሆንም፤ ምን ያህል ሊያስከፋ እንደሚችል አሁን ገባት፤ ነገሩ ከባድ፤ ግን የማይረባና የቂል ጥያቄ እንደነበር በመረዳት መልሳ ይቅርታ ጠየቀችኝ፤ እሷም በጥቁር ህዝቦች ላይ ያለው የቤተሰቧ እምነት /አመለካከት/ ምንጩ ከየት እንደሆን እንደማታውቅ ነገረችኝ።

ምናልባት ወላጆቿ የውሃ እጥረት ከነበረበት አካባቢ የመጡ ከሆነ፤ ገላቸውን ሳይታጠቡ ሲቀሩ ወይም ፀሀይ ሲያቃጥላቸውና ፊታቸው ሲጠቁር ሲያዩ፤ ምናልባት ሰው ገላውን ሲታጠብ ጥቁረቱ የሚለቅ መስሎ ታይቷቸው ይሆናል። ቪክቶሪያ ይህን መረዳት ካገኘች በኋላ ግን፤ ባቀረበችው የህፃን ጥያቄና የተሳሳተ ምልከታ ሳልናደድ ስላሳየችኝ ትዕግስት የተሞላ አቀራረብ፤ የተደሰትኩ መሆኔን ገለፅኩላት፤ እኔም ችግር እንዴለለው አስረዳኋት።

በዚያ ቀን ቪክቶሪያ፤ በጥቁር ህዝብ ላይ ከነበራት የተሳሳተ እምነት ተላቀቀች፤ ከገላ መታጠብና ከፀሐይ ቃጠሎ ጋር በተያያዘ ብቻ ሳይሆን፤ ሰዎች ለምን ጠቆሩ ከሚለው መብሰልሰልም ነፃ ወጣች።

ቪክቶሪያ ድመቷ ጥቁር መሆኗ አንድም ግዜ ትዝ ብሏት ጥያቄ ሳይጭርባት ኖራ፤ አሁን ሰዎች ጥቁር መሆናቸው እንዴት ግድ እንዳላት ሳትገረም አልቀረችም። አንድ የከበዳት ጥያቄ እንደተመለሰላትና የተጫናት ሸክምም ከጫንቃዋ የተራገፈ ያህል ፈገግ ስትል፤ ወዲያው ደግሞ መልሳ ትንሽ ሸምቀቅ ስትል፤ ቀጥላም ከተሳሳተው እምነቷ ወዲያው ስትላቀቅ አያትና እከታተላት ነበር። ያ ቀን ለእኔም የቻይና ህዝብ ዘረኛ ነው ከሚለው የተሳሳተ አስተሳሰቤና ፈራጅነቴ የተላቀቅኩብትና ነፃ የወጣሁበት ቀን ሆነ።

እኔ ከብስጭት ይልቅ ረጋ በማለት፤ የየዋህነት ጥያቄዋን ለማስተናገድ ባልሞክር ኖሮ፤ እሷም የተሳሳተ ግንዛቤዋን ለማጠናከርና ራሷን ለመከላከል እንዲህ ማለት አትችልም ነበር? " ድመቶች ሰው አይደሉም፤ ከዚህ ጋር ምን ያገናኛቸዋል? "፤ ታዲያ በዚህ ጊዜ፤ ያ ወዳጅነታችን ወዲያው ሊቋረጥ አይችልም ነበር ትላላችሁ?፤ ቪክቶርያም የተዛባ እምነቷን ይዛ፤ በመንገዱ የሚያጋጥሟትን ጠቆር ያሉ ሰዎች ሁሉ ባስቀየመች ነበር። ነገር ግን የያዘችው እምነት የተሳሳተና ትክክል አለመሆኑን ለመገንዘብ ዕድሉን አገኘች፤ ቪክቶሪያ የተሳሳተችው የቱጋ እንደሆነ አውቃ ለማስወገድም ቻለች፤ እኛም ንደኛነታችንን ከመበ'ጠስ ታደግን፤ ቪክቶሪያም የተረዳችውን እውነት ለሌሎች ለማስረዳት አቅም አገኘች።

ከላይ እንደገለፅኩት፤ ቪክቶሪያ የተዛነፈ እምነቷን ለመረዳትና እኔው ፊት ራሷን ነፃ ለማ- ውጣት እንደቻለች ሁሉ፤ እኔም ቻይና ከደረስኩበት ጊዜ ጀምሮ ስለ ቻይና ህዝብ ከያዝኩት የተዛባ አመለካከት፤ ነፃ መውጣት ቻልኩ። እኔ የቻይና ህዝብ ባለጌዎች፤ ጫሂዎች፤ ለሰው ክብር የማይሰጡ እና በጣም ዘሮች አድርጌ ነበር የማስባቸው። ተማሪዎቼና ቪክቶሪያ ግን፤ ከላይ እንደገለፅኩት ለማወቅ ካላቸው ጉጉት የተነሳ ያያሁባቸውን ባህሪ፤ በትክክል አለም- ረዳቴን እንድገነዘብ አግዘውኛል። አሁንም ቢሆን፤ እዚህም እዚያም የዘረኝነት አስተያየቶች ሊወረወሩ ይችላሉ፤ ነገር ግን ሁሉም ከእውቀት ማነስ የመጣ ችግር መሆኑን ለመቀበል ዝግጁ መሆናቸውን ተረድቻለሁ። እኔም ከእነርሱ ጋር በነበረኝ አጭር ቆይታ ወቅት፤ ከነበረብኝ

ጮፍን የጥላቻ አስተሳሰብ ነፃ ለመውጣት ዕድሉን አግኝቻለሁ።

እንዲያም ቢሆን ግን፤ በቻይና ውስጥ ዘረኞች የሉም ማለት አይደለም፤ እንደ እውነቱ ከሆነ ብዙ አጋጥመውኛል። ለማለት የፈለኩት ግን፤ ሁሉም ቻይናዎች ዘረኞች ናቸው የሚለው የፍረጃ አመለካከቴ ስህተት እንደነበር ነው። የተሳሳተውን ፍርደ ገምድል አስተሳሰቤን በማ- ስወገድ፤ የቻይናዎችን ድንቅ ስራ፤ ውብ የሆነውን ባህላቸውንና የስነጥበብ ስራዎቻቸውን መመርመርና ማጥናት ጀመርኩ። በእውነት ለመናገር፤ የቻይናዎች የተለያየ የባህል ገፅ- ታቸው፤ ከፍተኛ ፍቅር አሳድሮብኝ ነበር። ከሁለት ዓመት በኋላ ሀገሩን ስለቅ፤ ቀድሞ ወደዛ ስመጣ ከነበርኩበት አስተሳሰብና አመለካከት ወጥቼና ተለውጬ፤ እንዲሁም ካፈራኋቸው ብዙ ጓደኞቼ ጋር ደስ የሚል ጊዜ አሳልፌና ትዝታዎችን ሰንቄ ነው።

የያዝነውን እምነትና አመለካከት ለመከላከል ስንል፤ ያለ አንዳች ጥያቄ እውነት ይሁን አይሁን ሳናረጋግጥ፤ መበሳጨትና መጋጨት ቀላል ነው፤ ይህን ደግሞ ሁላችንም አንዳንዴ እናደርገዋለን። ነገር ግን መለስ ብለን፤ እምነታችንንና ፍርዳችን ሁልጊዜ ማጤንና መገምገም መልካም ነው። ባህላዊ እምነቶቻችንን'ኮ የወረስነው፤ በህፃንነታችን ወይም ከላይ እንደተገለፀው ምሳሌ፤ አመጣጡን በቅጡ ካልተረዳነው ልምምድ ሊሆን ይችላል።

በህፃንነታችን ወቅት፤ ከባህላችን የተማርነውን ከማመንና ከመቀበል ውጭ ምርጫ አልነበ- ረንም። ሁላችንም፤ በሁሉም ባህል ውስጥ የተሳሳቱ እምነቶችና ልምምዶች እንዳሉ እንስማ- ማለን፤ አሁን አድገን ሳለን ግን፤ የተማርነውን ሁሉ ዝም ብለን ተቀብለን መተግበር ሳይሆን፤ አንዳንዴ መጠየቅ መቻል አለብን። ጥሩ ናቸው የምንላቸውን ልንጠብቅ፤ የማያስፈልጉንንና ስህተት የሆኑትን ደግሞ ልናስወግዳቸው ይገባል።

በነገራችን ላይ፤ ከትውልድ ቀያችሁ ለቃችሁ ፈፅሞ ወደተለየ ባህል ስትገቡ፤ እንደ ውድና የከበረ ስጦታ ልትቆጥሩት ይገባል። ሁሉንም ነገር እንደ ህፃን ለመጠየቅ፤ ለብዙ ዓመታት ከተ- ማራችሁትና ከተለማመዳችሁት እሳቤ ለመላቀቅና፤ የትኛውም እምነት /አመለካከት/ ወይም ክህሎት ሊጠቅማችሁ እንደሚችልና እንደማይችል ለመፈተሽ፤ ዝግጁ መሆን አለባችሁ። እናንተ የእምነት ወይም የአመለካከት ተገፒ'ኮ አይደላችሁም፤ ከዛም በላይ ናችሁ። ውስጣ-

ችሁን የሞላ አቅምና ብቃት የተሸከማችሁና፤ በማንኛውም ወቅትና እድሜ ማንኛውንም ነገር የመማርና የማገናዘብ ችሎታ ያላችሁ ናችሁ። ሸክም የሆኑባችሁን የእምነት/የአመለካከት/ ዕዳ ከላያችሁ ላይ አራግፉ፤ አሁን ባላችሁበት ሁኔታ ላያስፈልጋችሁ/ ላይጠቅሟችሁ ይችላሉ፤ ልክ ስታድጉ ወዲያ አሽቀንጥራችሁ እንደምትወረውሩጨው አሮጌ ልብሶችና፤ አውልቃችሁ እንደምትጥሏቸው ጫማዎች ማለት ነው።

የባህል ውህደት እርከኖች /ደረጃዎች /

የለመዱትን ላለማድረግና የሚያውቁትን / የተረዱትን / ለመተው በሚደረግ አዲስ ክህሎት የመማር ሂደት ውስጥ ማለፍ፤ በርግጥ ያማል፤ የቀደመውን ቆዳ ገልፎ አዲስ ቆዳ የማብቀል ያህል ነው፤ ይህ ሂደት ደግሞ አስደንጋጭ ሊሆን ይችላል፤ ምክንያቱም አንድ ጊዜ ቀድሞ የነበራችሁን እምነቶችና ያፈራችኋቸውን ክህሎቶች ሁሉ ወደ ጎን አስቀመጣችሁ ማለት፤ የሚቀራችሁ ጥርት ያለ ባዶ ማንነታችሁ ብቻ ይሆናል። ያ ማለት፤ ልክ እንደ ህፃንነታችሁ ወቅት የሆናችሁና ወደማታውቁት ቦታ ተወስዳችሁ፤ እዛ ቦታ ላይ ለምን እንደተገኛችሁ የማይገባችሁ ዓይነት ስሜት ሊሰማችሁ ይችላል። ባጠቃላይ፤ ባዶነት ሊሰማችሁ ይችላል።

በዚህ የቀድሞውን ማራገፍ ሂደት ውስጥ የምታልፉባቸው አስቸጋሪ ልምምዶች መጠን፤ በእናንተ ፍቃደኝነትና ወሳኝነት ላይ የተመሰረቱ ናቸው። የቀድሞውን ማራገፍ ስል የም-ታምኑትን /የምትከተሉትን/ አመለካከታችሁንና፤ የምታውቁትን /የተማራችሁትን / ሁሉ ትጥላላችሁ ማለት አይደለም፤ ፈፅሞ አይደለም፤ ነገር ግን ከእንግዲህ ወዲህ ራሳችሁን ከእ-ምነቶቻችሁ/ አቋሞቻችሁ / እና ክህሎቶቻችሁ ጋር አዛምዳችሁ ማየትን ታቆማላችሁ ማለት ነው። ራሳችሁን ከነዚህ ነገሮች ነጥላችሁ፤ የሚጠቅሟችሁን ክህሎቶች ብቻ የምትይዙበት፤ የማይጠቅሟችሁን ደግሞ የምታስወግዱበት ማለት ነው። የራሳችሁን የእምነት /አመለካከት / ስርዓት መታወቂያችሁ አድርጋችሁ፤ ሌላው ዓለም በፈለገው መንገድ የናንተን ዓለም ቢመለከት፤ ግድ እንደማይሰጣችሁ አድርጋችሁ ተቀብላችሁ ይሆናል፤ አሁን ግን፤ የራሳ- ችሁን አመለካከት እንደምታከብሩ ሁሉ፤ በተመሳሳይ ሁኔታ ሌሎችም የራሳቸውን ዓለም የሚያዩበትን አመለካከት ትረዳላችሁ ወይም ትቀበላላችሁ። ስለዚህ እንዚህን ሁለት ንፅረተ

29

ዓለም መያዣችሁ፤ ችግሮቻችሁን በፍጥነት ለማስወገድ የሚያስችላችሁን አቅም የሚያሳድ-
ግላችሁ ሲሆን፤ ከትውልድ ስፍራችሁ ውጭ ካሉት ጋርም የጠበቀ ወዳጅነት እንድታፈሩ
ይረዳችኋል። ይህን ዓይነት አመለካከት ማዳበራችሁ ደግሞ የትኛውን እምነት/አመለካከት
/አጥብቃችሁ እንድትይዙ፤ የትኛው ደግሞ ጥቅም አልባ መሆኑን ተረድታችሁ እንድታስወ-
ግዱት መንገድ ይከፍትላችኋል።

የዚህ መጽሀፍ ዓላማ፤ የትኛውን መጣል የትኛውን ማንሳት / መጠበቅ / እንዳለባችሁ
ለመንገር አይደለም፤ ውሳኔው ያለው በእናንተው እጅ ነው፤ በእናንተው ብቻ!፤ ማንም ምን
ማድረግ፤ ምን ማመን እንዳለባችሁ ሊነግራችሁ አይችልም፤ በውስጣችሁ እየተቀያየጡ ያሉት
ሁለት ባህሎች (የመጣችሁበትና የአዲሲቷ ሀገራችሁ) አዲስና ልዩ ማንነት የሚፈጥሩላችሁ፤
ቀላልና ዘና የሚያደርጉ ሂደቶች ሊሆኑላችሁ ይችላሉ፤ በዚህ ወቅት፤ ሌሎች የሚሏችሁን ችላ
ማለትና የራሳችሁን መንገድ ብቻ መከተል ይኖርባችኋል፤ ከእርስዎ በላይ እርስዎን የሚያውቅ
የለምና።

ወደ አሜሪካ ወይም አሁን ወዳላችሁበት ሀገር ከመጣችሁ በኋላ፤ ለሚቀጥሉት ከአምስት
እስከ አስር አመታት ብዙ ስራዎች ከፊታችሁ ይጠብቃችኋል። ይህ መጽሀፍ ደግሞ የምትንዠዐ-
በትን ሂደት ፈጣንና ቀላል ለማድረግ ያለም ነው። አንዳንዴ እምነታችሁን /አመለካከታችሁን
/ መቀየር ትፈልጉና ማህበረሰባችሁ ያንን እምነት /አመለካከት / አጥብቆ ይዞት ታገኙታ-
ላችሁ፤ በዚህ ጊዜ ስዎች እናንተ ብቻ የተለየ እምነት /አተያይ/ እንዳላችሁ እንዲያውቁባችሁ
አትፈልጉም። የተለየ የህይወት ዘዴቤ ለመኖር ትፈልጉና ስሜታችሁ ይገታባችኋል፤ ነገሮች
ይምታቱባችኋል። በህብረተሰቡ ተቀባይነት እንዲኖረን ስለምንፈልግ ችግሩን መረዳት አይከ-
ብደንም፤ ስለዚህ የማይጋፋት ባላጋራ ይሆንብናና፤ ነባራዊውን ሁኔታ ለጊዜውም ቢሆን ጠብቆ
ለማቆየት፤ ጀልባዋ ከአለቱ ጋር እንዳትላተምና እኛም እንዳንነዳ ለማድረግ እንሞክራለን።

ጉዳዩ እንዲህ ከሆነ፤ አሁንም የመረጣችሁት ማህበረሰብ አካልነታችሁን ጠብቃችሁ ራሳ-
ችሁን መለወጥና፤ ግትር አቋም ያላችውን የማህበረሰብ አባላት ባህሪይ ለመለወጥና ለማሳመን
የሚችል ደፋር መሪ መሆን ይገባችኋል። ይህ ሂደት ደግሞ የማህበረሰብ መሪ ሊያደር-
ጋችሁ የሚያስችላችሁን ክህሎት ማዳበር እንዳለባችሁ ያስገነዝባችኋል። ይህንን በመጨረሻው

ምዕራፍ ላይ የምንዳስሰው ይሆናል።

በእኔ እምነት የባህል ውህደት በቀላሉ የሚቻልና የሚከናወን ነው፤ ተገቢውን መመሪያ በመከተል፤ ህይወትን የተሳካ ማድረግ ይቻላል። የመንጃ ፈቃድ ለማግኘት የሚፈልጉ ከሆነ፤ የመኪና መንዳት መመሪያውን ማጥናት ይጠበቅብዎታል። ሁሉንም ነገር ካጠኑና በውስጥዎ መተማመን ሲፈጠር፤ መንጃ ፈቃድ እንዲሰጥዎ ከማመልከትዎ በፊት፤ የመኪና አነዳድ ፈተና እንዲወስዱ ይደረጋል። በአሜሪካ መንጃ ፈቃድ ወረቀት ከማግኘት በፊት የፈተና ውጤት ይታያል፤ ፈተናውን ካለፉ በኋላ፤ ከአስተማሪ ጋር ሆነው መኪና እንዲይዙና፤ የመንገድ ደንቦችን እንዲማሩ ይደረጋል።

እንደገናም ደህንነትን ለመጠበቅ፤ በቂ ክህሎት ያለዎትና ብቁ አሽከርካሪ እንዲሆኑ መመሪያዎችን መማር ይገባዎታል።

የአሜሪካንም ዜግነት ለማግኘት፤ እንዲሁ መዘጋጀት ይኖርብዎታል። ይህን ምዕራፍ በም-ዕፍበት ወቅት ቤተ መፃህፍት ውስጥ ነበርኩኝ፤ አንድ ያስደነቀኝ ነገር ቢኖር፤ በመፃህፍት ቤቱ ውስጥ የዜግነት ክፍል የሚባል መኖሩ ነው። ይህ ክፍል፤ ሰዎች መጥተው በህዝብ ቤተ-መፃህፍቱ ውስጥ የሚፈልጓቸው ጠቃሚ መረጃዎች የሚገኙባቸውን ቦታዎች የሚጠቁማቸው ነው። ለፈተና የሚያዘጋጇቸውና የሚረዷቸው መፃህፍቶች ፤ የኤሌክትሮኒክስ-መፃህፍቶች/ e-books) ፤ ሲዲዎችና ዲ.ቪ.ዲዎች ሁሉ የሚቀርቡበት ክፍል ነው፤ ተፈታኞችን ለማገዝ ወደ መፃህፍት ቤት የሚመጡ በጎ ፈቃደኛ መምህራንም ይገኛሉ፤ በእርግጥም የተሟላ አቅርቦት ያለበት ቦታ ነው።

ለውህደትም ተመሳሳይ ነው። አዳዲስ ክህሎት ማዳበርን ለመማር፤ አቅጣጫ ጠቋሚ መመሪያ ያስፈልጋል። ከአሜሪካ ባህል ጋር መዋሃድን ለመማር፤ በባህሉ ውስጥ እንዴት መቅዘፍ እንደምንችልም ማወቅ አለብን፤ በዚህ መፅሃፍ ውስጥ በቀላሉ እንዴት መዋሃድ እንደምትችሉ የሚረዷችሁን መሳሪያዎች ታገኙበታላችሁ፤ በምን ዓይነት ደረጃዎች ውስጥ ማለፍ እንደሚገባችሁም አንዳንድ ምሳሌዎችን አካፍላችኋለሁ፤ እርከኖችንም እንዴት መሸ-ጋገር እንደምትችሉ መንገዶችን ለማሳየት እሞክራለሁ።

በስደት የባህል ውህደት ሂደት ውስጥ፣ ስውሩን ፈተና ተፈትናችሁ እንድታልፉና ጉዟ-ችሁን በድል እንድታጠናቅቁ፣ ራሳችሁን ማዘጋጀት አለባችሁ። ጉዳዩን የምር ውሰዱት፤ ዜግነትን የማግኘት ያህል ጠቀሜታ አለው። እኔም ይህን መፅሃፍ ለመፃፍ ሳቅድ፣ ከፊት ለፊት ልትጋፈጡ ግድ የሚላችሁን፣ ከስደተኛነት ጋር ተያያዥነት ያላቸውን ጉዳዮች በሚገባ እንድትወጡ ለመርዳት ነው።

ሁለተኛ ዜግነት አገኛችሁ ማለት ዜጋ ሆናችሁ ማለት አይደለም፤ ሁለተኛ ዜጋ የሚለውን ወረቀት ማግኘታችሁም አሜሪካዊ አያደርጋችሁም፤ በአሜሪካ ባህል ውስጥ ሙሉ በሙሉ መግባት ይኖርባችኋል። የራሳችሁንም እሴትና ባህል ለጓደኞቻችሁና ለህበረተሰባችሁ ማካፈል ይገባችኋል። አሁንም ምናለ፣ ወደዚህ ስመጣ እንዲህ ያለ መፅሀፍ ባገኝሁ ኖሮ እላለሁ።

ስለ አሜሪካን እሴቶች ሊያስተምሯችሁ የሚችሉ መፃህፍትና ሌሎች ግብዓቶች በብዛት አሉ፤ ያም ሆኖ ግን ብዙ ክፍተት አሁንም እንዳለ እገነዘባለሁ። ይህ መፅሀፍም ያንን ክፍተት ለመሙላት እንደ አንድ ግብዓት ሊያገለግል ይችላል ብዬ አምናለሁ፤ ብዙ አመታት ሊፈጅባችሁ ከሚችል ጥናትና ግራ መጋባትም ይህ መፅሀፍ ይገላግላችኋል ብዬ አስባለሁ፤ ምክንያቱም በራሴ ፈቃድ እናንተን ወክዬ፣ አብዛኛውን ስራ በመወጣት በመፅሀፉ ውስጥ ላቀርብላችሁ ሞክሬያለሁ።

አሁን ወደ ውህደት እርከን (ደረጃ) እና ሂደት ልውሰዳችሁ፤ በአሁኑ ወቅት ያላችሁበትን ቦታ አውቃችሁ ለውህደቱ ምን ማድረግ እንዳለባችሁና የተሳካ ህይወት መምራት እንድትችሉ አቅጣጫውን ላሳያችሁ። የውህደት ሂደቱና ደረጃዎቹ በተለየ መንገድ ተገልፀዋል።

በባህል ስብጥር እድገትና መገናኛ ዘዴዎች ላይ ምሁር (ኤክስፐርት) የሆነውንና እንደ አንድ ምርጥ የምርምር ስራ የተቀበልኩትን፣ የዶክተር ሚልተን ቤኔትን ጥናት በማሳያነት እጠቀማለሁ።

እርሱም፣ በባህል ልዩነቶች ላይ ያለውን የአመለካከት /የአስተሳሰብ / ቀጣይነትን በሚ-መለከት 6 ተከታታይ የእርከን ሞዴሎችን ያቀርባል ፤ ግቡም ከዘር (ብሄር)ተኮር ethno-centrism /፤ ጭፍን ተቃውሞ / ውግዘት/ (denial)፣ መከላከል (Defense)፤ ማቅለል

/አቅልሎ ማየት/ (minimization) እርከን /ደረጃ /፤ ወደ ዘር /ብሔር/ አካታች ወደሆነ ቅቡልነት (acceptance)፤ ራስን ማላመድ (adaptation) እና ውህደት (integration) እርከን ማሸጋገር ነው።

ቤኔት ይህን ሲገልፅ፤ ዘረኝነት /ብሔርተኝነት/ (ethnocentrism) የራስን አመለካከት ወይም ንፅረተ ዓለም የበላይነት፤ በአንሮ ውስጥ የመገንባትና፤ አንዳንዴ የሌሎችን ህልውና /መኖር / እውቅና እስከ መንፈግ የሚያደርስ አመለካከት / አስተሳሰብ / ነው ይለዋል። በሌላ በኩል አካታች ብሔርተኝነት፤ የሁሉንም ቡድኖች እኩልነትና አስፈላጊነት የሚቀበልና፤ የባህል ደረጃውን መዝኖ የማይፈርድ / የማይፈርጅ / አስተሳሰብ ነው ሲል ይገልፀዋል። የቤኔት 6ቱ የእርከን ሞዴሎች አጥረው ከዚህ በታች ቀርበዋል።

ዘረኝነት / ብሔርተኝነት / ሶስት እርከኖች አሉት

ጭፍን ተቃውሞ/ ውግዘት--

በዚህ እርከን ውስጥ የሚገኙ ህዝቦች፤ የባህል ልዩነት መኖሩን አይቀበሉም። ሙሉ ለሙሉ ዘሮች /ብሔርተኞች/ ከመሆናቸው የተነሳ፤ የነርሱ የአኗኗር ዘይቤ ብቻ ትክክል እንደሆነ የሚያምኑና፤ ሌሎች የተለየ ባህሪ የሚያሳዩትን ግን፤ ከእነርሱ የተሻለ የማያውቁ አድርገው የሚያስቡ ናቸው። በዚህ ወቅት እነዚህ ሰዎች የራሳ- ቸውን የእሴት ስርዓት ሌላው ላይ ለመጫን የማያወላዱ/ የማያመነቱ እና እነሱ ብቻ ትክክል፤ ከነሱ ውጭ የሆኑትን ግን ግራ የተጋቡ አድርገው የሚቆጥሩ ናቸው። እነዚህ ሰዎች በባህል ልዩነቶች አይበረግጉም፤ ምክንያቱም የሌላውን ባህል ህልውና አይቀበሉም ወይም እውቅና አይሰጡም፤ ባጠቃላይ እነዚህ የሌላውን ባህል ተቃ- ዋሚዎች፤ ከሌላ ባህል ተከታዮች ጋር የዘለቀ ግንኙነት የማይፈጥሩና፤ የሌላውን ባህል አምኖ ለመቀበል የሚያስችል ተሞክሮ / ልምምድ / የሌላቸው ናቸው። የዚህ ጭፍን ተቃውሞ/ ውግዘት / እርከን ቁልፍ አመላካች፤ ከሀገሬው ህዝብ ይልቅ የተሻለ አዋቂ አድርጎ ራስን ማስቀመጥ ነው።

ቀደም ብዬ በወጣትነቴ ወደ ኤርትራ ስዛወርና፤ የባህል ልዩነትን ተቀብዬ ማስተናገድ እንዴት እንዳታተኝ አንድ ምሳሌ አቅርቤላችሁ ነበር። ጓደኞች ለማበጀት እፈልጋለሁ፤ ግን ጓደኛ ላፈራ የምፈልገው እንደ እኔ ኢትዮጵያ ውስጥ ከተወለዱት ጋር ብቻ ነበር። ባህሉ ስህተት እንደሆነና፤ ኤርትራ ውስጥ የተወለዱት ችግር እንዳለባቸው አድርጌ በቅንነት ገምቻለሁ። የእኔ የእምነት ስርዓት ብቻ ትክክለኛ እና ከእኔ ጋር የማይሄደው ሁሉ የተሳሳተ እንደሆን አስቤያለሁ፤ ስለዚህ እኔም በጭፍን ተቃውሞ /በውግዘት /እርከን ውስጥ የምካተት ነበርኩ።

ይህን ክፍል ካነበባችሁ በኋላ፤ እናንተም እዚህ እርከን ውስጥ ራሳችሁን ታገኙ ይሆናል፤ ይህም ቢሆን አትጨነቁ ። ሁላችንም በዚህ ውስጥ አልፈንበታልና ምንም ስህተት የለውም። እዚህ ሀገር ውስጥ ከሀያ እና ሰላሳ ዓመታት በላይ ኖረው፤ በዚህ ጭፍን ተቃውሞ / ውግዘት / እርከን ውስጥ ያሉ ስደተኞችን ተገናኝቻለሁ፤ እንዲሁም አሜሪካ ውስጥ ተወልደው አድገው፤ ራሳቸው ከለመዱት የህይወት ዘይቤ ውጭ መቀበል ተስኗቸው፤ በዚሁ እርከን ውስጥ የሚገኙትንም አውቃለሁ።

አንዳንዶቹ ይሄን እርከን እንደ ብቸኛ እውነታ ቆጥረው፤ ሌላ የተሻለ እንዳለ ለማወቅና ለመማር ራሳቸውን የዘጉ/ የቆለፉ/ እሉ።

መከላከል

በመከላከል እርከን ውስጥ የሚገኙት፤ ስለሌሎች ባህል መኖር መሀይማን/ ምንም የማያውቁ አይደሉም፤ ሌሎች ባህሎች እንዳሉ ያውቃሉ፤ ግን ጠቀሜታቸውን አይቀበሉም፤ በሌሎች አስተሳሰቦች መኖር ወይም ህልውና ስጋት ያድርባቸዋል። ስለዚህ የራሳቸውን ባህል የበላይነት ለማጉላት ሲሉ፤ የሌላውን ማጥላላት /ማን- ቋሸሽ ይቀላቸዋል። የባህል ልዩነቶች የችግር መንስኤዎች ሊሆኑ ስለሚችሉ፤ ማዳከም ይገባል ብለው ያምናሉ፤ ስለዚህም " እኛ እና እነሩ " የሚል ከፍፋይ አስተሳሰብን ያራምዳሉ። በጭፍን-ተቃውሞ /በውግዘት/ እርከን ውስጥ ያሉት፤ የሌሎች የባህል እሴት ስርአትን እንደ ስጋት የሚቆጥሩ ሲሆን (ምንም እንኳ

የማይቀበሏቸው ቢሆንም)፤ በመከላከል እርከን ውስጥ ያሉትም " በተፈካካሪ " ባህሎች መንሰራፋት፤ የስጋት ስሜት ያድርባቸዋል፤ በመከላከል እርከን ውስጥ ያሉ እነዚህ ሰዎች፤ በራሳቸው ባህል ተከታይ አባላት የመከበብና፤ ከሌላ ባህል አባላት የመራቅ ፅኑ ዝንባሌ አላቸው።

አንዳንድ ያገኘኋቸውና በዚህ እርከን ክፍል ውስጥ የሚመደቡ ሰዎች፤ ስለ አሜሪካ ግዙፍ ተስፋ አልመውና ሰንቀው ስለከሸፈባቸው ህይወት ሲያማርሩና ስምታ ሲያቀርቡ ይሰማሉ። የአሜሪካዊነት ዜግነትን ደብተር ያገኙ ቢሆንም፤ ራሳቸውን እንደ አሜሪካዊ መቀበል ይከብ- ዳቸዋል፤ እዚህ በመሆናቸው የሀገሪቱ ጥቅም ተካፋይ መሆን ቢችሉም፤ አሁንም የሚመሩት ህይወት ግን በትውልድ ሀገራቸው ከነበረው ህይወት የተለየ አይደለም።

አሜሪካ ውስጥ የተወለዱ ልጆቻቸውን እንኳ ሳይቀር፤ ከራሳቸው ዘር ውጭ እንዳያገቡ ይመክሯቸዋል። አንዳንድ ቦታ ደግሞ ጠበቅ አድርገውና አጥብበው፤ ወላጆቻቸው ከመጡበት አካባቢ ያለን ሰው ብቻ እንዲያገቡ ያስገድዷቸዋል፤ ለድርድር ቦታ የላቸውም። በሌላ በኩል ደግሞ፤ አሜሪካ ውስጥ የተወለዱ ሁለተኛ ትውልድ ስደተኞች፤ ከወላጆቻቸው ጋር ያላ- ቸውን ግንኙነት በማቋረጥ ከራሳቸው ዜጋ/ብሄር ውጭ የተጋቡ፤ ብዙዎችንም ተገናኝቻለሁ። በአንዳንድ ሁኔታዎች ግራ የተጋባ ህይወት ላይ የወደቁና ወደ አልኮልና ሀሽሽ ውስጥ የገቡ፤ ወይም ጭራሹኑ ጋብቻን እርግፍ አድርገው የተዉም እንዳሉ ተመልክቻለሁ።

በዚህ እርከን ውስጥ የሚገኙት ስደተኞች ብቻ ናቸው ብላችሁ፤ ለሰከንድ እንኳ እን- ዳታስቡ። ሌላው ቀርቶ አሜሪካ ለአሜሪካውያን ናት ብለው የሚያስቡት እንኳ ሳይቀሩ፤ አንዳንዶች በዚህ እርከን ውስጥ የሚካተቱ አሉ። በትራምፕ የስልጣን ዘመን፤ ብዙ ህዝብ ስደተኞችን በሚመለከት፤ በውስጣቸው የተዳፈነውን እምነትና አመለካከት አጉልተው ድም- ፃቸውን ማሰማት የጀመሩበት ወቅት ነበር። እዚህ ተወልደው ያደጉና በዚህ እርከን ውስጥ የሚካተቱ አሜሪካውያንን አግኝቻለሁ። ከባዕድ ሀገር የመጡት ስራቸውን እንደቀሟቸውና ባህላቸውን እንደበከሉባቸው ቆጥረው፤ ጥርሳቸውን የሚነክሱ አሉ። የከተማው ህዝብ፤ በፌ- ስቡክ ገፄ ላይ እንዲህ የሚሉ አስተያየቶችን ፆፈው ተመልክቻለሁ -" አንድም ስደተኛ እዚህ አንፈልግም፤ አሜሪካንን እንደገና ታላቅ እናደርጋታለን "። ይህን ሳነብ አስደንግጦኛል፤ ነገሩ

ስሜት የማይሰጥ ብቻ ሳይሆን፤ ከአሜሪካ እሴት ጋር ፈፅሞ የማይጣጣም ነው። ያም ሆነ ይህ፤ እላይ እንደጠቀስኩትና ስለ እሴቶች ሳነሳ እንደተነጋገርነው፤ አንድ ነገር የጋራ እሴት ስለሆነ ብቻ፤ ሁሉም ሊቀተለው ይገባል ማለት አይደለም።

ሌላው፤ ከህገወጥ(ህጋዊ ካልሆነ) የስደተኛ ጉዳይ ጋር ተያይዞ፤ በሀገሪቱ ውስጥ የሚን-ተከተክ ሌላ አሳሳኝ ነገር አለ፤ አንዳንድ ሰዎች በጣም ጸያፍ ቃላቶችን ሲወረውሩ ታገጮቻዋላችሁ- "ወደ መጣህበት ተመለስ " ሲሉ ይሰማሉ፤ ይህ ደግሞ ቤተኝነትን (be-longingness) ያበላሻል። ይገባኛል፤ እዚህ ላይ ነው እንግዲህ ነቀፋን አስርን የማያስገባ፤ ወፍራም የአዞ ቆዳ ሊኖራችሁ የሚገባው፤ ምክንያቱም በአሜሪካ ያለው አብዛኛው ህዝብ ይህን አይቀበልም። ዘሬ ላይ፤ በስደተኞች ጉዳይ አያያዝ፤ አብዛኛው አሜሪካውያን በድንጋጤ ተውጠዋል፤ ነገሩን የከፋ የሚያደርገው ደግሞ፤ በዚህ እርከን የሚገኙ ጥቂት አሜሪካኖች፤ በህጋዊና ህገወጥ ስደተኝነት መካከል ያለውን ልዩነት ስለማያውቁ፤ ሁሉንም ስደተኞች አንድ ላይ በጅምላ መፈረጅና ማጥቃት ይቀላቸዋል።

እነዚህን ሰዎች በየእለቱ የህይወት እንቀስቃሴያችሁ ውስጥ የምታገጮቸው ከሆነ፤ በዚህ እርከን ውስጥ እንደሚገኙ አስተውሉ፤ የሆኑትን የሚሆኑት፤ ስለሚፈሩና ስለሚሰጉ ነው፤ ለማግበራራት አትሞክሩ፤ ወይም በግላችሁ የተቃጣባችሁ ጥቃት አታድርጉት። ለነሱ የህልውና ጉዳይ አድርገው ነው የሚያስቡት፤ ስለዚህ ከነሱ መራቅ እና ከሚቀበዷችሁ ጋር ህብረት ማድረግ ይኖርባችኋል።

ማቅለል / አቅልሎ ማየት

በማቅለል / አቅልሎ በማየት / እርከን ውስጥ ያሉ ሰዎች፤ በባህል ልዩነቶች መኖር ስጋት የሚገባቸው ቢሆንም፤ በተቻላቸው መጠን ሁሉም ከማያመሳስለው ይልቅ የሚያመሳስለው ብዙ ነገር አለ ብለው ራሳቸውን የሚያሳምኑና፤ ነገሩን ለማቅለል / አቅልሎ ለማየት (ሚኒማይዝ) የሚሞክሩ ናቸው። በሌላ ባህል ውስጥ የሚገኙትን፤ አቅጣጫ እንደጠፋባቸው፤ የበታችና ያልታደሉ አድርገው አይ-መለከቷቸውም። እነዚህ ሰዎች የባህል መረዳትን ያላዳበሩ ቢሆንም፤ ነገር ግን

ከሁሉም ጋር አብረው መኖርን የመረጡ ናቸው። ምክንያቱም ሁሉም ባሀሎች በመሰረታዊነት ተመሳሳይነት አላቸው ብለው የሚገምቱ ሲሆን፤ ነገር ግን ግምታ-ቸውን ባህላዊ አውድ አስይዘው ስለማይሰፉት ውድቅ ይሆንባቸዋል። ቢሆንም፤ ይህ እርከን ከጭፍን ተቃውሞ/ ከውግዘት/ እና ራስን ከመከላከል የተሻለና ቀና ነው--ለቀጣዩ ጉዞም ብልጭታን ይፈነጥቃል።

የብሔር -አካታችነት

ቅቡልነት

በዚህ የብሄር አካታች ወደሆነው የመጀመሪያው እርከን ስንመጣ፤ ሰዎች የሌላውን ባህል እውቅና የሚሰጡና፤ ከያዙት ንፅረተ- አለም ውጪ ሌላ አማራጭ መገኘቱን እንደ በጎ አስተዋፅኦ የሚቆጥሩ ናቸው። እዚህ እርከን ውስጥ የሚገኙት፤ ሰዎች ሁሉ ከነሱ እንደሚለዩ በፀጋ የሚቀበሉና ሌሎች የእሴት ስርአቶችና የባህሪ ህግጋት መኖራቸውን ሊክዱት የማይችሉት ሁቅ መሆኑን የሚገነዘቡ ናቸው። ከባህል አውዱ ጋር የራሳቸውን ባህሪ ለማጣጣም ገና ቢሆኑም፤ የሌሎችን ባህል ስጋት፤ ስህተትና የበታች አድርገው አያዩም። ይህ የቅቡልነት ደረጃ ፤ የባህል ጥገኝነት የሚንፀባረ-ቅበት አስተሳሰብና ልዩነቶችን፤ ጥሩም መጥፎም ሳይል፤ ይልቁን የህይወት ገፅታ አንድ አካል አድርጎ የመቀበል ዝንባሌ ያለው አስተሳሰብ ነው።

ከዚህ በፊት በህልምና ፍቺ ጉዳይ የሰጠሁት የቻይና ተምክሮዬም፤ ከእዚህ ጋር የሚጣጣም ይመስላል። የሌሎችን ንፅረተ አለም ትቀበላላችሁ ወይም እንደኔ የህልም ተምክር፤ የሌላው ባህል ከእናንተ በመለየቱ ብቻ ስህተት ነው ብላችሁ ከመፈረጅ ትታቀባላችሁ። ይህ እርከን፤ አለምን ለመመልከት የእድል በር ይከፍታል፤ በሌሎች እይታ ውስጥ ሆናችሁ፤ ስለተቀረው አለም ያላችሁን አመለካከት ከመቼውም በላይ እንድታሰፉና እንድታዩ ይረዳችኋል።

ራስን ማላመድ

ራስን በማላመድ ወቅት፤ ሰዎች ባህላዊ ልዩነቶችን፤ እንደጠቃሚ ግብአቶች መመ-
ልከት ይጀምራሉ፤ ምክንያቱም፤ የልዩነቶችን አዎንታዊ ገፅታ በማየት፤ ሰዎች
በአካባቢያቸው ካለው የተለየ የባህል ህግጋት ጋር አዛምደው፤ ራሳቸውን የሚያላ-
ምዱበት ስለሆነ ነው።

ስለ ቀለም መጥቆር የሰጠኋችሁ ምሳሌ እዚህም ላይ የሚስማማ ይመስላል። እኔ በቻይናዎች
ባህሪ ላይ ከነበረኝ አሉታዊ አመለካከት ነፃ ከወጣሁ በኋላ፤ ይህንኑ ለበን ቀይሬዋለሁ።
ከነርሱ ጋር በመኖር ያሉብትን አለም፤ ስነጠበብ፤ ውብ ባህላቸውንና ስልጣኔያቸውን ማድነቅ
ጀመርኩ፤ ቻይና ውስጥ መኖሬን ወደድኩት፤ ከሀገሬው ተወላጆችም ጋር ትርጉም ያለው
ግንኙነት ማዳበር ቻልኩ፤ ሌላው ቀርቶ፤ ለሁለት አመት ቆይታዬ ስንቅ ሆኖ ያገዘኝን፤
አንዳንድ ቋንቋቸውን ሳይቀር ለመልመድ በቃሁ።

አብዛኛው አሜሪካ ውስጥ ያለው ህዝብ፤ በዚህ እርከን ውስጥ የሚካተት ነው። የተለያየ
ሀገር ባህል አመጋገብን ሳይቀር ይሞክራሉ፤ ከሌላ ሀገር መምጣታችሁን ስትነግሯቸው በጉጉት
ይመለከቷችኋል፤ ያደምጧችኋልም፤ ታሪካችሁንና የባህል ዳራችሁን ለማወቅ ይወዳሉ፤ ምክ-
ንያቱም፤ ለብዙሀነት ዋጋ ይሰጣሉ።

ውህደት

ውህደት፤ ከብሄርተኝነት / ብሄር-ተኮርነት/ ርቆ የሚገኝ፤ የመጨረሻው አርከን
ነው። በዚህ እርከን ውስጥ የሚገኙ ሰዎች፤ ማንነት በባህል ላይ የሚመሰረት እን-
ዳልሆነ የሚቀበሉ ናቸው። አንድ ጊዜ ሰዎች ውህደት ሲጀምሩ፤ ያለምንም ድካም
በደመነፍስ ፤ በተለያያ ንፅረተ- አለም እና የባህል ብዝሀነት መሀል እያፈራረቁ
ማየትና መኖር የሚችሉ ናቸው። እነዚህ ሰዎች ምንም እንኳን፤ የራሳቸውን ባህላዊ
ዘይቤ የሚጠብቁ ቢሆኑም፤ የሌሎችንም ባህል ከራሳቸው ጋር በቀላሉ ለማዋሀድ
የሚጥሩ ናቸው።

አንዴ የባህል ልዩነቶችን በአካታችነት ማየትና ማዳበር ስትጀምሩ፣ ያለምንም ጥርጥር የመንታ ባህል ባለቤት ትሆናላችሁ፤ በባህል ልዩነት የምትደሰቱና ከሁለገሬው ባህል ባህሪያት ጋር፤ ያለ ብዙ ውጣ ውረድ፣ ራሳችሁን አግባብታችሁ መኖር ትጀምራላችሁ። የእናንተ የባህል ትስስርና ንታት፣ ሌሎችም እናንተን የሚያዩበትና የሚያስተናግዱበት አስተሳሰብ ላይ፣ አዎንታዊ ተፅእኖ ያሳርፋል።

ወደዚህ እርከን ደረጃ የምትደርሱት ለመማር ካላችሁ ፈቃደኝነት፣ ለአዳዲስ ነገሮች ካላችሁ ጉጉትና መሻት፣ እና ራሳችሁን ከምታስቀምጡበት ስፍራ ላይ ተመስርቶ ይሆናል፤ ነገር ግን ሁላችንም እዚህ ደረጃ ላይ የመድረስ አቅሙ/ ብቃቱ/ አለን። በዚህ እርከን ውስጥ ማለፋችሁ እንደማይቀር ቀደም ብላችሁ የምታውቁ ከሆነ/ መረዳቱ ካላችሁ / ሂደቱን ውብ ሆኖ ታገኙታላችሁ። ምን እየደረሰባችሁ እንዳለና፣ ምን እንደሚያጋጥማችሁ አስቀድማችሁ የማታውቁ ከሆነ ግን ሊያማችሁና ሊያስደነግጣችሁ ይችላል፤ ምክንያቱም ምን እየሆናችሁ እንደሆነ ስለማታውቁ። ከአንዱ እርከን ወደ ሌላው እርከን ከመሻገር ትታቀባላችሁ። ለምን ቢባል የምታውቁትን ማንነታችሁን የምታጡት ይመስላችኋል።

ለኔ የመጀመሪያዎቹ ሶስት ደረጃዎች አድካሚና ስቃይ የሞላባቸው ሲሆኑ፣ የመላመዱ ክፍልም አንዳንዴ ትንሽ ከበድ ሳይለኝ አልቀረም፤ ያም ሆነ ይህ ግን፣ የማልፍበትን እርከን ማወቅ ስጀምርና እየተንዘኮ ያለሁበትን ጎዳና ስረዳ፣ ትግሌን /መፍጨርጨሬን / አቆምኩ።

ሙሉ በሙሉ ተዋሃዱ ማለት፤ የራሳችሁንና የማህበረሰባችሁን እሴት እርግፍ አድርጋችሁ ተው ማለት አይደለም፤ ይልቁን፣ በማህበረሰባችሁ ውስጥ ጠንካራ መሪ መሆን ይጠበቅባ- ችኋል። ምክንያቱም የናንተ አመለካከት/ ንፅረተ አለም/ አድማሱ ሰፊ ስለሆነ፤ ነገሮችን የምትመለከቱት ከአንድ አንፃር ብቻ ሳይሆን በብዙ አቅጣጫ ስለሚሆን፤ አይን ከፋቾች ልትሆኑ ትችላላችሁ።

በዚህ ብቻ አታበቁም፤ በሰፈው የአሜሪካን ባህልም ውስጥ ግንባር ቀደም / መሪ ሆናችሁ መገኘት ትችላላችሁ፤ የአሜሪካንን ባህል ከአሜሪካውያን እይታ ብቻ ሳይሆን፤ ከራሳችሁም እይታ አንፃር ማየት ስለምትጀምሩ፤ ለምትኖሩባት ለዚህች ሀገር ስጦታም፤ በረከትም ትሆና-

ላችሁ፤ ከብዙዎችም ዘንድ ከበሬታን ታተርፋላችሁ። ችግሮችን ከተለያየ አቅጣጫ መቃኘት ስለምትችሉ፤ ሰዎች አመለካከታችሁንና የዳበረ እይታችሁን፤ ከፍተኛ ዋጋ ይሰጡታል።

በዚህ እርከን ውስጥ ስትገኙ የሀገሪቱ ባለቤት እንደሆናችሁና፤ ከዚያም በላይ በገዘፈ መልኩ ራሳችሁን የምትመለከትበት ወቅት ነው፤ በዚህ ጊዜ ለሰፈ እይታ ወገባችሁን የታጠቃችሁበት፤ በጉጉትና በአግራሞት የታጨቃችሁበት እና እምነትን በራሳችሁ ላይ ያዳበራችሁበት በመሆኑ፤ ጠንክራችሁ ከሰራችሁ ምንም ይሁን ምን፤ የአሜሪካን ህልማችሁን የምትጨብጡበት / የምትደርሱበት/ መሆኑን ትገነዘባላችሁ።

አሁን እነዚህን የውህደት አርከኖች/ ደረጃዎች/ ያወቃችሁ ስለሆነ፤ ነገሮች ተጨባጭ ይሆኑላችኋል። ከእንግዲህ በሚሆንባችሁ ነገር በጥያቄ አትወጠሩም፤ በውህደት ሂደት የተለያዩ የእርከን ደረጃዎችን እያለፋችሁ እንደሆን ስለሚገባችሁ፤ የምታልፋባቸው ጎዳናዎች የሂደቱ አካል መሆናቸውን ከመገመት ውጪ አያሳስቧችሁም።

ቀስ በቀስ የምታራግፏቸው ልማዶችና ተሞክሮዎች፤ ጉዞአችሁን በቀጠላችሁ ቁጥር ህመ_ማቸው እየቀነሰ/ አያሚሸሽ / መሆኑን እያተረዳችሁ ስትመጡ፤ ወደስኬት የሚወስደው ጎዳና ግልጥልጥ ብሎ ይታያችኋል፤ ወደ ህልማችሁ ጥግ እየደረሳችሁ እንደሆነ ይታወቃችኋል። አሁን ጨለምተኞች ተጠግተዋችሁ " አሜሪካ ውስጥ ራስህን/ራስሽን ለማዳን ከፈለግክ / ከፈለግሽ፤ ይህን አድርግ/አድርጊ፤ ይህን አታድርግ/አታድርጊ " ሲሏችሁና ብሶታቸውን ሲያስተጋቡባችሁ አትቀበሏቸውም - ራሳችሁ የምታልፉበት የልምድ ማጣቀሻ ስላላችሁ አት-ሰሟቸውም፤ ይልቁን በምን ደረጃ ላይ እንዳሉ ትገነዘባላችሁ። ስለዚህ፤ ከነሱ የሚጠቅማችሁን ምክር ለመውሰድና የማትፈልጉትን ለመተው ትወስናላችሁ።

የባህል ውህደት በሁለት መንገድ እንደሚሰራ አትዘንጉ። በአሜሪካም ሆነ አሁን ባላችሁበት ሀገር የሚኖሩ ህዝቦችም፤ ብዙ ስደተኞች እየኖሩበት ካለው አጠቃላይና አሳታፊ አዲስ ባህል ጋር ራሳቸውን ማዋሀድ አለባቸው። ይህንን ከተረዳችሁ፤ በነሱ ከመፍረድና አሉባልታ ከማውራት፤ እንዲሁም ሊገነዘቡችሁ ባለመቻላቸው እንደ ስህተተኛ ከመቁጠር ይልቅ፤ እነሱም እንደናንተው በሂደት ላይ መሆናቸውን ተረድታችሁ ልታዝኑላቸው ትችላላችሁ። እናንተ

የደረሳችሁበት እርከን /ደረጃ/ አልደረሱ ይሆናል፤ ነገር ግን እነሱም በተመሳሳይ ሂደት ውስጥ እያለፉ እንደሆነ፤ ልታስታውሱ ይገባል፤ ሁሉም በራሳቸው ጊዜ ወደ ሂደቱ ስለሚገቡ አያስጨንቅም።

ያም ሆን ይህ ግን፤ አንድ ነገር ላሳሰብ እወዳለሁ፤ አንዳንድ ሰዎች በመጀመሪያዎቹ ሁለት የእርከን ደረጃዎች ውስጥ ለብዙ አመታት ተጣብቀው ሊቀሩ ይችላሉ፤ ተስፋ አትቁረጡ፤ ወደሚቀጥለው እርከን ለመሸጋገር የተቸገሩበትን፤ ወይም ደግሞ ሙሉ በሙሉ ለመዋሀድ ያልቻሉበትን ምክንያት አላወቃችሁ ይሆናል። እናንተ ማድረግ ያለባችሁ የራሳችሁን ድርሻ መወጣትና፤ ሙሉ በሙሉ ውህደት መፈፀማችሁን ማረጋገጥ ብቻ ነው።

ሰዎች፤ እነርሱ ለብዙ አመታት ማድረግ ወይም መወጣት ያልቻሉትን፤ ሌሎች ተወጥተውት ሲያዩ ውስጣቸው ይነሳሳል። ሰዎች እንዴት እንዳጠፉ(እንደተሳሳቱ)፤ እንዴት አንድ ቦታ ተቸክለው እንደቀሩ፤ ወይም ህይወታቸውን እንዴት መምራት እንዳለባቸው አትንገሯቸው፤ ሰዎችን ለማሳመን አትጣሩ ፤ ይልቁን የራሳችሁን የቤት ስራ እየሰራችሁ፤ ውህደታችሁን በሙላት አጠናቅቁ። ከዚያ በኑሯችሁ ምሳሌ ትሆናላችሁ ፤ በዙሪያችሁ ያሉ ሰዎች እናንተን በመመልከት ብቻ፤ መንገዳቸውን ሲለውጡና ሲያስተካክሉ ስታዩ ትደነቃላችሁ።

አሁን የትኛው እርከን ላይ እንዳላችሁ ለማወቅ፤ ቀላል እንደሆነላችሁ እገምታለሁ፤ በሁለት እርከኖች መካከልም ትገኙ ይሆናል፤ ያም ቢሆን ችግር የለውም፤ የት ቦታ እንዳላችሁ እስካወቃችሁ ድረስ በተለያዩ ጊዜያት፤ በተለያዩ እርከኖች ውስጥ ልትገኙ ትችሉ ይሆናል። እኔም አንዳንዴ ከእርከን ወደ እርከን በምሸጋገርበት ወቅት አመነታ/ እጠራጠር እንደነበር አስታውሳለሁ፤ ምክንያቱም መስመሩ ቀጥተኛ አይደለምና።

ከዚህ መፅሀፍ ጋር ጉዞ ስትጀምሩ፤ ከእንዱ እርከን ወደ ሌላው የምታደርጉት ሽግግር ቀላል፤ ፈጣንና ደስ የምትሰኙበት ሆኖ ታገኙታላችሁ ብዬ ተስፋ አደርጋለሁ። እኔም ጉዞ-አችሁን በጉጉት እከታተላለሁ።

የስደትን ኑሮ እንዴት እናሽንፍ?

ምዕራፍ 2

ዋነኞቹ አራት ህይወትን ማስቀጠያ ፍላጎቶች

ወደ አዲስ ቦታ ስትዛወሩ ፍላጎቶቻችሁ ይጨምራሉ። አዲሱ አለም፤ ከቀደመው ዓለም ጋር ይቀያየጥባችኋል፤ ቀደም ሲል ቀላልና የተለመደ የነበረው ሁሉ ከቦታው ይጠፋል፤ ከሀገር የወጣችሁት አዲስ ስራ ለመፈለግ፤ ወይም ደግሞ በስራ አጥነት ተሰድዳችሁ፤ ወይም ጥገኝነት ጠይቃችሁ ሊሆን ይችላል። በምንም ይሁን ምን ግን፤ በህይወት መቆየት የሚያስችሏችሁ ብዙ ፍላጎቶች ከፌት ለፌት ተደርድረው ይጠብቋችኋል።

ወደ አዲሱ ሀገራችሁ ስትዛወሩ፤ ስራ ያለው ወይም በተደላደለ ኑሮ ውስጥ ያለ የቅርብ ቤተሰብ፤ ወላጅ ወይም ዘመድ መኖሩ ይጠቅማችኋል። አነዚህ ቤተሰቦችና ጓደኞች፤ ትክ-ክለኛውን አቅጣጫ ወዲያው ይጠቁሟችኋል /ያሳዩዋችኋል /። እናንተም ምንም እንኳን ከእንግድነት ስሜትና ህመም (pain) የምትርቁ ባይሆንም፤ በተለያየ መልኩ ከተዘረጉት ድጋፍ ስጪ አካላት የተነሳ፤ ሽግግራችሁን በቁጡ መምራት ወይም ማሳለጥ ትችላላችሁ። ያም ቢሆን፤ እናንተም እንደ አብዛኞዋቻችን ከሆናችሁ፤ ጉዞው ቀላል ላይሆን ይችላል።

43

አብዛኛውን ጊዜያችሁን፣ ግብዓቶቻችሁንና ገንዘባችሁን በሚጠይቅ የውህደት ሂደት ውስጥ ስታልፉ፣ አንዳንድ ነገሮችን ግምት ውስጥ ማስገባት ይኖርባችኋል። ያም ቢሆን ግን፣ ወደ አዲሲቱ ሀገራችሁ ስትገቡና ገና መሬቱን ስትረግጡ፣ አስቸኳይ የሆኑ አራት ዋነኛ ህይወትን ማስቀጠያ ፍላጎቶች ይጠብቋችኋል።

ዋነኛ ፍላጎት:- 1፡ መገናኛ (ተግባቦት)

ከመገናኛ / ተግባቦት / ዘዴዎች ዋነኛውና አስፈላጊው፣ ከአንድ ቦታ ወደ ሌላው መረጃ ማስተላለፍ ነው፤ ይህ ከአንዱ ወደ ሌላው መረጃ የሚተላለፍበት የመገናኛ ዘዴ ደግሞ ብዙ ስለሆነ፣ መገናኛን ውስብስብ ርዕስ ጉዳይ ያደርገዋል።

አራቱ ዋነኛ የመገናኛ / የተግባቦት / ዘዴዎች (Modalities)

- **ንግግር** (Verbal):- የፊት ለፊት፣ የስልክ እና ሌሎች ሚዲያዎች

- **ንግግር አልባ** (Gesture):- በምልክቶችና በአጠቃላይ የአካል እንቅስቃሴ የሚደረግ የሀሳብ ልውውጥ (Body Languages)

- **ፅሁፍ** (Written):- መፃህፍት፣ መፅሄቶች፣ ደብዳቤዎች (መልዕክቶች)፣ በበይነ መረብ የሚተላለፉ የማህበራዊ ሚዲያ መልዕክቶች

- **ምስላዊ** (Visualization):- ስዕሎች (Drawings)፣ ሰንጠረዦች (Charts) ወዘተ...

ፕሮፌሰር አልበርት ሞራቢያ፣ እ.ኤ.አ. ከ1960 ዓ.ም ጀምሮ ስለ መገናኛ ዘዴዎች ግንዛቤ ለማስጨበጥ የሞከረ ፈር ቀዳጅ ምሁር ነው። እንደ ፕሮፌሰር ሞራቢያ ቀመር /ስሌት / መገናኛ፣ ሰባት በመቶ ብቻ በንግግር የሚገለፅ ሲሆን፣ ዘጠና ሶስት በመቶው ግን፣ ንግግር አልባ ነው ይለናል። ንግግር አልባው የመገናኛ ቋንቋ በምልክት / በሰውነት እንቅስቃሴ /(Body Language) የሚገለፅ ሲሆን፣ ይህም ሃምሳ አምስት በመቶውን ይይዛል፤ የድምፅ ቃና / ቅላፄ / (Tone Of Voice) ሰላሳ ስምንት በመቶውን ይይዛል። ስለ ፕሮፌሰር

አልበርት ሞራብያን ስራዎችና ምርምሮች ይበልጥ መረጃ ከፈለጋችሁ በዚህ ዌብ ሳይቱ ማግኘት ትችላላችሁ፦ http://www.kaaj.com/psych/

ያ ማለት ግን፤ በንግግር የሚደረግ ግንኙነት፤ እርባና / አስፈላጊነት / የለውም ማለት አይደለም፤ ማንኛውንም ቋንቋ በመጠቀም ግንኙነት ማድረግ፤ አስፈላጊ መሆኑ መታወቅ ይኖ-ርበታል። ነገር ግን ከተነሳንበት ጉዳይ ጋር ስናያይዘው፤ ወደ አሜሪካ ስትመጡ መማር ያለ-ባችሁ የንግግር ቋንቋን (Verbal) ብቻ ሳይሆን፤ ንግግር-አልባውንም (Non-Verbal) ቋንቋ መማር እንደሚገባ ልገልፅላችሁ እወዳለሁ። ይሄ ደግሞ የራሱ የሆነ ተግዳሮት አለው፤ ምክን-ያቱም በሀገራችሁ ከምታውቁትና ከተለማመዳችሁት ንግግር-አልባ ቋንቋ፤ የተለየ ሊሆንባችሁ ይችላል፤ ምናልባትም አንዳንዱ ጭራሽ ተቃራኒ ትርጉም ሊኖረው ይችላል። ስለዚህ የእን-ግሊዝኛውን ቋንቋ ስትማሩ፤ ጎን ለጎን ንግግር-አልባውንም መማርና ማወቅ ተገቢ ይሆናል፤ ይሄ ደግሞ፤ የትም ሀገር ስትሄዱና የዚያን ሀገር ቋንቋ ስትማሩ የሚያጋጥማችሁ ተጨባጭ እውነታ ነው።

በአስመራ ዩኒቨርስቲ የ3ኛ ዓመት ተማሪ ሳለሁ፤ ካልቸራል አንትሮፖሎጂ የሚባል በጣም የምወደው ኮርስ ነበር። ፕሮፌሰራችን ሲያስተምሩን፤ ባንዳንድ ባህል ለምሳሌ እንደ ቲቤት ባሉ ሀገራት፤ ምላስን አውጥቶ ሰላም ማለት የተለመደና ቅቡልነት ያለው የሰላምታ አሰጣጥ ዘይቤ ነው። በአብዛኛው ሀገር ግን ይሄን መሰል ድርጊት፤ እንደ ስድብ ይቆጠራል። እኔና ጓደኞቼ ሌላን ሰው በዚህ መልኩ ሰላም ብንለው ምን ዓይነት ስሜት ይፈጥርበት እንደሆን ለማወቅ ብለን፤ እርስ በእርስ ምላሳችንን እያወጣን ሰላም መባባል ጀምረን እንደነበር አስታውሳለሁ። ለሳምንት ያህል ከምከርነው በኋላ፤ በጣም አስቂኝ ሆኖ ከማግኛታችንም በላይ፤ በሁለት የተለያዩ ባህሎች መካከል የሚኖር ንግግር አልባ / የምልክት / ግንኙነት፤ የሚፈጥረው የአተረጓጎም ልዩነት ሳያስገርመን አላለፈም።

ስለዚህ፤ እናንተም ወደ አሜሪካ ሆነ ሌላ ሀገር ተዛውራችሁ ስትሄዱ፤ ስለ ሀገሪቱ ንግግር-አልባ ቋንቋ ሳትማሩ ቶሎ ለመፍረድ አትቸኩሉ። ይህንን ቋንቋ ለመማር፤ እንደእናንተው ፍቃደኝነትና የልብ ክፍትነት፤ ከአንድ እስከ አስር ዓመት ሊፈጅባችሁ ይችላል፤ ስለዚህ ይህንን አዲስ ክህሎት ለመማር፤ ርጋታና ትዕግስት ይጠይቃል።

ወደ አንድ ሀገር ስትሄዱ፤ ወይም እንደኔ በመልማት ላይ ካለ አንድ ሀገር ወደ አደገው የምዕራቡ ዓለም ስትንዙ፤ በመጀረም ልትሞሉ ትችላላችሁ። የምታዩት ሁሉ ይገንባችኋል፤ ጫጫታው (Noise)፤ ጨኸቱ (Loud)፤ የነገሮች ሁሉ ፍጥነት (Fast-Paced) ያውካ-ችኋል። በተለይ እንደ ኒውዮርክ ወይም ሳንፍራንሲስኮ ባሉ ትላልቅ ከተሞች፤ ይህ የተለመደ የህይወት ዘይቤ ነው።

ቀደም ሲል እንደጠቀስኩት፤ ወደ አሜሪካ እ.ኤ.አ. በ2004 ዓ.ም ከመምጣቴ በፊት፤ የመጀመሪያዋ ትልቋ ከተማዬ ቤጂንግ--ቻይና ነበረች። የራሴን ስሜት እንኳ፤ በቅጡ ልርዳው ያልቻልኩበት ወቅት ነበር። ውስጠኛውና ውጫያዊው ስሜቶቼ ሁሉ ባዕድ ሆነውብኝ ነበር። በየዕለቱ የማየው አዲስ ነገር ሁሉ ብርቅ ሆኖብኝ ገና የተሰማኝን ደስታ ሳልጨርስ፤ ወዲያው አዲስ በተፈጠሩብኝ ነገሮች መደናገጥ፤ በሰዎች ወይም በሁኔታዎች መረበሽ፤ ከለመድኩት ነገር በመለየቴም ናፍቆትና ሀዘን ይፈራረቁብኝ ነበር። የተሰሙኝን ስሜቶች ሁሉ ማገናዘብ ቀላል አልነበረም፤ ምክንያቴም እነዚህ ሁሉ ስሜቶች ባንዴ የተከሰቱ አልነበሩም። እነዚህን ውስጣዊና ውጫዊ ስሜቶቼን፤ እንዴት መቆጣጠር እንዳለብኝም ግንዛቤው አልነበ-ረኝም፤ በተለይ አጠገቤ ካሉ ሰዎች ጋር መግባባትና በመጠኑ መላመድ እስክጀምር ድረስ፤ ሂደቱ ሁሉ ከባድና ግራ አጋቢ ሆኖብኝ ነበር።

በዙሪያዬ ያሉት ሁሉም ዶክተሮችና ፕሮፌሶሮች ሳይቀሩ እንግሊዝኛ አይናገሩም፤ የት-ምህርት መገናኛ ስርዓታቸው፤ ቻይንኛ ነው። ስለዚህ፤ ሁሉም የሚናገሩት ቻይንኛ ወይም የማንዳሪን ቋንቋ ነው። እኔም አንዳንድ ወሳኝ ቦታ ለመሄድ ስፈልግ፤ አስተርጓሚ ይዤ እሄድ ስለነበር፤ አስተርጓሚዬ በእኔ ስትገረም፤ እኔ ደግሞ በእርሷና ቀውጢ በሆነው ከተማዋ እገረም ነበር። ከወር በኋላ፤ ወደ መጨረሻ መዳረሻዬ ዳሊያን--ቻይና፤ ሌሊቱን በሙሉ በባቡር ስንዝ አደርኩ፤ ከተማዋ አነስ ያለች ስትሆን፤ ከቤጂንግ እብደት ትንሽ ሰከን ትላለች፤ ነገር ግን ወደ ኋላ ትቼ ከመጣሁባቸው የአፍሪካ ከተሞች ጋር ስትተያይ፤ ቅልጥ ያለች ከተማ ናት። ዳሊያን ድምቅ ያለች፤ ያየር ፀባይዋ በጣም ቀዝቃዛ ሲሆን፤ ወደ ዳሊያን ከመምጣቴ በፊት በረዶ ፈፅም አይቼ አላውቅም ነበርና ለኔ አዲስ ክስተትና ልምምድ ነበር።

ቋንቋውም በጣም ይረብሸኝና ያስቀኝ ነበር፤ ምክንያቱ አይገባኝም፤ ስለዚህ ልቤ ይዝልና

ተስፋ እቆርጥ ነበር። በዚህ ላይ ደግሞ፤ ከተማው የራሱ ሽታ አለው፤ ይህንንም አልለመድ-
ኩትም፤ ለቋንቋውም ለባህሉም ባዕድ ስለነበርኩኝ፤ የዳሊያን ቆይታ የሚመቸኝ አልነበረም፤
ከሁሉ በላይ ደግሞ፤ ሁሉም ነገር ለእኔ አዲስ ስለነበር፤ ለማየው ማንኛውም ነገር የምሰጠውን
ምላሽ እንኳን ማገናዘብ አልቻልኩም፤ ከቅዞቱና ከትራፊክ ጫጫቱ የተነሳ እንቅልፍ ማጣት፤
ቶሎ ሆድ መባስ፤ ፍርሃት፤ ቁጣ፤ ጭንቀት፤ መደበት፤ ይጫጫነኝና ይፈራረቅብኝ ነበር።

በህፃንነቴ ነፃ ሆኜ ያደግኩ ስለነበር፤ በላዬ ላይ የሚጫንብኝን ማንኛውንም ተፅዕኖ ለመ-
ቀበል እቸገር ነበር። ስለዚህ የሚሰማኝን ሁሉ በነፃነት አደርጋለሁ። ንግግር አልባ / የአካል
እንቅስቃሴ / ቋንቋን መጠቀም፤ ቋንቋ ማጥናት፤ ቁልፍ የመግባቢያ ቃሎችን ለምሳሌ፡-
ይቅርታ ቋንቋውን መናገር አልችልም፤ ይህ ምን ማለት ነው? ፤ እንደ ምን ነህ/ነሽ? ፤ ለሀገሩ
እንግዳ ነኝ፤ እና በተለይ ደግሞ "በምግቤ ውስጥ ይሄ ቅመም (ሞኖሶዲየም ግሩታሜን -MSG
) አይግባ " ማለትን ተምሬ ነበር። ሞኖሶዲየም ግሩታሜን (MSG) ፤ በቻይና ምግብ ውስጥ፤
ምግቡ ጣዕምና ቃና እንዲኖረው የሚጨመር ማጣፈጫ ቅመም ሲሆን፤ እኔ ደግሞ ለዚህ
ቅመም አለርጂክ መሆኔን በኋላ ነው የተረዳሁት።

አንድ ወቅት ላይ ግንኙነቴ እየተሻሻለና እየዳበረ ሲመጣ፤ የተስፋ መቁረጥ መጠኔ እየቀነሰ
መጣ፤ ግንኙነት /ተግባቦት / በጣም ጠቃሚ ነገር ነው፤ ገልጬ ልጨርሰው አልችልም፤
ግንኙነት /ተግባቦት / ሁሉም ነገር ነው ማለት ይቻላል። ወደ 3ኛ ዓመት ዕድሜ የሚ-
ጠጋው ልጄ የሚነጫነጭ፤ የሚበሳጭ፤ ያገኘውን ዕቃ ከመሬት አንስቶ የሚወረውር እና
የሚያለቅስ ህፃን ነበር፤ ይህን ምልክት የሚያሳየው ደግሞ፤ አንድ ነገር ማግኘት ወይም
ማድረግ ሲፈልግ ነው። ፍላጎቱን የሚገልፅበትን መንገድ ግን አያውቀውም /አልተማረውም
/፤ ስለዚህ ጨኸትና ቁጣው የሚበርድለት ወይም ጋብ የሚልለት፤ ወደሚፈልገው ነገር
እያመለከተ ወይም እየጠቆመ፤ በዚህ መልኩ ተግባቦት ለመፍጠር ሲሞክር ነው።

እናንተም ወደ አዲስ ቦታ ስትዛወሩ የሚሰማችሁ ተስፋ መቁረጥ፤ ቁጣ ወይም ብስጭት፤
ለቅሶ ወይም ጨኸት እና አሉታዊ ስሜት ሁሉ፤ በዚህ ወቅት የሚጠበቁ ናቸው። ሰማችሁኝ?
ደግሜ እላለሁ፤ የሚጠበቁ ናቸው። አያስደንግጧችሁ። እኛም ልክ እንደ ህፃናት ስንናደድ፤
ሰዎች ላይ ልናምባርቅ (ልንጮህባቸው) እና በደምፍላት ዕቃ ልንወረውርባቸው እንችላለን።

አንዳንድ ሰዎች የጀርባ ታሪካችሁን ሳያውቁና ሳይረዱ፤ እንደ አዋቂ እንድትሆኑና እንድታ-
ደርጉ ይጠብቁባችኋል። ባህሪያችሁ እንደጠበቁት ሳይሆን ሲቀርና ሲለይባቸው፤ የአእምሮ
በሽተኛ አድርገው ሊቆጥሯችሁ ይዳዳቸዋል / ይከጅላቸዋል።

ስለዚህም አትጨነቁ፤ ነገሩን ስለማውቀው ይገባኛል፤ እኔም እዛ ውስጥ ነበርኩበት፤
ለአንዲት ደቂቃ እንኳ ሰዎች ጤነኛ አይደላችሁም ቢሏችሁ አትቀበሏቸው፤ መቶ በመቶ ጤነኛ
ናችሁ። ምናልባት ከአስቸጋሪ ሁኔታ ጋር ተላትማችሁ፤ ያንን ለማለፍ ራሳችሁን ከሁኔታው
ጋር ለማስማማትና ለማላመድ፤ የተቻላችሁን ጥረት እያደረጋችሁ ያላችሁበት ጊዜ ሊሆን
ይችላል። በአንዳንድ ሁኔታዎች ደግሞ፤ ጦርነትና ተመሳሳይ አስቃቂ ገጠመኞች ጥለውባችሁ
ያለፉት ስቆቃ ይኖርና፤ ያ ስቆቃ አሁንም ቁስሉ ስላላገገመና ጠባሳው ስላልሻረ፤ የተቀበረውን
አሉታዊና መራር ስሜት ፈንቅሎ አውጥቶት ሊሆን ይችላል። በዚህ ጊዜ ፤ ገጠመኞቻችሁ
ጥለውባችሁ ስላለፉት ጠባሳ፤ ከሚመለከታቸው የሀክምና ባለሙያዎች ጋር መነጋገርና ምክር
መጠየቅ አስፈላጊ ይሆናል። ከስነ-ልቦና ባለሙያዎች ጋር ሰርቼ ስለነበር፤ በአስቃቂ ጉዳት
የተነሳ የልብ /የአእምሮ/ ቁስል አልሸር ያላቸው በሽተኞች፤ በባለሙያ እርዳታ ተፈውሰው
አይቻለሁ። እናንተም በዚህ ውስጥ የምትካተቱ ከሆነ፤ ያደረባችሁ ስሜት ትክክል ነው፤
ነገር ግን ልትድኑ /ልትፈወሱ /ትችላላችሁ።

ምናልባት የአእምሮ ጤንነት ምርመራ አገልግሎት ሊያስፈልጋችሁ ይችላል፤ ይሄ ደግሞ
ይጠቅማችኋል እንጂ አይጎዳችሁም፤ ምክንያቱም አዳዲስ ክህሎቶችን በመማር፤ የማይጠ-
ቅሟችሁን ከሌሎች ጋር የማያግባቢችሁን፤ ችግር ውስጥ የሚከቷችሁን፤ ወይም ለአደጋ
የሚያጋልጧችሁን ልምድና ባህሪያት ለመተካት ያግዟችኋል። ባህሪን የምትለውጡበት፤
የአዲሱን ባህል አዳዲስ ደንቦችና እሴቶችን የምታውቅበቱና የምትለማመድበት፤ እንዲሁም
ራሳችሁንም በብቃት የምትገልፁበትን መንገድ ትማራላችሁ። ባህሉ ተገቢ ነው ብሎ የሚ-
ፈቅደውንና፤ ልክ አይደለም ብሎ የሚከለክለውን ማወቅና መረዳቱ ይጠቅማል። በዙሪያችሁ
ለሚካሄዱት ለውጦች እያሳያችሁት ያለው ምላሽ ተገቢ ነው፤ ስለዚህ ወገባችሁን ታጠቁ!።
ነገሩ ቀላል ነው እያልኩ አይደለም፤ እያልኩኝ ያለሁት፤ አዲስ ነገር ለመማር ዘና ብላችሁ
በጀብደኝነት መንፈስ ልታደርጉትና ልትወጡት ትችላላችሁ ማለቴ ነው። ለምን አይሆንም!

ችግር ውስጥ ስንገባ ከምንማር ይልቅ፣ ከወዲሁ ብናደርገው አይሻልም?። ስለዚህ እንግሊዝኛ / አሁን ያላችሁበትን ሀገር / ቋንቋ ተማሩ፣ ነን ለጎንም ንግግር-አልባውንም ቋንቋ ተማሩ።

እንግሊዝኛ / አሁን ያላችሁበትን ሀገር / ቋንቋ የመማሪያ ስልት (Strategies to Learn English)

- የእንግሊዝኛ / ያላችሁበትን ሀገር / ቋንቋ ለማወቅ ክፍል ገብታችሁ ተማሩ፣ ብቃ-ታችሁን እስክታረጋግጡ ትምህርታችሁን ላለማቋረጥ ለራሳችሁ ቃል ግቡ፣ አስተማ-ሪያችሁንም በየቀኑ ስላያችሁትና ስላጋጠማችሁ ንግግር--አልባ ግንኙነቶች ትርጉሙን ጠይቁ።

- በኢንተርኔት የሚገኙ የመረጃ ምንጮችን ተጠቀሙ፣ የሚነበቡ መፃህፍቶችን ግዙ፣ በድምፅ የተቀረፁ መፃህፍቶችንም ግዙና በሞባይል ስልካችሁ ወይም በምትሄድበት ሁሉ፣ ሲዲ ማጫወቻ በመጠቀም ልታዳምጧቸው ትችላላችሁ።

- አይን አፋር አትሁኑ።

- ልምምድ ብቁ ያደርጋል፣ ስለዚህ የምታገኙትን ዕድል ሁሉ ተጠቀሙበት። በስራዬ ላይ እንግሊዝኛን በሚገባ የሚረዱ፣ ብዙ ሰዎች አግኝቻለሁ፣ ነገር ግን ቋንቋውን መናገር ስለማይለማመዱ ይደነጋገራሉ። ለምታገኟቸው ሰዎች፣ ቋንቋ እየተማራችሁ እንደሆነ ንገራቸው ምናልባት ስህተት ብትሰሩ እንኳ፣ አስቀድማችሁ ይቅርታ ጠይቋቸው። ይሄ ደግሞ በንግግር ልውውጥ ወቅት፣ ሰዎች ችግራችሁን እንዲረዱና እንዲታገሱ ያደርጋቸዋል። ችግራችሁንም እንደራሳቸው ችግር እንዲያዩና ስህተት ብትሰሩ እንኳ፣ በጨዋነት ሊያስተካክሏችሁ ይምክራሉ።

- አዲስ ነገር ለመማር በምታደርጉት ጥረት ልትኮሩ፣ ራሳችሁንም ልታደንቁና ልታበ-ረታቱ ይገባል፣ ይሄ ደግሞ ሌሎች ተጨማሪ ነገሮችን ለመማር ይረዳችኋል።

• ስታዝኑ፤ ተስፋ ቢስነት ሲጫኔናችሁ እና ሲደብታችሁ ለሰዎች ንገሩ፤ ለሀገሩ አዲስ መሆናችሁንና በፍጥነት ለመማር በምታደርጉት ጥረትም፤ ዋጋ እየከፈላችሁ እንደሆነ ይረዱላችሁ። አብዛኛዎቹም የንግግራችሁን አውድ ሲያውቁ፤ ከምትጠብቁት በላይ ይገነዘቢችኋል፤ ሊረዱ ችሁ የማይችሉት ነገር ቢኖር፤ ከአውድ ውጪ በሆነ ስሜተኝነት የምታሳዩትን ግልፍተኝነት ብቻ ነው። በአጠቃላይ ሀቀኛ ሁኑ።

• አንድ አባባል አለ፦ ሮም በአንድ ቀን አልተሰራችም (አልተገነባችም)። እንደሀገሬው ሰው ለመናገር ጊዜ ይወስዳል። ለራሳችሁ ትዕግስት ይኑራችሁና፤ አሁን ለደረሳችሁበት ደረጃ ራሳችሁን አመስግኑ። አንዳንድ ሰዎች ዘመናቸውን በሙሉ 2ኛ ቋንቋ ሳይማሩ ዕድሜያቸውን ይጨርሳሉ፤ እናንተ ግን፤ ቢያንስ ሌሎች ሊያደርጉ ያልሞከሩትን እያደረጋችሁ ነው። በአጠቃላይ፤ ከአንድ በላይ የሆነ ቋንቋ የሚናገሩ ሰዎች አዋቂዎች / የተማሩ / ተብለው ስለሚቆጠሩ፤ አድናቆት ይቸራችዋል፤ ስለዚህ እናንተም የዚህ ዕድል ባለቤት ወይም ተጠቃሚ ሁኑ።

• ራሳችሁን ፈትኑ፤ ባላችሁ ነገር መርካት የለባችሁም፤ ደረጃ አንድ ላይ ደርሳችሁ ከሆነ ለደረጃ ሁለት፤ ደረጃ ሁለት ላይ ከደረሳችሁ ለደረጃ ሶስት ራሳችሁን አዘጋጁ።

እኔ ባሁኑ ወቅት ጣልያንኛ እያጠናሁ ነው፤ ለምን ቢባል፤ ጣልያን ሀገር ካሉት አማቾቼ ጋር፤ መነጋገርና መግባባት ያስችለኛል። አሁን ደረጃ አንድ ላይ ነኝ ፤ ወደ ደረጃ ሁለት እራሴን እያሳደግኩ ነው። አንድ ነገር ለማክናወን ራሳችሁን ስትፈትኑ ግባችሁ ላይ ባትደርሱ እንኳን፤ በራስ መተማመን ታዳብራላችሁ፤ ምክንያቱም ጉዞ ላይ ናችሁና።

በሚቀጥለው ምዕራፍ ስለ ግንኙነት (ተግባቦት) በጥልቀት እንዳስሳለን፤ ለአሁን ግን አዲስ እንደመሆናችሁ መጠን፤ እስካሁን ያገኛችሁት መረጃ ለጊዜው ያዘልቃችኋል የሚል እምነት አለኝ።

ዋነኛ ፍላጎት፡-2 - የመኖሪያ ስፍራ

Top Need # 2 — A Place To Live

የቀድሞ መኖሪያችሁን ለቅቃችሁ የወጣችሁት፤ በአዲሲቱ ሀገራችሁ ስራ አግኝታችሁ ከሆነ፤ ለጊዜው ቤትና ገንዘብ ተመቻችቶልዎት ከሆነ፤ ወይም ወደ መጡበት ሀገር የቤተሰብዎ አባላት ቀድመው የመጡና የሚኖሩ፤ እርስዎም ከእነርሱ ጋር ተቀላቅለው ለመኖር ከሆነ፤ ይሄ ትልቅ ዕድል ነው! ታድለዋል! ፤ ይህን ክፍል ዝም ብለው ሊያልፉት / ሊዘሉት / ይችላሉ። ለተቀረነው ግን፤ በአዲሲቱ ሀገር ትልቅ ፈተና ሆኖ ብቅ የሚለው፤ እራሳችንን ችለን የምንኖርበትን ስፍራ ማግኘት ነው።

ቀደም ሲል እንደጠቀስኩት ወደ አሜሪካ ሀገር ለመጀመሪያ ጊዜ ስመጣ፤ ከአይሮፕላን ማረፊያ የተቀበሉኝና ቀጥታ ወደ ቤታቸው የወሰዱኝ ዘመዶቼ ናቸው። የራሴ መኝታ ክፍል ተዘጋጅቶ ነው የጠበቀኝ፤ ስለዚህ እድለኛ ነበርኩ። ለሁለት ወራት ከቆየሁ በኋላ ግን፤ እራሴን ችዬ ለመውጣት የምኖርበትን ስፍራ መፈለግ ነበረብኝ ፤ የራሴ የምለውንም አገኘሁ። ይሄ ሂደት በተለይ በአሜሪካ ትላልቅ ከተሞች ውስጥ፤ ቀላል አይደለም።

በአዲሲቱ ሀገራችሁ፤ ሁሉም ሰው የጋራ ችግሩን መከፋፈሉ፤ መጠነኛ ዕረፍት ያስገኝ-ለታል። በእርስዎ ላይ የሆነው ሁሉ፤ በሌላውም ላይ፤ በአሜሪካን ተወልደው ባደጉት ላይ እንኳን ሳይቀር የሚሆን ነው። ስለዚህ በእንዲህ ያለ ችግር ውስጥ ያለፉት፤ እርስዎ ብቻ አይደሉም፤ ይሄ ደግሞ የተጠቂነት አስተሳሰብ እንዳይጠናወትዎና፤ ለምን እርስዎ ላይ ብቻ ይሄ ነገር እንደደረሰብዎ ከማውጠንጠን ይታደግዎታል። በእርስዎ ላይ ብቻ የሆነ አይደለም፤ የትም ባሉት ሁሉ ላይ የሚደርስ ችግር ነው። ወደ ነባራዊውና ተጨባጭ ወደሆነው የጋራ ማህበራዊ ችግር ውስጥ እገባ መሆኑን አመላካች እንጂ፤ እርስዎ ላይ ብቻ የተነጣጠረ ግላዊ ጥቃት አያድርጉት።

በዋና ዋና ከተሞች ለሚኖር ለአብዛኛው ህዝብ፤ መኖሪያ ቤት ማግኘት ትልቅ የኢኮኖሚ ጣጣ ነው። ካሊፎርኒያ የሚኖሩ ከሆነ " መኖሪያ ቤት " ብለው ጉግል ቢያደርጉ ይገረማሉ፤ በዚህ ከተማ መኖሪያ ቤት ምን ያህል ግዙፍ ችግር እንደሆነም ይማራሉ።

ከካሊፎርኒያ ውጪ ካሉ፣ በሚኖሩበት አካባቢ ያለውን የቤት ጉዳይ ለማሰስ ይሞክሩ። አሁን ቴክኖሎጂውም በእጃችን ስላለ፣ መረጃዎች ሁሉ በጣቶቻችን ጫፍ ላይ ናቸው፤ ይጠቀሙበት። ኢንተርኔት፣ ካፍቴሪያ ውስጥ ብቻ ከሚገኝበት ሀገር የመጡ ከሆነና ኢንተርኔት መጠቀም የሚያዳግትዎ ከሆነ፣ አካባቢዎ ወዳለ የህዝብ ቤተ መፅሀፍት ሄደው፣ አንድ ሰው ስለ መኖሪያ ቤት መረጃ ለማግኘት እንዲረዳዎ / እንዲያግዝዎ / ይጠይቁ።

የአካባቢዎ ቤተ መፃህፍት፣ ግሩም ግብአት ሊሆንዎ ይችላል። በብዙ ከተሞች ነፃ ከመሆናቸውም በላይ መፃህፍትና ኮምፒውተሮች ስላላቸው፣ ቢያንስ ለአንድ ሰአት ያህል መጠቀም ትችላላችሁ። ላፕቶፕ ካላችሁ ዋይፋይ ስለምታገኙ፣ የራሳችሁን ጥናት ለማድረግ ሞክሩ፤ ስለዚህ ምሳችሁን በሰሀን ሸክፉና / አድርጉና/፣ ካስፈለገም ራታችሁንም ያዙና፣ እዛው ከትማችሁ /አርፋችሁ / ጥናትና ምርምራችሁን ቀጥሉ። የዚህን መፅሀፍ አንዳንድ ክፍሎች ስፅፍ፣ እኔም በአካባቢዬ በሚገኘው ቤተ መፅሀፍት ውስጥ ሆኜ ነበር፤ ሁሉንም አይነት የነፃ አገልግሎትና ፈጣን መረጃዎችን የሚሰጥ ሲሆን፣ ለህፃናት የሚሆኑ ፕሮግራሞችም ነበሩት፤ ቤተ መፃህፍቱን ለተደጋጋሚ ጊዜያት ተጠቅሜበታለሁ።

የማህበራዊ አገልግሎት ሰራተኛ የሚያገኙ ከሆነ፣ በሚቀጥለው ጊዜ ስትገናኙ የሚያቀርቡላቸውን ጥያቄዎች ፅፈው ይያዙ፤ የሚያስፈልጉዎትን ግብአቶች እንዲያገኙ ይርዱዎት። ከማህበራዊ አገልግሎት ሰራተኛ ጋር መስራት እጅግ ጠቃሚ ነው፤ ሊሰሯቸው ያቀዷቸውንና በፅሁፍ ያሰፈሯቸውን ረዣዥም የስራ ዝርዝሮች፣ በቂ ጊዜ አግኝተው እንዲሰሩ ጊዜዎን ይቆጥቡልዎታል፤ እውቀታቸውንና ክህሎታቸውን ይጠቀሙበት።

የራስዎን ጥናት ያድርጉ! የመጀመሪያው ጥናትዎ፣ በአካባቢዎ ባለው የመኖሪያ ቤት ጉዳይ ላይ ይሁን፤ ይህንን በኢንተርኔት፣ በአካባቢው ማህበረሰብ፣ ወይም በዙሪያዎ ያሉትን ህዝቦች በመጠየቅ ሊያደርጉት ይችላሉ፤ ሰዎች የሚያውቁትን ሊነግሩዎት ፍቃደኞችና ደስተኞች ናቸው።

በሌላ ሀገር የሚገኝ የስደተኞች ካምፕ ውስጥ ሆነው፣ ወደ አሜሪካ ወይም ሌላ ሀገር ለመሻገር የሚጠባበቁ፣ ወይም ከሀገርዎ ለመውጣት ያሰቡና ያቀዱ ከሆነ፣ የበይነ መረብ

/ ኢንተርኔት / አገልግሎት በመጠቀም፤ ወደ አሰቡት ሀገር ከመድረስዎ በፊት፤ ጥናት አድርገው እንዲንቀሳቀሱ ያግዝዎታል። እኔ በቂ ጥናት አለማድረጌ ይቆጨኛል፤ ምክንያቱም የኔ ትኩረት እንደምንም ብዬ አዚህ ሀገር የምደርስበትን መንገድ፤ መቀየስ ላይ ብቻ ነበር ያረፈው።

እንደ ካሊፎርኒያ ያሉ በጣም ውድ ቦታዎች ለመዛወር ከፈለጉ፤ እነዚህን አማራጮች አስቡባቸው፦-

- ከዘመዶችዎ ጋር የሚቆዩ ከሆነና መቆየትዎ ችግር ከሌለው፤ ሌሎች የተሻሉ አማራጮች እስኪያጋጥሙዎት ድረስ ከነሱ ጋር ይስንብቱ።

- የክፍል ተጋሪ / የክፍል ጓደኛ / ይፈልጉ፤ ከዚህ ቀደም የሚያውቋቸው ሰዎች ካጋጠ- ሙዎት እሰየው ነው፤ ምክንያቱም ሰውዬውን/ ሴትየዋን ቀድሞ ያውቋቸዋልና ለመ- ግባባት ችግር አይገጥምዎትም። ነገር ግን የሚያውቁት ሰው ካጡና፤ ክፍል መጋራት/ የክፍል ጓደኛ መሆን የሚፈልግ ሰው ካለ፤ ከአካባቢዎ ጋዜጣ ላይ ለማሰስ ይሞክሩ። እንደ ክሬግሊስት craiglist www.craiglist.org. ያሉትን ዌብሳይት ከኢንተርኔት ይጠቀሙ። ጥንቃቄ ግን ያድርጉ፤ በተለይ በኢንተርኔት የሚያገኟቸውን ሰዎች በደንብ ይፈትሹ። በአለም ላይ ጥቂት የማይባሉ መጥፎ ሰዎች፤ በእርስዎ ሊጠቀሙ ወይም ሊያተርፉ የሚፈልጉ እንዳሉ ሳይዘነጉ፤ ብዙ መልካም ሰዎች መኖራቸውንም አይርሱ። በዙሪያዎ ያሉትን ይጠይቁ፤ ከሰዎች ጋር መነጋገርዎ ክፍል ተጋሪ/ ጓደኛ ለማግኘት የሚመረጥ አንዱ መንገድ ነው ፤ በዙሪያዎ ልክ እንደርስዎ ክፍል ተጋሪ/ የክፍል ጓደኛ ለመሆን የሚፈልጉ ብዙ ሰዎች ስላሉ፤ የማግኘት ዕድልዎ ሰፊ ነው። ይህ አሁን የምልዎት ደግሞ፤ ለብዙ ሰዎች ከባድ እንደሚሆን አውቃለሁ፤ ነገር ግን የሚቻልዎ ከሆነ ልብዎን ይክፈቱና ከእርስዎ ለየት የሚሉ ሰዎችን ለማግኘት ጥረት ያድርጉ። ከእርስዎ ውጪ የተለየ ባህል ያላቸውን ክፍል ተጋሪዎች/ የክፍል ጓደኞች/ መምረጥ፤ በሌሎች ባህል ላይ ያለዎትን አመለካከት የሚያስፋና፤ የእንግሊዝኛ ቋንቋ ክህሎትዎን የሚያዳብርልዎ ይሆናል።

• አብረው እየኖሩ ሊሰሩ የሚችሉበትን ሁኔታ ያጥኑ። ከአዛውንቶች ጋር መስራት የማ-
ይከብድም፤ ወይም ሀፃናትን የሚወዱ ከሆነ ፤ ብዙ ሰዎች አብረው እየኖሩ፤ ልጆችና
አዛውንቶችን የሚንከባከቡላቸውንና የሚይዙላቸውን ሰዎች መቅጠር ይፈልጋሉ። ይሄ
ደግሞ በሁለት በኩል ተጠቃሚ ያደርግዎታል፤ ስራም፤ ማረፊያም ያገኛሉ። ባንድ
ድንጋይ ሁለት ወፍ መምታት እንደ ማለት ነው።

• በአንዳንድ የተለየ ሁኔታ ደግሞ፤ ነገሮች እስኪመቻቹ ድረስ በአካባቢዎ በሚገኙ
መጠለያዎች መቆየት ይችሉ እንደሆን ያረጋግጡ። አንዳንድ መጠለያዎች ለአዳር
የሚፈቀዱ፤ ቀን ቀን መዋል ግን የማይቻልባቸው አሉ። ለጥቂት ወራት መጠለያ
ውስጥ የሰነበተና፤ ቀን ቀን ቤተ መፃሕፍት ይውል የነበረ አንድ ሰው፤ ታሪኩን እንዳ-
ጫወተኝ ትዝ ይለኛል። ቀን ቀን የስራ ማመልከቻዎችን ሲሞላና መኖሪያ ቤት ሲፈልግ
ረኽም ጊዜ የወሰደበት ቢሆንም፤ በኋላ ግን ጥሩ ስራና የሚገባባው የክፍል ተጋሪ
ማግኘት እንደቻለ ነግሮኛል። ከጥቂት አመታት በኋላም ትምህርት ቤት ገብቶ፤ በማ-
ህበራዊ አገልግሎት የትምህርት መስክ ባችለር ዲግሪውን በመያዝ፤ ሰዎችን መርዳት
የሚያስችለውን የተሻለ ስራ ለማግኘት በቅቷል። በአሁኑ ጊዜ እንዲያውም፤ ትዳር
መስርቶና ቤት ገዝቶ ደስተኛ ኑሮ እየመራ ይገኛል። ይሄ እንግዲህ አጫራረሱ ያማረ
የግለሰብ ታሪክ ነው። ይህ ሰው የአሜሪካ ህልሙን ለማሳካት ያሳየውን ጥንካሬና ብርቱ
ጥረት የማደንቀውና የማከብረው ነው። ዋናው ጉዳይ፤ እናንተም የትጋ እንደምትጀ-
ምሩት ሳይሆን፤ የትጋ እንደምትጨርሱት ነው ማሰብ ያለባችሁ፤ - ምንም ያህል ጊዜ
ይውሰድባችሁ፤ አያሳስባችሁ።

• አቅምዎን የሚመጥን ቦታ ይምረጡ፤ የሚፈልጉት አይነት ቤት ውድ ከሆነ፤ በአቅምዎ
የሚከፍሉት ቤት በአካባቢዎ ይፈልጉና፤ የተሻለ መክፈል እስኪችሉ ለጊዜው በዚያ
ይቆዩ።

በአሜሪካ ወጣቶች 18 ዓመት ሲሞላቸው፤ እንደነረመሱና ራሳቸውን እንደቻሉ ስለሚቆጠሩ፤
አንዳንዶቹ የወላጆቻቸውን ቤት ለቀው ለመውጣት ይገደዳሉ፤ ወላጆችም ልጆቻቸው ከጥ-
ገኝነት ነፃ እንዲወጡና የውጪውን አለም እንዲላመዱ ይፈልጋሉ። ታዲያ ወጣቶቹ ቤትና

ስራን በሚመለከት ብዙ ተግዳሮቶችን ይጋፈጣሉ። ሀብት ያላቸው፣ ወይም ብዙ መስዋዕ-
ትነት ከፍለው በማሳደግ ለተሻለ ህይወት የሚያበቁ ወላጆች ከሌሉ በቀር፣ የአቅርቦት ዕጥረት
ባየለበት በዚህ ሰፊ ዓለም ውስጥ፣ ወጣቶች ግራ ይጋባሉ።

የኑሮ ውድነት ጣጣ ከፍ ባለበት በዚህ ዘመን፣ ወጣቶች አንድ የሆነ ነገር ቋጥረው ራሳቸውን
ችለው እስኪወጡ ድረስ፣ ከወላጆቻቸው ጋር መቆየትን ይመርጣሉ። ብዙ ወላጆች ልጆቻቸው
የተሳካ ህይወት ያላቸው፣ ኃላፊነት የሚሰማቸውና ከጥገኝነት የተላቀቁ እንዲሆኑላቸው፣
ከህፃንነት ጀምሮ እየደገፉና እየቀረቡ ለማሳደግ ይጥራሉ።

ያም ሆነ ይህ ውስን አቅርቦት ያለባቸው ወጣቶች፣ እኛ ወደ አሜሪካ ስንመጣ እንደምና-
ደርገው ሁሉ፣ እነሱም እንዲሁ ማድረግ ይገደዳሉ። እነሱም ከወላጆቻቸው ቤት መውጣት፣
መኖሪያ መፈለግና ድጋፍ ሰጪ አካላትን መጠቀም ግድ ይላቸዋል። የነሱም ትግል ልክ እን-
ደኛው ነው። ምንም እንኳን የቋንቋ ጉዳይ ችግር ባይሆንባቸውም፣ ሌሎች ውጣ ውረዶችን
ግን እንደኛው መጋፈጥ ይጠበቅባቸዋል።

የተጠቂነትን ስነልቦና ከአእምሮአችሁ አስወግዱ። የተጠቂነት ስነልቦና፣ ሁሉ ነገር በእርስዎ
ላይ ብቻ የደረሰብዎ አድርገው እንዲቆጥሩ ያደርግዎታል። እርስዎ ግን፣ በዙሪያዎ ያሉ ሌሎች
የሚያልፉበትን እውነታ ለመቃኘት ይሞክሩ። በዚህ መንገድ፣ ራስዎን ከህዝንና ከቁዘማ
አውጥተው፣ መፍትሄው ላይ ትኩረት ማድረግ ይጀምራሉ። ጭንቅላትዎ፣ ሌሎች መፍትሄ
አድርገው የሄዱበትን መንገድ አስተውሎ ይጠቀምበታል። አብዛኛው ማህበረሰብ እንዴት
ነገሮችን እየተቋቋመ እንደሆነ ካልተረዱ፣ አመታትን በተጠቂነት ስሜት እየቆዘሙ ያሳልፋሉ።
በዚህ ዓይነት እስራት ውስጥ ስንገባ ደግሞ፣ ለችግሮቻችን መፍትሄ የሚያፈልቅ አእምሮ
አይኖረንም።

እኔን ጨምሮ አብሬ የስራጓቸው አብዛኛዎቹ ሰደተኞች፣ እኛ በምናልፍበት ጎዳና አሜሪ-
ካኖችም ያልፉሉ ብሎ ለመጠበቅና ለመገመት እንቸገራለን። ችግሩ የኛ ብቻ ይመስለናል።
ለደንበኞቹ፣ የማዉቀውንና መሬት የረገጠውን ትልቁን እውነት እንዲያዩት ለማድረግ ሁል
ጊዜ እጥራለሁ። እኔም በአሜሪካውያን ጓደኞቹ ላይ የደረሰባቸውንና የሚያልፉበትን ታሪክ

እንዳካፍል ሲፈቅዱልኝ፤ ለደንበኞቹ እንግራቸዋለሁ።

እነሱም ይሄን ሲሰሙ ድንጋጤ ፊታቸው ላይ እየተነበበ፦ " ምን?! እነሱ አዚህ የተወለዱ አይደሉም እንዴ? " ሲሉ ይጠይቃሉ፤ እኔም አዎን፤ ነገር ግን ይሄ እየተጋፈጣችሁት ያላችሁት ችግር፤ እናንተ ወደዚህ ስለመጣችሁ የተከሰተ ሳይሆን፤ የሀገሩቱም ማህበራዊ ችግር ነው እላቸዋለሁ። ሃሳባችሁን በዚህ መልኩ ስትቃኙት ትረጋጉና፤ ለፈጣን መፍትሄ የምትተጉ ትሆናላችሁ።

አንድ ጊዜ አእምሮአችሁ መፍትሄው ላይ ካዘነበለ በኋላ፤ የሚመጡላችሁን ልዩ ልዩ መፍትሄዎች በዝርዝር አስፍሩ። ወደ ራሳችሁ መኖሪያ ለመዛወር ገንዘብ እየቆጠባችሁ ወይም የክፍል ተጋሪ /የክፍል ጓደኛ / እስክታገኙ ዘመድ ወይም ጓደኛ ጋር በነፃ እየኖራችሁ ከሆነም፤ የምታቅዱትን አሁኑኑ ወስኑ። ያለ የሌለ ሀይላችሁን አሰባስባችሁ መፍትሄ ብላችሁ ወዳሰባችሁትም ጎዳና አቅኑ /ገስግሱ/። ይህን የመረጣችሁትን መፍትሄ ደግሞ፤ ለአሁን እንጂ፤ ለዘለቄታው የህይወት መርህ አድርጋችሁ አትውሰዱት።

በአንድ ነገር ላይ ወሳኝ አለመሆን፤ ለብዙ ነገር ከማጋለጡም ባለፈ፤ ኃይላችንን ይመጥና ለውጥረትና ግራ ለመጋባት ይዳርገናል። ስለዚህ ምንም ይሁን ምን፤ እባካችሁ ጥናት አድርጉ፤ ይሄ ይሰራልኛል ስለምትሉትና በጊዜው ማድረግ ስለምትችሉት ነገር፤ ለራሳችሁ ታማኝ ሁኑና ወደፊት ተንዙ፤ ቀላል አይደል?

ዋነኛ ፍላጎት # 3፦ ድጋፍ ሰጪ አካላት / ስርአት /

- Top Need # 3- A Support System

ድጋፍ ሰጪ አካላት / ስርአት / ማለት አንድን ሰው ለማገዝ፤ በገንዘብ ለመርዳት፤ በሳብ ለማበረታታት ወዘተ... የተሰባሰበ ቡድን ማለት ነው። ሌላው ገላፃ ደግሞ እንደሚለው፦-

በተሟላ መልኩ የተደራጁ ተቋማት፤ ለጋራ ትብብርና መረዳዳት፤ መደበኛ ባልሆነ መልኩ የተገናኙና፤ በአንድ አይነት ዘይቤ ለመመራት የሚያስችል ትስስር የፈጠሩ ግለሰቦች፤ የሚደ-

ራጁበት ስብስብ ነው ይለዋል። ስለ ድጋፍ ሰጪ አካላት/ ስርአት/ በዚህ ምዕራፍ መጨረሻ ላይ በዝርዝር አንወያያለን፤ ለአሁን ግን ለአሜሪካ ወይም አሁን ላላችሁበት ሀገር አዲስ ከሆናችሁ፤ የድጋፍ ሰጪ አካላትን / ስርአትን / ጠቀሜታ መረዳት አስፈላጊ ይሆናል።

ሰዎች ማህበራዊ እንስሳዎች ናቸው።- ወደድንም ጠላንም ስንወለድ ጀምሮ በሰዎች ተከበናል። ሆስፒታል ውስጥ ሆነ ቤት ውስጥ፤ የትም ብንወለዱ ሰው አጠገባችሁ አለ፤ ወደ እዚህ አለም ስትመጡ፤ ሌላው ቢቀር እናታችሁ አጠገባችሁ ነበረች፤ ከዛም ባለፈ፤ እንኳን ደህና መጣችሁ ብለው በደስታ ሊቀበዷችሁ ያስፈሰፉ ብዙ ሰዎች፤ ምናልባትም ቤቱን ሞልተው አመጣጣችሁን ይጠባበቁ ነበር።

ስንሞትም ተመሳሳይ ነው።- በቀብራችን ላይ የማናውቃቸው ሰዎች እንኳ ሳይቀሩ፤ ቀብራችን ላይ ተገኝተው ሀዘናቸውን በመግለፅ ይሸኙናል። ምድር ላይ በህይወት እስካለን ድረስ፤ ጉዚችን፤ ውጣ ውረድ የሞላበት ልምምድ ይሆናል። የሚረዱን /የሚገነዘቡን / እና በችግር ወቅት እምነት የምንጥልባቸውን ሰዎች እንፈልጋለን፤ በዚህ የህይወት ጉዞ ላይ፤ አብረውን ተሰልፈው የሚጓዙ ሌሎች ሰዎችንም እንሻለን፤ የሚወዱን፤ አኛም በምላሻችን የምንወ-ዳቸው፤ ከእኛም ጋር ደስታችንንና ሀዘናችንን የሚቋደሱ/ የሚካፈሉ / ሰዎች ያስፈልጉናል።

ጥናቶች እንደሚያረጋግጡት፤ የድጋፍ ሰጪ አካላት /ስርአት / መኖር ብዙ አዎ-ንታዊ ጥቅሞች አሉት።- ለምሳሌ ከፍተኛ የደህንነት ዋስትና ለማግኘት፤ የተሻለ ችግርን መውጫ ክህሎትን ለማዳበር እና ረኺምና ጤነኛ ህይወት ለመምራት ያግዛል። ጥናቶች አሁንም እንደሚያሳዩት፤ ማህበራዊ ድጋፍ ማጣነት፤ ድብታን (Depression) እና ጭንቀትን ይቀንሳል። እንዳንድ ሰዎች ከተላልቅ ድጋፍ ሰጪ አካላት ጋር የተሻለ ነገር ሲሰሩ፤ ሌሎች ደግሞ አነስ ያሉ ድጋፍ ሰጪ አካላትን ይመርጣሉ። ያም ሆነ ይህ፤ ድጋፍ ከሌሎች መቀበልም ሆነ ለሌሎች መስጠት መሰረታዊ የሰው ልጅ ፍላጎት ነው።

(በካቲ ዊልያምስ ኤም ኤስ ደብልዩ, MSW , LCSW , CEAP)

http://www.bjceap.com/Blog/ArtMID/448/ArticleID

/139/TheImportance-of-Developing-a-Support-System

ስደተኞችን በሚመለከት፤ ይህ ለባህል ውህደት በጣም አስፈላጊና ወሳኝ ነገር ነው። አንዳንዴ በሰራዬ አጋጣሚ የማገኛቸውን አዲስ መጪ ስደተኞችን ሳሰለጥናቸው፤ ለምን ሀዘን፤ ብቸኝነት ወይም ልቅ የሆነ ስሜታዊነት ሊያጠቃቸው እንደቻለ፤ ፈፅሞ እንደማይገባቸው ይነግሩኛል። አኔም በዙሪያችሁ የምታዋይዋቸው/ የምታነጋግሯቸው ሰዎች ይኖሩ ይሆን? ብዬ እጠይቃቸዋለሁ፤ እነሱም መልሳቸው የሉም ሲሆን፤ ቤተሰቦቻቸውንና ጓደኞቻቸውን በሙሉ ሀገር ቤት ትተው መምጣታቸውን ይናገራሉ። አኔም ሰዎችን ሊያገኙ የሚችሉባቸውን ቦታዎች፤ እንደ ቤተክርስቲያን፤ መስጊድ፤ የማህበረሰብ ማእከላትን እጠቁማቸዋለሁ። ምክንያቱም ያለ ድጋፍ ሰጪ አካላት እገዛ፤ እንደ አዲስ መጪ፤ አካባቢን መላመድ ፈታኝና አዳጋች ይሆናል፤ ስለዚህ ቤተክርስቲያን ወይም መስጊድ ወይም የማህበረሰብ ማእከላት በአካባቢያችሁ ካሉ፤ ከዛ ጀምሩ። በስሜትና በአእምሮ ሊደግፏችሁ የሚችሉ ሰዎችን ለማግኘት ሞክሩ።

ሀኪም (የጤና ባለሞያ)/ አማካሪ (Therapist/ Counselor)

አንዳንድ ሰዎች ባሉበት ማህበረሰብ ውስጥ፤ ችግሮቻቸውን ሊተነፍሱ የሚችሉባቸውን ሰዎች ቢያገኙም፤ ፈፅሞ ከጭንቀትና ድብታ ስሜት የማይላቀቁ አሉ፤ ይህ ሲሆንባቸው ደግሞ ግራ ይጋቡና ችግራቸው ምን እንደሆነ ለማወቅ ይቸገራሉ።

ሀኪም ለመፈለግና ለማማከር ፈፅሞ አትፍሩ፤ ትክክለኛውን ሀኪም ወይም አማካሪ ካገ-ኛችሁ፤ ከወደዳችኋቸውና እምነት ከጣላችሁባቸው፤ በጣም ውጤታማ ከሆነ ድጋፍ ሰጪ አካላት ጋር ተገናኛችሁ ማለት ነው። እኔ በደንብ አውቃለሁ፤ እረዳለሁም፤ ለአብዛኛው ሰው ይሄ በጣም አስደንጋጭ እንደሆነ አውቃለሁ፤ ይህን መሰል የድጋፍ ሰጪ አካል እንዳለና እንዲጠቀሙበት ሀሳብ ሳቀርብላቸው፤ አብዛኞቹ " እኔ እኮ አላበድኩም! ደህና ነኝ፤ የምትይው አያስፈልገኝም " ነው የሚሉት። እኔም ታዲያ ነገሩ ይገባኛልና እረዳቸዋለሁ።

እኔም በመጀመሪያ በኢትዮጵያ፤ ቀጥሎም በኤርትራ፤ ቻይና እና አሜሪካ በኖርኩባቸው ጊዜያት፤ በተመሳሳይ ሁኔታ አልፌበታለሁ፦-- ፍዉም በተለያየ ባህል ውስጥ ማለት ነው።

በዚህ ጉዳይ አሁን ብርሀን መፈንጠቅ እችላለሁ፤ ምክንያቱም በተመሳሳይ ግራ መጋባት ውስጥ ከማለፌም በላይ፤ በተሳሳተ የምርመራ ውጤት የአእምሮ መዛባት እንደደረሰብኝ ተነግሮኝ ሁሉ ነበር። ይህን ልምዴን ሳካፍል፤ ይህን መፅሀፍ የሚያነብ አንድ ሰውጋ ይደርሳል ብዬ ፍፁም ተስፉ በማድረግ ነው።

ከገመትኩት በላይ አሜሪካንን፤ ያላትን ቴክኖሎጂ፤ ትምህርትና ጠቢባኖቿን የምወድ ቢሆንም፤ ሁሉም ነገር ግን ፍፁምና የተዋጣለት ነው ብዬ ግን አላምንም። በአለም ላይ ፍፁም የሚባል ነገር የለም፤ ሀሊናችሁ የሚነግራችሁን ማንኛውንም ነገር ሳታንገራግሩ መጠየቅ ጀምሩ። የምትሰሙት ነገር ሁሉ፤ እውነት ላይሆን እንደሚችልም በውስጣችሁ አስቡ።

ለመጀመሪያ ጊዜ የአእምሮ ጤና ባለሙያ ለማየት የሄድኩት፤ ቻይና ውስጥ ነበር። ሁሉም ነገር ለኔ አዲስ ነበር። እንደ ባህሌ ከሆነ፤ ሰው ወደ አእምሮ ጤና ህክምና የሚሄደው፤ አእ-ምሮው ሲነካ ብቻ ነው፤ ተብሎ ነው የሚታመነው፤ እኔም ይሄን ተቀብዬ ነው ያደግኩት፤ ስለዚህ ገና ወደ ህክምና ባለሙያ መሄድ ሲታሰብ ያስፈራል፤ እኔም ለምን እዛ ቦታ እንደ-ተገኘሁ አልገባኝም። ያም ሆነ ይህ ግን፤ አንድ ነገር ይበልጥ የረዳኝ፤ በሀኪሜ ፊት ግልፅ መሆኔ ነው። ሀኪም ዘንድ መምጣቴና መታየቴ ምን ስሜት እንዳሳደረብኝ፤ ለሀኪሙ በግልፅ ነው የነገርኩት፤ የኔ ግልፅነት ደግሞ፤ ስለ አእምሮ ጤና ማወቅ የሚገባኝን እንዲያስተምረኝ በር ከፈተለት። እሱም ለዘለቄታው ህይወቴን ነው የለወጠው፤ ስለ ሙያ መስኩ ማስተማሩ ብቻ ሳይሆን፤ ውጫያዊውንና ውስጣዊውን ስሜቴን እንዴት መግዛት፤ መምራትና መቆጣጠር እንዳለብኝም ጭምር ነው፤ እንድገነዘብ ያደረገኝ።

ሀኪሜ ጋር ከመገናኘቴ በፊት፤ ሀሳቦች ከውስጣዊውና ውጫዊ ስሜቶች የተለዩ መሆና-ቸውን አላውቅም ነበር። እናም በመጀመሪያው ውይይታችን ወቅት፤ እንግዳ ወይም ብኝታ የፈጠረብኝ ነገር ቢኖር፤ የውስጥና የውጪ ስሜቶቼን መምራትና መቆጣጠር እንደምችል ሲነግረኝ ነው። እንዴት ሆና! ነገሩ ስሜት አልሰጠ አለኝ፤ ነገር ግን ሙሉ ለሙሉ ምክሩ እስኪገባኝና ተግባር ላይ እስካውለው ድረስ፤ ሌላ ስምንት አመት እንደሚያስፈልገኝ ገመትኩ፤ በህይወቴ ግን ሳላቋርጥ ተገበርኩት።

ወደ አሜሪካ ስመጣ፤ የኔ የምለው አለም እንደገና ፍርክስክሱ ወጣብኝ፤ ምክንያቱም ጉዳዩ ለኔ የመኖር ያለመኖር ጉዳይ ስለነበር፤ ማንኛውንም ነገር ማወቅና መረዳት እንደሚገባኝ አምኜበታለሁ። ከማውቃቸው ሰዎች የበለጠ ጠንክሬ መስራት ነበረብኝ፤ ምክንያቱም ልጄን የማሳድገው ብቻዬን ነው፤ እንዲሁም አሁን ከምሰራው ይበልጥ ሶስት እጥፍ ጠንክሬ መስራት እንዳለብኝ ተሰምቶኛል፤ ምክንያቱም ልዩ ጥንቃቄና እንክብካቤ የሚያስፈልገው ልጅ እናት ነኝ። ለሰርአቱ እንግዳ በመሆኔ፤ ለእኔና ለልጄ የሚያስፈልገንና የምንፈልገውን ለማግኘት ወይም ምን አቅርቦቶች እንዳሉ ለመለየት፤ የት እንደሚገኙ፤ የትኛው አስፈላጊ እንደሆነና እንዳልሆነ ለማወቅ፤ ፈተና ሆኖብኝ ነበር።

በህይወቴ ዋስትናና መረጋጋት ጠፍቶብኝ ስለነበር፤ ብዙ ውጥረት፤ ተስፋ መቁረጥና ከሁሉ በላይ ጭንቀት አስከትሎብኝ ነበር፤ በተወሰነ ደረጃ የመታወክ ወይም የመረበሽ ስለባም ሆኜ ነበር። ከዚህ በፊት የጭንቀትና የመረበሽ ጥቃት መኖሩን ልለማመደው ይቅርና ሰምቼው እንኳ አላውቅም ነበር፤ የማላውቀውና ያልተለማመድኩት አዲስ ነገር፤ ምን ያህል ሊያሽብረኝ እንደሚችል መገመት አይከብድም።

ስለዚህ፤ አንድ የአእምሮ ጤና ባለሙያ ማማከር እንዳለብኝ ወሰንኩ፤ የምትስማማኝንም አንዲት ባለሙያ አገኘሁ፤ ለሁለት ቀናት ያህል ካየችኝ በኋላ በተሳሳተ የህክምና ምር- መራና ውጤት፤ የአእምሮ መዛባት (ባይፖላር ዲስኦርደር) ጉዳት እንዳጋጠመኝ ደምድማ አሳወቀችኝ። የዚህ አይነት ስያሜ ያለው የአእምሮ ችግር መኖሩን ስለማላውቅ፤ ሀኪሟን የአእምሮ መዛባት / ባይፖላር / ምን እንደሆነ ጠየቅኳት፤ እሷም ስለ በሽታው የሚገልፁ ጥቂት ግብዓቶችን ስጥታኝ ስለምንም ነገር እንዳልጨነቅ አሳሰበችኝ፤ አክላም፤ የአካል ጉዳ- ተኝነት ማህበራዊ ዋስትና ባለቤት እንደምሆንና፤ በየወሩ ለአካል ጉዳተኛ የሚሰጠውን ክፍያ እየሰበሰብኩ፤ የተመቸ ኑሮ መኖር እንደምችል ገልፃ አሰናበተችኝ። እሷ ግን ያልተረዳችው ነገር ቢኖር፤ በአካል ጉዳተኝነት የማህበራዊ ዋስትና ውስጥ ተካትቶ መኖር፤ ለኔ የሞት ፍርድ ያህል እንደሆነ አልገመተችም። እኔ ወደ አሜሪካ ስመጣ፤ የማህበራዊ ዋስትና ተዋሪ በመሆን ተመችቶኝ ለመኖር አይደለም የመጣሁት። እዚህ የመጣሁት፤ ለልጄም ለኔም የተሻለ ህይወት ለመምራት ነው - እዚህ ያለሁት በአጠቃላይ፤ የአሜሪካን ህልሜን ለማሳካትና እውን

ለማድረግ ነው። ልትገምቱት እንደምትችሉ፣ ሀኪሟ በነገረችኝ የምርመራ ውጤት ምክንያት ልቤ ተሰብሯል፣ ወደ ቤቴም ተመልሼ ብዙ ጥናት ማድረግ ነበረብኝ። የታዘዘልኝን፣ ነገር ግን ምንም ያልረዳኝን መድሀኒት ብወስድም፣ ችግሩ ግን እየባሰብኝ ይመጣ ጀመር፣ ነገ-ሮችን የመዘንጋትና የድብታ (Depression) ጫፍ ላይ ደርሼም ነበር፣ ስለዚህ የህክምና ሙያ ቃላትን ማወቅና፣ ቢያንስ ቢያንስ መሰረታዊ ነገሮችን መማርና መረዳት ነበረብኝ።

ይበልጥ ባነበብኩ ቁጥር፣ ስለምርመራዬ ውጤት ይበልጥ ግራ እጋባ ጀመር፣ በሚቀጥለው ጉብኝቴ ሀኪሜን ሳገኛት፣ የተባለው አይነት የአእምሮ መዛባት እንዳለብኝ ለመቀበል የሚ-ከብደኝ መሆኑን ገለፅኩላት፣ ምክንያቴም፣ ሰውነቴ እንኳን የታዘዘልኝን መድሀኒት መቀበል ተስኖት ነበርና። እሲም እንግዲያው መድሀኒቱን መቀየር ይኖርብናል፣ ምክንያቱም አብዛ-ኛውን ጊዜ፣ ሰውነት የሚቀበለውን ትክክለኛ መድሀኒት እስኪያገኝ ድረስ፣ ጊዜ መውሰዱ አይቀርም አለችኝ። በዚህ መሰረት ሶስት የተለያዩ መድሀኒቶችን እያወሰድኩ፣ ጎን ለጎን በበሽታው ላይ ጥናቴን አጠናክሬ ቀጠልኩ፣ እናም መድሀኒቱ መስራት እስከማይችል ድረስ፣ ሰውነቴ ይቃወመው ጀመር። ካነበብኩት እንደተረዳሁትም፣ የተባለው አይነት የአእምሮ መዛባት እንደሌለብኝ አረጋገጥኩ፣ ስለዚህም መድሀኒቱን ለማቆምና ወደ ሀኪሚ ላለመመለስ ወሰንኩ።

ነገር ግን አሁንም ከንባቤ እንደተረዳሁት፣ መድሀኒቱን ማቆም ሌላ አደጋ እንዳለው ተገነዘብኩ። ዶክተር ሳያረጋግጥ ከመድሀኒት መራቅ፣ ከጥቅሙ ይልቅ የሚያስከትላቸው ብዙ የተወሳሰቡ ጉዳቶች አሉት፣ ስለዚህ ሀኪሜን እንደገና መጎብኘት ነበረብኝ። ነገር ግን ልነግራት የማስበው ነገር፣ ምናልባት ሊያስከፋት ይችል ይሆናል ብዬም ፍራቻ አድሮብኝ ነበር። ነገር ግን በሚያስገርም ሁኔታ ሀኪሜ፣ ካልተስማማኝ መድሀኒቱን ማቆም ወይም ደግሞ ሀኪም ወይም ዶክተር መቀየር እንደምችል ነገረችኝ። እንደገናም፣ ምርመራውን ገና ስጀምር፣ በህክምናውና በጤንነቴ ጉዳይ ላይ ሙሉ የመወሰን መብት እንዳለኝ፣ ነግራኝ እንደነበር አስታወሰችኝ። ምናልባት ሰምቻት ይሆናል፣ነገር ግን ምን ማለት እንደሆነ አልተረዳኋትም ነበር ማለት ነው።

ባለመከፋቷ ወይም ባለመናደዷ ደስ ተሰኝቻለሁ፣ እኔም ሙሉ ድፍረቴን አሰባስቤና

ባደረኩት ጥናት ላይ ተመስርቼ፤ ያደረገችልኝ የምርመራ ውጤት ልክ እንዳልሆነ እምነቴ መሆኑን ነገርኳት፡፡ አንድ ችግር እንዳጋጠመኝ ብረዳም፤ ነገር ግን የተባለው አይነት የአ-እምሮ መዛባት እንዳልደረሰብኝ ውስጤ ተቀብሎታል፡፡ የምወስደውን መድሀኒት ሰውነቴ ያለመቀበሉ ደግሞ፤ አንድ ተጨማሪ ምልክትና ማስረጃ ነው፡፡ እኔም ሰውነቴ የሚሰጠኝን ምላሽና ምልክት፤ በሙሉ ልብ የምቀበለው መሆኔን ገልጬ፤ መድሀኒቱን እንዳቆም እንድት-ረዳኝ ጠየቅኳት፤ እንዲሁም ሌላ ሀኪም ዘንድ ሄጄ የጤንነቱን ሁኔታ ማረጋገጥ እንዳለብኝ ይህንንም የማደርገው ለህይወቴና ለአእምሮ ጤንነቴ ዋጋ ስለምሰጥ እንደሆነ ገለፅኩላት፡፡

እሷም በጉዳዩ ተስማማች፤ እየመራችኝና ምክር እየለገሰችኝ፤ ቀስ በቀስ መድሀኒቱን አቆምኩ፡፡ የጤንነቴ ጉዳይ በጣም ያሳሰበኝ በመሆኑም፤ አንድ ሌላ ሀኪም ዘንድ ሄድኩ፤ በመጨረሻም ትክክለኛው በሽታዬ ታወቀ፡፡

ከባህል መመስቃቀል ጉዳይ ጋር በተያያዘ፤ ራስን በማላመድ ሂደት ውስጥ የሚፈጠር ጭንቀት ሆኖ ተገኘ፡፡ ሁለተኛው ዶክተሬ እንደሚለው፤ ምናልባት የመጀመሪያዋን ሀኪሜን ያሳሳታትና፤ ያንን አይነት የአእምሮ መዛባት እንዳለብኝ እንድትገምት ያደረጋት፤ አንዳንድ ምልክቶችን በማየት ሊሆን እንደሚችል ገለፀልኝ፡፡ ነገር ግን ይህ ዶክተር፤ ከባህል መመስ-ቃቀል ጋር ተያይዘው ለሚፈጠሩ የበሽታ ምልክቶች ልምዱና ዕውቀቱ ነበረው፤ ምክንያቱም ከረጅም አመታት በፊት እሱም በስደተኝነት ወደ አሜሪካ ሲመጣ፤ የተጋፈጠውና ያለፈበት የህይወት ተሞክሮው ነበር፡፡ ይህ ዶክተር የሚያደርግልኝ ገለፃና የሚያቀርብልኝ ማስረጃ ሁሉ፤ በሙሉ ልብ እንድቀበለው የሚያስገድደኝ ነበር፡፡

ይህንን ታሪክ ላካፍላችሁ የወደድኩበት ምክንያት፤ ከብዙ ስደተኞች ጋር በአሜሪካን ስገናኝ ሁሉም የሚነግሩኝ ተመሳሳይ የህክምና ታሪክ እንደገጠማቸውና፤ የምርመራቸውን ውጤት መቀበል እንደተቸገሩ ነው፡፡ የእነርሱ ችግር ግን የሚቀጥለውን እርምጃ መውሰድ ይተዉና፤ መድሀኒቶቻቸውን ያቆማሉ፤ ወደ ዶክተሮቻቸውም አይመለሱም፤ እናም የህይወትን ትግል በአስቸጋሪ ሁኔታ ይቀጥላሉ፡፡ እባካችሁ! እንዲህ አታድርጉ፤ የአእምሮ ጤንነታችሁ ወሳኝ የህይወታችሁ ክፍል ስለሆነ፤ አደጋ ላይ እራሳችሁን አትጣሉ፡፡ ሀኪማችሁ ካልተስማማችሁ ወይም ካልወደዳችሁት፤ ወደሚመቻችሁና እምነት ወደምትጥሉበት ሀኪም ዘንድ ለመሄድ

ሙሉ መብት አላችሁ። ነገር ግን፣ ሀኪማችሁ ወደምትመርጡት የጤና ባለሞያ ወይም የስነ ልቦና አማካሪ ለመዘወር እንዲረዳችሁ በትህትና ጠይቁት።

ትክክለኛውን የምርመራ ውጤት ካገኘሁ በኋላ የተረዳሁት በጣም ጭንቀት ውስጥ ገብቼ ስለነበር፣ ይህም የአእምሮ ጤንነቴን እጅግ ጎድቶት እንደነበር ነው። ምግብ በሚገባ አልበላም፣ ሳነብ አመሻለሁ፣ ጥናት አደርጋለሁ፣ አስባለሁ፣ ስለህይወቴ አቅዳለሁ፣ ይህ ደግሞ በየሰለቱ አዳዲስ እንግዳ ባህሪ እንዳዳብር አድርጎኛል። እንቅልፍ ማጣትና ስለ ወደፊቱ መጨነቅ፣ የዘወትር ልማዴ ሆኖ ነበር። ዶክተሩም ከዚህ በመነሳት፣ በምረበሽና እንቅልፍ በማጣበት ወቅት፣ ፀረ-ጭንቀት መድሀኒት እንድወስድ አዘዘልኝ። እንዲሁም ጥሩ የማህበራዊ አገልግሎት ሰራተኛ ወይም አማካሪ ስላገኝልኝ፣ ቢያንስ ለሁለት አመት ያህል የምክር አገልግሎት እንዳገኝ አደረገኝ።

ሚስ ክላራ የምትባለው ይህች የማህበራዊ አገልግሎት ሰራተኛ፣ በየሰለቱ ለሚያጋጥመኝ ችግር ሁሉ ሀሳብ የምታካፍለኝ ስትሆን፣ እንዲሁም መውጫ መንገዶችንም ታሳየኝ ነበር፣ እንደ እውነቱ ከሆነ ይህች ሀኪሜ/አማካሪዮ/፣ በማህበራዊ አገልግሎት ሰራተኛ ጭምብል ከሰማይ የተላከችልኝ መልአክ ነበረች።

እኔም ቀስ በቀስ፣ የውስጥ ስሜቴን በሚገባ መቆጣጠርና መግዛት ቻልኩ። ሀኪሜና እኔ በቃ አያስፈልግም፣ ብለን ተስማምተን እስክንወስን ድረስ፣ የታዘዘልኝን መድሀኒት በሚገባ እየተከታተልኩ መውሰዴን ቀጠልኩ። ህክምናዮን ለ2 ዓመታት ከተከታተልኩና ካገባደድኩ በኋላ፣ ሀኪሜጋ መሄድ አቆምኩ። ምክንያቱም፣ የማህበራዊ አገልግሎት ሰራተኛዋ፣ ከእ- ንግዲህ የውስጥ ስሜቴን የምቆጣጠርበት መሳሪያ ሁሉ በእጄ እንዳለና፣ በገሌ መወጣት እንደምችል ገልፃ አሰናብታኝ ስለነበር ነው። አሁን ደህና እንቅልፍ መተኛት፣ ምግብ በት- ክክል መመገብ፣ ጭንቀቴን መቆጣጠር እና መልካምና አዎንታዊ ባህሪ መማርና ማዳበር ስጀምር፣ አለምን በማሽነፍ ስነ ልቦና ተሞልቼ፣ እራሴን ለቀሪው ትግል አዘጋጀሁ።

ምናልባት እናንተም እኔ ባለፍኩበት ተመሳሳይ ጎዳና አልፋችሁ ይሆናል፣ እንደዚያ ከሆ- ናችሁ፣ የአእምሮ ጤና እርዳታን መሻት ምንም ችግር እንደሌለው፣ አፅንዖት ሰጥቼ ልገ-

ልዕላችሁ እወዳለሁ። እንዲያውም የአእምሮ ጤና ምክርን እየተጠቀሙ፤ የባህል ውህደት ሂደትን አብሮ ማሳለጥ/ማስኬድ / ብልህነት ነው።

ምንም እንኳን በአሁኑ ወቅት፤ የአእምሮ ጤና ባለሙያ ሀኪሞቹን መጎብኘት ባቆምም፤ ሀክምና ማድረጉ ግን የማምንበት ጠንካራ ድጋፍ ሰጪ አካል / ስርአት / መሆኑና፤ እኔም አስቸጋሪውን ወቅት እንዳልፈውና ችግሬን እንድገነዘብ የረዳኝ መሆኑን፤ ደግሜ ምስክርነት ሳልሰጥ አላልፍም። በነገሮች ላይ ገደብ እንዳበጅ፤ ራሴንም እንድወድ፤ ጤናማ ግንኙነቶችን እንድመሰርት፤ በራስ መተማመንን እንድገነባና፤ ሌሎች ተጨማሪ ብርታቶችን አስተምሮኛል።

በአሜሪካ የቤተሰብ ዕሴቶች በጠፋብትና ብዙ ሰዎች ከቤተ ክርስቲያን በሸሹበት ወቅት፤ የአሜሪካንን ባህል ስትላመዱና ሀኪሞችና የምክር አገልግሎት ሰጪዎችን ስትለምዱ ቸው፤ ምርጥ የድጋፍ ሰጪ ስርአት አካል ሆነው ታገኟቸዋላችሁ። ሀኪሞቻችሁን ለአንድ አመት፤ ለሁለት ዓመት፤ ለአስር ዓመት ያህል ልትጎበኟቸው/ ልታዮቸው/ ትችላላችሁ፤ የጊዜው ርዝመት አሳሳቢ አይደለም። በምታልፉበት መንገድ፤ ጠቃሚና አስተማማኝ ድጋፍ እስካ-ላችሁ ድረስ ችግር የለውም። በበይን መረብ ሀኪማችሁን ለማግኘት፤ የጤና ኢንሹራንሳችሁን መርምሩና አረጋግጡ። ነገር ግን በምትመርጡት ሀኪም ላይ ጥንቃቄ አድርጉ፤ በአብዛኞቹ የአውሮፓ ሀገሮች (ይህን የምታነቡት ሌላ ሀገር ውስጥ ሆናችሁ ከሆነ፤ ይዬ ነገር ተመሳሳ-ይነት ይኖረው እንደሆን አረጋግጡ)፤ ትክክል ካልመሰላችሁ ወይም ጥርጣሬ ከገባችሁ ዶክ-ተራችሁን፤ ሀኪማችሁን፤ የማህበራዊ አገልግሎት ሰራተኛችሁን የመቀየር መብት አላችሁ፤ ነገር ግን ሁሉም ነገር በትህትና ብቻ ይሁን።

የሚመጁችሁ የጤና ባለሞያዎች፤ ሴት ወይም ወንድ መሆን ካለባቸውም፤ የወደዳችሁትን መምረጥ ትችላላችሁ። ምቾት የምትሰጣችሁ ሴት ከሆነች፤ ወደ መረጣችኋት መሄድና ችግራችሁን ማዋየት ትችላላችሁ። ስሜታቸውን እነዳለሁ ብላችሁ አታስቡ፤ ባለሙያዎች ስለሆኑ፤ ሌላ ሰው መለወጥ እንደምትፈልጉ ብትነግሯቸውም ቅሬታ አያድርባቸውም፤ እዛ ቦታ ያሉት እናንተን ለመርዳት ነውና።

ምናልባት ቋንቋችሁን የሚናገር ሰው ይበልጥ ምቾት የሚሰጣችሁ ሆና ከተሰማችሁም፤

ሳትፈሩና ሳታፍሩ ለመግለፅ ምክሩ። እንዲህ አይነቱ ነገር ለአንዳንዶች እንግዳ እንደሚሆ-
ንባቸው አውቃለሁ (በተለይ የዚህ አይነት ሀሳብ ባዕድ ከሆነበት ሀገር ለሚመጡ ሰዎች)።
እኔም አንድ ወቅት ከዚህ ጎራ ውስጥ ተሰልፌ ነበር፤ ነገር ግን የሚስማማችሁን መምረጥና
መለማመድ ትጀምራላችሁ፤ ካስፈለገና ጠቃሚ ነው ብላችሁ ካሰባችሁም፤ የናንተን ሀይማኖት
ወይም እምነት ተከታይ የሆነውን መምረጥም ትችላላችሁ።

የምትፈልጉትን ምቾትና ደህንነት ሊሰጣችሁ የሚችለውን ሰው ለመምረጥም፤ ራሳችሁን
ክፍት አድርጉ። ይሄ ቀልፍ ነገር ነው፤ ራሳችሁን ሙሉ ለሙሉ ስትከፍቱና ነፃ መሆን
ስትጀምሩ፤ ልክ እንደ ቅርብ ወዳጅ፤ ለሀኪማችሁ በውስጣችሁ ያለውንና የሚሰማችሁን
ሁሉ ለመዘርገፍ አታመነቱም።

ይህ ነገር በአሜሪካ የሚደረግና የተለመደ እውነት ነው፤ በህክምና ወቅት የሚደረገው
ውይይትና የምትናገሩት ሁሉ፤ ከዛ ውጪ አይወጣም፤ ምስጢር ነው። ያም ሆነ ይህ ግን፤
ለሃኪማችሁ የምትናገሩት (የምታማክሩት) ሁሉ ምስጢራዊነቱ ይጠበቅ እንደሆነ፤ መጀመሪያ
ማረጋገጥ አለባችሁ። ያኔ የሚሰማችሁን ሁሉ ለመግለፅ የሚያስችል፤ ነፃነትና ደህንነት ይሰ-
ማችኋል። ያስፈልገኛል ለምትሉት ነገር መሚገትና፤ የሚያስፈልጋችሁን ዕርዳታ ለማግኘት
መብታችሁ የተጠበቀ ነው።

የድጋፍ ሰጪ አካላትን / ስርዓትን / ለማስፋት የሚያስችላችሁ ሌላው መንገድ፤ በአዲሱ
ሀገራችሁ አዳዲስ ጓደኞችን ማፍራት ነው።

አዳዲስ ጓደኞችን አፍሩ(Make New Friends)

ከቤተሰብ ወይም ከዘመድ ጋር የመጣችሁ ከሆናችሁ፤ እነርሱ አስተማማኝ የውስጥ ስሜት ተካ-
ፋይና ድጋፍ ሰጪ አካላት ይሆኑላችኋል። ጭንቀታችሁን፤ ፍርሀታችሁን፤ ድንጋጤያችሁን፤
ተስፋ መቁረጣችሁን፤ ተስፋችሁን እና ህልሞቻችሁን ሁሉ በጋራ መጋራት ትችላላችሁ።

ወደ አዲሱ ሀገራችሁ የመጣችሁት ብቻችሁን ከሆነ ደግሞ፤ የእናንተ ማህበረሰብ አባላት

የሚገኙበትን ቦታ አፈላልጉ። የምትገናኟቸው የማህበረሰብ አባላት ግን በፖለቲካ፣ በርዕዮተ ዓለም ወይም በሃይማኖት የተከፋፈሉና፣ በእነሱ አጀንዳ እንድትዋጡ የሚያደርጓችሁ አለመሆኑን በሚገባ አረጋግጡ። ስልጠና ለምሰጣቸው ብዙ ስደተኞች፣ ይህ ጉዳይ ከበድ ያለ ችግራቸው እንደነበር ገልፀውልኛል።

የማህበረሰብ ማዕከላትን ስትገቡኙም፣ ውስጣችሁን /ስሜታችሁን / አዳምጡ፣ እራሳችሁን መጠየቅ የሚገባችሁን አንዳንድ ጥያቄዎችን ጠይቁ:-

- ምቾት ይሰማኛል? ደህንነት ይሰማኛል?

- ያለ ፍርሃት፣ ሙሉ ለሙሉ እራሴን መግለፅ እችላለሁ?

- እዚህ በመሆኔ፣ ጠቃሚ እሴት አገኛለሁ?

- ለሌሎች አስተዋፅኦ እያደረኩ፣ እራሴም ማደግ እችላለሁ?

- ድጋፍ የማገኝ ይመስለኛል?

ከላይ ላሉት ጥያቄዎች ሁሉ መልሳችሁ " አዎን " ከሆነ እንኳን ደስ ያላችሁ!፣ አንዱን ድጋፍ ሰጪ አካል አገኛችሁ ማለት ነው።

የሀይማኖት ሰው ከሆናችሁ ደግሞ፣ ቤተ እምነቶቻችሁ ያሉበትን ቦታ አፈላላጋችሁ አግኙ። አብዛኛው ህዝብ የራሱን ቋንቋ ወደሚናገሩ አብያተ ክርስቲያናት፣ መስጊዶች ወይም መንፈሳዊ ጉባኤዎች መሄድን ይመርጣል፣ ይህም ደግሞ መልካም ነው።

ደፋሮች ከሆናችሁና የትምህርት አድማሳችሁን ለማስፋት የምትፈልጉ ከሆነ፣ እንግሊዝኛ ወይም የአዲሲቱን ሀገራችሁን ቋንቋ ወደሚናገሩ መንፈሳዊ ጉባኤዎች መርጣችሁ ተቀላቀሉ፣ የዚህ ጠቀሜታው፣ ድጋፍ ሰጪ አካል ከማግኘታችሁም ባሻገር፣ ቋንቋውንም ታዳብራላችሁ፣ አሁንም በአንድ ድንጋይ ሁለት ወፍ እንደማለት ነው። ሌላው አስተዋፅያእችሁ የሚሆነው፣ በእይታችሁ ውስጥ እንኳን የሌለ ወይም ያልታሰበ፣ ግን ከተለያየ ዳራ (Background) ወደ ቤተ እምነታችሁ ወይም ማህበረሰብ ማዕከል የሚመጡትን፣ መርዳት መቻላችሁ ነው።

እንዴት? ትሉ ይሆናል፤ የእናንተን ባህል ለማህበረሰቡ በማስተዋወቅ፤ የባህል ውህደት አስ-
ተዋፅኦ እያደረጋችሁ መሆናችሁን ስትገልፁላቸው፤ እነሱም የራሳቸውን ባህል ለማስተዋወቅ
ዕድሉ እንዳለ ሲረዱ ይበረታታሉ። እናም ማን ያውቃል፤ እዛ ውስጥ ካሉት ሰዎች አንዱ
የካምፓኒ ባለቤት ይሆንና፤ ስደተኛ ሠራተኛ ለመቅጠር እየፈለገና በተለያዩ ምክንያቶች እያ-
መነታ ያለ ሰው ካለ፤ ከመካከላችሁ አንዱን ለመቅጠር እንዲደፍር ታደርጉታላችሁ፤ እናንተም
ሁኔታዎችን ልታመቻቹለት ትችላላችሁ። በእናንተ ምክንያት ይህ ሰው፤ ከእናንተ ባህል የሆ-
ነውን፤ ወይም ሌላ መሰል የተለየ ባህል ያለውን ሰው፤ ለመቅጠር ይነሳሳል ማለት ነው። ያ
ሰው አንተም ልትሆን ትችላለህ፤ ታዲያ ይህ ብልህነትና መልካም አጋጣሚ አይደለም?

ሌላው ድጋፍ ሰጪ አካል የሚሆናችሁ፤ ከእናንተ ጋር ተመሳሳይ ፍላጎትና ሀሳብ ወይም
አመለካከት ያላቸውን ጓደኞች ማበጀት ነው። ብዙዎች ደንበኞቻ የምገናኛቸው ሰዎች የሚ-
ጠይቁኝ፤ እንዴት ነው ጓደኛ ማበጀት የምችለው? እያሉ ነው፤" እኔ አሁን ጓደኛ ለማበጀት
ዕድሜዬ ገፍቷል፤ በዚህ እድሜ ጓደኛ እንዴት ማፍራት እንደሚቻል እንኳን አላውቅም "
ይሉኛል፤ ስሜታቸውን ስለምረዳ አዝንላቸዋለሁ። ለቴክኖሎጂው ምስጋና ይግባውና፤ ከ2ኛ
ደረጃ ት/ቤት፤ ከኮሌጅ እና ከሀገር ቤት የቀድሞ ጓደኞቻችን ጋር፤ ግንኙነት መፍጠር እንች-
ላለን። እንዲያም ቢሆን፤ በአዲሱ ሀገራችሁ አዳዲስ ጓደኞችን ማፍራታችሁም፤ ጠቃሜታው
የጎላ እንጂ የማይተናነስ ነው፤ ምክንያቱም አዳዲሶቹ ጓደኞች እየተጋፈጣችሁ ያላችሁትን
ፈተናዎቻችሁን እንድትወጡ፤ ህልሞቻችሁንና ተስፋዎቻችሁን እንድታሳኩ አጋዥ ይሆኗ-
ችኋል። ሊያሳድጋችሁ የሚችል ጠንካራ የድጋፍ አካል መመስረት ከመቻላችሁም በላይ፤
ወደ ተሻለ ደረጃ ሊያሻግራችሁ የሚችል ሁኔታን ትፈጥራላችሁ። ፈተናዎቻችሁ እየተለቁ
ሲሄዱ፤ እናንተም የተለቁ ድጋፍ ሰጪ ቡድኖችን መቀላቀል ያስፈልጋችኋል። እኔ ላደርግ
የምችለውን ሁሉ አደርግ የነበረውና፤ ፈተናዎቼን መወጣት እንድችል የረዳኝ፤ ሰፋ ያሉ
ድጋፍ ሰጪ አካላት በዙሪያዬ ስለነበሩኝ ነው።

ብዙ ጊዜ ሰዎች ይጠይቁኛል " እንዴት ነው ይሄን ማድረግ የቻልሽው? ፈተና የምላበት
ህይወት ነው የምትገፊው፤ ነገር ግን ሁሌ ደስተኛ፤ የፍቅር ሰው እና ህይወትን የምታጣጥሚ
ነው የምትመስይው " ይሉኛል። እኔም አንደኛውን ሚስጥሬን እነግራቸዋለሁ፤ "ሰፋ ያሉ

የድጋፍ ሰጪ አካላት፤ በዙሪያዬ አሉ " እላቸዋለሁ " ስሜቴን የሚጋሩ ቤተሰቦቼ አሉኝ፤ ለመንፈሳዊና ለነፍሴ ርካታ ድጋፍ በሚሰጠኝ የሴቶች ክበብ ውስጥ አባል ነኝ፤ ለስነ ፁሁፍ ጥማቴ የሚረዱኝ የፀሀፍት ስብስብ (ቡድን) እና ማህበር አለኝ፤ ለአካል ብቃትና ጥንካሬ የሚያግዙኝ የቅርብ ጓደኞች አሉኝ " እላቸዋለሁ። በተጨማሪም አባል የሆንኩባቸው፤ ራስን የማነልበቻ ተቋማት ስላሉኝ፤ ሁልጊዜ እራስን በማብቃት ሂደት ውስጥ በቅርበት ይደግፉኛል፤ በደህናም በመጥፎም ጊዜ የሚያውቁኝ የድሮ ጓደኞቼ፤ አሁንም በዙሪያዬ ስላሉ ያጫውቱኛል፤ ያሳስቁኛል፤ ያማክሩኛል፤ የረሳሁትን የቀድሞ ማንነቴን ወደ ጎላ አጠንጥነው፤ እንዳስታውስ ያደርጉኛል። ቤት ውስጥ ለልጄ ልዩ እንክብካቤ የምታደርግለትና ለኔም ህይወት የሰመረ እንዲሆንልኝ ነገሮችን የምታመቻችልኝ፤ ድንቅ የሆነች ነርስ አለችኝ። እውነት ነው የድጋፍ ሰጪ አካላት ማለት ሁሉ ነገር ማለት ነው። የነርሱን መኖር፤ ጤናማና የተስተካከለ የደስተኝነት ህይወት ከመምራት ለይቶ ማየት፤ የሚከብድ ይሆናል።

ከሰዎች ጋር አብሮ ለመኖር መማር ያስፈልጋል። ይኸን በርግጥም ጉዳዬ ነው ካሉና የሚያሳስብዎ ከሆነ፤ በዙሪያዎ የምታገኟቸውን ድጋፍ ሰጪ አካላትን በደንብ መያዝና መጠቀም፤ እንዲሁም ለሁሉም ጊዜ መስጠት ያስፈልግዎታል። እንዲህ የሚያደርጉ ከሆነ ግብዎን ማሳካት ይችላሉ፤ እንደ እኔ ሰፊ ድጋፍ ሰጪ አካላት፤ ላያስፈልግዎትም ይችላሉ፤ ያም ሆነ ግን ለእርስዎ ሊያግዙዎ የሚችሉትን፤ ሳያወላውሉ ሊጠቀሙባቸው ይገባል።

ታላላቅ ጓደኞችን ለማፍራት ከፈለጉ፤ እርስዎም ትልቅ ሰው ይሁኑ፤ ሊደገፉብዎትና ሊታመኑብዎ የሚችሉ፤ ከዚህ በፊት ያልተለማመዱት ከሆነም እራስዎን የሚገሩና የሚያሳድጉ መሆን አለብዎት። ጓደኝነት ልክ እንደ መንታ መንገድ ነው። ሌላው ሊሆንልዎ እንደሚፈልጉት፤ እርስዎም ለሌላው መሆንን መማርና ማዳበር አለብዎት።

ማንም ሰው ማንንም ፍፁም እንዲሆን መጠበቅ የለበትም፤ ነገር ግን የእርስዎ መልካም መሆን፤ ለሌላው ስሜት የሚጠነቀቁ ከጓደኞችዎ ጋር ግልፅ ግንኙነት ያለዎትና ለራስዎና ለሌሎችም በጎ የሚያስቡ መሆንን ሳያቋርጡ መማር ይጠበቅብዎታል።

በጣም ውጤታማ የሆኑ ሰዎች 7 ልምዶች (7 Habits of Highly Effective People)

በሚለው መጽሃፉ ስቴፈን ኮቪይ አንድ ወሳኝ እውነት ተናግሯል፤ መጀመሪያ ሌሎችን ለመ-
ረዳት /ለመገንዘብ / ፈልጉ፤ቀጥሎ ደግሞ ሌሎች እንዲረዱ'ዱ'ችሁ ፈልጉ ይላል። ሌሎችን
ለመረዳት የግንኙነት/ ተግባበት/ ከህሎቶቻችንን በማዕዳት፤ የማድመጥ ክህሎቶቻችንን እንደ
ጡንቻ ማጠንከር ይገባናል። ሌሎችን በማዳመጥ ጀምሩ፤ልትረ'ዱ'ቸው/ልትገነ'ዘቢ'ቸው/
ሞክሩ፤ በእነርሱ ቦታ እራስዎን አስቀምጡ፤እናም ያሉበትን ዓለምና አተያያቸውን /አመለ-
ካከታቸውን /ይረዱት እንደሆነ እራስዎን ይቃኙ /ይፈትሹ /።

ከቤተሰብዎና ከንደኞችዎ ይጀምሩ። ከሚገናኟቸው ሁሉ ጋር፤ ስለሚሰማዎት ስሜት
ያካፍሏቸው፤ ስለ ባህልዎ ያዋይዋቸው፤ታሪክዎን ያጫውቷቸው። ማንም ሰው ከግዑዝ ነገር
ጋር ወዳጅነት አይመሰርትም፤ ስለ ስሜቶችዎና የተለያዩ ልምምዶችዎ እራስዎን የማይገልፁና
ዝግ ካደረጉ፤ ከልብ ያልሆነ ንደኝነት ሊያፈሩ ይችላሉ ፤ ይህ ደግሞ፤እውነተኛ ድጋፍ ሰጪ
አካል አያስገኝልዎትም።

ያልተለማመዱት ከሆነ፤ስሜቶችዎን ለሌላው ማካፈል በርግጥም ከባድ እንደሆነ አው-
ቃለሁ፤ ለጅማሮ ያህል እንዲረዳዎት ግን፤ ቀደም ሲል ያዩትን ፊልም ያያ ሌላ ሰው ካለ፤
ስለ ፊልሙ የተሰማዎትን ስሜት በማውራት ጨዋታ ሊጀምሩ ይችላሉ። ለምን ያ ስሜት እን-
ደተሰማዎት ይንገሩት / ይንገራት፤ እነሱም ምን እንደተሰማቸው ይጠይቋቸው፤ ስለ ሌሎች
እሴቶች፤ ስለነገሮች ያላቸው አመለካከትና ስለሚከተሉት እምነት/አቋም / ማወቅ መቻል፤
አንዱ ዋነኛ መንገድ ነው። ልክ የራስዎን እንደሚያካፍሉት ማለት ነው።

በዚህ አካሄድ ምቾት የሚሰማችሁ ስትሆኑ፤ ወዳጅነታችሁን ጥልቅ ያደርገዋል፤ ስለሚ-
ሰሟችሁ ስሜቶች፤ ስለ ውሎአችሁ፤ ስላጋጠሟችሁ እኩይ /መጥፎ / ሰዎች በመናገር፤
እናንተው ለጅማሮው መንገድ መጥረግ /መክፈት ትችላላችሁ። ልጆች ካሏችሁ ጠዋት ስላ-
ሳዩት ባሪያቸው፤ ስለ ዕለቱ የአየር ፀባይና፤ ከትውልድ ሀገራችሁ ወይም ከንበኛችንቸው
የተለያዩ ስፍራዎች እንዴት እንደሚለይ በማንሳት፤ ጨዋታ ማስጀመርያ/ መቀስቀሻ ልታደ-
ርጉት ትችላላችሁ። ስለ ውስጣዊ ስሜቶቻችን ማካፈል፤ ግንኙነት ይፈጥራል። ባይመችዎትም
እንኳን፤ ስለ ግል ህይወትዎ ለማካፈልና ሰዎች ላይ እምነት ለመጣል፤ መሞከርና መማር
ብልህነት ነው።

ያም ቢሆን ግን ጥንቃቄ ማድረግዎን አይተው፤ ስለ ቤተሰብዎ ምስጢር አዲስ ላገኙት ጓደኛ ሁሉ አያውሩ፤ በጣም ጠቃሚ ምስጢርዎን፤ ለሚታመኑና ለሚጠነቀቁልዎ ጓደኞችዎ ብቻ ያካፍሉ። የሚያካፍሏቸው ጓደኞችዎ፤ ምስጢር ብለው የነገራቸውን በልባቸው የሚጠ-ብቁና በእርስዎ ላይ ለክፋት የማይጠቀሙበት፤ ይልቁንም ገንቢ ምክር ሊሰጡዎት የሚችሉ መሆናቸውን ያረጋገጡ። እውነተኛ ጓደኞች ምንም ይሁን ምን፤ ይጠነቀቁልዎታል፤ ደግሞው ደጋግመውም ታማኝነታቸውን ያረጋገጡልዎታል።

ጓደኞችን ለማፍራት በተነሳሁበት መጀመሪያ ወቅት ላይ፤ እኔም እንደ ብዙ ሰዎች ስህተት ሰርቻለሁ። ጓደኛነት በማበጀት ሂደት ላይ ሳለሁ፤ አንዳንዱ ጊዜ ሳይፈጅ እምነት የሚጣ-ልበት ወዳጅነት ያፈራሁ መስሎኝ ስህተት ላይ ስወድቅ አይቻለሁ። ያለ አንዳች ማመንታት ለማንም ያልተናገርኩትን ምስጢር፤ ለአንዳንድ ጓደኞቼ ማካፈል ጀምሬ ነበር። ታዲያ በሚ-ያሳዝን ሁኔታ ምስጢር ነው ብዬ የተናገርኩት መረጃ፤ መድረስ ለማይገባቸው ሰዎች ፈጥኖ ደርሶ አይቻለሁ። በዚህ መልኩ የተዋወቅኳቸው ሌሎች ጓደኞቼም ምስጢር እንዳልጠበቅኩ ቆጥረው፤ ከእኔ ተለይተዋል።

በእንደዚህ አይነት አጋጣሚ ለረጅም አመታት ካሳለፍኩ በኋላ " ሰዎች ሁሉ አይታመኑም፤ እውነተኛ ጓደኞችም የሉም፤ እናም ጓደኛ ማበጀት ለካ ከባድ ነው " ማለት ጀመርኩ። ይህን መሰል አስተያየትና ስሜት፤ ከሌሎችም ሰምቻለሁ። አሁን ግን ካለፈው ልምድ በመማሬ፤ ስህተቱ የራሴ ሆኖ አግኝቼዋለሁ። በጊዜው የተሻለ መንገድ መኖሩን ባለማወቄ የተፈጠረ ስለሆነ፤ ኃላፊነቱን ራሴ እወስዳለሁ። ታላቅ ግንኙነት ማበጀት ማለት እምነት መፍጠር ማለት አይደለም፤ ይኸ ከሃያዎቹ እስከ ሰላሳዎቹ አጋማሽ ዕድሜዬ ድረስ የተማርኳቸው፤ ከባድ ያሉ የህይወት ተምክሮዎቼ ናቸው።

ገና ከጅማሮው፤ ከአዳዲስ ጓደኞች ጋር ምስጢራችሁን ለማካፈል በር እንዳትከፍቱ ተጠ-ንቀቁ፤ ነገር ግን አዳዲስ ግንኙነቶችን ለመመስረት አትስጉ፤ እምነት መጣል፤ ጓደኝነትን እያ-ዳበራችሁ ስትመጡ የሚፈጠር ሂደት ነው። በዚህ ሂደት ውስጥ፤ ለማን የግል ምስጢራችሁን እንደምታዋዩና፤ ለማን ደግሞ ቀለል ያሉ ነገሮችን እንደምታካፍሉ፤ እየተረዳችሁ ትመጣ-ላችሁ። በዚህ ውስጥ፤ የህይወት ምስጢራችሁንና ገመናችሁን ለማካፈል፤ ሙሉ በሙሉ

እምነት የምትጥሉበትን ሰው ደግሞ እያወቃችሁና እየለያችሁ ትመጣላችሁ። ሁሉም ጋደ-ኝነት እኩል አይደለም፤ ይኸን አስቀድሞ መረዳት፤ ግሩም ጋደኝነትን ለመገንባት ያግዛል። በዚህ ጉዳይ ላይ በኋላ እመለስበታለሁ።

ምናልባት በዚህ የጋደኝነት ግንባታ ሂደት ወቅት፤ ለህይወትዎ ቁልፍ የሆነውን ሰው ማግኘት ይችሉ ይሆናል። በዚህ አጋጣሚ፤ ለህይወታችሁ ቁልፍ የሆነውን ሰው የምትፈልጉ ከሆነ፤ በበይነ መረብ /በኦን ላይን/ መተዋወቅንም፤ እንደ አንድ አማራጭ ማሰብ ይኖርባችኋል። እኔም ራሴ በመጀመሪያ በበይነ መረብ / በኦንላይን / መተዋወቅ የሚቀፈኝና የማይዋጥልኝ ነበር፤ በኋላ ግን አንዳንድ መልካም ጋደኞቼን ያገኘሁትና፤ ብታምኑም ባታምኑም ባለቤቴን እንኳን የተዋወቅኩት በዚህ መንገድ ነበር፤ ስለዚህ እራሳችሁን ክፍት አድርጉ፤ ጎብዙ፤ የራሳችሁን እሴት እያከበራችሁ፤ አእምሮአችሁን ክፍት ማድረጋችሁ፤ በአዲሲቱ ሀገራችሁ የምትመሩትን ህይወት ቀና ያደርግላችኋል።

ዋነኛ ፍላጎት # 4 : ሥራ ማግኘት-

Top Need # 4: Finding a job

ከትውልድ ሀገርዎ በባሰ፤ ከፍተኛ የኑሮ ውድነት ባለበት አሁን በሚኖሩበት ሀገር፤ ራስዎንና ቤተሰብዎን ለመርዳት የሚያስችል ስራ ማግኘት፤ ቅድሚያ የሚሰጠው ዋነኛና አስቸኳይ ፍላጎትዎ ሊሆን ይገባል።

እኔ የምኖረው፤ በአሜሪካ እጅግ ውድ ከሚባሉት ግዛቶች በአንዱ ነው። ስራ ማግኘት፤ ልዩ ልዩ ወጪዎችንና የአገልግሎት ክፍያዎችን መፈፀም፤ ስለ ገንዘብ መጨነቅ፤ የቤት ኪራይ ወይም የብድር ዕዳ መክፈል፤ ለጡረታ መቆጠብ፤ ሁሉም የካሊፎርኒያ ኗሪዎች፤ ስደተኞችና ስደተኛ ያልሆኑት ሁሉ፤ በጋራ የሚካፈሉት ጭንቀት ነው። ስለዚህም እንደ ሳንፍራሲስኮ፤ ኒውዮርክ እና ሌሎች ታላላቅ ከተማዎች ውስጥ የሚኖር ሰው ሁሉ፤ የሚቀደሰው የጋራ ጉዳይ ነው።

ለመጀመሪያ ጊዜ ወደ አሜሪካ ስመጣ፤ ሁሉም ሰው ሀብታም ነው ብዬ አስብ ነበር፤ ሁሉም የተቀናጣ ኑሮ የሚኖር፤ የመኪና ምዴሎቻቸውን ባላውቅም እንኳን፤ እንዲያው በደም ነፍስ፤ እንከን የማይወጣላቸውን ዘመናዊና ውድ መኪኖች እንደሚነዱ አስብ ነበር።

የማያቸው ሁሉ ልጆቻቸውን ወደ ህፃናት መንከባከቢያ የሚልኩ፤ እረፍት ወስደው የሚ-ዝናኑና፤ ከጭንቀት ጋር የማይተዋወቁ አድርጌ እገምት ነበር። እኔም ይህንን ሳይ፤ ይሄስ መንግስተ ሰማያት ሳይሆን አይቀርም ብዬ ደመደምኩ፤ መደምደም ብቻ አይደለም፤ እኔም የዚህ ህብረተሰብ አካል ለመሆን ፈለግኩ።

በጋላ ላይ ግን ቀስ ብዬ ሳየው፤ ለካስ ያሰብኩት ሁሉ ትክክል አልነበረም። ስደተኞች ሆነን የምንጨነቅበት ነገር ሁሉ፤ ለአብዛኛው የአሜሪካ ህዝብም፤ የጋራ ችግር ነው። በጥናት እንደተመለከተው ከአንድ መቶ ሚሊዮን የአሜሪካን ቤተሰብ ውስጥ፤ 3.5 በመቶው ብቻ ነው ባለጸጋ (ሀብታም) ተብሎ የሚገመተው። ስለዚህ በበታችነት ስሜት ተገፋፍታችሁ ራሳችሁን የማግለል ስሜት ውስጥ አትግቡ፤ ከሌሎች ጋር በሚኖራችሁም ግንኙነት፤ የዝቅተኝነት ስሜት አይሰማችሁ። ከሀገሬቱ ተወላጆች ጋር፤ ከሚገመተው በላይ በጋራ የምትቋደሲቸው/ የምትካፈሏቸው / የጋራ ችግሮች አሏችሁ።

በእርግጥም ለእዚህ ሀገር አዲስ ናችሁ፤ ስለዚህ ከባዶ ወይም ከምንም ተነስታችሁ መጀመር ይጠበቅባችኋል። ድብታ (Depression) ሊጫናችሁ ይችላል፤ ከምንም በላይ ደግሞ፤ ከሙያ ብቃትና ከትምህርት ከህሎቶቻችሁ በታች በሆኑ ስራዎች ላይ ልትሰማሩ ትገደዱ ይሆናል፤ ምክንያቱም፤ በህይወት መሰንበት ግድ ይላችኋልና።

ነገሮች እንዲህ እንደሚሆኑ አልጠበቃችሁም፤ ወይም አላሰባችሁም፤ ነገር ግን እውነታው ይኸው ነው፤ ስለዚህ ተቀበሉት፤ ጊዚያዊ መሆኑንም እወቁ። የምታገኟቸው ስራዎች፤ ምንም እንኳን የሚመጥናችሁ ባይሆኑም፤ ልምድ የምትቀስሙባቸው መሆናቸውን አውቃችሁ አመ-ስግኑ። ሌላው ቢቀር ከስራ ባልደረቦቻችሁ፤ ከአሜሪካዊያን የስራ ሀላፊዎችና ከአሰራር ስርአቱ ጋር ትተዋወቁበታላችሁ።

እኔ አሜሪካን በመጣሁበት ወቅት፤ የመጀመሪያ ዲግሪ የነበረኝና በበን አድራጎት/ አትራፊ

ባልሆኑ / ድርጅቶችና፤ በተባበሩት መንግስታት ድርጅት ውስጥ የመስራት ልምድ የነበረኝ
ሰው ነበርኩ። እንደኔ አሳብ፤ አሜሪካን ገና እግሬ የረገጠ ዕለት፤ ስራ የምጀምር መስሎኝ
ነበር። ልጄን በ6 ወር ውስጥ ወደ አሜሪካ ለማምጣትም፤ በፍቱም ራስ መተማመን ላይ ያረፈ
እቅድ ይዤ ነበር፤ ትምህርቴና የስራ ልምዴ፤ ተገቢ ወይም የሚመጥነኝን ስራ ለማግኘትና
ለመጀመር ያስችሉኛል ብዬ አስቤም ነበር። የተገላቢጦሽ ሆነና ነገሬ ሁሉ ምስቅልቅሉ ወጣ፤
የልብ ስብራቴ ከባድ ስለነበር፤ አጥንቶቼ ሳይቀሩ ከሰውነቴ የተላቀቁና የወላለቁ መስሎ ነበር
የተሰማኝ። አንድ ወቅት ላይ፤ ጢት ከአልጋዬ መነሳት እንኳን ተስኖኝ ነበር፤ ወደ አሜሪካ
መምጣቴም ስህተት እንደነበርና፤ የልጄ ጉዳይና የወደፊት እጣዬ ሁሉ ውሀ እንደበላው/ መና
እንደ ቀረ /፤ ቆጥሬው ነበር።

ከስድስት ወራት በፊት ወደ አሜሪካ የመጣችው የቅርብ ጓደኛዬ ስምረት፤ በተረጋጋ
ሁኔታ ቀስ ብላ " የምትጠብቂውን አይነት ስራ ማግኘት አትችይ ይሆናል " ስትለኝ፤ ክፉኛ
ደንግጬ ነበር። ለሌሎች ስራዎች ማለትም ለዕዳት ወይም የእንክብካቤ አገልግሎት ለመሳሰሉ
ስራዎች ማመልከቻ እያስገባሁ፤ በተንዳኝ ለትምህርቴና ለሙያ ብቃቴ የሚመጥኑ ስራዎችን
ማፈላለግና፤ ተስፋዬን ፈፅም ላለመጣል ጥረት ማድረግ እንደሚገባኝ መከረችኝ።

መረበሽ ፤ ፍርሀት፤ እና ሀዘን በአንድ ላይ ሲወድቅብኝ፤ በአእምሮ ጤንቴም ላይ ከፍተኛ
ጫና አሳርፎብኝ ነበር። ለተሻለ ህይወት ብዬ ነበር አመጣጤ፤ ነገር ግን የሚያስደነግጥ ነገር
ነው የገጠመኝ፤ ምክንያቱም፤ የማልመውን ስራ ወዲያው ማግኘት እንደማልችል ገባኝ፤ በዚያ
ምትክ እንደውም፤ የመጣሁበት ሀገሬ ውስጥ ልሞክረው እንኳን የማላስበውን ስራ ለመስራት
ተገደድኩ። ይሄ ሁሉ ለኔ ዱብ-ዕዳ ነበር።

ስለዚህ በዚህ ጊዚያዊ መሰናክል ፊት፤ ትኩረቴን ዓላማና ግቤ ላይ ማድረግ ነበረብኝ።
በስድስት ወር ውስጥ ልጄን ወደ አሜሪካ ማስመጣት አለብኝ፤ ምክንያቱም፤ ይሄን ካላደረግኩ
ልጄ ቪዛና የመኖሪያ ፍቃድ እድሉን ሊያጣብኝ ይችላል፤ ይህ እድል ከተበላሽ ደግሞ፤ ከእኔ
ጋር ሊቀላቀል የሚችለው፤ የአሜሪካ ዜግነት ማግኘት ከቻልኩ ከአምስት ዓመታት በኃላ
ነው።

አንዳንድ ሰዎች፤ ልጄን ወደ አሜሪካ ከማምጣቴ በፊት በደንብ ብደራጅና፤ አምስት ዓመት ቆይቼ ባደርገው የተሻለ እንደሆነ ይመክሩኝ ነበር፤ አክለውም ልጄን ከማምጣቴ በፊት፤ የአሜሪካን ዜግነቴ ላይ ትኩረቴን ባደርግ፤ የማልመውን ስራ ባገኝና፤ የራሴ የምለው ቤት ቢኖረኝ እንደሚሻል ያሳስቡኝ ነበር።

ያም ሆን ይህ፤ እንዲህ ዓይነቱ ሀሳብ በኔ ዘንድ ተቀባይነት አልነበረውም፤ ምናልባት ለሌሎች ይሰራል፤ ወይም ሰርቶ ይሆናል፤ ለኔ ግን እንዲያ ሊሆን እንደማይችል ደመደምኩ። ወደ አሜሪካ የመምጣቴ ዓላማ፤ ልዩ ጥንቃቄና እንክብካቤ የሚሻው ልጄ፤ ሀገር ቤት ሊያገኘው የማይችለውን ዕድል እንዲያገኛልኝ ነው። በስድስት ወራት ውስጥ ላመጣው ካልቻልኩ፤ ወደ ሀገር ቤት ብመለስና ከጎኑ ሆኜ ፈተናዎቹንና ተግዳሮቶቹን፤ አብሬው ብካፈልና ብረዳው እመርጣለሁ።

ያለኝ ምርጫ፤ ያለመታከት በፅኑ መሰራትና ልጄን በስድስት ወራት ውስጥ ወደ አሜሪካ ማምጣት ነው፤ ያለ ልጄ አሜሪካ ውስጥ መኖር አልችልም። ልጄ ደግሞ፤ ለመኖር የሚያስፈልጉት አገልግሎቶችና አቅርቦቶችን አጥቶ ማደጉ ብቻ ሳይሆን፤ ያለ እናትም ሊያድግብኝ ነው፤ ይህንን ደግሞ እንደ አንድ አማራጭ የምቀበለው ጉዳይ አይደለም፤ ስለዚህ ደነገጥኩ። የተገነውን ማንኛውንም ስራ ለመስራትም ወስኜ፤ ራሴን አዘጋጀሁ።

ከመጣሁ ከሁለት ወር በኋላ የእንክብካቤ አገልግሎት ስራ አገኘሁ፤ ያ ደግሞ፤ ከሌሎች ሁሉ የተሻለና የምመርጠው ስራ ነበር፤ ምክንያቱም በስፊ ቤተሰብ (Extended Family) ውስጥ፤ አዛውንቶችን የመንከባከብና የመመገብ፤ እንዲሁም በሀገር ቤትም ልዩ እንክብካቤ በሚያስፈልገው ልጄ ላይ ጥሩ ልምድ ስለነበረኝ ነው። ነገር ግን፤ በዚህ ስራ እንደ ባለሙያ አገለግልበታለሁ ብዬ አንድም ቀን አስቤ አላውቅም ነበር።

በአሜሪካ የስራ ገበያውን የሚቆጣጠሩት፤ የአሰሪና ሰራተኛ አገናኝ ወኪል ድርጅቶች ናቸው። እነዚህ ወኪል ድርጅቶች፤ ከደንበኛ ጋር ላገናኙበትና ስራ ላስቀጠሩበት፤ እስከ 50 በመቶ የሚሆነውን ገቢ ይካፈላሉ። እኔም ያመለከትኩበት ወኪል ድርጅት ተቀብሎኝና ስልጠና ስጥቶኝ ወዲያውኑ፤ እሲንም ቤተሰቢንም ወደ ወደድኩበትና ወደተላመድኩበት፤

አንዲት ቀናና መልካም አዛውንት ቤት ቤት አስቀጠረኝ።

ብዙ ጊዜ ወኪል ድርጅቶች፤ ተንከባካቢዎችን ወደተለያየ ቦታ በተለያየ ቀን መላክ ልማዳቸው ነው። እንዲያም ሆኖ ግን፤ በሳምንቱ ወኪሌ ከተመደብኩላቸው አዛውንት ቤት ጋር አብሬ እየኖርኩ ማገልገል እችል እንደሆን እንዳስብበት ጠየቀኝ። የስራው ሁኔታ አብሬአቸው እየኖርኩ፤ በሳምንት ለአራት ቀናት መስራት/ መንከባከብ/ የሚጠበቅብኝ ሲሆን፤ በተቀሩት ቀናት ግን አብሪያቸው መኖር /መዋልና ማደር/ እችላለሁ። ይህ ለኔ ትልቅ አጋጣሚና፤ አሁን ካለሁበት ሁኔታ ወደ ነፃነት መሸጋገሪያ የጉዞ ቲኬት፤ አድርጌ ነው የቆጠርኩት፤ ስለዚህም ያለ አንዳች ማመንታት ተቀበልኩት። በትጋት እየሰራሁም፤ እያንዳንዷን የማገኛትን ሳንቲም፤ ልጄን ለማስመጣት እቆጥብ ጀመር። ከንደኞቼና ከአሰሪዎቼ በተደረገልኝ ልግስናና ድጋፍ፤ የቪዛ ጊዜው ከማለፉ በፊት፤ ልጄ ከአባቴ ጋር እንዲመጣ አደረግኩ። በአሁን ወቅት እየተደሰትኩበት እና እያጣጣምኩት ባለሁትና አልመው በነበረው ስራዬ ላይ ለማገኝ ግን፤ አራት አመታት ወሰደብኛል።

ወደ አሜሪካ፤ ከዶክትሬት ወይም ከኢንጂነሪንግ ዲግሪያችሁ ጋር ብትመጡም፤ ሀገር ቤት የተከበረ የህይወት ዘይቤ ትመሩ የነበረ ቢሆንም፤ ሁሉም ነገር አሁን ጭልጥ ብሎ ቢሄድባችሁና፤ የሚቀርብላችሁ ምርጫ ሁሉ ከአቅማችሁ በታች ሆኖ ብታገኙት፤ ልባችሁ አይውደቅ። ምናልባት የምታገኙት ስራ ሂሳብ ተቀባይነት (ካሽር)፤ ፅዳት፤ ተንከባካቢነት፤ የኡበር ታክሲ ወይም የጭነት ማንሻ መኪና ሹፌርነት ሊሆን ይችላል። እኔ የምመክራችሁ ይሄንንም ሳታጣጥሉ ተቀበሉት፤ ማንኛውንም ስራ አትናቁ፤ ግድ የላችሁም እመኑኝ፤ ስለ-ራሳችሁና በዙሪያችሁ ስላሉት ሰዎች፤ ብዙ ትማሩበታላችሁ። እኔ በህይወቴ ካጋጠሙኝ ስራዎች ባንዱም ተፀፅቼ አላውቅም፤ በተሳሳተ መንገድ ግን አትረዱኝ፤ የማለወደው አለታ፤ የማልወዳቸው የስራ ባልደረቦች እና የማልወደው ክፍያ /ደሞዝ / አጋጥሞኝ ያውቃል፤ ያም ሆኖ ግን፤ ስራዎቹ አብሮ መስራትን፤ ጊዜ አጠቃቀምን፤ አዚህ በዝርዝር ላሰፍራቸው የማል-ችላቸው ብዙ ነገሮችን እንዳውቅና እንድለማመድ አድርገውኛል። ማንኛውንም አይነት ስራ ተቀበሉ። በትጋት በመስራት፤ በፅናት፤ማንነታችሁን ሳትረሱ በመሰጠትና፤ ማድረግ የሚገ-ባችሁን እያደረጋችሁ፤ ወደ ግባችሁ የሚያደርሷችሁን ጥቂት ርምጃዎችን ከተራመዳችሁ

አላማችሁን የማታሳኩበት ምንም ምክንያት አይኖርም። ከአቅማችሁና ከትምህርት ደረጃችሁ በታች የሆነ ስራ በመስራታችሁ አትፈሩ፤ ይልቁን፤ ግትርነትን በመተው ነገሩን አቅልላችሁ ለማየት ፍቃደኛ በመሆናችሁ ልትኮሩ ይገባል።

አንድ ግሩም የማቀርብላችሁ ግብአት፤ አትራፊ ያልሆነ አፕዋርድሊ ግሎባል (Upwardly Global) የተባለ ድርጅት አለ (https://www.upwardlyglobal.org)። ይህ ድርጅት ወደ አሜሪካን ከመምጣታችሁ በፊት ሀገር ቤት ከምትሰሩት ስራ ጋር ተመሳሳይ የሆነ ስራ ያለ-በትን ቦታ ይጠቁማችኋል። ይህንን ድርጅት /ተቋም / ለማግኘት ሶስት ዓመታት ፈጅቶብኛል፤ አንድ ጊዜ ካገኘኋቸው በኋላ ግን፤ የትምህርትና የስራ ልምድ ዝርዝሬን አስተካክዬ እንድቀርፅ እጁን ረድተውኛል። ተቋሙ ላለው ፕሮግራም የምትመጥኑ መሆናችሁን፤ አግኝታችኋው ብታረጋግጡ መልካም ነው። በብዙ የአሜሪካ ግዛት ውስጥ፤ በህንፃዎች ውስጥ የሚገኙ ቢሮዎችና፤ ቨርቹዋል ቢሮዎች (ልክ እንደ ቢሮ የሚያገለግሉ ቢሮዎች) አሉቸው። በኢን-ተርኔት፤ ክፍት የስራ ቦታዎችን አስሱ፤ ሁልጊዜ ዙሪያችሁን አስተውሉ፤ ብዙ ቦታዎች ላይ ክፍት የስራ ማስታወቂያዎች ይለጠፋሉ፤ ወይም ለእርዳታ ፈላጊዎች (Help Wanted) የሚሉ ምልክቶችን ይጠቀማሉ። ወደ አዲስ ሀገር ለመምጣት የነበራችሁን ጉብዝና አትጣሉ፤ አሁንም ድፍረታችሁን ጠብቃችሁ ወደ ውስጥ ግቡና ጠይቋቸው።

ግልፅ ሁኑና የማትወዷቸውንና የማትፈልጓቸውን ስራዎች ንገሯቸው፤ ትምክህታችሁን ግን ትንሽ ዝቅ አድርጉት፤ ምክንያቱም፤ ይሄ ለዘለቄታው የምትገቡበት ስራ ሳይሆን፤ ለጊዜው የራሳችሁንና የቤተሰባችሁን የኤኮኖሚ አቅም ለመደገፍ የምትገቡበት አማራጭ ነው። ከዚህ ጋር ተጣብቃችሁ እንደምትኖሩ፤ በአሜሪካም ያላችሁ እድል/ ዕጣ ፈንታ/ ይሄው ነው ብላችሁ፤ የተጠቀነት አስተሳሰብ እንዳታዳብሩና እንዳትወድቁ በጣም ተጠንቀቁ።

የዚህ አይነት አስተሳሰብ / እምነት / የተለመደ ነው፤ እናም ወደ አእምሮአችሁ ሲመጣ ወዲያው አስወግዱት፤ ምክንያቱም አውነት አይደለምና። ይህ ብቻ ነው እድሌ ብላችሁ፤ ውስጣችሁ አሰርፃችሁ በማስገባት ቋሚ ቦታ ካልሰጣችሁት በቀር፤ ጊዚያዊ መሆኑን መቀበል አያዳግታችሁም።

ከእናንተው ማህበረሰብ ያሉና፤ በአሜሪካ ለአስር፤ ሀያ እና ከዛም በላይ ላሉ ዓመታት ኖረው፤ ገና ሲመጡ የያዙትን ስራ እየጠሉትም ቢሆን ሲሰሩ ታይዋቸዋላችሁ። አእምሮአ- ቸውን አንድ ቦታ ላይ ብቻ ቸክለውታል፤ ስታናግሯቸው በጣም አሉታዊ ናቸው፤ ህይወት በአሜሪካ፤ ይኸው ነው! ይሏችኋል። ይህን ከመሰሉ ብዙ ሰዎች ጋር ተገናኝቻለሁ፤ በተቻ- ላችሁ መጠን ከእነዚህ ራቁ፤ ምክንያቱም አመለካከታቸው የተሳሳተ ነው። ከሰማችኋችውና ከተከተላችኋቸው፤ እናንተም የነርሱ ተቀጥላ ሆናችሁ ታርፋታላችሁ።

በዚህ መጽሀፍ መጨረሻም ምን አይነት ሰዎችን መሻሽና፤ ከምን አይነት ሰዎች ጋር መወዳጀት እንዳለባችሁ፤ በይበልጥ እንነጋገራለን። በተመሳሳይ ጊዜ፤ ቤተሰባችሁን የም- ትረዱበትን እየሰራችሁ፤ ለምታልሙት ስራ ደግሞ በሳምንት ጥቂት ሰዓታትን መድባችሁ ለመስራት ምክሩ።

ሀገር ቤት ሳላችሁ የነበራችሁ የትምህርት ማስረጃ አሁን ካላችሁበት ሀገር የትምህርት ደረጃ ጋር የማይመጣጠንና ያነሰ ሆኖ ከተገኘ፤ ደረጃና መስፈርቱን ለማሟላት የሚጠይቀውን ፈተና ለመውሰድና ደረጃችሁን ለማስተካከል አታመንቱ። ለመማርና ለማጥናት ጊዜ ስጡ፤ ወደ ግባችሁ ለመድረስ እንድትችሉ በሳምንት ጥቂት ሰዓታትን መድቡ፤ ለምታልሙት ስራ የሚያበቃችሁን ማንኛውንም ማድረግ የምትችሉትን ሁሉ አድርጉ።

እናንተ የምትወዱትን ስራ ከሚሰሩ ሰዎች ጋር ሀሳብ ተለዋወጡ። ያንን አይነት ስራ ለማግኘት ምን ርምጃዎች መውሰድ እንዳለባችሁ ጠይቋቸው። የስዉችሁን ምክር ወስዳችሁ የተቻላችሁን ሁሉ አድርጉ፤ ቀስ በቀስም ቢሆን፤ የምታልሙትን ስራ በርግጠኝነት እጃችሁ ማስገባት ትችላላችሁ። ከሁሉም በላይ ግን አሁን ስላላችሁ ስራ አመስጋኝ ሁኑ፤ አብረዋችሁ ከሚሰሩት ጓደኞቻችሁ፤ ከአለቆችና ከሌሎች የስራ ባልደረቦቻችሁ ለመማር ምክሩ። ሰአት ማክበር ልማዳችሁ ይሁን፤ ከሌሎች ጋር ግንኙነትን መፍጠር ተማሩ፤ የቋንቋ ክህሎታችሁን አሳድጉ፤ እንዲሁም በራስ መተማመን ገንቡ። የማትወዱት ስራ ላይ ሆናችሁ እንኳን ራሳችሁን ታሻሽሉበታላችሁ፤ ለሚቀጥለው ስራችሁ ሊያግዛችሁ የሚችል የማደግ እድል፤ ሁል ጊዜ ከእናንተ ጋር ይኖራል።

አንድ የማከብራቸውና የማደንቃቸውን ጥንዶች ታሪክ ላካፍላችሁ። ሳምና ኤልዛቤት የሚባሉ ባልና ሚስት ወደ አሜሪካ የመጡት፤ እኔ አሜሪካ ከመምጣቴ አራት ዓመት በፊት ነበር። ሳም የባችለር ዲግሪ ሲኖረው፤ ሚስቱ ደግሞ የከፍተኛ ሁለተኛ ደረጃ ትምህርት ቤት ምሩቅ ናት። ሳምና ኤልዛቤት 5 ልጆች የነበሯቸው ሲሆን፤ ከነዚህ ውስጥ ሁለቱ መንትዮች ነበሩ። በአሜሪካ ነገሮችን ለማመቻቸት ከሚያደርጉት ጥረት ጎን ለጎን፤ ቤተሰባቸውን ለማኖር የሚያስችላቸውን ድጋፍ ለማግኘት፤ ማንኛውም የመንግስት ግብዓት የሚሰጥበትን በር ሁሉ ያንኳኩ ነበር። ሳም የጥበቃ ስራ ሲያገኝ፤ ኤልዛቤት ደግሞ ቤት ውስጥ፤ ሁለቱን ህፃናት ልጆቻቸውን መንከባከብ ነበረባት። ሳም በጥበቃ ስራ ላይ እያለ፤ ከአምስት እስከ ሰባት ዓመታት ባሉት ጊዜያት ትምህርቱን ለማጠናቀቅ ወስኖ በባዮ-ሄልዝ ቴክኖሎጂ፤ ለማስተርስ ዲግሪ ይማር ጀመር። ለጥናቱ ሰአት መደብ፤ ለትላልቅ ልጆቹ ደግሞ የቤት ስራዎቻቸውን እያሰራና እያስጠና፤ ሌሎች ፍላጎቶቻቸውንም ለሚሚላት እየጣረ፤ በተረፈው ሰአት ያርፋል። መንትዮቹ ህፃናት አምስት ዓመት ሲሞላቸውና የህዝብ ትምህርት ቤት ሲገቡ፤ ኤልዛቤት በእንክብካቤ አገልግሎት የስራ መስክ፤ የትርፍ ጊዜ ስራ አገኘች፤ እንዲሁም የተረጋገጠ ወይም የተመሰከረለት የረዳት ነርስነት ኮርስ Certified Nurse Assistant (CAN-) መከታተል ጀመረች።

ሳምና ኤልዛቤት ሁለቱም በስራ ላይ መሆን ሲጀምሩ፤ በመንግስት ርዳታ ጥገኝነት ስር መሆናቸው እየቀነሰ መጣ ፤ ያም ቢሆን ግን ለምግብና ለኪራይ የሚከፍሉት የገንዘብ ድጋፍ፤ አሁንም ያስፈልጋቸው ነበር። ኤልዛቤት የደሞዝ እድገት እንዳገኘች በቅርበት ካለው ኮሌጅ በመግባት የተመሰከረለት (Certified) የነርስነት ሙያ ትምህርቷን፤ መከታተል ጀመረች። የትርፍ ጊዜ ስራዋን እያሰራች ትምህርቷን ለመጨረስና ህጋዊ ፍቃድ የሚያሰጣትን የምስክር ወረቀት ለማግኘት፤ ሁለት ዓመት ፈጀባት። የዚህ ሙያ ባለቤት ከሆነች በኋላ፤ የልጆቿንና የቤተሰቧን ሃላፊነት በማይሻማ መልኩ ሰአቷን በማመቻቸት፤ ልትሰራ ከምትችልበት አንድ ወኪል ድርጅት ስራ አገኘች።

ሳም የአምስት ዓመቱን የማስተርስ ዲግሪውን በአራት አመት አጠናቅቆ፤ በአንድ ቤይ አካባቢ በሚገኝ ስም ጥር የባዮ ሄልዝ ካምፓኒ ውስጥ ተቀጠረ። ቤተሰቡም፤ አሁን ከመንግስት

እርዳታ ጥገኝነት ሙሉ ለሙሉ የተላቀቀና በስኬታማነቱ የሚኮራ ሆነ። አሜሪካ ከገባሁ ከ15 ዓመታት በኃላ፤ ኤልዛቤት በተረጋጣ /በተመሰከረለት / የነርስ ሙያ (Certified Nursing Assistant) ስትመረቅ፤ በምረቃው በዓል ላይ እንድገኝ ግብዣ ላከችልኝ። በእውነቱ፤ ስለ እነርሱ በጣም ነው ደስ ያለኝ።

ኤልዛቤትን በዚህ ጉዳይ ምን እንዳነሳሳት ስጠይቃት እንዲህ ነው ያለችኝ " ልጆቹ ጠንክረው ከሰሩ፤ አሜሪካ ውስጥ መሆን የሚፈልጉትን ለመሆን፤ ምንም የሚያግዳቸው ነገር እንደሌለ ላስተምራቸው ስለፈለኩ ነው። ከምንግራቸው ይልቅ፤ በተግባር ስኬታማ ሆኜ ላሳያቸው ስለፈለኩ ነው፤ ልጆቹ በመንግስት ድጎማና እርዳታ ላይ ጥገኛ ሆነው እንዳያድጉና፤ ይሄ ሀሳብ አእምሮአቸውን እንዳይመርዘው ስለፈለኩ ነው፤ ምን ያህል ራስን መቻል (በራስ መደገፍ) ጠቃሚ እንደሆነ እንዲማሩ ስለምፈልግ ነው " አለችኝ። ይሄ ታዲያ አያስገርምም? ሳም ደግሞ እንዲህ ነው ያለኝ - " አሁን ቤት ለመግዛት አቅደናል፤ ለልጆቻችን የኮሌጅ ትምህርታቸውን እንዲከታተሉ ገንዘብ እየቆጠብን ነው፤ ገና ጉዞአችን አላለቀም፤ የመጣነው የአሜሪካ ህልማችንን ለማሳካት ስለሆነ፤ ይሄ ገና ጅማሮው ነው "።

ይህን ቤተሰብ በጣም ነው የምወደው፤ ምክንያቱም አንድ ሰው ስለ ማንነቱ ማወቅ፤ ትኩረት ማድረግ፤ ህልሙን ወይም ውጥኑን ማሳካት (እናንተንም ቤተሰቦቻሁንም ሊጠቅም የሚችሉ፤ በዙሪያችሁ ያሉ ማናቸውንም ግብአቶች ተጠቅማችሁ) እንደሚቻል የሚያሳዩ ጥሩ ምሳሌዎች ስለሆኑ ነው ያቀረብኩላችሁ።

እስቲ ገምቱ፤ ሳምና ኤልዛቤት እንዲህ ማለት አይችሉም ነበር? " ምን እንደሆነ ታው- ቃለችሁ? አምስት ልጆች ናቸው ያሉን፤ እነርሱን ደግሞ ማሳደግ አለብን፤ ምናልባት፤ ህልማችንን ማሳካት የምንችለው፤ እነሱ 18 ዓመት እድሜ ላይ ሲደርሱልን ብቻ ነው "። እነርሱ ግን ፈፅሞ እንዲህ አላሉም፤ ጠንክረው በጥበብ ስራቸውን እየሰሩ፤ ህልማቸውን እያሳኩ፤ ከመንግስት ርዳታ ጥገኝነት፤ ራሳቸውን ነፃ ማውጣት ቻሉ። ለልጆቻቸው አርአያ ለመሆን የተነሳሱብት መንገድ፤ ህልሙን ለማገራመድ ተስፋ የማይቆርጥና ግቡን የሚያሳካ፤ ጠንካራ ሰራተኛ ቤተሰብ በመሆን ማስመስከርና ማረጋገጥ እንደነበር አሳዩ።

ሳምና ኤልዛቤት፤ ለአዳዲስ ስደተኞች የሚያስተላልፉት ምክር ካለ ጠይቄአቸው ነበርና፤ እንዲህ ነው ያሉኝ " እጅ አለመስጠትና ጠንክሮ መስራት፤ ቁልፍ ነገር ነው "። ኤልዛቤት ዳግም ፈገግ ብላ " ማስታወስ ያለብን፤ ወደ አሜሪካ የመጣነው፤ የመንግስት ርዳታ ጥገኛ ሆነንና ተደላድላን ለመኖር አይደለም፤ ለማደግ ነው " ስትል ነበር የመለሰችልኝ። እኔም በዚህ ሀሳብ መቶ በመቶ እስማማለሁ።

አሁን ደግሞ ስለ ሌሎች ሁለት ሰዎች ላካፍላችሁ። ምሳሌነታቸውን ለመከተልም ሆነ ላለመከተል ምርጫው የእናንተ ነው። አስታውሱ፤ አሜሪካ ውስጥ መሆን የምትፈልጉትን /የምትመርጡትን/ መሆን ትችላላችሁ።

አሊስ የምትባለውን ፓኪስታናዊት የተዋወቅኳት በጎደኛዬ አማካይነት ነበር፤ አሲም የማስተርስ ዲግሪ ያላት ሲሆን፤ መጀመሪያ ወደ አሜሪካ እንደመጣች፤ ስራ መያዝ ስትፈልግና ስታፈላልግ፤ ስራ የማግኘት ዕድል ያላት በግሮሰሪ መደብር ውስጥ መሆኑን ተረዳች። በዚህ ጊዜ፤ ቅስሚ የተሰበረውና አንገቷን በሀፍረት የደፋችው ወዲያውኑ ነው። አሊስን መንገድ የዘጋባት ሌላ ነገር ሳይሆን ትምክህቷ ነው። ሌሎች የወደፈታቸውን ለማሳካት ሲሉ ከትምህር ታቸውና ከሰለጠኑበት ሙያ ውጪ፤ ይሄን መሰል ስራ መስራታቸው ለጊዜ ግድ እንደማይሰጣት አሰበች። በዚህ መልክ ሊረዷት የሚጠጉትን ሁሉ በመሸሽ፤ ግሩም ከሆኑ ድጋፍ ሰጪ አካላት ጋር ያላትን ግንኙነት ሁሉ አቋረጠች። አሊስ ከሁሉም ሰው ጋር ባለመስማማቷ፤ ጓደኞቿና ዘመዶቿ ምን እያደረገች እንዳለ ወደማያዩበት ሌላ ግዛት ኮበለለች። አሊስ ህልሟቸውን ለማሳካት በሚራራጡት ላይ መቅናትና መራር መሆን ጀመረች። ሰዎች ስለ ህይወት ያላ ቸውን አዎንታዊ አመለካከት፤ የሚያልሙትን ስራ ስለማግኛታቸው፤ ትዳር ስለመያዛቸው ወይም ልጅ ስለመውለዳቸው ሲነግሯት የምትሰጣቸው መልስ፤ በአፍራሽ (Negative) አስ ተያየት የተሞላ ብቻ ሆነ። እንዲሳካላቸው የሚሄዱበትን መንገድና የስራ ጥንካሬያቸውን ሁሉ ታጣጥልባቸው ነበር፤ በዚህ ጊዜ ሰዎችም ሳይወዱ በግድ ከርሷ ይርቁ ጀመር።

አሊስን ከ10 ዓመታት በፊት አይቻት ነበር፤ የሚያሳዝነው ግን አሁንም በያዘችው መራ ርነትና ጨለምተኝነት (Pessimism) መቀጠሏ ነው። ትኩረቷ ነገሮች " እንዲህ መሆን አለባቸው "(It Should be) የሚለው ላይ እንጂ፤ አሁን ያለችበት ሁኔታ ወደ ሌላ

ደረጀ መሸጋገሪያ የእንደገት መሰላል አድርጋ አላያችውም። በመጨረሻ ለማገለት የምወደው፣ ጊዜያችሁን ልትጠቀሙ የምትወዱበትን መንገድ የምትመርጡት፣ እናንተው ራሳችሁ ናችሁ።

ሌላ ምሳሌ ደግሞ ልስጣችሁ፦ፋራድ የሚባለውን ሰው ከ 6 ዓመት በፊት ነበር የተገናኘሁት። ይህ ሰው ኢራናዊ ሲሆን የተዋወቅኩት፣ በአሜሪካ ውስጥ ለ7 ዓመታት ያህል የኖረ ቢሆንም፣ አሁንም ራሱን ከሁኔታዎች ጋር ማላመድ በተቸገረበት ጉዳይ እንድረዳው፣ በሰዎች አማካይነት ተጠቁም ነው።

በዛን ጊዜ እኔ በአሜሪካ መኖር ከጀመርኩ አምስት ዓመት የሆነኝ ሲሆን፣ ከአሜሪካ ባህል ጋር ራሴን ለማዛመድ፣ በፅናት መቆም አለብኝ ብዬ የወሰንኩበት ጊዜ ነበር። ፋራድ ኢራን በነበረበት ጊዜ ጥሩ ህይወት እንደነበረው፣ የቤት ሰራተኛ ቀጥሮ ያሰራና እንደ ልዑል ይኖር እንደነበር፣ ስለ ገንዘብ አንድም ጊዜ ተጨንቆ እንደማያውቅ ነበር የነገረኝ። ፋራድ ወደ አሜሪካ ከመጣበት ጊዜ ጀምሮ የሚያገኘው ስራ ዝቅተኛ እንደሆነና በዚህም ሁል ጊዜ ይከፋውና ድባቴ (Depression) ውስጥ ይገባ እንደነበር ነው። ስራ ያገኘና ወዲያው ደግሞ ይባረራል ወይም በፈቃዱ ስራውን አቁሞ ይወጣል፣ ምክንያቱም የትኛውንም ስራ አይወድም ነበር። ፋራድ ከአሜሪካ ካለው ህይወት ጋር ራሱን ሊያጣጥም አልፈለገም፣ ሀገሩ ጥሎት በመጣው የምጪት ህይወት ናፍቆት (Nostalgia) ይዋልላል፣ ከዚህ በላይ ደግሞ በብቸኝነት ስሜት ይጠቃ ነበር፣ አብዛኛው የራሱ ማህበረሰብ አባላት እንኳ ሳይቀሩ ይሸሹኛል ብሎ ያስባል። ፋራድ በእንግሊዝኛ ቋንቋ የምትረዳው ሚስትም ይፈልጋል፣ ምክንያቱም የንግድ ስራ ሀሳብ እንዳለውና፣ ነገር ግን የእንግሊዝኛ ቋንቋ ችሎታው ውሱን ስለሆነ፣ እቅዱን ማከናወን እንዳልቻለ ነው የሚናገረው። እኔም አዋቂዎች የሚማሩበት ትምህርት ቤት ገብቶ ለምን ቋንቋ እንደማይማር ጠየቅኩት፣ እሱም ከብዙ ይቅርታዎች ጋር እያዳበለ " ጊዜ የለኝም፣ አስተማሪው የሚለው አይገባኝም፣ ካረጁ በኋላ መማር ከባድ ነው " የሚሉ ሰበቦችን ይደረድርልኝ ነበር። እኔም በቅንነት ፋራድን ልረዳው ሞክሪያለሁ፣ እንግሊዝኛውን የሚያሻሽልበትን ብዙ መንገድ ጠቁሜዋለሁ፣ ለወር ያህል ይሰጠኝ የነበረው መልስ ግን አሁንም የ "ይቅርታ፣ አልችልም " መልሶችን ብቻ ነበር፦ ለምን አንድ ነገር ማድረግ እንደ-ማይችል፣ ስራ ማግኘት ለምን እንደተሳነው እና ለምን ለድብታው (Depression) የአእምሮ

ጤና ባለሞያዎችን እንደማያማክር ስጠይቀው፤ በአጠቃላይ የማይችልበትን ምክንያቶች ነበር የሚደረድረው። መጨረሻ ላይ ሀላፊነትን ከራሴ ላይ ማውረድና ምክርና ስልጠናዬን ማቆም ግድ ሆነብኝ፤ ፋራድ ምንም ርዳታ የማይፈልግና ራሱንም የማይረዳ ሰው እንደሆነ ግልፅ ነበር።

እኔም ፋራድን ለማገዝ ከቻለ ብዬ፤ አንድ አሜሪካ ውስጥ የሚኖርና የተሳካለት ኢራናዊ ላነጋግርለት ሞክሬ ነበር። አሱም እንደነገረኝና እንዳረጋገጠልኝ፤ ፋራድ ወደሚፈልግበት ደረጃ ለመድረስ የሚያስፈልገውን ከባድ ስራ ለመስራትና፤ የሚጠይቀውን ሀላፊነትና ግዴታ ለመወጣት ዝግጁ አለመሆኑን ነው። ስለዚህ ምንም ብታደርጉለት መረዳት የማይፈልግን ሰው ለመርዳት መሞከር፤ ውሀ ቢወቅጡት እምቦጭ (ተመልሶ እዛው) ነው የሚሆንባችሁ።

ይህንኑ ኢራናዊ፤ አዲስ ለሚመጡ ሰዎች ምክር እንዳለው ስጠይቀው፤ እርሱም " ግትር ሰው መሆን አይገባም፤ ራዕይን አጥብቆ ለመያዝና፤ ወዳለሙት ግብ ለመድረስ ጠንክሮ መስራት ያስፈልጋል፤ነገር ግን በመጀመሪያ ድስት ወይም ሽንት ቤት ማፅዳት ግድ ሊል ስለሚችል፤ ራስን ዝቅ ማድረግ ይጠይቃል " ነበር ያለኝ።

ይህ አባባል የተለመደ ይሆን? በ11 ዓመት የአሜሪካን ቆይታዬ፤ ብዙ ፋራዶችን እና አሊሶችን ተገናኝቻለሁ፤ እንዳንዶቹ እኔ ከመጣሁበት ከኤርትራ፤ አንዳንዶቹ ከእስያ፤ ሌሎች ደግሞ ከተለያዩ የአፍሪካ ሀገራትና ከላቲን አሜሪካም ጭምር የመጡ ናቸው። ከየትም ይምጡ፤ ችግሩ እሱ አይደለም። ብዙዎች አሜሪካ ውስጥ ለ10 ወይም 20 ዓመታት የኖሩ ናቸው፤ ለሁሉም ነገር አቋራጭ መንገድ ይፈልጋሉ። ልትረዷቸው እየፈለጋችሁ እንኳን፤ ራሳቸውን ከሁኔታዎች ጋር ማዛመድ አይፈልጉም፤ ሁሉም የሚፈልጉት፤ በቀላል መንገድ ሾልኮ መውጣትን ነው። ለምሳሌ እዚህ ብዙ ጊዜ የኖረች /የኖረ፤ ቋንቋውን የም_ታውቅ /የሚያውቅ፤እና እነሱን እንደልጅ መንከባከብ የምትችል/ የሚችል፤ ማግባት ነው የሚፈልጉት። በምንም ነገር ላይ አሉታዊ ከመሆናቸው የተነሳ፤ ከአጠገባቸው ስለተቀመጠው ሰው እንኳን ለማወቅ ደንታ / ግድ አይሰጣቸውም። ግድ የሚላቸውና ትኩረታቸው ያረፈው በራሳቸውና በችግሮቻቸው ላይ ብቻ ነው።

ስለዚህ አንድ አዲስ ሰው ወደ አሜሪካ ሲመጣና ከእነዚህ ጨለምተኛ (Pessimist) ሰዎች ጋር ሲገናኝ፤ የሚፈጠረው ምንድን ነው? ለነዚህ አዲስ መጤዎች ሊገቱቸው የሚሞክሩት፤ ልብ የሚያወርደውንና ቅስም የሚሰብረውን አመለካከታቸውን ነው፤ እሱ/ አሷ ለአዲሱ መጤ የሚሉት " የኔ ወንድም/ እህት፤ አሜሪካ ደምህን /ደምሽን ትመጥሀለች / ትመጥሻለች! ፤ ያገኘኸውን መስራት እንዳለብህ ነው የምትነግርህ፤ አንተም ይህንኑ ነው የምትቀበለው፤ እኛም ስንመጣ ተታለናል፤ ወደ አሜሪካ ስንመጣ ገንዘብ ከዛፍ ላይ እንደሚረግፍ ነበር የገመትነው፤ ነገር ግን ሁሉም ውሸት ነው! እንደ ዕብድ መስራት አለብህ፤ ለምን ይመስልሀል?፤ እዳ ብቻ (For bills)፤ እዳ ከፋይ ሆነህ ነው የምትቀረው፤ በቃ!ይኼው ነው " ይሉሃል። የነርሱን የተንሸዋረረ (Distorted) የአሜሪካ ራዕያቸውን፤ አንተ ላይ ወይም አዲስ መጤው ላይ ለመጫን ዙሪያህን ያንዣብባሉ።

አዲስ መጤው ወደ አሜሪካን ሰንቆ ስለመጣው ህልሙ፤ ለአሉታዊው ሰው ሲነግረው ይስቅበትና እንዲህ ይለዋል " እንዴት ትቀልዳለህ እባክህ! ፤ የማይሆን ነገር ነው የምት-ቃዠው! ያ ቢሆንማ ኑሮ እኔም አደርገው ነበር "፤ መጤውም ይህን መሰል አሉታዊ ትችት ከቃረም በኃላ፤ ህልሙ ሁሉ መምከን ይጀምራል፤ እንዲህም ይላል " እ! ያንተ ያለህ! እነዚህ ሰዎች የሚሉት ሁሉ ትክክል መሆን አለበት፤ ከሁሉም በላይ ደግሞ ለአመታት አዚህ ኖረዋል፤ አኔ ገና አዲስ ነኝ፤ ስለዚህ ከሚሉት ውጪ ምን ዕድል ሊኖር ይችላል "። በዚህ ሁኔታ፤ ገና ሳይጀምሩት ህልሞቻቸው መጨንገፍ ይጀምራሉ።

ከነዚህ " አይቻልም " ከሚቀናቸው ሰዎች ራሳችሁን አርቁ፤ በመጀመሪያ ደረጃ ለረጅም ዘመን አሜሪካ ውስጥ ኖሩ ማለት፤ ሁሉን ነገር ያውቃሉ ማለት አይደለም፤ ይህ በራሱ ሰዎቹ ተዋህደዋል፤ ህልማቸውን ለማሳካት ተግተው ሰርተዋል የሚል ዋስትናም የሚያሰጣቸው አይደለም። እኔ ወደ አሜሪካን መጀመሪያ ስመጣ፤ ከእኔ ቀድመው እዚህ የመጡት፤ ሁሉን ነገር እንደሚያውቁ አድርጌ ነበር የምገምተው።

አሁን፤ መሆን የሚገባቸው እንደዚያ ነበር። ብዙዎች እራሳቸውን ያዋሀዱና፤ ህልማ-ቸውን ለማሳካት ጠንክረው የሰሩ ሰዎችን ታገኛላችሁ። ያም ሆኖ ግን የሚያጋጥሟችሁ ሰዎች ሁሉ፤ እንደዚያ ናቸው ማለት አይደለም። ሊያበረታቱአችሁ የሚችሉና ምንም እን-

83

ደማይሳናችሁ የሚነግሯችሁን፤ በትጋታቸውና በመልካም አርአያነታቸው የሚታወቁ ሰዎችን ፈልጉ። አሁንም እንደገና የምነግራችሁ፤ ከአሉታዊ ሰዎች እንድትርቁ ነው፤ ምክንያቱም ደግሜ እላለሁ፤ ልባችሁን ያወርዱታል፤ ቅስማችሁን ይሰብሩታል።

እስካሁን ድረስ፤ በጣም አንገብጋቢ ከሆኑት ፍላጎቶቻችሁ ጋር እንዴት መገናኘት እንደ-ምትችሉ ለማየት ሞክረናል።

መጽሀፉ መጨረሻ አካባቢ፤ በነዚህ አንገብጋቢ የህይወት ማቆያ/ማስንበቻ / ፍላጎቶች ላይ በማተኮር፤ ምዕራፍ ሶስት ላይ ወደ ጥልቁ ውሀ እንድትገቡና እንድትቀዝፉ የሚረዷችሁን፤ ጥቂት አስፈላጊ ክህሎቶችን ከተማራችሁ በኃላ፤ እንደገና እንመለሰበታለን። የሚያስፈልጋችሁ ነገር ቢኖር፤ አዲስ ነገር ለመማር ፍቃደኛ መሆን፤ ቁርጠኝነትና ጠንክሮ መስራት ብቻ ነው።

ምዕራፍ 3

ክህሎት ማዕቀፍ # 1

አዋንታዊ (ቀና) አስተሳሰብ

"አእምሮህን በምታስበው ነገር ላይ ቀጥታ እንዲያተኩር ካደረግክና አዋንታዊ አመለካከት ከገነባህ፤ በዚህ ዓለም ላይ መከወን ወይም ማድረግ የማትችለው፤ ከቶ አንዳች ነገር የለም"

ሉ ሆልዝ (Lou Holtz)

የናፖሊዮን ሂል መፅሀፍ የሆነውና " ስኬታማነት ከአዋንታዊ /ቀና / አስተሳሰብ " (Success through a positive mental attitude) በሚል ርዕስ በተሰየመው መፅሀፉ፤ አዋንታዊ / ቀና / አስተሳሰብን ሲገልፀው- የእምነት፤ የፅናት፤ የተስፋ፤ የቀናነት (Optimist)፤ የድፍረት፤ የተነሳሽነት፤ የልግስና፤ የትዕግስት፤ የዘዴ / የብልህነት /፤ የርህራሄ (ደግነት) እና መልካም የሆነ የጋራ ግንዛቤ (Good Common sense)-- ድምር ውጤት ባህርያት ነው ይለዋል። ትርጉሙን በሚገባ እንረዳዋለን፤ ነገር ግን፤ በየዕለት ህይወታችን ያለን አዋንታዊ አመለካከት ምን ይመስላል? እንዴትስ እንለየዋለን / እናውቀዋለን /?

- ለመሆኑ መልካም ተፅዕኖ ካሳረፉብዎትና መንፈስዎን ማነቃቃት ከቻሉ ሰዎች ጋር ተገናኝተው ያውቃሉ? እርስዎ በክፋት ሲመጡባቸው፤ እነርሱ ግን በፈገግታና በሳቅ ተምልተው ሲመልሱልዎት፤ መቼም ሳይገረሙባቸው አይቀሩም።

- ለአዳዲስና እንግዳ ሰዎች ሳይቀር፤ በቀላሉ መቅረብና ጓደኛ መሆን የማይከብዳቸውና፤ በዙሪያቸው ላሉት ሰዎች ብርሀን መፈንጠቅ የሚችሉ ሰዎች፤ በህይወትዎ አጋጥመዎት ያውቃሉ?

- ከቤተሰቦችዎ አባላት የሚያደንቋቸው ሰዎች አሉ? በህይወታቸው ያልጠበቁት ችግር እንኳ ሲገጥማቸው፤ ደስታቸውን ፈፅም የማያስነጥቁ?

- ምንም እንኳን በህይወታቸው ፍፁም ባይሆኑም፤ ደስተኛ ለመሆን የቆረጡና ለአሉታ-ዊነት እጅ የማይሰጡ ጓደኞች አሉዎት?

- ምንም እንኳን ያላቸው ነገር ትንሽ ቢሆንም፤ ባላቸው ነገር የሚረኩና የሚደሰቱ ሰዎች አጋጥመዎት ያውቃሉ?

- ምንም እንኳ በህይወታቸው በከባድ ችግር ውስጥ ቢያልፉም፤ ወይም ችግር ካሉበት ደረጃ ዝቅ ቢያደርጋቸውም እንደገና ቀና ብለው፤ በክብርና በሞገስ ህይወታቸውን የሚመሩ ሰዎችን ተገናኝተው ያውቃሉ?

እነዚህ አዎንታዊ አስተሳሰብ ካላቸው መካከል የተጠቀሱ ጥቂት ምሳሌዎች ናቸው። እንዲህ ዓይነት አዎንታዊ አመለካከት ካላቸው ሰዎች ጋር መሆን ደስታን ይፈጥራል፤ ብዙ ቀልድና ጨዋታ አዋቂዎችም ናቸው፤ ይሄ ባህሪያቸው ደግሞ፤ ሰዎችን የማቅረብ ከፍተኛ የስሀበት ሀይል አለው፤ በሌሎች ሰዎች ዘንድም ሞገስና ተቀባይነት አላቸው። ቀና አስተሳሰብ ያላቸው ሰዎች ይለያሉ/ ይታወቃሉ/፤ እናም ህይወታቸውን በደስታ የሚመሩ ብቻ ሳይሆኑ፤ በዙሪያቸውም ላሉትም ጭምር የደስታን ጮራ የሚፈነጥቁ ሆነው ይገኛሉ።

ለምሳሌ የኔ ቤት አያት፤ በህይወቴ ካጋጠሙኝ እጅግ በጣም ቀናና መልካም አመለካከት ካላቸው ሰዎች ውስጥ አንዲ ናት፤ በውጥረት ሰዓት ሰላምና መረጋጋትን ማስፈን ታውቅበ-

ታለች። የአንድን ሰው ስም በክፉት ስታነሳ አይቺት አላውቅም፤ ሰውን አታማም፤ በቤተ-ሰባችን መሀከል በቦታው ስለሌለ ሰው ወሬ ከሰማች፤ ረጋ ብላ በፍቅር ሰውዬው / ሴትየዋ በሌለችበት ማውራት፤ ሀሜት ነው ትለናለች፤ ምክንያቱም ሰውዬው / ሴትየዋ በቦታው የሉምና፤ ስለታሙበት ጉዳይ ራሳቸውን መከላከል አይችሉም ትላለች። ስለማንም ሰው፤ ስለበደሏት ሰዎች እንኳ ሳይቀር፤ ስታማና ቅሬታ ስታቀርብ አትሰማም። ቀናና የፍቅር ሰው በመሆኗ፤ ሁሉም ሰው አያቴን ይወዳታል፤ በዙሪያዋ ካሉ ሰዎች ሁሉ የምትለይና፤ በምንም ዓይነት አሉታዊ ነገር ላይ መሳተፉን የማትወድ ቤት ነበረች። ከዚህ ዓለም በሞት ከተለየች 14 ዓመታት ቢያልፉም፤ ቤተሰቦቻችን፤ ጎረቤቶቻችንና፤ የሚያውቋት ሁሉ፤ እስካሁን ድረስ በመልካምነቷ ያስታውሷታል፤ ስለ ቀናነቷም ይመሰክራሉ። እሷ ከዚህ ዓለም ብትለይም፤ ቀናነቷ ግን ሁልጊዜ ሲታወስ ይኖራል። እኔም እያደግኩ ስሄድና፤ የአያቴን ፍቅርና ቅንነት ሳስታውስ፤ ከሌሎች ትለይብኛለች፤ ሁልጊዜም ጥያቄ ትፈጥርብኛለች። በልጅነቴ እንደ እሷ ለመሆን በጣም እመኝና እጥር የነበረ ሲሆን፤ እስካሁንም ጥረቴን አላቋረጥኩም።

አንዳንድ ሰዎች፤ የሆንነውን የሆንነው መሆን ስለነበረብን ነው፤ ምንም ብናደርግ ማንነታ-ችንን ልንለውጠው አንችልም ይላሉ። ከታላቅ አክብሮት ጋር፤ በዚህ ሀሳብ አልስማም! ሰዎች ካሰቡበትና ቆራጥ ከሆኑ፤ በህይወት ዘመናቸው ሁሉ፤ ሊለወጥ የሚገባውን ማንኛውንም ነገር ለመለወጥ ብቃቱ አላቸው። ቁልፉ ለመለ'ወጥ መሻትና ለተግባር መንቀሳቀስ ነው። ስለዚህ፤ ሰው በልቡ የህይወት ዘይቤውን ለመለወጥ ፍላጎቱ ካለው፤ መለ'ወጥ ይችላል።

በእድሜ እየገፋችሁ ስትሄዱና ብዙ ዓይነት ልማዶችን ስታዳብሩ፤ ይኸን መስበር ይበልጥ ከባድ እንደሚሆንባችሁ ግልፅ ነው። ነገር ግን የሰው ልጆች፤ በተፈጥሮችን ጠንካራና ሀይለኞች ነን፤ " እኛ የሆንነውን ነው የሆንነው " ብለን፤ ራሳችንን አጥብበን አንመልከት። ብዙ ዓይነት ባህርያትና ልማዶች ሊኖሩን ቢችሉም፤ የማይለወጡ ወይም የማይወገዱ ግን አይደሉም።

ሰዎች ማጨስ፤ ዕፅ መውሰድ፤ መጠጣትና ሌሎች ልማዶቻቸውን እርግፍ አድርገው ሲተዉና፤ በሌሎች አዲስና ጤናማ ልማዶች ሲተኪቸው ታይተዋል። ጠንካራ ሱሶችን በቀላሉ ማስወገድ ከባድ ቢሆንም፤ አዳዲስ ባህርያትን በማዳበር መላቀቅ ወይም መገላገል ይቻላል። አዳዲስ ባህርያትን ማዳበር፤ በርግጥ ጊዜ ሊወስድ ይችላል። ምሁራን / ተመራማሪዎች /

እንደሚሉት፤ ልማዶችን በውስጥ ለማስረፅ / ለመትከል / ዘጠና ቀናት ያህል ይፈጃል፤ ስለዚህ ያለመታከት ከሰራንና ለውጣችንን በትዕግስት ከጠበቅን፤ ማንኛውንም ነገር ከማሳካት ሊያግደን የሚችል ሀይል የለም።

አሁን ደግሞ፤ እስቲ ቀና አመለካከት ምን ያህል በአዲሲቱ ሀገራችሁ ለባህል ውህደት ሊጠቅማችሁ እንደሚችል እንመልከት።

በአዲሲቱ ምድር፤ ራስን እንደገና ለማቋቋምና የውህደት ውጥረትን ለመቋቋም፤ ከባድ ስራ ይጠይቃል። ከነዚህ ውስጥ አሉታዊ አመለካከቶችን ሊያጭሩ የሚችሉ / እንዲከሰቱ የሚያደርጉ /፤ ብዙ ነገሮች ሊያጋጥሞት ይችላሉ። እስቲ እነዚህን ጥቂት ምሳሌዎች እንመ_
ልከት:-

- ስራ ያስፈልግዎታል፤ ስራ ማግኘቱ ደግሞ አስቸጋሪ ይሆንብዎታል፤ ምክንያቱም ስራ ከፈቱ / ካቆሙ፤ ጥቂት ጊዜ አልፏት ይሆናል።

- የከፍተኛ ትምህርት ምሩቅ ነዎት፤ ባችለር ወይም ማስተርስ ወይም የዶክትሬት ዲግሪ ይዘው ይሆናል፤ ነገር ግን የሚያገኙት ስራ ከደረጃዎ በታች ወይም ዝቅ ያለ ሊሆን ይችላል። ታዲያ የሚኖርዎት ዕድል፤ መፀዳጃ ቤት ማፅዳት፤ አዛውንቶችን ወይም ህፃናትን መንከባከብ ሊሆን ይችላል፤ ስለዚህም ሞራልዎ ይነካል፤ ቅስምዎም ይሰ_
በራል።

- እንደ አቅምዎ ሊከራዩ የሚችሉት ቤት ያስፈልግዎ ይሆናል፤ ነገር ግን ይህን ቤት ለማግኘት፤ ሁለት አመት መጠበቅ ሊኖርብዎት ይችላል።

- ቤተሰቦችዎን ትተው ከሀገር ቤት የመጡ ይሆናሉ፤ ምናልባትም ልጆችዎን ትተው የመጡት፤ በኋላ ላይ እወስዳቸዋለሁ ብለው አስበው ይሆናል፤ ስለዚህም ከነሱ የተለ_
ዩባትና ለመራቅ የተገደዱባት እንዳንዴ ደቂቃ፤ አዕምሮና መንፈስዎን ልትረብሽብዎ ትችላለች።

- በአዲሲቱ ሀገርዎ ያለውን የመግባቢያ ቋንቋ፤ በምንም ዓይነት የማይረዱት ይሆናል።

- ምናልባት፤ ከትዳር ጓደኛው ጋር መስማማት አቅቶት ተለያይተው ሊሆን ይችላል፤ ለወር የሚያደርስ ገንዘብም ሊያጡ ይችላሉ፤ እናም ኑሮን እንዴት እንደሚዘልቁት ግራ ገብቶዎት ይጨነቁ ይሆናል።

- የቤት ኪራይ መክፈል አቅቶዎት መኪናም ውስጥ ለማደር ተገደው ቢሆንስ፤ አሁን ስላሉበት ሁኔታ ደግሞ፤ ሰዎች እንዳያውቁብዎት ስለሚፈልጉ ጉዳትዎን በውስጥዎ አምቀው /ደብቀው / ደስተኛ ለመምሰል ይምክሩ ይሆናል።

ይገባኛል፤ እነዚህ ሁሉ አንዳንድ ደንበኞቼ ካለፉበት የህይወት ውጣ ውረድ ያገኘኋቸው ጥቂት ምሳሌዎች ናቸው። ህይወት በማንኛውም ጊዜ፤ ለማንም ሰው፤ ከፍና ዝቅ ሊል ይችላል፤ ስለዚህም ወደ አዲስ ሀገር ለሚዘወርና፤ ከለመደውና ከተለማመደው ባህል ውጪ የተለየ አዲስ ባህል ጋር ሰው ሲገናኝ፤ ለአሉታዊ አስተሳሰብ መቀስቀስ ተጨማሪ ምክ-ንያት ይሆናል። በዚህ ላይ የወቅቱ ወረርሽኝና፤ በዙሪያችን የሚካሄደው አስከፊ የፖለቲካ ጥላቻና ክፍፍል፤ ከዘረኝነት እስተ እገባ ጋር ተዳምሮ፤ ባልጠበቃችሁት መንገድ ችግራችሁን ያባብሰዋል።

እነዚህ ተንኳሽ ምክንያቶች ሲያገኙንም እንበሳጫለን፤ ትዕግስትም እናጣለን፤ ሊረዱን በሚምክሩት ሁሉ ላይ እንጮህባቸዋለን፤ ወይም ልጆቻችን በህፃንነት እድሜ ለሚያደርጉት የተለመደና የሚጠበቅ ድርጊት እንኳ ሳይቀር ልጆቻችን ላይ እናምባርቃለን / እንጮሀለን /፤ ደስተኛ መሆን ፈፅሞ አንችልም። ጓደኞቻችንን ስናገኝ፤ ከኛ በባሶ ሁኔታ ላይ ስላሉ ሰዎች በማማትና ስማቸውን በማጠልሸት፤ ራሳችንን ለማፅፀናናት እንሞክራለን፤ በምላሹ ግን፤ ያለን ሀይል ይደርቃል/ ይንጠፈጠፋል /፤ ሰዎችንም ከዙሪያችን እንዲርቁ ያደርጋል፤ በህይወታችን እንዳናድግና የበለጠ ለአሉታዊ አስተሳሰብ እንድንጋለጥ ያደርገናል። ይዬ ደግሞ በባሪይና ፀባያችን ላይ የማያቋርጥና ሽክርክሪት የሆነ አፍራሽ / አሉታዊ / ተፅእኖ ያሳድራል። በመጨ-ረሻም እንዲህ ማለት እንጀምራለን- መሆን የሚገባንን ነው የሆንነው፤ ማንነታችንን መለወጥ አንችልም። ነገር ግን መሆን የሆንነውን የሆንነው ከላይ ተወስኖብን ሳይሆን አመለካከታችን የፈጠረብን ነው፤ ምክንያቱም አውቀንም ሆነ ሳናውቅ፤ አመለካከታችንን እና የህይወት መስ-መራችንን የምንመርጠውና የምንቀይሰው እኛው እራሳችን ነን።

አሁን ግን እንዴት አዎንታዊ መሆንና፤ አዎንታዊ አመለካከትን ማዳበር እንደምንችል እንመለከታለን።

ማንኛውንም ነገር እንደ ግል ጥቃት አይውሰዱት

ምናልባት ይህን አባባል ብዙ ጊዜ የሰሙት፤ ነገር ግን ምን ማለት እንደሆነ ያልተረዱት ሊሆን ይችላል። ለምሳሌ ስራ ይሰጡኛል ብለው ተስፋ ያደረጉቸው ሰዎች ሳይደውሉልዎት ቢቀሩና ሌላ ሰው ቢቀጥሩ፤ ምንድን ነው የሚሰማዎት? ለራስዎ በማዘንና ከዚህ በታች የተጠቀሱትን አይነት ሃሳቦችን በማብሰልሰል ምክንያት መደርደር ነው የሚቀናዎት?

- በአነጋገር ዘይቤዬ ምክንያት ነው

- እኔ ከሌሎች የተለየሁ በመሆኔ ነው

- በቀለሜ ምክንያት ነው

- ቃለ መጠይቅ ላይ ጥሩ ስላልነበርኩ ነው

- ቃለ መጠይቅ አቅራቢው ስላልወደደኝ / ስለጠላኝ / ነው

ይህን መሰል ሃሳቦችን ማስተናገድ ወደ አእምሮ ጨለማው ክፍል ይወስድዎትና፤ ወደ ብርሃናማው ክፍል መመለስ እስኪያስቸግርዎ ድረስ ማጣፊያው ሊያጥርዎት ይችላል። ከዛ ይልቅ በምትኩ፤ ይሄን እንደ ግል ጥቃት ሳይወስዱት ሲቀሩ፤ ምላሽዎ የተለየ ይሆናል፤ እንዲህም ሊያስቡ ይችላሉ፦ " ጥሩ! ይህን ስራ አገኛለሁ ብዬ ተስፋ አድርጌ ነበር፤ ነገር ግን ማን ያውቃል! ከዚህ የተሻለ ነገር እየጠበቀኝ ሊሆን ይችላል፤ አሁን ስለ ቃለ መጠይቅ፤ በሚገባ ግንዛቤ ያገኘሁ ይመስለኛል፤ ስለዚህ፤ በሚቀጥለው ጊዜ በጥሩ አቋም ላይ ሆኜና ተዘጋጅቼ እቀርባለሁ "። እንዲህ አይነቱ አስተሳሰብ ጥሩ ስሜት ከመፍጠሩም በላይ፤ ከአሉታዊው አስተሳሰብ ይልቅ፤ ለበለጠ ስራ ፍለጋ ጥማት የሚያነሳሳዎት ይሆናል።

ግትር አይሁኑ

ወደ አዲሲቱ ሀገርዎ ሲዛወሩ ለነገሮች ቀለል ያለ አመለካከት ሊኖርዎ እንደሚገባ ማወቅ በጣም ጠቃሚ ነው። ፈቃደኛ ሆነው ከተገኙ፥ ሊሆን ይገባል ወይም አይገባም ብለው የሚያስቡትን ነገር ለመተው ቀላል ይሆንልዎታል፤ ምክንያቱም ከቤተሰብ አስተዳደግዎና ከመጡበት ባህል የተነሳ፥ ለእርስዎ ትክክል የሆነውና ያልሆነው፥ በአዲሲቱ ሀገርዎ ካሉ ሰዎች አስተሳሰብ ሊለይ እንደሚችል ሊያውቁ ይገባል። ነገር ግን ነባሩን አስተሳሰብዎንና መንገድዎን መለወጥ የማይፈልጉ ከሆነ፤ አስቀድሞም አስቸጋሪና አዳጋች የሆነውን የባህል ውህደት ጉዞ እንዳይወጡት ውስብስብ ያደርግብዎታል፤ በቅጾታና በምሬት በተሞላ አሉታዊ አስተሳሰብም የታጨቁ ይሆናሉ።

ሀቅን የሚቀበሉ ይሁኑ (Be Accepting)

ነገሮችን በሌሎች ዐይታ ወይም በሌሎች ጫማ ውስጥ ራስዎን አስገብተው ለመቃኘት /ለመ- መልከት / ይሞክሩ። እስቲ ለሰከንድ ይህን አስቡ፦- አንድ አሜሪካዊ ወደ ትውልድ ሀገርዎ ቢመጣ/ ብትመጣ እና ቋንቋዎን መናገር ባይችል /ባትችል፤ በእርሱ / በእርስዋ እና በኗሪው ህዝብ መካከል ብዙ አለመግባባት ይፈጠራል። ምናልባትም ሰዎች ሊረዱ ቢሞክሩ እንኳ፤ ሰውዬው/ሴትየዋ ሊበሳጨበት ይችላሉ። በሰዎች ወይም በነገሮች ግራ ስትጋቡ ሁል ጊዜ ይህን በማሰብ፤ ለማረፍና ለማመዛዘን ሞክሩ። ለሀገሪቱ አዲስ እንደመሆናችሁ መጠን ሰዎች ከናንተ የተለዩ ሆነው ብታገኟቸውም፤ ባሉበት ነባራዊ ሁኔታ መቀበል አይከብዳችሁም፤ ነገሮችን ከሌሎች ዐይታ አንፃር ማየት ስትጀምሩ፤ ባህላቸውን ስህተት ነው ከማለትና ከመፍረድ ትታ- ቀባላችሁ /ትቆጠባላችሁ /። ይሄ ደግሞ ስለ ባህሉ ይበልጥ ለማማር ይረዳችኋል፤ ስለዚህ ጉጉት አድሮባችሁ ለመጠየቅና ለመረዳት መሞከር እንጂ፤ ባህሉ የተሳሳተና መስተካከል አለበት ብሎ ከመፍረድና ቅሬታ ከማቅረብ መቆጠብ ይኖርባችኋል።

ከአሜሪካ (ከአላችሁበት ሀገር) ባህል ጋር ለመዋሀድ እንድትችሉ፤ አስተሳሰባችሁን ለመለወጥ (ለማሻሻል) የሚያስችሉና የሚያግዙአችሁ ጥቂት ዘዴዎችና ክህሎቶች አሉ፤ ብዙ

ቢሆኑም ጥቂቶቼን እሰቲ እንቃኛቸው።

እንደምትገምቱት፤ ሁሉም ሰው ቀና አመለካከት ያለውን ሰው መቅረብ ይወዳል። ለብዙ ሰው መቼም ህይወት ከባድ ነው፤ ስለሆነም፤ ሁሉም ሰው በዕለት ከዕለት ውሎው ሰላምንና ደስታን የሚፈነጥቁ ንግግሮችን ይጠማል። ማንም ሰው ከቁጡ ፤ ስህተት ፈላጊ፤ ወይም ስለ ሁሉም ነገር ብስጩና ስሞታ አቅራቢ ከሆኑና፤ ህይልና ጉልበታቸውን ከሚመ'ጡባቸው /ከሚ-ያደርቁባቸው / ሰዎች ጋር መቀራረብ አይፈልጉም። አብዛኛው ሰው በቤት ውስጥ፤ ወይም በስራ ላይ የሚያጫናንቀው ብዙ ነገር አለ፡ በዚህ ላይ ተጨምሮ መታወክ አይፈልጉም። ቀና አመለካከት ካላቸው ሰዎች ጋር ሲገናኙና ሲያወሩ፤ ስሜታቸው (መንፈሳቸው) ይታደሳል፤ ፊታቸው ፈካ ይላል፤ በዙሪያቸው ደስታ ይሰፍናል። ድጋፍ ሰጪ አካል ሆኖ ሊረዳቸሁ የሚችል ጓደኛ ለማበጀት የምትፈልጉ ከሆነ፤ እናንተም ቀና አስተሳሰብ ሊኖራችሁ ይገባል። ስራ ማግኘት የምትፈልጉ ከሆነም፤ ቀና አመለካከት፤ ከትምህርትም ሆነ ከቀሰማችሁት ልምድ ወይም ከወሰዳችሁት ስልጠና የበለጠ ከፍተኛ አስተዋፅኦ አለው።

ከሰዎች ጋር ስትገናኙ በቋንቋ ባትግባቡ እንኳ፤ በእርስዎ ውስጥ ያለውን ቀና ሀይል በስሜታቸው ይዳስሱታል፤ ከእርስዎ ጋር መሆናቸውንም ይወዱታል (ይደሰቱበታል)፤ በሚ-ያስፈልግዋ ማንኛውም ነገር ከእርስዎ ጎን ለመሰለፍና እርስዎን ለመርዳት፤ ብዙ ርቀት ይጓዙልዎታል።

ቻይና ውስጥ ስኖር፤ ቋሚ ስራ ከማግኘቴ በፊት አብዛኛውን ጊዜ የምሰራው በኮንትራት ስራተኛነት ተቀጥሬ ነበር። ብዙዎች ጥቁር ንደኞቼ እንደሚነግሩኝ ከሆነ " የቻይና ህዝብ፤ ምንም ልምድ ቢኖርሽ እንኳን ለመቀጠር የሚመርጡት ነጭ የሆነውን አስተማሪ ነው " ይሉኝ ነበር። ነገር ግን፤ የተባለው ነገር በኔ ላይ የስራ አልመሰለኝም፤ ሁል ጊዜ ለቃለ መጠይቅ በሄድኩ ቁጥር፤ ስራ ለማግኘት ችግር አጋጥሞኝ አያውቅም ነበር። በርግጥ እውቀቱም ልምዱም እንዳለኝ አውቃለሁ፤ ነገር ግን ያለኝ ቀና እና አዎንታዊ አመለካከት፤ ሌሎች ሊያገኙ ያልቻሉትን ማንኛውንም ስራ ሊያስገኝልኝ እንደሚችል ሙሉ ድፍረትና እምነት ነበረኝ።

ሁልጊዜ ፈገግታ አይለየኝም፤ ለሌሎች ሰዎች ትኩረት አሰጣለሁ፤ ሁሉንም ነገር ቀለል ማድረግና ከሙያ አንፃር ማየት እወዳለሁ። ይህንንም አብዛኞቹ የቀጠሩኝ ሰዎች ከሚሰጡኝ አስተያየት ለመረዳትና አውነቱን ለማረጋገጥ ችያለሁ፤ በኔ አምንታዊና ቀና አመለካከት ደስተኞች መሆናቸውንና፤ ከተማሪዎቻቸውም ጋር መዋሌን እንደሚወዱት ተረድቻለሁ።

ሰዎች ሁልጊዜ እንዲህ ሲሉ ይጠይቁኛል፡- በህይወቴ ከባድ ችግር ሲያጋጥመኝ እና ያለማቋረጥ የምጨነቅ፤ የምቆጣና ተስፋ የምቆርጥ ብሆን፤ ምን ማድረግ አለብኝ? በዙሪያዬ ያሉ ሰዎች፤ ስለ እኔ የሚያስቡት ነገር ግድ የማይሰጠኝ መሆን የምችለው እንዴት ነው?

በርግጥ፤ ብዙ ተግዳሮቶች ሲያጋጥማችሁ ስለ ህይወት ቀና ማሰብ ያስቸግራል፤ ለምሳሌ፡- የምትወዱቸውን በሞት ስትነጠቁ፤ ልጃችሁ ቢታመምባችሁ፤ አዛውንት ወላጆቻችሁን የምት-ንከባከቡና የምትጦሩ እናንተ ብቻ ብትሆኑና ሽክም ቢከብድባችሁ፤ ስለወደፈቱ ህይወታችሁ እርግጠኛ መሆን ቢያቅታችሁ። ሌሎች ብዙ ነገሮችም ሊያጋጥሟችሁ ይችላሉ፡- ለምሳሌ መኪናችሁ ቢበላሽና ቢሰበር፤ የገንዘብ እጥረት ቢደርስባችሁ፤ ፍቺ ቢያጋጥማችሁ፤ አንተ ወይም የቤተሰብህ አባል በጨንነት ምርመራ ወቅት ከበድ ያለ ወይም የማይድን በሽታ ቢገኝበትና፤ ምን ማድረግ እንዳለባችሁ ግራ ብትጋቡ፤ በተውልድ ቀዬያችሁ የሚኖሩና የምትረዱቸው ቤተሰቦች ቢኖሩችሁ፤ ህይወታችሁን እንዴት እንደምትመሩ ቢያቅታችሁ ወዘተ...።

እነዚህ ከላይ የተጠቀሱት እያንዳንዳቸው ሊያስለቅሷችሁ፤ አንገታችሁን ሊያስደፉችሁ፤ ድብታ ውስጥ ሊከቷችሁ እና ሁልጊዜ ሊያስጨንቋችሁ ይችላሉ። ዓለም በሚያስቆጡ ግለ-ሰቦች፤ ስለ ሌሎች ግድ በማይሰጣቸው ደንታ ቢሶች፤ ሀቀኛ ባልሆኑ፤ ስሜት አልባ በሆኑ፤ በብልግና በተሞሉ ቁጡና ተንኮለኛ በሆኑ ሰዎች የተሞላች ናት። እናም ይህ ነገር ከአቅም በላይ ይሆንባችኋል፤ በዚህ ጊዜ ቀናነታችሁን ለመጠበቅና፤ በምታልፉበት የህይወት ጎዳና ተገዳሪዎቻችሁን ለመወቋቋም ትቸገሩ ይሆናል። እኔም ላይ ይኸው ደርሶብኛል፤ የገፈቱ ቀማሽ ነበርኩ።

በቻይና በነበርኩብት ወቅት፤ ለእንግሊዝኛ ቋንቋ መምህርነት ለቃለ መጠይቅ ስቀርብ፤

በህይወቴ ከባድ በምላቸው የህይወት ተምክሮ ውስጥ ነበር ያለፍኩት። ጊዜው ልጅ በማይድን በሽታ ተጠቂ መሆኑን የተረዳሁበትና ይህን ደግሞ እንዴት እንደምቋቋመው ግራ የተጋባሁበት ወቅት ነበር። እንግዲህ ለሥራ ቅጥር በምቀርብበት ቃለ መጠይቅ ወቅት ይህን ችግር ተሸክሜ ስላጋጠመኝ አስደንጋጭ ሁኔታ፤ ውስጤ እያብሰለሰለና እያለቀሰ፤ በሌላ በኩል ደግሞ ስራው እንዳያመልጠኝ በመስጋትና በመጨነት ውስጥ ሆኜ ፈታኞቹ ፊት ብቀርብ ምን ሊፈጠር የሚችል ይመስላችኋል? የሚሳካልኝና ሥራውን ማግኘት የምችል ይመስላችኋል? በፍፁም! ሊሆን አይችልም።

ሁልጊዜ ከንደኞቼና ከአማካሪዎቼ ጋር በጊል በምገናኝበት ወቅት፤ ስሜቶቼን ለመቆጣጠርና አብረውኝ ከሚሰሩትም ጋር በአዋንታዊና ሞያዊ መንገድ ለመቀራረብ ጥረት ማድረግን ተም-ሬያለሁ። ስሜቶቻችንን ለመቆጣጠርና ለመምራት፤ ከራሳችን ፍቃድና ጥረት ውጭ ማንም ሊረዳን ግዴታ የለበትም። ከንደኞቻችን፤ ከምናፈቅራቸው እና ከአእምሮ ጤና ባለሙያዎች ሳይቀር ድጋፍ ለማግኘት መፈለግ፤ የእኛው የራሳችን ኃላፊነትና ግዴታ ነው። ምንም እንኪን የምንገኝበት ሁኔታ ሊለወጥ የማይችል ቢሆን እንኪ፤የውጪና የውስጥ ስሜቶቻችን ላይ መስ-ራትና መግራት እንዲሁም እኛንታችን ላይ አዋንታዊ / ቀና / አስተሳሰብ ማዳበር፤ የኛው የጊል ኃላፊነት ነው። ሁኔታው ባይለወጥ እንኪ ራሳችንን መለወጥ እንችላለን።

በህይወታችሁ አስቸጋሪ ሁኔታ ውስጥ ስትገቡ፤ ለመቋቋም የሚረዳችሁን አዋንታዊ አስተ-ሳሰብ ለማዳበርና ለመገንባት ጥቂት ጉርሻ ላቀርብላችሁ፦ አንድ " መጥፎ " ነገር በህይወታችን ሲያጋጥመን መደናገጣችን ትክክለኛና ተፈጥሮዊ ምላሽ ነው፤ እናም በዚህ ጊዜ፤ ስለ ሌላ ጉዳይ ማሰብና መናገር አስቸጋሪ ይሆናል። ነገር ግን የደረሰብን ምንም ከባድ ቢሆንም ' የሆነ-ብኝን ላምን አልችልም ' በሚል ቁዘማ ውስጥ ገብታችሁ ጊዜያችሁን አታባክኑ። አውቃለሁ! አሳባችሁ በዚህ ነገር ሲጠመድ ሌላ የተሻለ ነገር ለማሰብ ቢከብዳችሁም እኔ ግን ይህንን ከማ-ድረግ እንዳትበዙ / ችላ እንዳትሉ / እመክራችኋለሁ። እንደ እኔ ዓይነት ተፈጥሮ ካላችሁና ከቁጥጥራችሁ ዉጭ የሆነ ነገር ሲያጋጥማችሁ ስሜታዊ ልትሆኑ ትችላላችሁ። እኔ በጣም አልቃሽ ሰው ነኝ፤ እጮሃለሁ / አለቅሳለሁ /፤ ከሰው ጋር እጋጫለሁ ፤ እናደዳለሁ በሌሎች ላይ ለጠብ እጋበዛለሁ፤ በመጨረሻም ከአልጋዬ መነሳት እስኪያቅተኝ ድረስ እዝላለሁ።

እንዚህ ስሜቶች፣ ነገሮች ከቁጥጥር ውጭ ሲወጡ የሚያጋጥሙን ተፈጥሯዊ ምላሾች ናቸው። ከዚህ የሚብሰው ደግሞ፣ ቀደም ሲል በስሜቶቻችሁ ላይ ተገቢውን የማፅዳትና የማንፃት ስራ ካልሰራችሁ፣ ሌሎች ተጨማሪ አሉታዊ ሃሳቦች በላይ በላዩ ተደራርበው ይጨማመሩና ይበልጥ ይጫኗችኋል፤ ለምሳሌ " እኔ የምረባ አይደለሁም " " ለምንድነው እንዲህ ያለ ነገር፤ እኔ ላይ ብቻ የሚደርሰው? " " ሌሎች ሰዎች እንዲህ ዓይነት ነገር ሲያጋጥማቸውና ግብ'ግብ / ትግል / ሲገጥሙ አላይም፤ እንደውም ደስተኛና ሰላማዊ ሆነው ነው የሚታዩት፤ ታዲያ! የእኔ ችግር ምንድነው? " "ምን ኃጢአት / ክፉት / ብሰራ ነው ይህ ሁሉ የገጠመኝ? " " እግዚአብሔር ስለ እኔ ግድ አይለውም፣ ወይም አይወደኝም " " የተረገምኩ ብሆን ነው " - ማለት እንጀምራለን።

የእነዚህ ሃሳቦች ውጤት ላይ ከመድረሳችሁ በፊት በጣም ኃይለኛና ከባድ ነገር እያጋጠበበባችሁ፣ አዋንታዊ ብርሃናችሁን እያደበዘዘና ጨለማ እንዲውጣችሁ እያደረገ መሆኑን በጊዜ ልትነቁበት ይገባል። አለበለዚያ ጭንቀትና ድብታ ውስጥ ገብታችሁ ራሳችሁን ታገኟታ- ላችሁ። ከሌሎች ሰዎች ጋር መገናኘትና መነጋገር ሁሉ ትጠላላችሁ፤ ራሳችሁን ትጠላላችሁ፤ የፀጉራችሁን ቀለምና አበቃቀል እንኳ ሳይቀር መጥላት ትጀምራላችሁ፤ በመጨረሻም እራስን የማጥፋት ዝንባሌ ውስጥ ልትገቡ ትችላላችሁ። ራስን የማጥፋት ሃሳብ በተደጋጋሚ የም- ታስተናግዱ ከሆነና አሜሪካ ውስጥ ከሆነ ያላችሁት፣ እባካችሁ ብሄራዊ እራስን የማጥፋት መከላከያ መ/ቤትን ስልክ ቁጥር 1- 800 - 273 - 8255ን ተጠቅማችሁ ደውሉ (National Sucide Prevention Lifeline)፤ አሜሪካ ውስጥ የማትኖሩ ከሆነ፣ የምትኖሩበትን ሃገር ብሄራዊ የራስ ማጥፋት መከላከያ ተቋምን ስልክ ቁጥር ፈልጉና ለመገናኘትና ምክር ለመጠየቅ ሞክሩ።

አንድ ጊዜ አሉታዊ አስተሳሰቦች ወደፊለጉት አቅጣጫ የሚመሩንና የሚወስዱን ከሆነ፣ ስፈ በሆነ የጨለማ ገንዳ ውስጥ ስንዋኝ ራሳችንን እንደ ማግኘት ይሆናል። እናንተም ይህን መፅሀፍ ስታነቡ ራሳችሁን እዚህ ቦታ ላይ ካገኛችሁትና ጭንቅላታችሁን በአዋንታ ከነቀነቃችሁ፣ ይሄ ቦታ እኔ የተለማመድኩትና ብዙ ጊዜ የጎበኘሁት ስለሆነ፣ እናንተ አሁን ላላችሁበት ይህን መሰል አለም ትንሽ የሻማ ብርሀን ልፈነጥቅላችሁ እችላለሁ- " እንደዚህ ሊሆንባችሁ

አይገባም፤ እንዚህ አሉታዊ አስተሳሰቦች ወዲያ ሊወገዱና የብርሀን ጮራ ፍንጣቂ ወዳለበት ልትወጡና ተስፋችሁን ልታድሱ ይገባል " ስል ልመክራችሁ እወዳለሁ።

ራሳችሁን በዚህ ሁኔታ ውስጥ በምታገኙበት ወቅት፤ መዝገባችሁን አውጡና አብዛኛውን ጊዜ ማድረግ የምትወዱትን እንድትፅፉ አበረታታችኋለሁ፦ የእግር ጉዞ፤ ማንበብ፤ ሙዚቃ ማዳመጥ፤ ጓደኞቻችሁ መደወልና መገናኘት ወይም መልዕክት መቀበል ሊሆን ይችላል። ምናልባትም የእጆቻችሁና የእግሮቻችሁ ጣቶችና ጥፍሮች መንከባከብ፤ መሮጥ፤ መፀለይ ወዘተ...ሊሆን ይቻላል። ሁሉንም በፅሁፍ አስፍሩት፤ ዝርዝራችሁን ከጨረሳችሁ በኋላ ተመ- ልከቱት፤ ከዛ ውስጥ የሚስባችሁን አንዱን ምረጡና ተግብሩት፤ ይህን ለማድረግ ጊዜ የለህም ወይም ሌላ የምትሰራው ብዙ አንገብጋቢ ነገር አለ የሚልና የሚነዝንዛችሁን ሌላ ድምፅ አስ- ወግዱት። አሁን እናንተን የሚያስፈልጋችሁ፤ ጥሩ ስሜትን መፍጠር፤ ማሳደግና አሁንም ይበልጥ ማሳደግ የምትችሉበትን ከባቢ መፍጠር ነው፤ ሌሎች ነገሮች መዘግየት ይችላሉ፤ ስለዚህ ጥሩ ስሜት እስኪሰማችሁ ድረስ የምትወዱትን ማድረግ ቀጥሉ። ለምሳሌ ወደ ጨለማ ውስጥ ከትቶኝ የነበረ አንድ ነገር ቢኖር፤ ልጄ ኤረን በሚጥል በሽታ ተጠቂ መሆኑን ባወ- ቅኩበት ጊዜ ነው፤ አሁንም ከ16 ዓመት በኋላ እንኳን፤ ምንም ነገር ባደረግ ከዚህ ልጄን ከሚጥል በሽታ ጋር ሙሉ በሙሉ ልስማማና ልላመድ አልቻልኩም፤ እንዴት አድርጌ እች- ላለሁ? ከባድ አይደል እንዴ?። ኤረን ህሊናውን ሲስት አይኖቹ ወደ ላይ ይገለባበጣሉ፤ ምንም እንኳ በሽታው ለ50 ሰከንድ ብቻ የሚቆይበት ቢሆንም፤ ሲጀምረው ያልጎለበተው ትንሽ ሰውነቱ ማቆሚያ የሌለው በሚመስል መልኩ ይንቀጠቀጥና ይርገፈገፋል፤ ታዲያ እኔም ከእርሱ ጋር አብሬ እታመማለሁ። እንዲያም ሆኖ ግን፤ ሁሉን በውስጤ ችዬ እሱን በመጠበቅ፤ በመንከባከብና እንዳይጎዳ ጥንቃቄ በማድረግ ላይ ትኩረቴን እጥላለሁ።

ትንሹ ሰውነቱ ወለል ላይ ተረጋግቶ፤ ተዝለፍልፎ ራሱን ስቶ ለመተንፈስ አየር ለመሳብ ሲታገል ከወደቀበት አዞረውና በጎን ካስተኛሁት በኋላ፤ ደህንነቱ መጠበቁንና እንቅልፍ መተ- ኛቱን አረጋግጣለሁ። ከዛ በኋላ መጀመሪያ የማደርገው ነገር ቢኖር፤ ወደ መታጠቢያ ቤት ሮጬ በመዝጋት ውስጤ የታመቀውን ሁሉ በሀይል መተንፈስና ምርር ብዬ ማልቀስ ነው። ነግሪያችኋለሁ፤ በተፈጥሮዬም አልቃሻ ነኝ፤ ታዲያ በዚህ መልኩ ነው ጭንቀቴንና ብሶቴን

የምወጣው።

ቀድሞ ሳለቅስ፤ ከለቅሶዬ ጋር ሁሉንም አይነት አሉታዊ ሀሳብ ወደ ውስጤ አስገባና ሁለን-ተናዬን እንዲቆጣጠረኝ እፈቅድለት ነበር። ለምሳሌ እንዲህ አይነት ሀሳቦች ይመጡልኝ ነበር፦- ' እንግዲህ ምንድን ነው የማደርገው?፤ ዶክተሮችም እግዚአብሔርም ሊረዱት የማይችሉት ለምንድን ነው?፤ ይሄ ፈዕም ለኔ ተስፋ የሌለው ነገር ነው፤ እንደ ወላጅ አልተሳካልኝም ፤ ውዳቂ ሆኛለሁ፤ የሆንብኝ ነገር ሁሉ ተገቢ አይደለም፤ እንዴት እግዚአብሔር እላይ ተቀምጦ ምንም የማያውቀውን ህፃን ልጅ፤ ምንም ባላደረገው ጥፋት እንደዚህ ሲሰቃይ እያየ ዝም ይላል '- በማለት አጉረመርም ነበር። እንዲህ አይነቱ ሀሳብ በውስጤ እንዲሰለጥንብኝ ስፈቅድለት፤ ቀስ በቀስ ወደ ድቅድቅ ጨለማ ይዞኝ ይነጉዳል። በዚህ መልኩ ሳላቋርጥ ያለቀስኩባቸው፤ የንደዎቼንና የቤተሰቦቼን ጥሪ ሁሉ እያወቅኩ ችላ ያልኩባቸውና አይኖቼ በህዘን አብጠው፤ በቁጣና በተስፋ መቁረጥ ተሞልቼ፤ ብቻዬን በደመ ነፍስ ልክ እንደ ዞምቢ/ በራሳቸው ፈቃድ የማይመሩ ፍጡራን / የምንቀሳቀስባቸው ቀናት ነበሩ።

ነገር ግን ከብዙ አመታት ስቃይ በኋላ አሁን፤ ችግሩ ተከስቶ ሲያበቃ፤ ቀጥታ ወደ መታጠቢያ ቤት ገብቼ ለ10 ደቂቃ ያህል ህዘኔን ከተወጣሁ በኋላ እቀመጥና ትንፋሼን አስባስባለሁ(ማልቀስ የሚሰማኝ ከሆነም ትንሽ አለቅሳለሁ)፤ ቀጥሎም ነባሮቼ አሉታዊ ሀሳቦች ያለፈቃዴ ከመጡም፤ ለጥቂት ጊዜ እንዲንሸራሸሩ እፈቅድላቸውና ትንፋሼን አራቴ ወይም አምስቴ በደንብ እስባለሁ፤ ከ10 ደቂቃ በኋላም አንድ ጥያቄ እራሴን እጠይቃለሁ ' አሁን ምንድን ነው የሚያረጋጋኝና ጥሩ ስሜት የሚፈጥርልኝ? ' ስል አስባለሁ። ለብዙ አመታት በመዝገቤ ላይ ያሰፈርኳቸውንና፤ ለብዙ ጊዜያት ከመለማመዴ የተነሳ ወረቀቱን እንኳ ሳላይ ከማስታውሳቸው ዝርዝሮች ውስጥ አንዱን እመርጣለሁ። ላለሁበት ሁኔታ የሚስማማኝን እና ባለሁበት ሁኔታ ልፈዕመው የምችለውን ከመረጥኩ በኋላ፤ ከተቀመጥኩበት ተነስቼ ፊቴን በመታጠብ ወደ ተግባር እገባለሁ፤ የእጆቼን ጥፍሮች ማበጃጀት ወይም የእግር ጉዞ ማድረግ (ልጄን የሚጠብቅልኝ ሰው ካለ) ሊሆን ይችላል፤ ምናልባትም መኝታ ቤቴ ገብቼ መፀለይ፤ ልጄን ከጎኔ አድርጌ የሚያዝናኑና የሚያስቁ ፊልሞችን ማየት ሊሆን ይችላል። በሰአቱ ለማድረግ የመረጥኩት ነገር አሉታዊ ሀሳቦቼን ከአእምሮዬ ጠራርጎ እንዲወገድልኝ

ያደርጋል።

አንድ ጊዜ ወደ ቀልቤ ስመለስና ስረጋጋ፤ አዕንታዊ ነገሮችን ብቻ ሆን ብዬ ማሰብና ይህንኑ ማዳበር እጀምራለሁ። ስለ ኤረን ለራሴ መልካም ነገርን እናገራለሁ -' ለምሳሌ ልጄ ጥሩ ሁኔታ ላይ ነው ያለው። በሀመሙ ወቅት ሲወድቅ አንገቱ አልተነዳብኝም፤ ልጄ ከማውቃቸው ሰዎች ሁሉ ይልቅ ደስተኛ ነው እላለሁ '። ይህ አይነቱ አስተሳሰብ ከልጄ ጋር ይበልጥ ያቀራርበኝና ከእንቅልፉም ሲነቃ ማድረግ ስላለብኝ ነገር ለማሰላሰል በቂ ጊዜና ዕድል ይሰጠኝ ነበር-- ከርሱ ጋር መጫወትና መቀለድ፤ ፊልም ማየት፤ የሚወደውን መጽሀፍ ማንበብ፤ የሚጣፍጥ ምግብ ማዘጋጀትና አብሮ መብላት፤ ወይም የሚወደውን ሙዚቃ ማዳመጥ ይሆናል።

ከሁሉም በላይ ከህመሙ በኃላ ያለው ጥሩ ነገር፤ ኤረን ከሰውነቱ መርገፍገፍና መንቀጥቀጥ የተነሳ በጣም ስለሚደክመው ቀጥታ ወደ እንቅልፍ ነው የሚገባው። ይህን ጊዜ ታዲያ ወደ ውስጤ የመጡትን አሉታዊ ሃሳቦች በማስወገድና በአዕንታዊ ሃሳቦች በመተካት፤ በፀሎት ወይም ደስታ የሚሰጡኝን ነገሮች በማድረግ እጠቀምባቸዋለሁ። ታዲያ ልጄ ከእንቅልፉ ሲነቃ በለቅሶና በብሶት የተሞላችውን ሳይሆን፤ ደስተኛ ሆና የጠበቀችውን እናቱን ያገኛል። አሉታዊ ስሜቶቹ፤ ልጄን በምንም መልኩ አያግዙትም፤ ይልቁን እንዲያዝንና መጥፎ ስሜት እንዲያድርበት ያደርጋሉ። ምክንያቱም በሽታው ከእርሱ አቅምና ቁጥጥር ውጪ የሆነ ነው።

ምንም እንኳ አእምሮአችሁ በችግር ውስጥ ተዘፍቃችሁ እንድትቆዩ ቢታገላችሁም፤ አሉታዊ አስተሳሰቦችን መቆጣጠር መቻላችሁ፤ በጣም አስፈላጊና ጠቃሚ ጉዳይ ነው። ራሳ- ችሁን እንድታረጋጉና ህይወታችሁን በሚገባ እንድትመረምሩ ይረዳችኃል። ስለዚህ ራሳችሁን በዚህ አይነት ሁኔታ ውስጥ አሁንም ሆነ ወደፊት ስታገኙ፤ ካላችሁበት ሁኔታ ለመውጣት ከላይ የተጠቀሱትን መንገዶች ተጠቀሙ፤ በዚህ ጊዜ ችግሮቻችሁን በአዕንታዊነት/ በቀናነት እና በደስተኝነት መንፈስ መቅረብና መቅረፍ ትችላላችሁ።

ነገር ግን አትርሱ፤ ይህን ልምምድ ስታደርት ጊዜ ሊወስድባችሁ ይችላል። ቢሆንም ለመ- ጀመሪያ ጊዜ ስትምክሩት ያልሰራ ቢመስላችሁም ተስፋ አትቁረጡ፤ ሳታቋርጡ ቀጥሉበት፤ ደጋግማችሁ ሞክሩት፤ ለራሳችሁ ይቅርታ አድርጉና እንደገና ቀጥሉ፤ በሚቀጥለው ጊዜ

ከዝርዝራችሁ ውስጥ አምንታዊውን ልማድ መምረጥ ይቀላችኋል። ሳታቋርጡ በቀጠላችሁና አስከፊ ነገር ባጋጠማችሁ ቁጥር እንኳ ሳታውቁት ራሳችሁን የመቆጣጠር ደረጃ ላይ ደርሳችሁ ታገኙታላችሁ። ቀድሚ እንዳልኩትም ለህይወት ጠቃሚ ነገርን ስትማሩ፤ እስክትካኑት ድረስ ጊዜ መውሰዱ እንደማይቀር ግንዛቤ መውሰድ ይበጃል፤ አንዳንዴም የዕድሚ ልክ ትምህርትም ሊሆን ይችላል፤ ቢሆንም በጥቂቱም ቢሆን *መራመድ መጀመርና* ሳያቋርጡ መንዝ ይገባል።

እኔ በዚህ ጉዳይ እንደተካንኩ ራሴን አልቆጥርም፤ አሁንም በመማር ሂደት ላይ ነኝ። አሁንም አንዳንድ ጊዜያት አሉ - የማዝንበት፤ የምቆጣበት፤ ተስፋ የምቆርጥበትና አንዳ- ንዴም እንደገና ለማንሰራራትና ወደ ቀድሞ የተረጋጋና ደስተኛ መንፈስ ለመመለስ ጊዜው የሚረዝምብኝ ወቅት አለ። አንዳንድ ሁኔታዎች ደግሞ ክብደታቸው አይሎብኝና ሚዛኔን አስተውኝ የሚጥሉኝ ጊዜ አለ፤ ታዲያ በወደቅኩ ቁጥር እንደገና ከወደቅኩበት አቧራዬን አራግፌ እነሳና፤ ወደ አምንታዊ /ቀናው / ማንነቴና አመለካከቴ የምመለስባቸውን መሳሪ- ያዎች ዳግም እጬብጣለሁ። አንድ ነገር መረሳት የሌለበት ግን፤ በአንድ ፈተና ላይ ድልን መቀዳጀታችሁ፤ ዳግመኛ ሌሎች ፈተናዎች አያጋጥሟችሁም ወይም ከሌሎች ፈተናዎችና አሉታዊ ተዕዕኖዎች ነፃ ትሆናላችሁ ማለት አይደለም። ሰዎች ሰለሆንን ፍፁም ልንሆን አን- ችልም፤ ስለዚህ ሁል ጊዜ የመፍትሄ መሳሪያዎቻችንን ልንጠቀምባቸው ይገባል፤ እነዚህን መሳሪያዎች በተጠቀምን ቁጥር፤ ነገሮች ከጊዜ ወደ ጊዜ እየተሻሻሉ፤ የምንለማመደው አም- ንታዊ አስተሳሰብ የሚወስደው ጊዜ ደግሞ እያጠረልን ይሄዳል። እንግዲህ ይህ የህይወት ጉዞ ነው፤ ከላይ የተጠቀሱት ምሳሌዎች ለኔ በሚገባ የሰሩልኝና የተጠቀምኩባቸው መሳሪያዎቼ ናቸው። በህይወት ተግዳሮት ውስጥ ለምታደርጉት ትግል አምንታዊ አስተሳሰብን ለማዳበር የሚረዱ ብዙ ግብዓቶችና መረጃዎችን ለማግኘት አትቸገሩም።

አንዳንድ ጊዜያችሁን ሰዉታችሁና በየሳምንቱ ጥቂት ጊዜ መድባችሁ ስለ አምንታዊ አስተሳሰብ ይበልጥ ልትማሩና ልትለማመዱ ይገባል። ከእነዚህ ውስጥ ልትለማመዷቸው የምትችሏቸው ጥቂት ምሳሌዎች እነሆ:-

• ወደ ውጭ በወጣችሁ ቁጥር፤ ለሁለት ወይም ሶስት ሰው ፈገግታ ለመለገስ ሞክሩ፤

- ከማታውቁት እንግዳ ሰው ጋር፤ ቀለል ባለ መንገድ ጨዋታ ለመጀመር ሞክሩ

- ልጆችዎ ጭንቅላትዎን ሲያዞሩዋት / ሲያናድዱዋት / ከመበሳጨት ይልቅ (ሁላ-ችንም አንድ ወቅት እንደነሩ እንደነበርን አንርሳ)፤ በተረጋጋ መልክ ፈገግ ይበሉና ያናግሯቸው ወይም ሞቅ አድርገው ይቀፏቸው።

ህይወት ተግዳሮትን በማቅረብ፤ መውጫውን መንገድ የምንማርበት አጋጣሚ ትፈጥ-ርልናለች። እነዚህ አጋጣሚዎች፤ የህይወትን ከባድ ፈተናዎች ለማለፍ የሚያስችሉችሁን አዎንታዊ አመለካከት የምታዳብሩበትንና የምትለማመዱበትን ዕድል ከፋቾች አድርጋችሁ ልትጠቀሙባቸው ትችላላችሁ።

ምዕራፍ 4

ከህሎት ማዕቀፍ #2

ጤናማ ስሜትን የመምራት/ የመቆጣጠር / መንገድ

ስሜቶቻችን ደስተኛ፤ ጤናማ እና የተሳካ ህይወት እንድንኖር ወሳኝ ድርሻ አላቸው። ሁሉም ስሜቶቻችን፤ ከፍቅር እና ደስታ እስከ ቁጣ እና ፍርሀት ካለው መገለጫ- ዎቻቸው ጋር፤ ራሳችንንም ሆነ ሌሎችን በመርዳት ረገድ በጣም ጠቃሚ ሚና አላቸው። በዚህ መልኩ የህይወትን ለዛና ውበት ፈልገን እንድናገኝ፤ እንዲሁም አደጋ ከፊት ለፊታችን ሲጋረጥብን /ሲደቀንብን / የማስጠንቀቂያ ምልክት በመ- ስጠት ያገለግሉናል። ይህ ማለት፤ የተለያዩ ስሜቶቻችን ለህይወታችን ድጋፍ ሰጪ ሆነው የሚያገዙ እንጂ፤ ወሳኝነት ግን እንደሌላቸው ማወቁ ተገቢ ነው።

ጆይስ ሜየር (Joyce Meyer)

እንደ ዶ/ር ኔይል ሌቪስኪ (Dr. Neil Levitsky ,MD FRCPC) የስነ አዕምሮ ባለ ሞያ

/ሳይካትሪስት / አባባል ሁለት አይነት ስሜቶች አሉ፦ አዎንታዊ እና አሉታዊ! አዎንታዊ ስሜቶች ደስታን! ፍቅርንና የአእምሮ ሰላምን ሲያካትቱ! አሉታዊ ስሜቶች ደግሞ ቁጣና ፍርሃትን ይይዛሉ።

ለዚህ መፅሀፍ ዓላማ ስንል በአሉታዊ ስሜቶች ላይ ትኩረት እናደርጋለን! ምክንያቱም እነዚህን ስሜቶች ነው እንዴት ማስተዳደርና መምራት እንደሚገባን መማር ያለብን።

ዋና ዋና አሉታዊ ስሜቶች

የአሉታዊ ስሜት አራት ዋነኛ ክፍሎች/ አይነቶች/ የሚከተሉት ናቸው።

- ሐዘን / Sadness / --(መደበት /depression/፤ ተስፋ መቁረጥ / Despair / ፤ ተስፋ ቢስነት (Hopelessness)

- ጭንቀት / Anxiety /--(ፍርሃት / Fear / ፤ ስጋት / Worry /፤ መርበትበት / Nervous /፤ መሸበር / Panic /)

- ቁጣ / Anger /-- (መታወክ / Irritation /፤ መሸማቀቅ / Frustration / ፤ መናደድ / Annoyance /፤ በቁጣ መገንፈል / Rage /)

- ጥፋተኝነት / Guilt /-- (ሀፍረት / Shame /፤ ቅር መሰኘት/ ማፈር/ (Embar-rassment)

ማስታወሻ፦ በአጠቃላይ አንድ ሰው በአሉታዊ ስሜት ሲጠቃ፤ ከአራቱ በአንደኛው ስር ሊያርፍ ይችላል (ከአንድ በላይ የሆነ ስሜትም በተመሳሳይ ጊዜ ሊንፀባረቅበት እንደሚችልይታሰባል)

ምንጭ፥ http://cognitivetoronto.com/Cognitive_Toronto

ቁጣ (Anger)

ቁጣ በጣም ሀይለኛ የስሜት መገለጫ ሲሆን፣ አንዳንድ ጊዜ አስደንጋጭ /አስፈሪ / (Scary) ይሆናል፤ ምክንያቱም ይህ ስሜት የሚገለጽው ከቁጥጥር ውጭ በሆነ የጋለ መንፈስ ሲሆን ይችላል። አብዛኛዎቹ ባህሎች ይህን መገለጫ መንገድ አይደግፉም/ አያበረታቱም /። በዕድሜ እያደግኩ ስሄድ እንዚህን አባባሎች መስማት የተለመደ ሆኖ አግኝቼዋለሁ- " አትቆጣ እንጂ " " ልትቆጣ አይገባም " " መቆጣትህን አቁም " " በስዎች ፊት መቆጣት ፀያፍ ነው "። ከዚህ የተነሳ ቁጣዬን በተገቢው መንገድ መግለጽ መማር ተቸግሬ ነበር።

የቁጠኝነትን ብቻ ሳይሆን የሀዘንንም ስሜት ማሳየት የሚፈቀድልኝ አልነበረም፤ ምክንያቱም ጭንቀታም መሆን ተገቢና የጤናማ ባህሪይ መገለጫ እንዳልሆነ ተደርገ ነው የሚታሰበው። አብዛኛውን ጊዜ እንደዚህ አይነት ስሜት ማሳየት ማህበራዊ ቅጣትም ነበረው፤ ስለዚህ ይህን መሰል አሉታዊ ስሜቶቼ ማንም ሰው ፊት እንዳይታወቁብኝ መደበቅ ግዴታዬ ነበር።

አዎን! እደብቅ ነበር፤ ምክንያቱም እንዚህን ነገሮች አደገኛ አድርጌ እቆጥራቸው ስለነበር ነው፤ ስለዚህም የሚያስከትለውን አደጋ ለማርገብ፣ ስሜቴን መደበቅ ነበረብኝ። እንዚህን ስሜቶች መቆጣጠር አለመቻል፣ በመልካም አስተዳደግ ስር ያለመገራት ውጤት ተደርጎም ይታሰባል። ስለዚህ ስሜቶችን ከመረዳት፣ ወደ ውጪ ከማውጣት፣ ወይም ብሶትን ከማስ- ተንፈስ እና በአግባቡ ከመምራት ይልቅ፣ በውስጥ አምቄ መያዝን ተምሬ አደግኩ፣ በዚህ ረገድ ታዲያ ተከኜበት / ጎብጌበት / ነበር ማለት እችላለሁ።

ስሜቶችን አፍኖ መያዝ ችግር ያመጣል፤ ምክንያቱም አንድ ቦታ ላይ ገንፍለው መውጣ- ታቸው አይቀርምና። እስቲ ስሜቶቻችሁን ከውቅያኖስና ከያዘው ምስጢራዊነቱ ጋር አያይ- ዛችሁ ተመልከቱት። ውቅያኖስን ለመያዝ ወይም ግድብ ገድባችሁ ልትቆጣጠሩት ብትሞክሩና በንፋስ ሀይል የታገዘ ከባድ ዝናብ ቢጥል፣ የውቅያኖሱ ውሀ ግድቡ ሳያግደው ጥሶት ይወጣል።

በኔ ተምክሮ ፍርሀቴን፣ ቁጣዬን፣ ሀዘንንና ጭንቀቴን ሁሉ ቢያንስ ለአንድ ዓመት ያህል መቆጣጠር እንደቻልኩ እገምት ነበር። ችግሩ ግን እንዚህ ተቆጣጥሬያቸው ነበር ያልኳቸው ስሜቶቼ ለካስ ገደብ ነበራቸው፤ ገደባቸው የት ድረስ እንደነበረ ደግሞ አላውቅም ነበር፣ ነገር

ግን አንዳንድ ጊዜ ስሜቶቼ ፈንቅለው ይወጡና እነንም በዙሪያዬ ያሉትንም ሁሉ ያስደነግጡና ያስገርሙን ነበር። በዚህ ጊዜ ታዲያ እታወካለሁ፤ ምክንያቱም ልክ እንደ ውቅያኖሱ ውሀ ከቁጥጥሬ ውጭ ይሆኑና ፈንድተው ይወጡብኛል። በጣም ትንሽ ለሆነው ነገር ሳይቀር ግንፍል እላለሁ። ነገር ግን የሚሆነው ሁሉ፤ በውስጤ ቀድሞ ታፍነው የነበሩ ስሜቶቼ ግፊትና ጫናው ሲበረታባቸው ፈንቅለው መውጣታቸው ነበር። እኔም ታዲያ በድርጊቴ ተመልሼ እፀፀትና እበሳጭ ነበር። ትንሽ ነገር ስለሚበቃኝ ስሜቴን መቆጣጠር ይከብደኛል፤ ታዲያ በዚህ ጊዜ እንዲህ ባለ " ትንሽ ነገር " ሰው እንዴት ይበሳጫል ብሎ ለሚያስብና ቁጣዬን ላጫረው ወይም ለቀሰቀሰው ሰው ወዮለት!፤ ፈጣሪ ካልደረሰለት በቀር እዛው ባለበት በድንጋጤ ደርቆና ግራ ተጋብቶ ነው የሚቀረው። ሰዎች የማይረዱት ነገር ቢኖር፤ እኔ የተናደድኩት እነርሱ በተናገሩት ወይም ባደረጉት ነገር አለመሆኑ ነው፤ እነርሱ የተናገሩት ወይም ያደረጉት ያ " ትንሽ ነገር " በውስጤ ታምቆ የኖረውን ንዴቴን ለማውጣትና ለማፈንዳት ምክንያት ሆነኝ እንጂ፤ ዋነኛው መንስዔ እሱ ሆኖ አልነበረም።

እስቲ እንዲህ አድርጌ ለማስረዳት ልሞክር- የስሜት ፍንዳታው ሲጀምር የሚሆነው ልክ እንደ ሻምፓኝ ጠርሙስ ነቅንቃችሁ ስትለቁት፤ ክዳኑ ወደ ላይ ተስፈንጥሮ በሰዎች ላይ እንደሚወድቅና መጠጡና አረፋው ወለሉን እንደሚያበላሸው ማለት ነው፤ እውነቴን ነው የምላችሁ፤ ብልሽትሽቱ ነው የሚወጣው።

በወጣትነቴ ዘመን፤ ብዙ ጊዜ ተግዳሮት/ ፈተና/ ያጋጠመኝ እንደነበረ አስታውሳለሁ። ስናደድ የሚንቀጠቀጠውን ሰውነቴን፤ ልቅሶዬን፤ ጩኸቴንና በጉልበታቸው ሊያስፈራሩኝ ከሚምክሩት ጋር ለመፋለም ያለኝን የውስጥ ግፊት መቆጣጠር እንደምችል ግንዛቤው አልነበረኝም። ታዲያ ቁጣዬ/ ንዴቴ/ ሲበርድልኝ በሆነው/ ባደረኩት/ ነገር አፍራለሁ፤ የማልረባ አድርጌም እራሴን እቆጥራለሁ፤ ምክንያቱም በሰዎች ፊት ስሜቴን መቆጣጠር የማልችል መሆኔ ያሳፍረኝ ነበር። እንዴት ያለ እብደት ነው!።

እንዲሁም በሀዘንና በተስፋ መቁረጥ (Frustration) ወቅትም እንደዚያው ነው። በተለይ አንድ ሰው ባልጠበቅኩት ሁኔታ አንድ ነገር አድርጎብኝ ሳገኝ በጣም እዝናለሁ፤ ለምሳሌ:- የማምነው ሰው ቢከዳኝ ወይም ባንድ ጊዜ የተለያዩ ሀላፊነቶችን ተሸክሜ በአግባቡ መወጣት

ባልችል፤ ወይንም ውጥረት ውስጥ ገብቼ ከውጥረቱ ለማምለጥ ብቻዬን መሆን ብመርጥና ሳይቻለኝ ቢቀር፤ ለማዘን ቅርብ ነኝ። በዚህ ጊዜ ለጥቂት ቀናት ድብታ ውስጥ እገባና በአካልም እታመማለሁ፤ ታዲያ ይህን ጊዜ ከትምህርት ቤት ወይም ከስራ ቀርቼ ራሴን መንከባከብ ወይም ማስታመም ይኖርብኛል፤ ከዚህ በፊት ላለማዘን የጨከንኩበት ነገር ሁሉ ሳይቀር፤ ተከማችቶ ይረባረብብኛል። አብዛኛውን ጊዜ ይህ ጉዳይ ለአንድ ወይም ለሁለት ቀናት ይቆይብኛል፤ ልክ ቤቴን ከረጅም ጊዜ በኃላ ለማፅዳትና ለማስተካከል ሳስብ ከየት መጀመር እንዳለብኝ ግራ ስጋባ የሚሰማኝን አይነት ስሜት ሰውነቴን ይወርረኛል። ብዙ ጊዜ ነገሮች ዝብርቅርቅ ይሉብኛና እታዎችን በየስርቻው እወረውራለሁ፤ ዋናው ነገር ከእይታዬ መሰወራቸው እንጂ ለጊዜው የትም ቢያርፉ ጉዳዬ አይደለም /ግድ አይሰጠኝም/፤ ዋናው ከእይታዬና ከአእምሮዬ መሰወራቸው ነው፤ ነገር ግን ለጊዜው መፍትሄ አድርጌ የወሰድኩት መንገድ፤ ይበልጥ ቤቴን ውጥንቅጡን /ዝብርቅርቁን / የሚያወጣና እንደገና ለማስተካከል ሌላ ጣጣና ተጨማሪ ሽክም እንደሚጨምርብኝ ነው ያልተረዳሁት። ስለዚህም በጊዜው ማፅዳትና ማስተካከል ተገቢ እንደሆን ነው የተማርኩት፤ አለበለዚያ ግን ስሜቴ እንደሚረበሽ አውቃለሁ፤ እንኪህን አሉታዊ ስሜቶቼን መቆጣጠርና መምራት የተማርኩት ደግሞ ከብዙ ዓመታት መውደቅና መነሳት በኃላ ነው።

ሀሳቦቼን፤ ውጫዊና ውስጣዊ ስሜቶቼን (Feelings and Emotions) በየፈርጁ/ በአይነት በአይነቱ/ ከፋፍሎ ለመያዝ የሚያስችለኝን ክህሎት ቀስሜያለሁ። በአስቸኳይ ትኩረትና መልስ ለሚያሻቸው የስሜት ክፍሎቼ መፍትሄ እያፈላለግኩ፤ ሌሎቹ በአእምሮዬ ጓዳ ለጊዜው እንዲሰነብቱ እተዋቸው ነበር። ይህም የተመቻቸ ሁኔታ ሳገኝ እንኪህን ቦታ ቦታ ያስያዝኳቸውን ነገሮቼን፤ በየፈርጁ ለመቋጨት /ለመፍታት/እችላለሁ ብዬ እራሴን በማሳመን ነበር። ይህ ዘዴ ወይም ጥበብ፤ ድንቅና እንደ አንድ የህይወት ማስቀጠያ ክህሎት ማዕቀፍና ብዙ ሰዎችም እንደሚጠቀሙበት መንገድ አድርጌ ነበር የወሰድኩት፤ ነገር ግን ይህም እንደማይሰራ ብዙ ሳልቆይ ነበር የተረዳሁት።

በዚህ ሁኔታ ላይ እያለሁ ነበር ከክላራ ጋር የተገናኘሁት። ክላራ በጣም የተዋጣላት የማ-ህበራዊ አገልግሎት ሰራተኛ ከመሆኗም በላይ፤ ስሜቶቼን እንድረዳቸውና እንዳልፈራቸው

ያሳወቀችኝና የረዳችኝ ሰው ነበረች። ለእርሷ ምስጋና ይግባትና፡ ስሜቶችን እንዴት መምራት እንደሚኒቻል ከሚያስተምረው አለም ጋር ያስተዋወቀችኝ እርሷ ነበረች። ብዙ አይነት ስሜቶችን፤ ቁጣ ይሁን ሀዘን ወይም ጭንቀት ሲያጋጥም በስሜት ሳይገነፍሉ ወይም ሳይጨናነቁ እንዴት ጤናማ በሆነ መልኩ ማስተናገድ / መቆጣጠር እንደሚቻል ከእርሷ ነበር የተማርኩት፤ እነዚህን ስሜቶች እንዴት ማስወገድና ወደ እለት ስራዬ በሰላም ማምራት የምችልበትን መንገድ ከእርሷ ነበር የቀሰምኩት።

ስሜቶችን በጤናማ መልኩ መቆጣጠር/ መግዛት/ መቻል፤ ልክ ሰውነትን የመታጠብ ያህል ነው የምቆጥረው፤ ይህን ¨ የነፍስ እጥበት ¨ አለዋለሁ። እኛ ሰብአዊ ፍጡራን የትም እንወለድ፤ ልጆቻችን በቤት ውስጥም ሆነ በትምህርት ቤት እያሉ፤ በህፃንነትና በወጣትነት እድሜያቸው ለምን ውስጣዊውንና ውጫዊውን ስሜቶቻቸውን መግራትና መቆጣጠር እንዴችሉ እንደማናስተምራቸው ፈፅም አይገባኝም፤ ምክንያቱም ይሄ በጣም አስፈላጊና ወሳኝ የህይወት ክፍል ነው። አልገባኝ እንደሆን ልታግዙኝ ትችላላችሁ፤ ነገር ግን ስሜቶችን አለመግራትና አለመቆጣጠር በግንኙነቶቻችን፤ በወዳጅነቶቻችንና በቤተሰብ ቅርርብና ቁርኝቶቻችን /ትስስሮቻችን / ላይ መጥፎ ጥላ እንደሚያጠላ አውቃለሁ።

በዚህ አጋጣሚ ወደ አሜሪካ መምጣታችሁን ክብር እንድትሰጡት በትህትናና በአክብሮት እጠይቃለሁ። በባህል ውህደት ሂደት ወቅት ብዙ ዓይነት ስሜቶች ማለትም-- ከሀዘን እስከ ንዴት/ ቁጣ/፤ ከተስፋ መቁረጥ እስከ ጥልቅ /አስፈሪ/ ድብታ ሊፈራረቁባችሁ ይችላሉ። በጣም ጥቂት እድለኞች ከሆናችሁት በስተቀር ወደ አዲሲቱ ሀገር ከመምጣታችሁ በፊት አሉታዊ ስሜቶችን መቆጣጠር እንዴት እንደሚቻል የተማራችሁ ካልሆናችሁና አብዛኞቻችን በተዘዘንበት መንገድ ያለፋችሁ ከሆነ፤ ስሜቶቻችሁን ለመግራት፤ ህይወታችሁን ለመምራትና የአሜሪካን ህልማችሁን ለማሳካት በግባችሁ ላይ ትኩረት አድርጋችሁ መስራት ይገባችኋል።

ቁጥር፤ ወደ ቤት ውስጥ አምባንሮነት / ግጭት/

(Domestic Violence) ሲለወጥ

የቤት ውስጥ አምባንሮ /ግጭትን / (Domestic Violence) በሚመለከት ብዙ የፍርድ ቤት ጉዳዮችን ለማየት ዕድል ስላጋጠመኝ፤ በዚህ ረገድ ጠበቅ አድርነ መነጋገር የሚገባ ይመስለኛል፤ ይህንንም ታሪክ በማውጋት / በመንገር / መጀመር እፈልጋለሁ።

በአፍሪካ ውስጥ በነበርኩበት ወቅት፤ አንድ ቀን ጓደኛዬን ለማግኘት ወደ ተቀጣጠርንበት ካፍቴሪያ አመራሁ። በመንገድ እየሄድኩ ሳለሁ አስብ የነበረው፤ ጓደኛዬን አግኝቻት ወደ አሜሪካ ልሄድ እንደሆነ የማበሰርበትን ትልቅ ዜና እያሰላሰልኩ ነበር፤ ነገር ግን አጋጣሚ ሆኖ ከፊት ለፊቴ በሚሄዱ ጥንድ ወንድና ቤት ወጣቶች ላይ ትኩረቴ አረፈ፤ እየቀረብኳቸው ስመጣም በሆነ ጉዳይ ላይ እየተጨቃጨቁ እንደሆነ ገባኝ።

እኔም በጊዜው ከወንድ ጓደኛዬ ጋር ስለነበረኝ ተመሳሳይ ሁኔታና እንዴት ጭቅጭቃችን ከርሮ /ተጋና / ሰው እስኪሰማን ድረስ እንጯጭህ እንደነበር ታወሰኝ፤ በአንድ ጉዳይ ላይ ሁለታችንም መከራከር እንጀምርና በጉዳዩ ላይ ሳንግባባ እንለያይ ነበር።

እኔም በዚህ አይነት ግንኙነት መሀል ይህን መሰል ነገር ሲፈጠር፤ ከልምዴ በመነሳት መደረግ ያለበትን ነገር እያውጠነጠንኩ/ እያሰላሰልኩ / ሳለ፤ ድንገት ዞር ብዬ ተመልከት-ኳቸውና ፈገግ አልኩ፤ ከዚያም ጥቂት ርምጃዎች ብቻ ከፊታቸው ቀድሜ ራቅ እንዳልኩ፤ ድንገት ሳይታሰብ ወንድዬው ሁለት ጊዜ በጥፊ ሲመታት የጬኸት ድምፅ ሰማሁ።

ምንም እንኳን ሰዎች ሲበሳጩ/ ሲናደዱ/ የሚጣሉ መሆኑን ማየት የመጀመሪያ ጊዜዬ ባይሆንም፤ ይሄ ግን ድንገተኛ ክስተት ስለነበረ አስደነገጠኝ። በሁለተኛ ደረጃ ት/ቤት በነ-በርኩበት የትምህርት ዘመን፤ ወንዶች ልጃገረዶችን ሲመቱ አይ ነበር፤ ታዲያ ይህን መሰል ነገር ሳይ በንዴት እንቀጠቀጥና ለተመቺዎች ወግኘ ግብግብ / ድብድብ / እገጥም ነበር፤ ይሄ ደግሞ በልጅነቴ ያሳደረብኝ/ የፈጠረብኝ/ አንድ የስሜት ቀውስ ነበር። ወደ ዋናው ታሪክ ስመለስ፤ ወዲያውኑ የጥቃት ሰለባዋን ወጣት ለመከላከልና ለመታደግ አሰብኩ፤ እሲ ደግሞ

እጆቿን ጉንጮቿ ላይ አሳርፋና የሆነ ቃል እየተናገረች ትጮህና ታለቅስ ነበር፤ ወጣቱ ደግሞ ተረጋግቶና በሰከነ መንፈስ ሁሳቡን ሊያስረዳት የሚሞክር ይመስለኛል፤ እኔ ግን ተበሳጭቼ ስለነበር እየጮኩኩ ሄይ ስማ! ቤት ልጅ'ኮ ነው እያደበደብክ ያለኸው፤ ምን እያደረግክ ይመስልሃል? " አልኩት፤ እሱም ዞር ብሎ አየኝና ከመጤፍ ሳይቆጥረኝ / ዋጋ ሳይሰጠኝ / ወደ ጉዳዩ ዞር አለ። ይሄ ደግሞ ይበልጥ አናደደኝና የምናገረው እኮ አንተን ነው! ለምን እኩያህን ፈልገህ አትጣላም? " አልኩት። እንደው በዛ ጊዜ ቡጢ /ጡጫ/ ባሳርፍበት ደስ ባለኝ ነበር፤ ለዚህ ደግሞ ዝግጁ ነበርኩ፤ ምንም እንኳ ቁመቱ ከእኔ በላይ ቢሆንም። እሱ ግን " አይመለከትሽም " ብሎ አሁንም ዞር አለ፤ እኔም ልተወው አልፈለግኩም " ይሄን አጉል ባህሪይህን መንገድ ላይ ስታሳይ ዝም ብዬ የማልፍ ይመስልሃል? " አልኩት። በዚህ ጊዜ ትኩረቱን ከመሳቤ በላይ ዓይኑ ውስጥ ቁጣ 'ሲንቀለቀል /ሲቀጣጠል/' አየሁ። ምንም እንኳን በውስጤ ፍርሃት ቢሰማኝም ሊጎዳኝ እንደሚችል ባውቅም፤ አንዴ ወይም ሁለቴ ጡንቻዬን ላሳርፍበት ዝግጁ ነበርኩ። ምናልባት በህይወቴ ቸቾ ተጋፍጠውት አያውቁ ይሆናል ብዬ፤ ይህንን ጅል ሰው ማስተማር እንዳለብኝ አስቤ ነበር።

ታዲያ ድንገት የተመታችው ልጅ ወደ እኔ ዞር ብላ በንቀት መልክ እያየችኝ አያገባሽም አለችኝ፤ ፀያፍም ቃላት ወረወረችብኝ፤ በዚህም አበሳጨችኝ። እንደውም ልትመታኝ ሁሉ ከጅሯት ነበር፤ ቀጥላም " እኛን ለቀቅ አርገሽ ወደ ጉዳይሽ ሂጂ " አለችኝ።

እኔም ኩምሽሽ ብዬ፤ አፍሬና ሀይል-አልባ ሆኜ ቀረሁ " የሚገርም ነው! ራስሽን መከላከል አቅቶሽ፤ ሌሎች ሊረዱሽ ሲመጡ ታዋርጂያለሽ? በጣም የምትገርሚ ሰው ነሽ " እያልኩና ከራሴ ጋር እያወራሁ ከአጠገባቸው ፈጠን ብዬ ለቀቅኩ። በቀጠሮችን ቦታ ለምትጠብቀኝ ጓደኛዬም ካቸዉና እየጠጣን ገጠመ'ኜን አወራኋት፤ ለሌሎችም የቤተሰቤ አባላትና ወዳጆቼ ሳምንቱን ሁሉ ሳወራላቸው ሰነበትኩ። በዚህ ጉዳይ ላይ ከማህበረሰቡ ወንድና ቤት አባላትም ጋር ስከራከርበት ቆየሁ። አንዳንዶቹ በትንሽነቴ ከአንድ ወንድ ልጅ ጋር ተጣልቼ እንደነበር፤ ቤተሰቤና ጎረቤቶቼ ይነግሩኝ የነበረውን አይነት ተመሳሳይ ታሪክ መልሰው ይተርኩልኝ ነበር። አንዳንድ ወንዶች ልጆች ሲያናድዱኝ እጣላቸውና እቤት መጥቼ አሳብቅባቸዋለሁ፤ ቤተሰቦቼም ሌላ ጊዜ ከወንዶች ልጆች ጋር እንዳልጣላ ይመክሩኝና ያስጠነቅቁኝ እንደነበር

108

አስታውሳለሁ። ለማንኛውም የተጣላሁት ልጅ ግን የተነኮሰኝ / ነገር የፈለገኝ / ስላልወደደኝ ላይሆን ይችላል፣ ምናልባት ወዶኝ እንደሆነስ? እስከዛሬ ድረስ መንስዔው አይገባኝም። ዱላ ግን ፍቅርን አያሳይም፤ እኔ የማምነው ማንኛውም ባህል በፍቅር ማሳያነት /መግለጫነት/ ስም፣ በሴት ልጅ ላይ የሚደርስን ጥቃት ማስተማርና ማበረታታት እንደማይገባው ነው።

እናንተም እንደ እኔ ተመሳሳይ ከሆነ ባህላዊ እምነት የመጣችሁ ከሆነ፣ ይህን መሰሉን የእምነት ስርአት ልትፋለሙት እንደሚገባ አፅንዖት ሰጥቼ ላሳስባችሁ እወዳለሁ። እንዲህ አይነቱ ባህላዊ እምነት፣ ሴት ልጅ በአጉል መንገድ መያዝ እንዳለባት፣ አላግባብ መጠቀሚያ እንድትሆንና እንድትደፈር መንገድ የሚከፍት ይሆናል፤ እሷም ይህን መሰሉን ባህሪ ያለ አንዳች ጥያቄ እንድትቀበልና የፍቅር መግለጫ ወይም መገለጫ አድርጋ እንድትወስደው ያደርጋታል። በሌላ በኩል ደግሞ ወንዶች ልጆች ፍቅራቸውን መግለፅ ሲፈልጉ፣ ሴትን ልጅ በሚገባ አለመያዝና ማመናጨቅን ከዚያም አልፎ መደብደብን ወግ አድርገው እንዲማሩና እንዲለምዱ ያደፋፍራቸዋል። ይህን ታሪክ ብዙ ጊዜ ደግሜ ደጋግሜ ለሰዎች አውርቻለሁ፤ የሚገርመው ነገር ግን፣ አንዳንድ የአሜሪካን ሴቶችም በልጅነታቸው በዚህ መሰል ልምምድ ውስጥ እንዳለፉ አውግተውኛል / አጫውተውኛል /።

እኔ ከምከተለው ባህል የመጡ አንዳንድ ሰዎች ከኔ አመለካከት ጋር የሚስማሙ ሲሆን፣ አንዳንዶች ደግሞ ወደ አሜሪካ ከመምጣቴም በፊት እንዲህ አይነት አመለካከት እንደነበረኝ በማስታወስ ትንሽ ' ነካ ' እንደሚያደርገኝ፣ ወይም የምዕራባውያን ዘመናዊነት የተጠናወተኝ አድርገው ያስቡ እንደነበር ትዝ ይለኛል።

ወደ አሜሪካ ከመጣሁ በኃላ አንድ ቀን፣ በሳንታ ክላራ ካውንቲ (Santa Clara County) በሚገኘው ፍርድ ቤት በአንድ ጉዳይ ላይ በአስተርጓሚነት ተገኝቼ ነበር፤ ሁሌ እንደማደርገው ፋይል ለማግኘት ወደ አስተርጓሚዎች አገልግሎት ቢሮ ሄድኩኝ። በአብዛኛው ስለ ጉዳዩ ርዕስ፣ ጊዜ፣ የወንጀሉ አይነትና ጉዳዩ የሚመለከተውን ክፍል ከሚያሳየው መሰረታዊ መረጃ ውጪ፣ ማወቅ የምፈልገውን ማግኘት አልችልም። የምከታተለውን ፋይል ካወጣሁ በኃላ፣ ባለ ቅመም ሻይ እየተጎነጨሁ፣ ለማስተረጎም የያዝኩት ጉዳይ ምን እንደሆነ መቃኘት /ማየት/ ጀመርኩ። በእርግጠኝነት ያገኘሁትና የተረዳሁት ነገር ቢኖር፣ በአብዛኛው የቤት ውስጥ

አምባንሮ / ግጭት / (Domestic Violence) ጉዳይ እንደሆነ ነው የተገነዘብኩት፤ ይህ አንግዲህ በፍርድ ቤት በአስተርጓሚነት ስራ በጀመርኩበት ጊዜ ያጋጠመኝ እውነታ ነበር። ምንም እንኳ ከ10 ዓመት በላይ በቆየሁበት በዚህ ስራዬ ላይ ይህን መሰል ብዙ የቤት ውስጥ አምባንሮ / ግጭት / ጉዳይ ቢያጋጥመኝም፤ ይሄኛው ግን በአሜሪካ በአስተርጓሚነት ከሰራሁባቸው ጉዳዮች/ኬዞች/ ውስጥ የመጀመሪያው ስለነበር ልዩና እንግዳ ነገር ነው የሆነብኝ፤ እናም ልትገምቱ እንደምትችሉት ውጥረት ውስጥ ከትቶኝ ነበር።

የያዝኩት ጉዳይ የተለመደ አይነት ነበር። ባልና ሚስት ጭቅጭቅ ውስጥ ገቡ፤ ነገሩም ከረረ እና ባልየው ወደ መማታት (ዱላ) ደረጃ ደረስ፤ ሚስት ደግሞ ጩኸትዋን አቀለጠችው፤ በዚህ ጊዜ ጎረቤቶች ፖሊስ ጠሩ። ይሄ ደግሞ ባልና ሚስት ፍርድ ቤት ተካሰው ሲቀርቡ ለመጀመሪያ ጊዜ ነበር፤ ባልየው ፍ/ቤት ሲቀርብ አለባበሱን አሳምሮ ነው የቀረበው። ከክሱ መሰማት በፊት በተሰየመው ጉባኤ ላይ፤ ፍርድ ቤቱ ለተከሳሹ (ባልየው/ተከሳሹ/) ጠበቃ አቁሞለት ነበር፤ ጠበቃውም ለተከሳሹ (ደምበኛው) በቂ ጊዜ አግኝቶ ነገሩን ለመመርመር እንዲችል፤ ሌላ ቀን ቢገናኙ የተሻለ እንደሆነ አማከሮት፤ የዕለቱ ጉዳይ በዚህ መልኩ ተጠናቀቀ። ከዚያም ባልየው /ተከሳሹ / ወደ ሊፍት ሲሄድ ተከተልኩት፤ እሱም ወደ እኔ ዞር ብሎ ካየኝ በኋላ በማስተርጎም ስለረዳሽኝ አመሰግናለሁ አለኝ። እንደገናም ግራ በተጋባና ድንጋጤ በተሞላበት መልኩ እንዲህ አለ የጠቡ መነሻ በጣም ትንሽ ነገር ነበር፤ እዚህ ግባ የሚባል'ኩ አልነበረም፤ ሚስቴን ደግሞ እወዳታለሁ፤ በጥፊ የመታኋት ተገድጄ ነው፤ ይሄ ደግሞ ምን ችግር አለው?፤ በሚስቴና በእኔ መካከል ያለ ጉዳይ ነው፤ ለምንድነው ፍርድ ቤት መቅረብ ያለብኝ? ደግሞስ ምን ሊያደርጉኝ የሚችሉ ይመስልሻል? ሚስቴ እንደሆነች ያውቃሉ፤ እንዋደዳለን፤ ሚስቴን በጣም ነው የምወዳት " ሲል አከታትሎ ይጠይቀኝ ጀመር።

በጣም ነው የደነገጥኩት፤ በህይወቴ ለመጀመሪያ ጊዜ ልክ እንደኛ እንደ ሴቶቹ ሁሉ ወንዶችም፤ ባደጉበት ባህል ስር አሁንም ተጣብቀው እንዳሉ ነው መገንዘብ የቻልኩት። በዚህ ወቅት ንዴቴ በኖ ጠፋ፤ ግራ የተጋባሁት ምክንያቱ ስለገባኝ፤ ለድንጋጤውና ለመረበሹ አዘንኩለት። ባደገበት ባህል ሴትን ልጅ መምታት ችግር እንደሌለው የተማረው ይህ ሰው፤ ሌላ ባህል ውስጥ ሲገባ የሚያስቀጣ ወንጀል ሆኖ አገኘው።

ታዲያ ማንን ነው የምንወቅሰው? ስለ ተለያዩ ባህሎች አጥንቻለሁ፤ እናም ባህሎችን አከብራለሁ፤ ነገር ግን ሁሉም ባህል ጥሩም መጥፎም ነፆች እንዳሉት መረዳት ተገቢ ነው። የአሜሪካም ባህል ከዚህ የተለየ አይደለም። የትኛውንም ባህል የምትከተሉ ቢሆን ግድ የለኝም፤ ሴትን ልጅ በፍቅር ስም መምታት/መደብደብ / ግን ነጅ ከሆኑ የባህል ልምምዶች ውስጥ አንዱ እንደሆን ልነግራችሁ እወዳለሁ። የቤት ውስጥ አምባጓሮን /ግጭትን/ ልንታገሰው አይገባም፤ ልክ እንደማንኛውም ነጅ የባህል ልምምዶች ልንዋጋው የሚገባ ነው።

እኔ እያደግኩ በሄድኩበት ወቅት፤ ጎረቤቶች የቤት ውስጥ አምባጓሮ /ጠብ/ ሲፈጠር ግጭት ወደ ተነሳበት ባለትዳሮች ቤት በመሄድ፤ ችግሩን ለመፍታት ይሞክሩ ነበር። ሰውዬው አስቸጋሪ /ጠበኛ / ሆኖ ካገኙት ዱላውን ቀነስ እንዲያደርግ ይነግሩታል፤ ልብ በሉ! ዱላውን እንዲተው ሳይሆን ቀነስ እንዲያደርግ። እንግዲህ ይህን መሰል ሀሳብ ሲቀርብ፤ ዱላ አልፎ አልፎ የፍቅር መገለጫ ስለሆነ ሙሉ በሙሉ መቅረት የለበትም የሚል አንደምታ / ትርጉም / ይኖረዋል። ነገር ግን በምዕራቡ አለም እንደዚህ አይነቱ ጉዳይ፤ በዘመድ ወይም በጎረቤት እንዲፈታ አይፈቀድም፤ ህግ የሚይዘው ጉዳይ ስለሆነ በሌላው ላይ ኃይልን መጠቀም የወንጀል ድርጊት ነው። አንድ ጊዜ ይህን ጉዳይ ፍርድ ቤት ካወቀው ወይም መዝገብ ላይ ከሰፈረ፤ የራስንም ሆነ የቤተሰብን ህይወት ችግር ላይ የሚጥል ነው የሚሆነው።

ስለዚህ፤ ወደዚህ ምስኪን ሰው ፖሊስ ሲመጣበት፤ ነገር ዓለሙ ሁሉ ግልብጥብጥ እን- ደሚልበትና ምን ሊሰማው እንደሚችል መገመት አያዳግትም። ተረብጮ፤ ግራ ታጋብቶና የባይተዋርነት ስሜት ላይ ወድቆ ነበር፤ ከሱ በስተቀር በዚህ ሀገር የሚኖር ሁሉም ሰው፤ እንዲህ አይነቱ ድርጊት ተገቢ እንዳልሆነና እንደሚያስቀጣ ያውቃል፤ ሰውዬው ግን ምስኪን ነው። እርግጠኛ ነኝ ዳኛው የቤት ውስጥ ግጭትን /አምባጓሮን / በሚመለከት የሚሰ'ጠውን ትምህርት እንዲከታተል ትእዛዝ ከሰጡና ትምህርቱን በሚገባ ከተከታተለ፤ አስተሳሰቡ እን- ደሚለወጥ አምናለሁ። በአዲሲቱ ሀገሩ ስሜቱን እንዴት መቆጣጠርና ጤናማ በሆነ መልኩ ስሜቱን መግለፅ እንደሚገባው እንደሚማርም፤ ተስፋ አደርጋለሁ። በተጨማሪም፤ ለሚስቱ ፍቅሩን መግለጫ፤ ሌላ የተሻለና በሁሉም ዘንድ ተቀባይነት ያለው መንገድ እንደሚከተልም አምናለሁ።

ሁሉም አይነት የሀይል አጠቃቀም አስከፊ ቢሆንም፤ በቤት ውስጥ ግጭት ወቅት የሚከሰት የሀይል አጠቃቀም ግን ግንዛቤ ሊጨበጥበት ይገባል። ምክንያቱም፤ ስሜትን በተለይ ደግሞ ቁጣና ንዴትን መቆጣጠር፤ በጣም አስፈላጊና ጠቃሚ ነገር ነው።

በበይነ መረብ በቀጥታ መስመር (Online) እና ከቀጥታ መስመር ውጪ (Offline) በሚሰጡ ትምህርቶች፤ እንዲሁም ቁጣና አሉታዊ ስሜቶችን እንዴት መቆጣጠር እንደሚገባ የሚያስረዱ መፃህፍቶችን ማግኘትና መማር ተገቢ ነው። በትንሹም ሆነ በትልቁ ችግር ውስጥ ከወደታችሁ በኋላ ስሜቶቻችሁን ለመግዛት ከመጣጣር ይልቅ፤ ከወዲሁ ራሳችሁን ማለማመድ ወይም ማሰልጠን ይበጃል። ወደሚቀጥለው ርዕስ ከመሸጋገሬ በፊት፤ አንድ አሳዛኝ ታሪክ በተጨማሪ ላካፍላችሁ እወዳለሁ።

ይህ የቤት ውስጥ አምባንሮ /ግጭት/፤ የመግደል ሙከራንም የያዘ ጉዳይ ነበር። ሰውዬው በማደግ ላይ ካሉት ሀገራት ከአንዱ የመጣ ሲሆን፤ በሚስቱ ላይ የሚበሳጭ፤ በውጥረትና በጭንቀት የተሞላ ሰው ነው። በግጭቱ ወቅት ሚስቱን ይሰራበት በነበረው መደሻ ነው ቀጥታ ጭንቅላቷን የመታት፤ ሚስቱ ህሊናዋን ስታ ብትወድቅም፤ እድለኛ ሆና ግን ላትሞት ወይም የጭንቅላት ጉዳት ሳይደርስባት መትረፍ ችላ ነበር።

ይህ ሰው በሰራው ወንጀል ተይዞ የ12 ዓመት የእስራት ፍርድ ይጠብቀው ነበር፤ ምንም እንኳን ጠንካራ መረጃዎች የተገኙበት ቢሆንም፤ ከጠበቃው ምክር ውጪ በመሆን ጥፋቱን ሽምጥጦ ለመካድ ሞከረ፤ ጥፋተኛ አይደለሁም ሲልም ተከራከረ። በይበልጥ አሳዛኙ ነገር ደግሞ፤ በሰውዬው ላይ ምንም የመፀፀት ባህሪይ አለመታየቱ ነበር፤ ጭራሹኑ የተከሰሰው በስህተት እንደሆነና መለቀቅ እንዳለበት ለማሳመን ይሞግት ነበር። እንደውም ነገሩን ለሱ ቢተዉለት፤ ከሚስቱ ጋር ያለውን ችግር መፍታት እንደሚችል ሀሳብ በማቅረብ ይከራከር ነበር። ሚስትየዋ ደግሞ የከሳሽነት ምስክርነቷን ስትሰጥ፤ አብሮ ለመኖር ቀርቶ ዳግመኛ ልታየው እንደማትፈልግ ነበር በምሬት የምትገልፀው፤ በርግጥም በድርጊቱ ክፉኛ ከማዘኗም በላይ በጣም ተረብሻለች። ሰውዬው ግን የሚስቱን ምስክርነት ከሰማ በኋላ እንኳን፤ ይህ ባህሪዩ በቤተሰቡና በወደፊት ዕጣ ፈንታው ላይ የሚያስከትለውን ጉዳትና ተፅዕኖ አምኖ ለመቀበል አሁንም ፍቃደኛ አልነበረም።

ታዲያ ዳኛው ጥፋተኛ መሆኑን ሲያሳውቁት በጣም ነው የደነገጠው፤ በውሳኔው ከመገረሙ የተነሳ፤ በጠበቃው ብቃት ማነስ ምክንያት የተሰጠ ብይን አድርጎ ነበር ጠበቃውን ለመውቀስ የሞከረው። አንዳንዴ ያደግንበት ሁኔታ በውስጣችን ፅኑ ምሽግ ይሰራና፤ አጭልቀን አዳዲስ ሀሳቦችንና አመለካከቶችን እንዳናይ ያደርገናል። ስለዚህም ራሳችንና ድርጊቶቻችንን ካደግ-ንበት አስተዳደግና ከተቀረፀብን ማንነት ውጪ፤ ህይወትን መቃኘት ያቅተናል። ይህ አሳዛኝ ታሪክ ነው። ይህ ሰው መዶሻ መጠቀም ትንሽ አግባብ እንዳልነበረ ምናልባት ሊሰማው ቢችልም እንኳን፤ ከሚስቱ ጋር መጣላቱና ሚስቱን መደብደቡ፤ እስከዚህ ተጋኖ ለእስር ሊዳርገው እንደማይገባ ነበር የሚያምነው፤ ነገሩን እራሱ እንደሚፈታታው አድርጎ ነበር የሚ-ጠብቀው።

በርግጥ ይሄ ለየት ያለና ጠንከር ያለ ጉዳይ ሲሆን፤ በዚህ መሰል ሁኔታ ምናልባት ራሳችንን ላናገኝ እንችል ይሆናል፤ መገኘትም እንደሌለብን ተስፋ አደርጋለሁ። ነገር ግን ስሜቶቻችንን እንዴት መምራትና መቆጣጠር እንዳለብን የማንገምር ከሆነ፤ ስሜቶቻችን እኛኑ ተቆጣጥረው፤ ከአንዱ ችግር ወደሌላው ሊከቱን እንደሚችሉ መረዳቱ ግን ብልህነት ነው።

ስሜቶች ውስብስብ ናቸው

ወደ ምዕራቡ ዓለም ስትመጡ ከበድ ከሚሉት ተግዳሮቶች ውስጥ ዋነኛው፤ ስሜቶቻችሁን መገንዘብ፤ የሚፈራሩቁ የተለያዩ ስሜቶችን መለየትና እርስ በርስ ያላቸውን ተያያዥነት መረዳት ነው - ውጥረት፤ ጭንቀት፤ መታወክ፤ መረበሽ ይልና ዝርዝሩ ይቀጥላል። እነዚህ ነገሮች ተመሳሳይ አይደሉም እንዴ? ትሉ ይሆናል፤ በርግጥ አይደሉም!። በተለይ እንደ እኔ ከሆናችሁና ስለ ስሜቶቻሁ መተንፈስ በማትችሉበት የባህል ሁኔታ ውስጥ ካደጋችሁ፤ ምናልባት በስሜት አይነቶች ስያሜና የምርመራ ውጤቶች በሚገለፁባቸው ቃላቶች ግራ ልትጋቡ ትችላላችሁ፤ ስያሜዎቜንም እስከምትለምዱና ከምዕራቡ ዓለም ጋር መግባባት እስከምትጀምሩ ድረስ፤ ዓመታት ሊፈጅባችሁም ይችላል፤ ያ ነበር ለኔም አንዱ የባህል ግርታዬ።

አዳዲስ በሚሆኑብን ሀገራት ውስጥ፣ አብዛኛውን ጊዜ የሚከሰቱት የስሜት አይነቶች ውጥረትና ከፍ ያለ ጭንቀት ናቸው (Stress & Anxiety)

እንደ ኒውሮኮር ብሬይን ፐርፎርማንስ ሴንተር (Neurocore Brain Performance Center) ግኝት፣ ውጥረትና ጭንቀት በአካል ላይ ሊከሰቱ የሚችሉ በሽታዎች መንስዔ ከመሆናቸውም በላይ፣ ሁለቱን ለመለያየት የሚያስቸግር ሁኔታ ሊፈጥር ይችላል-- ፈጣን የልብ ምት፣ የእጅ መንቀጥቀጥ፣ የአፍ መድረቅ የመሳሰሉት ሁሉ፣ የሁለቱም የውጥረትና የጭንቀት ምልክቶች ናቸው።

ያም ሆነ ይህ ግን፣ ውጥረትና ጭንቀትን ለመለየት የሚረዱ ሁለት መንገዶች አሉ። አንደኛው መንገድ፣ ውጥረትን በሚመለከት መንስዔ ሊሆን ከሚችሉት ውስጥ ለምሳሌ:- በጣም የተጫናቀ ፕሮግራም ውስጥ መግባት ብትገደዱ፣ ወይም ልጆ-ቻችሁ የማይሰሟችሁና የማይታዘዟችሁ ቢሆኑ፣ እነዚህ ነገሮች ለውጥረት በር ይከ-ፍታሉ። በሌላ በኩል ደግሞ የጭንቀት ችግር ያለባቸው አንዳንድ ሰዎች፣ ምንም የሚያስጨንቅ ነገር ባያጋጥማቸውም እንኳ፣ ያለ አንዳች በቂ ምክንያት ራሳቸውን ጭንቀት ውስጥ አስገብተው የሚገኙ አሉ።

ሌላው የጭንቀት አይነት፣ አብዛኛውን ጊዜ ከሚታዩንና ከሚሰሙን ምልክቶች አንጻር የምንገምታቸውና የሚመነጩ ናቸው፣ ያለ ምንም በቂ ምክንያት መጨነቅ ለተደራራቢ ጭንቀት ይዳርጋል፣ ይሄ ደግሞ ለአንዳንዶች የተለመደ የህይወት ዘይቤ ሆኖ ይቀጥላል - ሲነቁ መጨነቅ፣ ወደ ስራ ሲሄዱ መጨነቅ፣ ሲነጋ መጨነቅ፣ ሲመሽም መጨነቅ፣ ባጠቃላይ ህይወት በጭንቀት የተሞላ ይሆንባቸዋል። ውጥ-ረቶች ከሌሎች ጭንቀቶች ጋር ሲደማመሩ ደግሞ፣ የአካላዊ ቀውስ ምልክቶችን ከማሳየታቸው ባለፈ ህይወትን በሽብር ሲቃ (Panic) ወደተሞላበት የስቃይ ደረጃ ያደርሱታል።

ጭንቀት የተሞላ ህይወት፣ በሽብር ሲቃ ከመጠቃትም (Panic Attack) ይለያል። ምልክቶቹ ልክ እንደ ሰውዬው ማንነት ሊለያዩ ይችላሉ፣ ነገር ግን ብዙዎች እን-

ደሚናገሩት ይህን መሰል ስሜት ሲከሰት የልብ ድካም ህመም ያስከትላል። ብዙ ጊዜ ይህን ተከትለው የሚመጡት ምልክቶች፦-

- የልብ ምት ፍጥነት (Racing Heart)

- ድካም (Feeling weak)፤ ራስን መሳት (Faint)፤ ወይም ድንዛዜ (Dizzy)

- የእይታ መጥበብ (Tunnel Vision)

- መንቀጥቀጥ (Trembling)

- እጆችንና ጣቶችን የመውጋት ወይም የመደንዘዝ (Tingling or numbness in the hands and fingers)

- የመሸበር ስሜት (Sense of Terror)፤ ኃይለኛ የስጋት ማጥላት/ወረርሽኝ / (Impending Doom) ወይም ሞት (Death)

- የማላብ ስሜት(Feeling Sweaty) ወይም ብርድ ብርድ ማለት (Having chills)

- ደረት ህመም (Chest pains)

- የመተንፈስ ችግር (Breathing difficulties)

- ራስን መቆጣጠር መሳን (Feeling a loss of control)

ምንጭ፡

https://www.neurocenters.com/blog/am-i-stressed-or-anxious

ወደ አንድ አዲስ ሀገር ስትዛወሩ ነገር ዓለሙ ሁሉ ይዘበራረቅባችኋል። ምንም እንኳን ወደ አዲሲቱ ሀገር ስትመጡ በመገረምና በመደነቅ የተሞላችሁ ብትሆኑም፤ ድንገት ሰዎች የረገጣችሁትንና የቆማችሁበትን ምንጣፍ ከእግራችሁ ስር ቀስ አድርገው ስበው ያወጡባችሁ

ያህል፤ የመንሽራተት ስሜት ሊያርፍባችሁና ስትወድቁ የሚደርስባችሁ ድንጋጤ ያህል ነው የሚሰማችሁ፤ ይህ ደግሞ ፈፅሞ የማይመችና የሚነርብጥ ሁኔታ ነው።

ቁንቋውን ደግሞ በሚገባ የማትናገሩ ከሆነ፤ ልክ በአስተማሪው ፊት እንደሚርበተበት ህፃን እናንተም መንተባተብ ትጀምራላችሁ፤ ራሳችሁንም ብቁ እንዳይደላችሁ ትቆጥሩና ሀፍ-ረታችሁን ለመሸፈን ስትሉ፤ ስሜቶቻችሁን በቁጣ ወይም ፀያፍ በሆነ መንገድ ለመግለፅ ትሞክራላችሁ። ምናልባትም ደግሞ ቁንቋውን በደንብ ታውቁና ነገር ግን ሃሳባችሁን ወይም ስሜታችሁን ለመግለፅ ስታስቡ ቃላቶች ያጥሯችሁና/ ይጠፉባችሁና / የተስፉ መቁረጥ ወይም የጭንቀት ስሜት ውስጥ ልትወድቁ ትችላላችሁ። ጭንቀትን የምትይዙበትና የምታስተናግ-ዱበት መንገድ ለግንኙነታችሁ ወሳኝ ቢሆንም፤ እናንተ ግን የቁንቋ እጥረታችሁን ለመሸፋፈን በምታደርጉት ጥረት ስሜታችሁን በቁጣ ለመግለፅ ትገደዳላችሁ፤ በዚህ ጊዜ የምታነጋግሯቸው ሰዎች ምን ልትሉ እንደፈለጋችሁ እንኳ ሊረዷችሁና ሊገነዘቧችሁ አይችሉ ይሆናል።

እነዚህ ሰዎች በውስጣችሁ ያለውን ሃሳብ የሚያውቁበት ምንም መንገድ የላቸውም፤ ስለዚህ እነሱ ሊገምቱና ሊገነዘቡ የሚችሉት ነገር ቢኖር፤ ይህ /ይህች ሰው ከሌላ ሀገር የመጡና ፀያፍ /ባለጌ /፤ ጨዋ ሆኖ ተነታራኪ አድርገው ከመቁጠር ውጪ፤ ለምን እንዲህ እንደሆናችሁ ሊያውቁ አይችሉም። እንዲህ ብለው ያስቡ ይሆናል ብላችሁ ደግሞ አትገምቱ:-" አ! ይሄ / ይህች ሰው ለዚህ ሀገር አዲስ ነው / ናት፤ ስለዚህ ምናልባት ግራ የመጋባትና የመረበሽ ስሜት አድሮበት/አድሮባት ይሆናል "። ተሳስታችኋል፤ እንዲህ ብለው ፈፅሞ አያስቡም። ከዚያ ይልቅ ራሳቸውን ለመከላከል ነው የሚሞክሩት፤ ከዚህም የተነሳ አንዳንድ አስፈላጊ መረጃዎችን እንኳ ሳይቀር ለእናንተ ከመስጠት ይታቀባሉ/ ይቆጠባሉ /።

የትም ቦታ ስትሄዱ እነዚህን የመሰሉ ተግዳሮቶች ሊያጋጥሟችሁ ይችላሉ።

- የቁንቋ መሰናክል /ችግር /

- አብረው የሚሰሩ የስራ ባልደረቦቻችሁን ባህሪይ ማስላሰል /መገምገም /

- ከዘረኝነት ጋር መላተም፤ እንዴት እንደምትወጡት ደግሞ አለማወቅ

• በአቅማችሁ ልትከፍሉ የምትችሉት ቤት ለማግኘት የምታደርጉት ከባድ ጥረት

• ወደ ሌላ ከተማ መዛወር

• አዲስ ስራ ለማግኘት የምታልፉበት ውጣ ውረድ እና የስራ ባልደረቦቻችሁ የሚያሳዩት ያልተለመደና አጉጉል /ብልሹ/ ባህሪይ፤ እናም ይህን ለመቋቋም የሚያስችል አቅም ማነስ

• ምናልባት እናንተ ሰዎችን የመቅረብ ተሰጥዖ ቢኖራችሁም እንኳን፤ ጎረቤቶቻችሁ ግን ለወዳጅነት የማይጋብዙ ወይም ከፉቅ የሚገፈትሩ/ የማያስቀርቡ / ዓይነት ሰዎች ሊሆኑ ይችላሉ። በትውልድ ሀገራችሁ ግን፤ ጎረቤት ማለት እንደ አንድ የቤተሰብ አካል የሚቆጠርና ለችግር ጊዜም ከዘመድ ይልቅ ፈጥኖና ቀድሞ የሚደርስ ነው።

• በአዲሱ ሀገራችሁ ሰዎች ይሉኝታ ቢስ ሊሆኑ ይችላሉ። ሰላም የማይሉ፤ ሰላም ቢሉም እንኳ ለለበጣ / ለይምስል / ብቻ የሚሉ ሊሆኑ ይችላሉ። እንደምን ነህ / ነሽ? ማለት ላይከብዳቸው ይችላል፤ ነገር ግን መልስ እስክትመልሱላቸው እንኳን ሳይጠብቁ መንገዳቸውን ሊቀጥሉ ይችላሉ።

• ከህጉ ጋርም ችግር ሊያጋጥማችሁ ይችላል። አንዲት የምታምር ትንሽ ህፃን ልጅ መናፈሻ ውስጥ አግኝታችሁ ሰላም ብትሉና ጉንጯን ብትስሟት፤ አንድ የፖሊስ ሹም ሊያስቆማችሁ ይችላል። ይሄ በእናንተ ባህል የትህትናና ከማንም አዋቂ ሰው / በእድሜ የገፋ ሰው / የሚጠበቅ ልምድ ይሆናል፤ በአዲሱ ሀገራችሁ ግን፤ ይህ የተለመደ አይደለም፤ እንግዳ ነገር ነው። ስለዚህ አንድ ደስ የምትል ህፃን ልጅ ለመሳም በመሞከራችሁ፤ ሳታስቡት ህይወታችሁን ሊያወሳስብ የሚችል አደጋ ውስጥ ልትዘፈቁ ትችላላችሁ። ስለዚህም በዙሪያችሁ የሚሆነውን ነገር ሁሉ ስታዩና ስታስቡ፤ ራሳችሁን ህፃን የሆናችሁ ያህል ልትቆጥሩ ትችላላችሁ።

• ዳቦና ወተት ለመግዛት ወደ ሸቀጣ ሸቀጥ መደብር ሄዳችሁ መደርደሪያ ላይ ከተቀ- መጡት በመቶ የሚቆጠሩ ስማቸው የማይታወቅ የሸቀጥ አማራጮች ውስጥ ለመምረጥ፤

ምናልባት አንድ ወይም ሁለት ስአታት ሊወስድባችሁ ይችላል። በጥቃቅን ሽቀጦች ላይ ከስራቸው ከተፃፉት ፅሁፎች አንዳንድ መረጃዎችን ለማግኘት ስትፈልጉ፤ ከፅሁፎቹ ጥቃቅንነት የተነሳ ማንበብ ልትቸገሩና ዓይናችሁ እንባ ሊቋጥር ይችላል። የሚረዳችሁ ሰው ደግሞ በአጠገባችሁ ላይገኝ ይችላል። ስለዚህ ልዩነታቸው ሳይገባችሁ ሲቀር በግምት አንዱን ትመርጡ ይሆናል። ዋጋውን ትመለከቱና ርካሽ የሆነውን ትገዙም ይሆናል። ዳቦ ያው ዳቦ ነው፤ ወተትም ያው ወተት ነው፤ ታዲያ የዋጋ ልዩነቱ ከየት መጣ? ብላችሁ ተገርማችሁ ሳታበቁ፤ በርካሽ ዋጋ የገዛችሁት ወተት ቤት ደር- ሳችሁ ስትቀምሱት ውሀ ሆኖ ታገኙታላችሁ። የመደብሩ ባለቤቶች በወተት ፈንታ ውሀ ስጥተው እንዳጭበረበሯችሁ ሁሉ ሊሰማችሁ ይችላል፤ ከዚያ በኃላ ወደ መደብሮች መሄድም ልትፈሩ ትችላላችሁ። ተጠሪ የሆናችሁን ሰው ወይም ጎደኛችሁን ወይም ጉዳይ አስፈፃሚያችሁን ምን አይነት ወተት ብገዛ ጥሩ ነው? የሚል ቀላል ወይም እዚህ ግባ የማይባል ጥያቄ መጠየቅም፤ ሊያሳፍራችሁና ሊያስጨንቃችሁም ይችል ይሆናል።

ምንም እንኳን ከላይ የጠቀስኳቸው ምሳሌዎች ቃለ መጠይቅ ካደረኳቸው ሰዎች የተገኙ እውነተኛ ታሪኮች ቢሆኑም፤ የእናንተ ቀናቶችና ገጠመኞች ተመሳሳይና አግራሞት የሚጭሩ ላይሆኑ ይችላሉ። ሃሳቤን አገኛችሁት አይደል? ወደ አዲሲቱ ሀገር ስትመጡ፤ ህይወታችሁን ስትፈትሹና እለት እለት የሚያጋጥሟችሁን ተግዳሮቶች ስትጋፈጡ፤ ልትረበሹ ትችላላችሁ።

እውነቱን ለመናገር፤ ከላይ የገለፅኳቸውን ተሞክሮዎች ስፅፍና እኔም ግራ በሚያጋባ ብዙ ህዝብ ባለበት ባህል ውስጥ ተውጬ፤ በቀን ውስጥ የሚያጋጥሙኝን ብዙ ችግሮች ለመፍታት አደርግ የነበረውን ውጥረት ሳስታውስ ስሜቴ ይታወካል።

አንዳንድ ጊዜ ነገሮች በምፈልጋቸው መንገዶች ይሄዱልኝና ወደቤቴ እየፈነጠዝኩ እም- ለሳለሁ፤ አብዛኛውን ጊዜ ግን ወደቤት የምመለሰው ደክሞኝ፤ የተሸነፍኩ ያህል ተሰምቶኝ፤ አንገቴን ደፍቼ፤ ራቴን ቆሎ በልቼ፤ ወንዱን ልጄን አስተኝቼ ሻወር እወስድና ራሴን ለማ- ረጋጋት የሚያስችለኝ " ዕረፍት " ማድረግ ነው።

ቀጥሎም አዲስ ነገር ለመማር፤ ቋንቋዬን ለማሻሻልና ክህሎቴን ለማሳደግ፤ የጥናትና የንባብ ጊዜ ይኖረኛል። እውነት ነው፤ በርግጥም ይህን ሁሉ አድርጌያለሁ፤ ታዲያ ይህን አዲስ ህይወት ለመቀዳጀት የሄድሽባቸው መንገዶች ምን ይመስላሉ? ብላችሁ ልትጠይቁ ትችላላችሁ።

በዚህ አጋጣሚ እድለኛ ከሆናችሁና የቤተሰቦቻችሁ አባላት ቀደም ብለው ከናንተ በፊት የመጡና የባህል ውህደት ያደረጉ ከሆነ፤ እንኳን ደስ ያላችሁ ልል እወዳለሁ። ምክንያቱም፤ ቀጥሎ ምን እርምጃ መውሰድ እንዳለባችሁ የሚያስረዱችሁና ተጨማሪ ግብአት የሚያስፈል- ጋችሁም ከሆነ የሚጠቁሟችሁ፤ ጠንካራ ድጋፍ ሰጪ አካላት / ስርአት ቀደም ሲል የተዘጋጀ በማግኘታችሁ፤ ምናልባት ከብዙ ግራ መጋባትና ጭንቀት ልትድኑ ትችላላችሁ።

ስሜቶቻችሁን የመግራት ጉዳይ ጊዜ፤ ትዕግስትና ልምምድ ሊጠይቅ ይችላል። አብዛ- ኛዎቻችን ደግሞ እያደኑ የመጡትን ስሜቶቻችንን እንዴት መግራት እንዳለብን እውቀቱም ልምዱም የለንም። ሌላው ቀርቶ በአሜሪካ እንኳን፤ አንዳንድ ሰዎች ባደጉበት ባህልና ቤተሰብ ዘንድ ስለ ስሜት ጉዳይ ማንሳትና መነጋገር የተለመደ አይደለም። ወላጆቻችንም ሆኑ ጎረቤቶቻችን በአጠቃላይ፤ ከቁጥጥር ውጪ ስለሚወጡ ስሜቶቻቸው ጉዳይ ተነጋግረው ላያውቁ ይችላሉ። እኛም ወላጆቻችን፤ ጎረቤቶቻችንና ጓደኞቻችን ስሜቶቻቸውን በምን መልክ ይገልፁ እንደነበር እያየን ስላደግን በነርሱ እንሰናከላለን፤ የነርሱን መንገድ ሳናውቀው እንከተላለን። ለህይወትና ለሁኔታዎች የምንሰጠው ምላሽ ከዚህ ቀደም የተሞላነውን ነው፤ ምናልባት ይህ ነገር አንዳንድ ጊዜ ሰርቶልን ይሆናል፤ ሌላ ጊዜ ግን ሳይሰራልን ይቀርና ሀዘንና ብስጭት፤ ከዚያም ሲያልፍ ጭንቀት ውስጥ ከቶን ሊሆን ይችላል።

የተለየ አይበገሬ ማንነት የራሱ መርገም አለው

(The Curse of Being Exceptionally Strong)

የተለየ አይበገሬ /የገዘፈ/ ማንነት ወይም የላቀ ጥንካሬ የራሱ የሆነ ጉዳት አለው። ሰዎች ችግራቸውን ያዋይዋችሁና ሁሉን በናንተ ላይ ጥለው ሊደገፏችሁ ይሞክራሉ፤ ምክንያቱም

ከናንተ ጋር ቀረቤታ ማድረጋቸውን እንደ ክብር ሊቆጥሩት ይችላሉ። ነገር ግን እናንተ በውስጣችሁ ያለውን ጋኔን (አሉታዊ ስሜት) መቋቋም ካልቻላችሁ፣ ይሄ ነገር ከባድ ሸክም ነው የሚሆንባችሁ።

ከኔ ጋር በተያያዘ፣ አንዳንድ ሰዎች ፍቃድ እንኳን ሳይጠይቁኝ ትግሮቻቸውን ይዘረግፉ-ብኝና፣ ጭንቀትና ድብታ ውስጥ የሚከት ሸክም በላዬ ላይ ይጭኑብኝ ነበር። ላዳምጣችሁ አልችልም ማለቱ ደግሞ ይከብደኝ ነበር፣ ምክንያቱም እነሱ እኔን አይበገሬ /ጠንካራ / አድርገው ይቆጥሩና ትግሮቻቸውን የምፈታላቸው ይመስላቸዋል። እኔ ደግሞ በዚህ መልኩ ሲመጡብኝ ላሳዝናቸው ፈፅም አልፈልግም ነበር።

ያም ሆነ ይህ፣ እኔ የገዛ የህይወት ውጣ ውረዶችን በሚገባ በድል መወጣት በመቻሌ፣ የነሱ ትግር ብዙም የሚከብደኝ ሆኖ አላገኘውም፣ ስለዚህም ትግሮቼን እንዴት እወጣቸው እንደነበር ልምዴን አካፍላቸውና ትግሮቻቸውን የሚፈቱበትን መንገድ ለማሳየት እሞክራለሁ። እነርሱም አመስግነውኝ፣ የከበዳቸው ነገር ቀሏቸውና ተደስተው ይሰናበቱኛል፣ እኔ ግን የነርሱን ትግር በማዳመጥና መፍትሔ በመሻት ደክሜና ከምን ጊዜውም በላይ በሰማኋቸው ታሪኮች ተረብሼ፣ ወደ ቤቴ እመለሳለሁ።

ሰዎችን በትግሮቻቸው መርዳት የተፈጥሮ ፀጋዬ እንደሆን አውቃለሁ። ብዙ ሰዎች አማካሪ፣ የስነ ልቦና ባለሞያ፣ ደራሲ ወይም ሚኒስትር እንደምሆን ግምታቸውንና ምኞታቸውን ይገል-ፁልኝ ነበር። በዚያን ወቅት ስለ አስተያየታቸው ባመሰግንም በውስጤ ግን በ " አይመስለኝም " ስሜት ፈገግ ሳልል አልቀረሁም፣ ምክንያቱም እነርሱ እንደሚገምቱት እንደማልሆን በር-ግጠኝነት አስብ ነበር፣ ማን ሰው ነው የሌላውን ሸክም ለመሸከም ራሱን አሳልፎ የሚሰጠው?

በህይወቴ የሚያጋጥሙኝ ሰዎች ሁሉ ብርቱ ሰው ሆኜ እንድገኝላቸው የሚፈልጉና የሚመኙ ይመስላሉ፣ ማናቸውም ቢሆኑ ግን ለኔ መከታ ሆነው የሚቆሙልኝና አልፎ አልፎም ቢሆን ስለ እኔ ዋጋ የሚከፍሉ ሰዎች የሚገኙ አይመስለኝም። ወይም ደግሞ እኔም እንደማንኛውም ሰብአዊ ፍጡር፣ የራሴ የሆን ውስጣዊ ውጫዊ ስሜቶች እንዳሉኝ የሚረዱና የሚገነዘቡ ሆኖ አልተሰማኝም።

አንድ ወቅት ላይ፣ ብርታት ሲጎድለኝና ድካም ሲያዝለኝ ስሜቴን የሚረዱና የሚሸከሙኝ ወዳጆችን እንዲሰጠኝ፣ ፈጣሪን በፀሎት እማፀነው እንደነበር አስታውሳለሁ። እንዲሁም አም-ላኬን፣ የሎተሪ ዕጣ እንዳሸንፍና ራሴን አግልዬ የምቀመጥበት አንድ ደሴት ገዝቼና ልጄን የሚንከባከቡ ሰራተኞች ቀጥሬ፣ ከዓለም ሁካታና ውጥረት የማፈገፍግበትን/ የምሸሽበትን/ ዕድል እንዲያመቻችልኝም በፀሎት መጠየቄ አልቀረም ነበር። ነገሮች አእምሮዬን ሲያጨ-ናንቁትና ስረበሽ እንዲሁም ሰውነቴ ሲዝል፣ይህን መሰል ስሜት ነበር የሚሰማኝ። ከማንም ሰው ጋር የማልገናኝበትና ብቻዬን ደሴት ላይ ራሴን አግልዬ፣ ቢያሻኝ እየጮህኩ ወይም እያለቀስኩ መኖር የምችልበትና፣ ማንም በዙሪያዬ ሳይረብሸኝ ወይም ሳይፈርድብኝ ህይወትን የምገፋበት፣ ውቅያኖሱና ሰማያዊው ሰማይ ብቻ አፅናኝ ሆነው ከጎኔ የሚቆሙበትን ደስ የሚል የቁም ቅዠት ነበር ለራሴ የማልመው።

አሁን በምን አይነት አለም ውስጥ እንዳላችሁ አላውቅም፤ ነገር ግን እኔ ከተናገርኩት(ከጠቋቆምኩት) ጋር ተመሳሳይ ሁኔታ ውስጥ ካላችሁ አይዟችሁ፤ አትጨነቁ!፤ ለኔ ተስፋ እንደፈነጠቀልኝ ሁሉ ለእናንተም ብሩህ ተስፋ አለ።

ሎተሪው አልደረሰኝም፤ ከዚያ ይልቅ ፈጣሪ ሌሎች ፀሎቶቼን መልሶልኛል። ቀስ በቀስ ስብራቴን የሚጠግኑና ድክመቴን የሚሸፍኑ ብቻ ሳይሆን፣ ስሜቴንም የሚረዱ ሰዎች በህ-ይወቴ ብቅ ማለት ጀመሩ። በተለይ ድንቅ የሆኑ ሁለት አማካሪዎችን በማግኘቴ ስሜቶቼን እንድገነዘብና በጤናማ መልኩ እንዳስተናግዳቸው (እንድመራቸው) አግዘውኛል፤ ፍላጎቴን እንዴት መግለፅ እንደሚገባኝና የስነ ልቦና ድጋፍ በሚያስፈልገኝም ወቅት እንዴት ርዳታ ማግኘት እንደምችልም፣ ግንዛቤ እንድጨብጥ ረድተውኛል።

ሸክምን ከላዬ ላይ ማራገፍንና፣ ስለ ልጄ የሚሰማኝን የሀዘን ስሜት ከጫንቃዬ ላይ ማውረድን ስማር፣ ነገሮችን ጥርት አድርጌ ማየት ጀመርኩ፤ ጉልበቴም/አቅሜም/ ተመለሰ፤ አዎንታዊ ሀይል ከውስጤ ይለቀቅ ጀመር፤ ስለዚህም ጊዜዬን በከንቱ ማባከን እንደሌለብኝ የተረዳሁበት ወቅት ነበር። በራሴ ላይ ብዙ በመስራትም፣ ውስጣዊና ውጫዊ ስሜቶቼን ይበልጥ እንድረዳ የሚያደርጉኝን መፃህፍት በማንበብና፣ ከዚህ ቀደም ስሜቶቼን እንዴት መቆጣጠር እንደሚገባኝ የማውቃቸውንና ልማድ ያደረኳቸውን ልምምዶች በማዳበር፣ በህ-

ይወቴ ደስተኛ መሆን ጀመርኩ። ለልጄ የተሻለች እናት ሆንኩኝ (ልጄ ጥሩ አስተማሪዬ
ነበር)፤ እንዲሁም የተሻለች ልጅ፤ የተሻለች እህት፤የተሻለች ጓደኛ መሆን ቻልኩኝ። ብዙ
አመታት ቢወስድብኝም፤ መንፈሴ መፈታታት ጀመረ፤የውስጥና የውጪ ስሜቶቼን ማጫና-
ነቅና ከሌሎች ለመደበቅ በመምከር አባክነው የነበረውን ኃይሌን በመቆጠብ፤ የራሴንም ሆነ
የልጄን ህይወት በሚፈልገው መንገድ መምራት ጀመርኩ።

ሰዎች ስለ እኔ ስጦታ(θጋ) ሲያወሩ ምን ማለታቸው እንደሆነ ይገባኝ ስለ ጀመር፤
በኔ መንገድ የሚያልፉትን ብዙ ሰዎች አቅም/ ብቃት/ ለማጎልበት (Empowerment ,
Coaching) ወሰንኩ፤ ይሄ ደግሞ የስልጠና ስራ ጅማሮዬ (ልደት) ነበር። ሰዎችን
ማስልጠን/ አቅማቸውን ማጎልበት/ ስጀምር ደግሞ፤ ይበልጥ መረዳትን እያዳበርኩ መሄድ
ጀመርኩ፤ በሰዎችና በዙሪያቸው በሚሆነው ነገር ላይ ሁሉ ትኩረት አሳድር ጀመር። የሰዎችን
መከራ መገንዘብ ፤ ችግራቸው ትልቅም ይሁን ትንሽ መረዳትና ማክበርን ተማርኩ፤ ትር-
ጉምና ዘለቄታ ያለው አውነተኛ ወዳጅነትንም መመስረት ተማርኩ፤ ቀድሞ ትግል ይጠይቀኝ
የነበረውን ሁኔታ ሁሉ ጥሼ መውጣት ቻልኩ።

ከራሴ ጋር ሳላያይዘው፤ ሰዎችን እንዴት ማድመጥ እንዳለብኝም ተማርኩ፤ ከዚህ በፊት
እንደዚህ ማድረግ አልችልም ነበር። ሰዎችን መውደድ፤ መደሰትና በህይወታቸው በሚያጋ-
ጥማቸው ማንኛውም የደስታ ህይወት ውስጥ፤ እኔም የደስታቸው ተካፋይ መሆንን ተማርኩ።

እውነተኛ ነፃነት / ሽክማችሁን አራግፉ

True Freedom / Unload Your Baggage/

ህመማችሁን/ ስቃያችሁን/፤ ጭንቀታችሁን እና ሌሎች አጥብቃችሁና አክብራችሁ ትይዟቸው
የነበራችኋቸውን ስሜቶቻችሁን ከላያችሁ ላይ ስታራግፉ፤ ህይወት አስገራሚ ሆና ታገጃታ-
ላችሁ። ነገር ግን እውነተኛ ነፃነትን ለማጣጣም ሁልጊዜ ራሳችሁን ነፃ ማድረግ አለባችሁ፤
ነፃነትን ለማጣጣም ደግሞ ስራ ይጠይቃል፤ ይህም የፈውስ ስራ ነው።

ልክ ከጉዞ ስትመለሱ ጓዞቻቸሁን እንደምታራግፉ ሁሉ፤ እናንተም የስሜት ሻንጣዎቻችሁን ከነቅራቅንቦቻቸው/የማይረቡ ሽክሞች/ ከላያችሁ ላይ ማውረድ /ማራገፍ / ይኖርባችኋል። በምንም ውስጥ እለፉ፤ ትክክለኛ እርዳታ፤ ትክክለኛ ጓደኞችና ተገቢ ድጋፍ ካገኛችሁ፤ ራሳችሁን ነፃ ማውጣት ትችላላችሁ፤ ይህን ስታደርጉ የእውነተኛ ነፃነትን ጣዕም መቅመስና ማጣጣም ትችላላችሁ። እውነተኛ ነፃነት በቃላት ሊገለፅ አይችልም፤ማንም የሚሰጣችሁ ሳይሆን ራሳችሁ የምትወስዱት ነው፤ እናም ስትቀምሱት፤ አንድ ቀን ከእንቅልፍ እንደ መባነን ትሉና " አ! ይገርማል! ነፃነት ማለት እንዲህ ነው ለካ! " ማለት ትጀምራላችሁ።

ቀደም ባለው ምዕራፍ፤ የውስጥና የውጪ ስሜቶችን እንዴት መምራት እንዳለብን ተወያይተናል። ቀጥሎ ደግሞ ስሜቶችን ጤነኛ ባልሆነ መንገድ እንዴት መቆጣጠር/መምራት/ የሚቻሉበትን መንገዶች ዝርዝር አቀርብላችኋለሁ። ይህ ዝርዝር የት ቦታ ላይ እንደምትገኙ ራሳችሁን የምታዩበትና፤ ስሜቶቻችሁን በአዲስ መንገድ እንዴት መምራት እንዳለባችሁ የምትመረምሩበት እንደሚሆን ተስፋ አደርጋለሁ።

ስሜቶቻችሁን በሚገባና ጤናማ በሆነ መልኩ መምራት ያለመቻል፤ የዘወትር ድካምና ልምምድ ሆኖባችሁ ራሳችሁን አግኝታችሁ ይሆናል፤ ይህ ሲሆን ታዲያ መጀመሪያ የሚሰ-ማችሁ ስሜት ሀፍረት፤ ራስን መውቀስ ወይም መካድ ሊሆን ይችላል፤ ይህ ደግሞ ምንም ማለት አይደለም። ይህን ስለመሰለው ጉዳይ ጤናማ በሆነ መልኩ ያስተማረን ማንም የለም፤ ስለዚህ ሁላችንም ከተመሳሳይ ጀልባ ላይ ነው የምንነሳው። ሁላችንም ስል የትም እንወለድ፤ የትም እንደግ፤ የሰውን ልጅ ሁሉ ማለቴ ነው። ትምህርት ቤት ውስጥ፤ ኮሌጅም እንኳን አልተማርነውም፤ እያደግንም ሳለን፤ ለመማር አሁንም እድሉን አላገኘንም፤ ይህን የምን-ማረው በህይወት ልምምድና ተሞክሮ ነው። አብዛኛውን ጊዜ ደግሞ ጓደኛ በማፍራት ሂደት፤ በጋብቻና በሌሎች ግንኙነቶች ውስጥ በሚታለፉ መከራዎችና ስህተቶች (Trials & Errors) አማካይነት የሚደረስባቸው ናቸው።

ስሜቶቻችሁን መቆጣጠር የማትችሉባቸው ጤናማ ያልሆኑ መንገዶች

(Unhealthy Ways of Managing Your Emotions)

123

- **ማጨስ** (Smoking)

- **መጠጣት** (Drinking)

- **ሀይለኛነት/ጠበኛነት** (Being Violent)

- **ወስዋሽነት / አስገዳጅነት/** Being Manipulative)

- **ሴሰኛነት / የወሲብ ሱሰኛነት /** (Sex Addiction)

- **ቁጣ / ንዴት** (Anger)

- **ጭንቀት** (Frustration)

ስሜቶቻችንን እንዴት መግራት ወይም ማስተዳደር እንዳለብን ካላወቅን፤ አሉታዊ በሆነ መልኩ እንገለጥባቸዋለን። ከታች የተጠቀሱት ዘዴዎች ጤናማ ያልሆነ ባህሪያቶቻችንን እንዴት ማስወገድ እንደምንችል፤ በተግባር የተሞከሩና ተጨባጭ የሆኑ መንገዶች ናቸው።

- **መጀመሪያ፤** ስሜታችሁን መረዳት (ማወቅ) እና መለየት። ምንድን ነው የሚሰማችሁ?- ቁጣ/ ንዴት? ሀዘንተኛነት? ጭንቀት? መታወክ?- አትሸሹት፤ ስሜታችሁ ራሱን እንዲገልፅ ፍቀዱለት።

- **ሁለተኛ፤** ስሜቶቻችሁን ተቀበሏቸው። ለራሳችሁም እንዲህ በሉ" እየተናደድኩ ነው " " ጭንቀት ይዞኛል "እየታወኩ ነው "። ስሜቶቻችሁን መለየትና እውነታውን መቀበል ይረዳችኋል።

- **ሶስተኛ፤** የስሜቶቻችሁን መነሻ ወይም ምንጫን አግኙት። ለምንድን ነው የተቆጣ-ችሁት? ያ ያጋጠማችሁ መጥፎ ሰው አንድ ፀያፍ ነገር ስለተናገራችሁ/ ስለተናገረ-ቻችሁ ነው? ወይስ አስቸጋሪ ስለሆነው/ስለሆነችው ልጃችሁ ስለተጨነቃችሁ?፤ ብዙ ነገሮችን ለመስራት አቅዳችሁ ሳለ፤ ያላችሁ ጊዜ ግን፤ ጥቂት/ያልተመጣጠነ/ በመሆኑ ስግታችሁ /ታውካችሁ/ ይሆን?፤ ምንጩን ለይታችሁ እወቁ።

- አራተኛ፣ ለስሜት መጎዳት ምክንያት የሚሆነውን ነገር አስወግዱት ወይም ለውጡት ወይም በተገቢው መንገድ ለማስተናገድ ሞክሩ። ልትለውጧቸው] ወይም ልታስተናግ-ዷቸውና መልካም ስሜት እንዲሰማችሁ ለማድረግ የምትችሉባቸው አንዳንድ ነገሮች አሉ። በእነዚያ ክፋ/መጥፎ/ ሰዎች ምክንያት ተበሳጭታችሁ እንደሆነ፣ ሰውዬው /ሴትዮዋ ይህን ያደረገው/ያደረገችው መልካምነት ስለጎደላቸው ሊሆን ይችላል ብላችሁ አስቡ፣ ምናልባት ይህን ያደረጉትም በአንድ ነገር ተበሳጭተው ባህሪያቸውን መቆ-ጣጠር ተስኗቸው ይሆናል ብሎ ማሰቡም መልካም ነው። እንደዚህ አይነት ሰዎችን በየጊዜው የምታገኟቸው ካልሆነ ደግሞ፣ ነገሩን ከአእምሮአችሁ አውጡት፣ በተደ-ጋጋሚ የምትገናኟቸው ሰዎች ከሆኑ ደግሞ፣ ይህን መሰል ባህሪ ሊያሳዩ የቻሉት ምን አጋጥሟቸው እንደሆነ ለመነጋገርና ለማጣራት ሞክሩ። አሁንም በክፋታቸው የሚቀጥሉ ከሆነ በዚህ መልኩ መቀራረብ እንደማትችሉ ገልፃችሁላቸው፣ ርቀታችሁን መጠበቅ/ መራቅ / እና ነገሩን ከአእምሮአችሁ ማውጣት ነው፣ ነገር ግን ላስቀየሟችሁ ጉዳይ ይቅርታ ከጠየቁ ሰላምን መፍጠርና ነገሩን መተዉ / መርሳት ተገቢ ነው።

ስለልጆችሁ የምትጨነቁ ከሆነ ርዳታ ጠይቁ፣ ጓደኞችሁን፣ አስተማሪዎቻችሁን እና አማካ-ሪዎቻችሁን ለመፍትሄው እንዲያግዟችሁ አማክሩአቸው፣ ፈጣን ርምጃ መውሰድ ስሜታችሁን ያረግብላችኋል /መረጋጋትን ይፈጥርላችኋል/። በብዙ ነገር ተውጣችሁና ግራ ተጋብታችሁ ከሆነ፣ እያንዳንዱን ነገር ሰዎች እንዲያግዟችሁ ጠይቋቸው፣ አጋሮቻችሁ እና ልጆቻችሁ በአንዳንድ የቤት ስራዎች ላይ እንዲረዱ ችሁ መጠየቅ ትችላላችሁ። ስለ ጊዜ አጠቃቀምም ተማሩ። አሁንም እንደገና ፈጣን ርምጃ በመውሰድ ስሜቶቻችሁን አርግቡ።

አንዲት ጓደኛዬ ውጥረት ሲበዛባት ብዙ እንደምትመገብ ነግራኝ ነበር "ምንም ማድረግ አልችልም " ነበር ያለችኝ። ይህቺ ጓደኛዬ ጭንቀቷን መቆጣጠርና ስለ ጊዜ አጠቃቀምና የውክልና ክህሎትን (The art of delegation) ጥበብ ለመማር ርምጃ በመውሰዴና፣ በው-ጥረት ወቅት ብዙ ከመብላት በመገላገሏ በጣም ነው የተደነቅኩት። ጤናማ የእክል ማስወገጃ ክህሎቶችን መለማመድና፣ ጤናማ ያልሆኑትን ጎጂ ባህሪያትን ማስወገድ የሚቻል ነገር ነው።

የመጨረሻው ደረጃ (አምስተኛው) ያለፉትን / ከላይ የተጠቀሱትን / ዘዴዎች መድገምና

መጠቅለል ነው፦ ልምምድ ብቁ ያደርጋል።

ሁልጊዜ በሀይለኛ የስሜት ውጥረት ውስጥ ስትገቡ ለቁጣ፤ በምግብ እልህን ለመወጣት፤ ለመጠጥ ወይንም ለሌሎች ጤናማ ላልሆኑ ባህሪያት ራሳችሁን አታጋልጡ። ስሜቶቻችሁን ተጋፈጡአቸው፤ ስሜቶቻችሁን አዳምጡአቸው፤ እንዲሁም ተቀበሏቸው፤ ምንጫቸውን ለዩ፤ ለማስወገድ ርምጃ ውሰዱ፤ እናም ይህን ደጋግሙት። ጤናማ ልምድን ለማዳበር ፅናትና የድግግሞሽ ቀጣይነትን ይጠይቃል፤ እንደ ማንኛውም ከህሎት መዳበር ይገባዋል። መጥፎ ልማድን ለማስወገድና አዲስ ልማድን ለማዳበር ጥረት ይጠይቃል፤ ቀላል አይደለም፤ ግን ማድረግ የምትችሉት ነው። አዎንታዊ ሆኑ አሉታዊ ስሜቶቻችን የህይወታችን ውሁድ አካላት ናቸው፤ ልንሸሻቸው አንችልም።

አንዳንድ ጊዜ ከደስታ ወደ ሀዘን፤ ቀጥሎ ወደ ድብታ፤ እንደገና ደግሞ ወደ ደስታ በአንድ ቀን ውስጥ በተደጋጋሚ ልንመላለስ እንችላለን። ሀሳቦቻችን ከስሜቶቻችን ጋር የተ-ቆራኙ ናቸው፤ ሃሳብ ስሜትን ይፈጥራል። ጥናቶች እንደሚያመላክቱት በቀን ውስጥ ከ 50000- 70000 ሀሳቦች በአእምሮአችን ውስጥ ይመላለሳሉ፤ ይሄ ማለት በደቂቃ ከ35- 48 የሚደርሱ ሀሳቦችን እናስተናግዳለን ማለት ነው። ከዚህ የጥናት ውጤት ስትነሱ፤ በቀን ውስጥ ከእያንዳንዱ ሃሳብ ጋር የሚፈራረቁ ምን ያህል የተለያዩ ስሜቶችን እንደምታስተ-ናግዱ መገመት ትችላላችሁ። ሰለዚህ የምናስባቸው ሀሳቦች፤ ውስጣዊና ውጫዊ ስሜቶችን ይፈጥራሉ፤ በአብዛኛው ደግሞ እኛው በአእምሮችን የምንስላቸው (Imagined) ፈጠራዎች ናቸው።

ሳራ ከምትባል የ68 ዓመት እድሜ ካላትና በጣም ወግ አጥባቂ ከሆነች የሶማሌ ዜጋ ጋር በአንድ ወቅት ተገናኝተን ነበር። እሷም በእንቅልፍ እጦት ችግር እንደምትሰቃይ አወጋችኝ /ነገረችኝ /፤ እኔም ለምንድን ነው ይህ የሆነው? ስል ጠየኳት፤ እሷም እየሳቀች " ለምንድነው ስትይ ምን ማለትሽ ነው? ልቆጣጠረው የማልችል ስለሆነ ነዋ፤ ማድረግ የምችለው መፀለይና ነገሮች እንዲሻሻሉ መጠበቅ ብቻ ነው " አለችኝ። እኔም መፀለዩ ተገቢ ነው፤ እንደሚረዳም አውቃለሁ፤ ነገር ግን መተኛት ለምን እንዳቃተሽ እስቲ እንመርምር " አልኳት።

እሷም በሀሳቤ በመስማማቷ እንዲህ ስል ጠየኳት¨ የምትጨነቂበት አንድ ነገር ይኖር ይሆን? " አልኳት፤ እሷም¨ እንዴታ ሰው አይደለሁም እንዴ? ለምን አልጨነቅም¨ ስትል መለሰችልኝ። እኔም ደግሜ " እስቲ ለምንድን ነው የምትጨነቂው? በተለይ ማታ ማታ? " አልኳት፤ እሷም ለጥቂት ጊዜ አሰብ ካደረገች በኋላ፤ ልጆቿን አፍሪካ ውስጥ ትታ መምጣቷን ነገረችኝ። አንዳንዶቹ ትዳር የያዙና ህይወታቸውን የሚመሩ ናቸው፤ በ20ዎቹ የእድሜ ክልል ውስጥ የሚገኙት ሁለቱ ሴቶች ልጆቿ ግን አላገቡም፤ ስለዚህ ስለ እነርሱም በጣም ታስባለች።

" ይሄ ተገቢ ነው፤ እኔም ብሆን ከልጆቼ ርቄ ብገኝ፤ ስለ እነርሱ ከማሰብና ከመናፈቅ ልርቅ እንደማልችል አውቃለሁ፤ ነገር ግን በተለይ ስለ እነርሱ የሚያስጨንቅሽ ምንድን ነው? " አልኳት።

እሷም " መጥፎ ነገር ያጋጥማቸው ይሆን? ብዬ እሰጋለሁ፤ አንዳንዴ አንዱ ልጄ በመኪና ሲገጭ በውኔ አልምና ድንገት ስልኬ ከተደወለ ዘልዬ ነው ከአልጋዬ ወይም ከተቀመጥኩበት የምነሳው። የጠፋኝ፤ ወንዱ ልጄ አደጋ ደርሶበት ይህንኑ ሊያረዱኝ/ ሊያሳውቁኝ / ይሆን ብዬ ነው የምሰጋው፤ ደግሞም ሴቷ ልጄ ሳታገባ አርግዛ ቢሆንስ? ብዬም እሰጋለሁ፤ አደጋም ሊደርስባቸው ይችላል ብዬ እጨነቃለሁ፤ አንዳንዴ በእምሮዬ የማወጣቸውና የማወርዳቸው ሀሳቦች ይረብሹኝና በቂ እንቅልፍ እንኳ ሳልተኛ በዉት እነሳለሁ።

" እንዲህ አይነቱን ሀሳብ ስታልሚ ምን ያህል ጊዜ ሆነሽ? ¨ ስል ጠየቅኳት፤ እሷም " ለአስር ዓመት ይሆናል " ስትል መለሰችልኝ፤

" በጣም ለረኸም ጊዜ ነው፤ ታዲያ እንዚህ በእውንሽ የምታልሚያቸው ነገሮች በተጨባጭ ተፈፅመው ያውቃሉ? " ስል መልሼ ጠየቅኳት፤

ሳራም ከተቀመጠችበት ዘልላ በመነሳት " ኸረ ምን አልኩሽ! እንዴት እንደዚህ ታስቢ-ያለሽ? " አለችኝ፤

" ታዲያ እውን እንዲሆኑ የማትፈልጊ ከሆነና ካልሆኑም፤ አንዳንዴ ሌሊቱን ሙሉ በአ-

እምሮሽ ውስጥ ስታስተናግጄያቸው ለምን ታድሪያለሽ? " አልኳት!

ለራሴ ለሳራ ነገሩ ዕንቆቅልሽ የሆነባት መሰለ! እኔም ዓይኔ ውስጥ ጭጋጉ ሲገፍና ትንሽ ብርሀን ፈንጠቅ ሲል አየሁ! መጨረሻም ላይ እንዲህ አለችኝ " ምክንያቱ'ማ ልቆጣጠረው ስላልቻልኩ ነው "! " እርግጠኛ ነሽ? ! እስቲ እነዚህ ሀሳቦች አእምሮሽ ውስጥ ሲረባረቡ ለምን ወደ ፀሎት ወይም መልካም ምኞት አትለዉጪያቸውም? ። እነዚህ'ኮ የተጨናነቀው አእምሮሽ የሚፈጥራቸው ተጨባጭ ያልሆኑ ምስሎች ናቸው! በአእምሮአችን ውስጥ ጥሩ ስሜት ሊያሳድሩብን የሚችሉ ልዩ ልዩ ውብ ምስሎችን መፍጠርኮ እንችላለን " አልኳት!

ቀጥዬም " ሴቶቼ ልጆችሽ እንዲያገቡ ትፈልጊያለሽ? " በማለት ጠየቅኳት!

የሳራህ ፊት ፈገግ አለ " እንዴታ የምን ጊዜም ህልሜ'ኮ ነው "!

" እንግዲያው ሴቶቼ ልጆችሽን አግብተው ለማየት ሞክሪ! አጠገባቸው ሆነሽ ስትጨፍሪ (ስትደንሺ)! ሁሉም ሰው በፈገግታ ሲመለከቱሽና ደስታሽን ሲካፈሉ በአእምሮ ምስል እያቸው "። እሲም እንደተባለው ይህንኑ አደረገች! ፊቷም ላይ ፈገግታና ደስታ መነበብ ጀመረ።

" በአእምሮሽ ውስጥ የምትስያቸውን አስፈሪ ምስሎች በዚህ መልኩ መተካት ትችያለሽ? ስል ደግሜ ጠየቅኳት! እሲም ይህን እንደምታደርግና አስፈሪዎቹ ምስሎች ሲከሰቱም ለመፀ- ለይና ለማስወገድ እንደምትሞክር ተስማማች! መጨረሻ ላይ ሁለታችንም በፈገግታ ተሞልተን ተለያየን።

ሳራ እና እኔ በአንድ የጋራ ጓደኛችን ሰርግ ላይ ከጥቂት አመታት በኋላ ተገናኘንና ያኔ ያደረግነው ውይይት ምን ያህል ህይወቷን እንደለወጠው አጫወተችኝ። አንዳንዴ መጨነቅ ባይቀርም! እንደቀድሞው ግን በየጊዜው የሚከስት አለመሆኑን አወጋችኝ። ሳራ በጣም የተረጋጋችና ጥሩ እንቅልፍም የምትተኛ ሴት ሆና ነበር! አልፎ አልፎ ግን የእንቅልፍ ኪኒን እንደምትወስድም አልደበቀችኝም! አሁን ግን ከምንጊዜውም በበለጠ የተረጋጋችና ፈታ ያለች ሴት ሆናለች። አሁን ስለ ልጆቿ መጥፎ ነገር ማሰብ ልትጀምር ሲከጅላት! መልካምና ደስ የሚሉ የሀሳብ ምስሎችን በአእምሮዋ ውስጥ በመሳል! ክህሎቷን ማሳደግ ላይ እንዳለች

አጫወተችኝ። በአሁኑ ወቅት ጓደኞቿ በፀሎት እየረዱት፤ እሷም እምነቷን አጥብቃ በመያዝና ልጆቿን ለማየትም ወደ ትውልድ ሀገራ በመንዝ፤ ከእነርሱ ጋር ደስ የሚል ጊዜ አሳልፋ ወደ አሜሪካ ተመልሳለች።

ሳራ ፌቲ በፈገግታና በሳቅ ተሞልቶ ለኔም ሆነ አብረዋት ላሉት ስታወራ በጣም ነበር የተደሰትኩት ፤ ከነበረችበት አድካሚና መንፈስን የሚያዝል ህይወት ነፃ ወጥታ፤ ይህን መሰል ቀላል ልምምድ በማድረግ ህይወቷን ይበልጥ ማጣጣምና መደሰት ትላለች።

በየዕለቱ በህሳብ እንናውዛለን /እንንገላታለን/። ይህን ስለመሳሰሉ አሉታዊ ነገሮች ሙሉ ለሙሉ ላለማሰብ መሞከር እንደሰው የሚቻል አይደለም፤ ነገር ግን የትኛውን " ውሻ " መመገብ እንዳለብን መረዳት ግን የኛው የራሳችን ድርሻ ነው። ታዲያ ለምንድን ነው መል-ካምና አዎንታዊ ሀሳቦችን በማስተናገድ ሰላማችንን መጠበቅ ስንችል፤ እውነት/ ተጨባጭ/ ያልሆነና ጭንቀት ውስጥ የሚከተንን ሀሳብ በማውጠንጠን /በማውጣትና በማውረድ/ የም-ንስቃየው?። የውስጥና የውጪ ስሜቶቻችን በኛ ላይ ሰልጥነው ከሚቆጣጠሩን ይልቅ፤ እኛ ሰልጥነንባቸው ልንቆጣጠራቸውና ልንገራቸው አይገባም ትላላችሁ?። በእውነቱ ይህን መገን-ዘብና ለተግባራዊነቱ መጨከን፤ ጫንቃችን ላይ ሰፍሮ ያጎበጠንን ከባድ ሽክም ከላያችን ላይ ማራገፍና መገላገል ያህል ነው።

ምዕራፍ 5

ክህሎት ማዕቀፍ #3

ለእድሜ ልክ ትምህርት ልብን

መክፈትና ማዘጋጀት

ይህ ለእድሜ ልክ ትምህርት ልብን የመክፈትና የማዘጋጀት ክህሎት ማዕቀፍ፤ በጣም አስፈላጊ ከሆኑት ማዕቀፎች ውስጥ አንዱ ነው፤ ምክንያቱም ካልተማሩና ካላደጉ በስተቀር መሻሻል የለም። ህፃን በነበርንበት ወቅት አሁን ያለንበት የጎልማሳነት እድገት ውስጥ ለመግባት የምናልፍባቸውና የምንከተላቸው ደረጃዎች ነበሩ። በመጀመሪያ ህፃን እያለን መራመድ ከመጀመራችን በፊት፤ መንፏቀቅ እና መዳህ ነበረብን፤ ለብዙ ጊዜያት ያህል አንዳንዴም ለቀናትና ለወራት እስክንክነው/ብቁ እስክንሆን/ ድረስ ጊዜ ይወስድብናል። ከዚያም መቆም እንጀምርና ይህንንም ለብዙ ቀናትና ወራት እየወደቅንና እየተነሳን ከተለማመድን በኋላ፤ ለመራመድ እና ለመሮጥ ሙከራ እናደርጋለን።

አብዛኛውን ጊዜ በታቀደ መልኩ ነገሮችን መማር ስንፈልግ፤ መለማመድ፤ ብቁ መሆን

(Master) እና ወደሚቀጥለው ደረጃና ፈተና መሸጋገር አለብን። ነገር ግን፣ አንዳንድ ጊዜ አንዳንዶቻችን በህይወታችን ማደግ እናቆምና አንድ ቦታ ላይ ተቸንክረን (Stuck) እንቀራለን - ከኮሌጅ እንመረቃለን፣ ስራ እንይዛለን፣ ከዛ የትምህርት ነገር ያበቃ አድርገን እናስባለን።

አንዳንዴ ደግሞ እናገባ፣ ልጆች እንወልድ እና ትምህርት እናቆማለን። ትኩረታችን ሁሉ ልጆቻችንን ማሳደግ ላይ ይሆንና፣ የወላጅነትን ሚና መጫወት የላቀ፣ እጅጉን የከበደና ጊዜ በጣም የሚጠይቅ ነገር አድርገን እንወስዳለን። ስለዚህም አብዛኛውን ጊዜ ራሳችንን በስራ፣ በአሳዳጊነት ወይም ኃላፊነትን በመሸከም ላይ ጥለን ከትምህርት ፈቀቅ እንላለን፣ ትምህርት የእድሜ ልክ ሂደት መሆኑን እንረሳለን። እናንተ ግን አንድን ነገር በተደጋጋሚ ማድረግ፣ በጉዳዩ መካን እና ሌላ አዲስ ነገር ደግሞ ለመሞከር መነሳት ይጠበቅባችኋል።

ስላደግን፣ ስራ ስለያዝን፣ ስላገባን፣ ወይም ልጆች ስለወለድን ትምህርት ማቆም የለብንም። ለሌላ አዲስ ነገር መንንት፣ ለሌላ ያልሞከርነው ተግዳሮት መነሳሳት በዲ.ኤን.ኤ.ያችን (DNA) ውስጥ ያለ ነገር ነው። አዳዲስ ነገሮችን በመማርና አዳዲስ ፈተናዎችን ለመጋፈጥ በመሞከር ውስጥ ነው ልዩነቱ ያለው። አእምሮአችንን እናስፋለን፣ ሁሌ በመማር ሂደት ውስጥ ስናልፍና ተግዳሮቶችን ለመጋፈጥ ስንደፍር፣ በራሳችን ላይ ስራ ለማብዛት ወይም ሸክም ለማክበድ ፈልገን ሳይሆን ለህይወታችን እሴት (Value) ነው የምንጨምረው - መልካም ወላጆች፣ የተ- ሻልን ሰራተኞች እንሆናለን፣ አእምሮአችን ምጡቅ ይሆንና ጉዞአችንን ቀላል ያደርግልናል። ለመማርና ለማደግ ፍቃደኛነትና ዕናት ከሌለን፣ ባለንበት ተቸክለን (Stuck) የምንቀርና በአስተሳሰባችንም ግትሮች እንሆናለን።

ዊኪፒዲያ የህይወት ዘመንን ትምህርት ሲገልፀው እንዲህ ይለዋል:-

የህይወት ዘመን ትምህርት ማለት የማያቋርጥ፣ በፍቃደኝነት፣ በራስ ተነሳሽነት፣ በግላዊ (Personal) ወይም ሙያዊ (Professional) ምክንያት ዕውቀትን ለመ- ገብየት የሚደረግ ጥረት ነው። ስለዚህ ማህበራዊ አሳታፊነትን (Social Inclu- sion)፣ ንቁ ዜግነትን እና ግላዊ እድገትን (Personal Development) የሚያ- ፋጥን ብቻ ሳይሆን፣ የመንፈስ ዕናትን እንዲሁም ተወዳዳሪነትንና ለስራ ተፈላጊ-

132

ነትን የሚያጎናፅፍ ነው።

ምንጭ፦ https://en.wikipedia.org/wiki/lifelongLearning

ስለ ንደኝነት/ ወዳጅነት/፤ ግንኙነት፤ ጋብቻ፤ ገንዘብ አስተዳደርና (Money management) እንዴት ደስተኛ መሆን ስለሚቻልበት መንገድ መማር ሊሆን ይችላል። ይህ አካለ መጠን እንደደረሰ ሰው ነፃ ሆነን መኖር አንዴ ስንጀምር፤ ለህይወታችን ቀጣይነት በጣም አስ-ፈላጊ ነገር መሆብአብዛኛው ባሀል ወደ ትምህርት ቤት መሄድ፤ ዲግሪ ማግኘት ምናልባትም የማስተርስና የዶክትሬት ዲግሪ ባለቤት መሆን፤ የተከበረ ነገር ተደርጎ ሊወሰድ ይችላል። መደበኛ ትምህርት በተማራችሁ ቁጥር በማህበረሰቡ ዘንድ ይበልጥ ከበሬታንና አድናቆትን እያተረፋችሁ ትሄዳላችሁ። መደበኛ ትምህርት አስፈላጊ ነው እናም ወደ አዲሲቱ ሀገራችሁ ስትመጡ የምትፈልጉትን ለመሆን፤ የምትወዱትን ሙያ ለማዳበር እና ህይወታችሁን ማስ-ቀጠል የምትችሉበትን ስራ ለማግኘት፤ ብዙ አማራጮች ይኖራችኋል። ስለዚህ መደበኛ ትምህርት ለዚህ መሰሉ ዕድል አንቀሳቃሽ ሞተር ነው።

እኔ ትምህርት እወዳለሁ። በሶሽዮሎጂና አንትሮፖሎጂ የባችለር ዲግሪዬን ያገኘሁት የሁ-ለተኛ ደረጃ ትምህርቴን ካጠናቀቅኩ በኋላ ነው። እንዲሁም ወደ ካሊፎርኒያ (California) ከመጣሁ በኋላ ወደ ባዮ-ሄልዝ (Bio-Health) ኮሌጅ በመግባት በመስኩ ዲፕሎማ አግኝ-ቻለሁ።

እንዲሁም ቀደም ሲል፤ በፍርድ ቤት በአስተርጓሚነት እና በባሀል ውህደት አማካሪነት፤ በደራሲነትና በመድረክ ተናጋሪነት/ንግግር አቅራቢነት/ ራሴን ለማጎልበት ጥሬያለሁ፦-

ያም ሆኖ ግን በዚህ ምዕራፍ ልዳስሰው የምሞክረው፤ ከመደበኛው ትምህርት (Formal Education) ውጪ ያለውን ነው፤ የምናገረው መደበኛ ስላልሆነውና (Informal) ራስን በራስ ማስተማር (Self-Guided) ላይ ስለሚያተኩረው የትምህርት አይነት ነው።

እኔ ባህላዊው (Traditional) ትምህርት፤ የህይወት ወሳኝ የሆነውን ክፍል ለምን እን-ደማያካትት ፈፅሞ አይገባኝም፤ ለህይወታችን ቀጣይነት በጣም አስፈላጊ ነው። ለምሳሌ

133

ጥቂቱን ለመጥቀስ ያህል፦- ኑን እንገነዘባለን። አብዛኛዎቻችን፤ ስለ እነዚህ ወሳኝ ክፍሎች የምንነጋረው ሌሎችን በመመልከት ነው። ህይወት እየተወሳሰበ ሲመጣብን፤ የሚቃጣብንን/ የሚሰነዘርብንን/ ዱላ እንዴት መመከት እንደምንችል መከላከያው የለንም።

የኮሌጅ ዲግሪ እንኳን ቢኖረን፤ በንደኛነት አያያዝና ጠብቆ ማቆየት ላይ በደንብ ስላልታጠቅን ምቾት አይሰማንም፤ ትዳራችን ሲናጋብን እንዴት መያዝ (መጠበቅ) እንደምንችል አለማወቃችንን ስንረዳ እንገረማለን፤ ራሳችንንም መውቀስ እንጀምራለን። ሰዎች " ለምንድን ነው እሲ ወይም እሱ ጋብቻቸውን ጠብቀው ማቆየት ያቃታቸው? የተማሩ ናቸው፤ ታዲያ የተማሩ ሆነው እንዴት ህይወታቸውን በስርዓት መምራት ያቅታቸዋል? " ሲሉ ሰምቻለሁ"

አብዛኛውን ጠቃሚና ስነ ምግባራዊ የሆነውን የህይወታችንን ክፍል የምንማረው፤ ቤተ ክርስቲያን ውስጥ ነው ልትሉ ትችላላችሁ፤ ያ ደግሞ እውነት ነው። እኔም ይቅርታ ስለማ-ድረግ መልካም ሰው ስለ መሆንና የመሳሰሉትን ተምሬያለሁ። ልጅ በነበርኩባቸው የበጋ ወቅቶች ካቶሊክ ትምህርት ቤት መንፈሳዊ መዝሙሮችን እዘምርና እማር ነበር፤ ነገር ግን ከጎረቤቶችና ከሌሎችም ጋር ላደርግ ስለሚገባኝ የህይወት ግንኙነትና ፈታኝ ጉዞ፤ ተግባራዊ ትምህርት ይስጥ እንደነበር ፈፅሞ አላስታውስም።

እናቴ ወደ ቤተ ክርስቲያን (የኦርቶዶክስ) ትወስደኝ ነበር፤ የሚካሄደው ስርአት ጥንታዊ በሆነ የግዕዝ ቋንቋ ስለነበር ማንም አይገባውም/ አይረዳውም/፤ ባይገባውም ግን ሁሉም በቃሉ ይደግመዋል / ያነብንበዋል /። እኔ አሁንም ስርአቱን አከብራለሁ፤ ስርአቱን ስት-ካፈሉ የሚሰማችሁ ሰላምና ፍቅር አለ። ምናልባት አሁን ጊዜው እየተለወጠ ስለሄደ ነገሮች ተለዋውጠው ሊሆን ይችላል፤ በዚህ ረገድ መረጃው የለኝም፤ ነገር ግን በዚያን ወቅት በማ-ውቀውና በተረዳሁት ልክ ሳየው፤ ህይወትን በተግባር መምራት የሚያስችል ሁነኛ ትምህርት አላገኘሁበትም ነበር።

በትምህርት ቤት የሚስቡና የሚማርኩ ልዩ ልዩ ነገሮችን ትማራላችሁ፦- አውሮፕላን ስለ ማብረር፤ የኤሌክትሪክ ውስብስብ ስራዎች እንዴት እንደሚሰሩ፤ ሰዎች ሲታመሙ እንዴት መንከባከብ እንደሚገባ ልትማሩ ትችላላችሁ፤ ሌላው ቀርቶ ወደ ጨረቃ እንዴት እንደሚ-

ቴድና ቤሎች ፕላኔቶችን ስለማጥናት ልትማሩ ትችላላችሁ። ይዬ ደግሞ የምትፈልጉትን ስራ እንድትይዙ፤ የገቢ አቅማችሁን እንድታሳድጉና የተሻለ ህይወት እንድትመሩ ያግዛችኋል፤ ታዲያ ይህ የሚስብና የሚማርክ አይደለም?

ያም ሆነ ይህ ግን፤ እነዚህን ክህሎቶች መማራችሁ ለጤናማ፤ ዘለቄታ ላለው ወዳጅ-ነትና ደስተኛ ትዳር ዋስትና አይሰጣችሁም፤ ከስራ ባልደረቦቻችሁና ባካባቢያችሁ ካሉት ጋርም በመልካም ሁኔታ እንድትጓዙ አያስችላችሁም፤ መጥፎ ልማድና ሱሰኝነትን እንዴት መሸሽ ወይም ማስወገድ እንደምትችሉ አይነግራችሁም፤ ልጆቻችሁ መልካም ሰዎች ሆነው እንዲያድጉ ወይም ገንዘባችሁን እንዴት ማስተዳደርና መቆጠብ እንዳለባችሁ አያስተምራ-ችሁም -ለመኖር እና ህይወትን በአግባቡ ለመምራት የሚያስፈልጉንን አስፈላጊና ጠቃሚ የሆኑ ትምህርቶችን ሁሉ ማለቴ ነው።

በትምህርት ቤት ልጆች የጠፈር ተመራማሪ (Astronomer)፤ ዶክተር፤ ጠበቃ፤ ወይም ቤሎች የሚያልሟቸው ሞያዎች ባለቤት ለመሆን ይማሩ ይሆናል፤ ነገር ግን አሁንም ትምህርት ቤት፤ ስርአተ አልበኛ ልጆችን (Bullies) እንዴት እንደሚቋቋሙ፤ ልጃገረዶች ወጣት ወንዶችን፤ ወጣት ወንዶች ደግሞ ልጃገረዶችን እንዴት መያዝ እንደሚገባቸው እና በዚያ እድሜ የሚከሰቱ ተግዳሮቶችን እንዴት መጋፈጥ እንደሚችሉ አያዘጋጃቸውም።

አንዳንድ ጊዜ አስከፊ ሁኔታዎች ሲከሰቱ በትምህርት ቤቶች ውስጥ የማማከር አገልግሎት የሚሰጥ ቢሆንም እንኳን፤ ማህበራዊ ግፊቶችን መቋቋም አለመቻል የወጣቶችን ህይወት እስከ መቅጠፍ ያደርሳል።

መደበኛ ትምህርት፤ ህይወትን ለማስቀጠል የሚያስችለውን ዕውቀትና ክህሎት በማስጨበጥ ረገድ በከፊል ሊያግዝ ይችል ይሆናል። ለዚህም ይሆናል፤ ከንደኖቻችን ጋር የምንነጋገራቸውና በሚዲያም የምንሰማቸው አብዛኞቹ ችግሮቻችን ማህበራዊ ጉዳዮች ላይ የሚያተኩሩት። እኛ ማህበራዊ እንስሳዎች ነን፤ ስለዚህ፤ ምንም ይሁን ምን፤ በህይወታችን የምናደርገው ሁሉ ቤሎችንም ይነካል። ስለዚህ በምናልፍባቸው እያንዳንዱ የህይወት ጉዞ ውስጥ እርከኖችን /ደረጃዎችን/ እየተቋቋምን በሚገባ ለመወጣት ተገቢው ክህሎት ከሌለን፤ ዋጋ የሚያስከፍል

አደጋ ላይ ሊጥለን ይችላል።

እኔ ከ12 ዓመታት በፊት በፍርድ ቤት በአስተርጓሚነት ስራ ስጀምር፤ ብዙ የወንጀል ጉዳዮችን ለመመልከት ዕድሉ ገጥሞኛል። አንዳንዶቹ ልብ የሚሰብሩ ናቸው፤ እንዳንንዶቹ ደግሞ የባህል ውህደት ለመፍጠር ካለመቻል ጋር የተያያዙ ችግሮች እንደሆኑ ለማመን የተ-ገደድኩባቸው ሲሆኑ፤ ሌሎቹ ደግሞ ለራሴም ትምህርት ያገኘሁባቸው ናቸው። ለስራዬ ክብር አለኝ፤ ምክንያቱም በማስተርጎም ስራዬ ላይ የአሜሪካ ማህበራዊ ጉዳዮችን እና የአ-ሜሪካን ህጎችን በሚመለከት ብዙ አውቄበታለሁ፤ ብዙም ተምሬበታለሁ፤ ስለዚህ ስራዬን እወደዋለሁ፤ እኮራበታለሁም። ምክንያቱ ደግሞ ሙያዬ ስለሆነና ገንዘብ ስለሚያስገኝልኝ ብቻ ሳይሆን፤ በባህል፤ በውህደት፤ በማህበራዊ ችግሮችና ብዙ ጉዳዮች ላይ አዲስ ዕይታን ስላንናፀፈኝ ነው።

መሀከለኛ ደረጃ በሚባሉና፤ ጠጥቶ መኪና ማሽከርከርን በመሳሰሉ ወንጀሎች የተከሰሱ ብዙ ሰዎች፤ ጥፋተኝነታቸውን አምነው ሲቀበሉ አይቻለሁ። ያ አንዳንድ ጊዜ የሚሆነው፤ ተከሳሹ ጥፋተኝነቱ ሲያምን የእርምት ትምህርት ያስገኝለታል፤ ቅጣቱንም ያቀልለታል ከሚል እሳቤ ነው። እነዚህ የትምህርት ፕሮግራሞች የቤት ውስጥ ግጭትን (Domestic Violence)፤ የህክምናን፤ የዕፅ ሱሰኝነት ፕሮግራሞች ላይ ማማከርን፤ የወላጅነት (የአሳዳጊነት) ሚና እና ሌሎች ተጨማሪ ክፍሎችን ያካትታል። ተከሳሾች ዳኛው የሰጠውን ትዕዛዝ በሚገባ ማጠናቀቃቸው እስካልተረጋገጠ ድረስ ጉዳያቸው አያበቃም፤ አንዳንድ ተከሳሾች የፍርድ ቤቱን ፍላጎት አሟልተው ፕሮግራሙን እስኪያጠናቅቁ ድረስ ተከሳሿቹ ከወር ወር መመላለስ ግድ ይሆንባቸዋል።

እኔም አንዳንድ ፕሮግራሞችን በሙያ ማበልፀጊያ የትምህርት ክፍል አማካይነት መውሰድ በመቻሌ፤ ለህይወቴ ምን ያህል እንደረዳኝ ልገልፅላችሁ አልችልም። ያለው አለም አቀፍ የትምህርት ስርአት፤ ይህን መሰል የትምህርት አሰጣጥን በማካተት፤ ችግር ውስጥ ከመዘፈቃ-ታችን በፊት አስቀድመን የምንከላከልበትንና የምንወጣበትን መንገድ በማስተማር፤ ልንታገዝ ያልቻልንበትን ሁኔታ ሳስብ ግርም ይለኛል። ማወቅ የሚገባንን ሳናውቅ ችግር ውስጥ እን-ድንዘፈቅ የሚደረገው ለምን ይሆን? እንዲህ ያለው ነገር ፈፅሞ አይገባኝም። ዓለም ግን

እንዲህም ያለ መልክ አላት፤ ስለዚህ ራሳችንን ማብቃትና ማስተማር የኛው ሃላፊነት ሊሆን ይገባል።

መደበኛው የትምህርት ስርዓት አስፈላጊ የሆነ የመረጃ ግብአቶችን የሚያቀርብልን እስ-ካልሆነ ድረስ ፤ መደበኛ ያልሆነውን (Informal) የትምህርት ዓይነት የማስተማሩ ጉዳይ የሚወድቀው በልጆቻቸው የወደፊት ህይወት ግድ በሚሰኑ ወይም በሚገዳቸው ቤተሰቦች፤ በሀይማኖት ተቋማት እና በማህበራዊ አገልግሎት ዘርፍ በተሰማሩ ቡድኖች እጅ ላይ ነው። እነዚህ ተቋማትና ቡድኖች፤ ልጆችን ለወጣትነትና ለጎልማሳነት በማብቃት፤ ለራሳቸውም፤ ለህብረተሰቡም ሆነ ለዓለም ክፍተኛ አስተዋፅኦ የሚያበረክቱ ትውልዶችን የማፍራት ሀላፊነት አለባቸው። ነገር ግን የሚታየውና እየሆነ ያለው እንደዚህ አይደለም።

በጥናትና ምርምር በተደገፈ መረጃ፤ ቀደም ሲል ያነሳናቸውን ነጥቦች ማረጋገጥ አል-ችልም፤ ነገር ግን እናንተው ዙሪያችሁን በመቃኘት ምን ያህሉ ጋብቻ በፍቺ እንደሚጠ-ናቀቅ፤ ምን ያህሉ ሰው በድብታ ወይም በአእምሮ ህመም እንደሚጠቃ ለማየትና ለመገንዘብ ትችላላችሁ። ቴሌቪዥናችሁን ስትከፍቱ፤ አስደንጋጭ የሆኑ የቤት ውስጥ ግጭቶችን (Do-mestic Violence) እና የመሳሪያ ጥቃቶችን (Gun Violence) ማየት ትችላላችሁ። አጠጋ-ቦቻችሁ ወዳሉት ወንጀል ነክ ፍርድ ቤቶች ጎራ ብትሉ የህፃናት መደፈር፤ ሌብነት፤ ግድያና ሌሎች ማህበራዊ ወንጀሎች ተንሰራፍተው /ተስፋፍተው / እንደሚገኙ መታዘብ ትችላ-ላችሁ። ምን ያህል በተበላሸና ምስቅልቅሉ በወጣ ዓለም ውስጥ እንደምንገኝ ማስረጃዎችን ማቅረብ አይጠበቅብኝም፤ እናንተው ራሳችሁ ምስክሮች ልትሆኑ ትችላላችሁ።

መደበኛ ትምህርት ብቻ በቂ ቢሆን ኖሮ፤ ብዙና ተመጣጣኝ የሆኑ የህክምና ዶክተሮችንና ነርሶችን ባፈራንና በዓለም ላይ በሽተኞችን ማግኘት ብርቅ በሆነብን ነበር። በቂ ፖለቲከኞች፤ አስተዳዳሪዎች እና እንደ ተባበሩት መንግስታት ያሉና ድህነትን ለማጥፋት ግባቸው አድርገው የሚንቀሳቀሱ ዓለም አቀፍ ተቋማት አሉ፤ አሁንም ግን እንደ ተባበሩት መንግስታት የዓለም ምግብ ፕሮግራም (WFP / United Nations World Food Program /) ሪፖርት፤ 795 ሚሊየን የሚደርሱ የዓለም ህዝቦች፤ ጤናማና ንቁ ህይወት እንዲመሩ የሚያደርጋቸው በቂ ምግብ እንደማያገኙ ይገልፃል። ይህ ማለት ደግሞ በምድር ላይ ካለው የዓለም ህዝብ፤ ከዘጠኝ

ሰው መካከል አንዱ የዚህ ሰለባ / Victim / ነው ማለት ነው። በጣም ከፍተኛው ረሀብተኛ ህዝብ የሚኖረው ደግሞ በማደግ ላይ ባሉት ሀገሮች ውስጥ ሲሆን፤ ይህም ማለት 12.9 በመቶ የሚሆነው ህዝብ በተመጣጠነ ምግብ ዕጥረት (ዕጦት) የሚጠቃ ነው። የሚያሳዝነው ግን ከዚህ በተቃራኒው 1/3ኛ የሚሆነው ምግብ እንዲሁ የሚባክን/ የሚደፋ / መሆኑ ነው።

ምንጭ: www.wfp.org/news/world-hunger-falls-under-800-million-
eradication-next-goal-0

ይህ መፅሀፍ ስለ ዓለም አቀፍ ድህነት ለመተረክ የተዘጋጀ እንዳልሆነ እንደምትገነዘቡ-ልኛና፤ ለማሳወቅና ለማስጨበጥ የፈለኩት ምን እንደሆነ ትረዱኛላችሁ የሚል ግምት አለኝ። እያንዳንዳችን፤ መደበኛ ከሆነው ውጪም ራሳችንን በማስተማር ፍሬያማ፣ ደስተኛና ጤናማ ሰብዓዊ ፍጡር ሆነን፤ ለታመመችውና ለተበላሸችው ዓለም ፈውስ መሆን ይጠበቅብናል ብዬ አምናለሁ።

ዓለም እንዲህ ያሉ ለፈውስ የሚሆኑ ሰዎችን በጉጉት ትጠብቃለች፤ አንዳንዶቹ ምናል-ባትም በዙሪያችሁ የሚገኙ ይሆናሉ። እስቲ ወደ ራሳችሁ ህይወት ተመልከቱና፤ ሁልጊዜ የሚመስጧችሁ እና ለበለጠ ተነሳሽነት የሚቀሰቅሷችሁ ሰዎች አጠገባችሁ መኖራቸውን አስ-ተውላችሁ ታውቃላችሁ?፤ አስተውላችሁ ካገኛችሁ፤ እነዚህ ሰዎች እኔ የምላችሁ ዓይነት ሰዎች ለመሆናቸው ጥቂት እንኳ ጥርጣሬ የለኝም።

ወደ አዲስ ሀገር እንደመጣ ስደተኛ ሰው፤ መደበኛ ያልሆነው የትምህርት ዓይነት ምርጥ ንደኛችሁ ሊሆን ይገባል። ለምሳሌ:- ቀደም ባለው ምዕራፍ ለመቃኘት እንደሞከርነው፤ ይህ መደበኛ ያልሆነ የትምህርት ዓይነት፤ በስራ ቅጥር ጉዳይ ለቃለ መጠይቅ በምትቀርቡበት ወቅት እንዴት መዘጋጀትና መቅረብ እንዳለባችሁ ያስተምራችኋል፤ የተግባበት ክህሎቶቻችሁን ያዳብርላችኋል፤ ቋጥን /ንዴትን / እንዴት መቆጣጠርና መግራት እንደምትችሉ ያሳያችኋል።

አሁን መደበኛ ስላልሆነው የትምህርት ዓይነት ጠቀሜታና አስፈላጊነት፤ በመጠኑም ቢሆን መሰረት ለመጣል ሞክረናል ብዬ አስባለሁ። እስቲ ይህን ለማሳካት፤ ማድረግ ያለብንን ደግሞ እንመልከት።

138

ንባብ (Reading)

ንባብ አንዱ የመማሪያ መንገድ ነው፤ ይህ ደግሞ መጻህፍትንና መዕሄቶችን ማንበብ ሲሆን ይችላል። ንባብ ብዙ ጠቀሜታዎች አሉት፤ ከብዙዎቹ ሁለቱን ለመጥቀስ ያህል -የቃላት ዕው-ቀታችሁን / መዝገበ ቃላቶቻችሁን/ (Vocabulary) ያሳድጋል፤ የተግባቦት ክህሎቶቻችሁን (Communication Skill) ያዳብራል።

እኔ ያደግኩት በማንበብ ነው። ህፃን ሳለሁ ትበርህ የምትባል ግሩም የሆነች ነርቤት ነበረችኝ፤ እሷ ደግሞ ልጅ ስላልነበራት እኔን እንደ ልጇ ነበር የምታየኝ።

ትበርህ የካቶሊክ ትምህርት ቤት መምህርት ነበረችና የመጀመሪያዬ የሆነውን መዕሀፍ ያመጣችልኝ ገና የሰባት ዓመት ልጅ እያለሁ ነበር። አሁንም ድረስ አስታውሰዋለሁ፤ የመዕሀፉ ርዕስ ፒኖ ቹዮ የሚል ሲሆን በአማርኛ ተተርጉሞ የቀረበ ነበር። በየምሽቱም ታነብልኝ የነበር ሲሆን፤ አንዳንዴ ራሴ እንዳነበው ታደርገኝና የንባብ ክህሎቴን ትከታተለኛለች፤ ያነበብነውን መዕሀፍ ስንጨርስ ደግሞ ሌላ አዲስ መዕሀፍ ሁሌ ታመጣልኛለች። ይህ ደግሞ የማያቋርጥ ከመሆኑም በላይ፤ በባህሪዋ ጨዋና ረጋ ያለች በመሆንዋ ለእድሜ ልክ የሚሆነኝን የንባብ ፍቅር፤ ውስጤ እንዲሰርዕ / እንዲቀጣጠል ያደረገችው እርሷ ናት።

ልብ ሳልለው /ሳላስበው/፤ ወደ አማርኛ የተተረነሙ እና በየጊዜው እጅ የገቡ ልብ ወለድ መጻህፍትን ሁሉ ማንበብ ችዬ ነበር። ዕድሜ ለትበርህ፤ ንባብ የህይወቴና የማንነቴ አንድ አካል መሆን ችሎ ነበር። አሁንም በየምሽቱ ወደ መኝታችን ከመሄዳችን በፊት ለልጆቼ ከመረጥኩላቸው መዕሀፍ አንድ ምዕራፍ ያህል አነብላቸዋለሁ። ትንሽ ልጅ በነበረችበት ዕድሜ ለታናሿ እህቴም አነብላት ስለነበር በአሁኑ ወቅት ትጉህ አንባቢ ሆናለች፤ ልጆቼም እንደርሷ አንባቢ ይሆናሉ ብዬ ተስፋ አደርጋለሁ። ትበርህ በህይወቴ ልዩነት የፈጠረች ቤት በመሆኗ፤ ለርሷ ከፍተኛ አክብሮትና ምስጋና አለኝ፤ ምክንያቱም አስፈሪ የሆነውን ትልቅ አለም ገና በለጋነት ዕድሜዬ እንዳውቀውና እንድጋፈጠው የሚያስችለኝን የንባብ እውቀት እንድቀስም አድርጋኛለችና።

እንደ ስደተኞች ብዙ የምንማረው አለን። ይህን ስል ግን፤ ከላይ የተወያየነውን የመሰለ ኢ-

መደበኛ (መደበኛ ያልሆነውን) ትምህርት ዓይነት ማለቴ ነው። ንባብ፤ ሊኖረን የሚገባ ግሩም የሆነ ክህሎትን መማሪያ መንገድ ነው። በየቀኑ የሚታተሙና የሚሰራጩ ብዙ መጻህፍት አሉ፤ በተለያዩ ርዕሶች ላይ የሚያተኩሩ የልብወለድና እውነተኛ ታሪክ ላይ የተመሰረቱ መጻህፍት በየጊዜው ታትመው ይወጣሉ።

ልጅ ሳለሁ፤ ሁለተኛ ደረጃ ትምህርቴን እንክጨርስ ድረስ፤ ልብ ወለድ መጻህፍትን ማንበብ በጣም እወድ ነበር። ልብወለድ መጻህፍትን ማንበብ ሌሎች ሀገራትን፤ ህዝቦችን፤ ማንነታቸውን፤ የህይወት ዘይቤያቸውን ለማወቅና ለማጥናት ግሩም መንገድ ነው። ልብ ወለድ መጻህፍት እኔ ከምኖርበትና ካለሁበት ምህዳር /Boundary / ውጪ ያለውን እንዳውቅና እንድገነዘብ ረድተውኛል፤ አመለካከቴን አስፍተውልኛል፤ አንዳንድ ነገሮች በዙሪያዬ ያሉና የሚገኙ ባይመስሉም እንኳ ሊደረስባቸው እንደሚቻል መገንዘብ አስችለውኛል።

መጻህፍት የምዕራቡን አለምና ተለዋዋጭ እንቅስቃሴውን ለመረዳት ያስችላሉ። ለዚህ መሰል አላማ ልብወለድ መጻህፍትን የምትመርጡ ከሆነ፤ ተውኔታዊ ልብወለዶችን እንድታነቡ መጠቆም እወዳለሁ፤ ምክንያቱም ተለዋዋጭ የሆነውን ቤተሰባዊና ማህበረሰባዊ ህይወት ገልጠው የሚያሳያችሁ ሲሆን፤ ስለ ተለያዩ ባህሎችም ግንዛቤ ያስጨብጣችኋል። እንዲሁም እያዝና-ናችሁ ካላችሁበትና ድግግሞሽ ከበዛበት አሰልቺ ሁኔታ ወጣ ያደርጋችኋል። ልክ ለእረፍት ወደ አንድ መዝናኛ ስፍራ የወጣችሁ ያህል ይሰማችኋል። በተለይ በእንግሊዝኛ ወይም በአዲሲቱ ሀገራችሁ በሚነገረው ቋንቋ የተፃፉትን መጻህፍት እንድታነቡ እገፋፋችኋለሁ፤ ምክንያቱም በታሪኩ ከመደሰትና ከመዝናናት ባሻገር፤ ቋንቋውንም ጎን ለጎን ትማራብታላችሁ።

ንባብ የህይወቴ አንድ ክፍል በመሆኑ እወደዋለሁ፤ መማርና አእምሮዬን ማስፋት እወ-ዳለሁ፤ ጥሩ ልማድን በዚህ ረገድ አዳብሪያለሁ። የንባብን ጥቅም እንዳውቅ ስለረዳችኝና ስላስተማረችኝ ጎረቤቴ፤ አሁንም ፈጣሪዬን አመሰግናለሁ፤ በርግጥም የልጅነቴ ኮትኳች/አሳዳጊ/ (Mentor) ነበረች።

በየወሩ ለመጻህፍት መግዣ የሚሆናችሁን ገንዘብ እንድትመድቡ ሀሳብ ላቀርብላችሁ እወ-ዳለሁ። የመጻህፍት ዋጋ ውድ የሚሆንባችሁ ከሆነ፤ በቅናሽ የሚሸጡባቸው መደብሮች

በመሄድ በርካሽ ዋጋ ማግኘት ትችላላችሁ፤ በአካባቢያችሁ ከሚገኙ ቤተ መጻሕፍትም መዋስ ትችላላችሁ። የንባብ ልምድን ማዳበራችሁ፤ በአዲሲቱ ሀገራችው ለመኖር የሚያስችላችሁን አንዳንድ ነገር እንድትቀስሙ /እንድታውቁ/ ያግዛችኋል። ለመጀመሪያ ጊዜ የንባብ ባህልን መለማመድ ከፈለጋችሁ፤ በየምሽቱ ወደ መኝታ ከመሄዳችሁ በፊት አንድ ገፅ በማንበብ ጀምሩ። ቀጥሎም በየቀኑ ወይም በየምሽቱ እንደሚመቻችሁ የገዉን ብዛትና የማንበቢያ ጊዜያችሁን በማሳደግ፣ የንባብ ልምዳችሁን ልታዳብሩ ትችላላችሁ።

ፊልሞችም የመጻሕፍትን ያህል ጠቀሜታ አላቸው

(Movies Play the Same Role as Books)

ለመጀመሪያ ጊዜ ወደ አሜሪካ ስመጣና መኖር ስጀምር ገና አጭር ጊዜ ቢሆንኝም፤ ሰዎች በእንግሊዝኛ ቋንቋ ችሎታዬ ይገረሙ ነበር፤ አንዳንዶች ደግሞ በተፈጥሮዬ የቋንቋ ተሰጥያ እንዳለኝ ይመስክሩ ነበር። እነርሱ እንደሚሉት ለቋንቋ ተሰጥያ እንዳለኝ ባውቅም፤ የእንግ-ሊዝኛ ቋንቋን ለመካን/ ብቁ ለመሆን / ብዙ ጥረት ማድረጌና ዋጋ መክፈሌ የማይታበል ሀቅ ነው። አሁንም በየዕለቱ በመማርና በማዳበር ላይ ነኝ፤ተጠናቅቋል ተብሎ አንድ ቦታ ላይ የሚቆ'ምበት አይደለም።

በኤርትራ በነበርኩበት ጊዜ አንድ ትዝታ አለኝ፤ እንግሊዝኛ ቋንቋን ለመለማመድና ለማ-ዳበር በየሳምንቱ ከቤተ መጻሕፍት ፊልሞችና መጻሕፍቶችን እዋስ ነበር። የማላውቃቸውን ቃላቶች ትርጉም ለማወቅም ሰዎችን መጠየቅ አዘወትር ነበር፤ ብዙ ጊዜያትንም ከመዝገበ ቃላት (Dictionary) ጋር አሳልፍ ነበር። ምንም እንኳ ብዙ ሰዎች ለቋንቋ ተሰጥያ እንዳለኝና እንደማልቸገር ቢያምኑም፤ እኔ ግን ብዙ ጥረት አደርግ ነበር። ወደ ሰባተኛ ክፍል በተዘዋወር-ኩበት ወቅት፤ ሁሉም ትምህርት የሚሰጡት በእንግሊዝኛ ቋንቋ ስለነበር በቃላት (Spelling) አጣቃቀምና በእንግሊዝኛ ቋንቋ አረዳድ ረገድ፤ ከሌሎቹ የክፍል ጓደኞቼ ኋላ የቀረሁ ነበርኩ። ይሄን ከባድና አስቸጋሪ ቋንቋ እንዲያስረዳኝ የአጎቴን ልጅ እንኳ መጠየቅ ያሳፍረኝ ነበር። ቋንቋ ከዕድል ወይም መታደል ጋር ምንም ግንኙነት የለውም፤ ጠንክሮ መስራት ብቻ

ነው፤ በእንግሊዝኛ የተፃፉ የህፃናት መፃህፍትን ማንበብ፤ የእንግሊዝኛ ፊልሞችን መመልከት እና ቋንቋውን መለማመድ እንድችል እንግሊዝኛ ብቻ መናገር ከሚያዘወትሩ ጋር ጓደኝነትን ማበጀት፤ ስራዬ ብዬ ነበር የጀመርኩት።

ፊልሞችና የቴሌቪዥን ፕሮግራሞችን እወድ ነበር። እኔ እንግሊዝኛ ቋንቋ በደንብ የም-ናገረው ብዙ የአሜሪካ ፊልሞችን ስለምከታተል ነው እያልኩ ሰዎች ላይ እቀልድና ትንሽ ልኮፈሰባቸው እሞካክር ነበር። ቀልዱንና መኮፈሱን እንኳ ወደ ጎን ብተወው፤ የንግግር ችሎ-ታዬን እንዳዳብር የረዳኝ፤ መፃህፍት ማንበቤ እና ፊልሞችን መከታተሌ እንደሆነ አሁንም ላሰምርበት እወዳለሁ። ፊልሞችን ማየት የምወደው፤ ልክ መፃህፍትን ስታነቡ ቃላቶቹን /ቋንቋውን/ በጭንቅላታችሁ እንደምትስሉት ዓይነት ሳይሆን፤ ከራሳቸው የቋንቋው ባለቤት ከሆኑት ተዋንያኖች አንደበት ስለምትሰሙት፤ ልክ እንደ እነርሱ የቃላት አጠቃቀማቸውንና የአነጋገር ዘይቤያቸውን ሁሉ መቅሰም ስለሚቻል ነው።

ፊልሞች ከመዝናኛነትና ቋንቋ ከማስተማሪያነት አገልግሎታቸው ባሻገር፤ ባህልን ለማስተ-ላለፍ የሚያስችሉ ጥሩ የመተረኪያ መንገዶች ናቸው። እንደገና ደግሜ መናገር እፈልጋለሁ፤ ፊልሞችን መመልከት--ምንም እንኳ በሱ ብቻ የሚወሰን ባይሆንም --የአንድን ሀገር ባህል፤ እሴት፤ ወግና ልማድ፤ ተስፋዎች፤ ህልሞችንና ምናባዊ ዓለሞቻቸውን (Fantasies) እንድታ-ውቁና እንድትገነዘቡ ይረዳችኋል። ከሁሉም በበለጠ ደግሞ፤ ከዚያ በፊት የማታውቋቸውን ክህሎቶች ያስተምሯችኋል፤ ለምሳሌ፡-ፊልጊያቸው እንኳን ባይሆንም፤ ከተመለከትኳቸው የቴሌቪዥን ፕሮግራሞች መሀከል ያገኘኋቸውን ጥቂት ክህሎቶች ላካፍላችሁ እወዳለሁ።

" ግሬይስ አናቶሚ " (Grey's Anatomy) ከሚለው የቴሌቪዥን ፕሮግራም፤ ጠንካራ የሞያ ሰው ከሰከነ ጨዋ ባሀሪ ጋር እንዴት መሆን እንደሚቻል ተምሬያለሁ፤ " ፍሬይንድስ " (Friends) ከሚለው ሌላ የቴሌቪዥን ፕሮግራም ደግሞ፤ ስለ አሜሪካ ባህል፤ የጓደኝነትን ጥቅምና አገልግሎት፤ ከብዙ ሳቅና መዝናናት ጋር ተምሬበታለሁ፤ " ጎሲፕ ገርል " (Gossip Girl) ከሚለው ፊልም፤ ሀብታም ሰዎች እርስ በርስ ግንኙነት እንዴት እንደሚያደርጉ፤ ህይወትን በሚመለከት ስለሚከተሉት የእምነት ስርዓት እና ከመካከለኛውና ዝቅተኛው የህ-ብረተሰብ ክፍል ስለሚለዩበት መንገድ ለመማር ችያለሁ፤ " ሰርቲን ሪዝንስ ጓይ? " (13

Reasons Why) ከተሰኘው ፊልም ደግሞ፣ ልጆች በሁለተኛ ደረጃ ት/ቤት ስለሚያጋጥ-ሟቸው ዕድሎችና ፈተናዎች ለመማርና፣ ሁለተኛ ደረጃ ት/ ቤት ውስጥ ካሉ ተማሪዎች ጋር ስነጋገር ምን ማውራት እንዳለብኝ የረዳኝን ትምህርት ለመቅሰም ችያለሁ። እነዚህ ሁሉ ጥቂት ተምክሮዎቼ ናቸው።

ህፃናት ልጆቻችን "ሱፐር ሕይ " (Super Why) የተሰኘውን የካርቱን ፊልም መመልከትን እንዲለማመዱ ብታደርጉ፣ ጥያቄዎችን ማንሳትና በመፃህፍት ውስጥ መልሶችን መፈለግን ይማራሉ። ልጆቻችን በቴክኖሎጂ ግብዓቶች ተወረዋል፣ ይሄን ደግሞ ልንሸሸው አንችልም ፤ እነና ባለቤቴ ልጆቻችን የሚመለከቱት፣ የሚያነቡትና የሚጫወቱበት ሁሉ አስተማሪነት ያለው እንዲሆን እንጠነቀቃለን።

ከተወጣጠረው የጊዜ ሰሌዳችሁ ውስጥ የተወሰነ ጊዜ መድባችሁ ድራማ ፊልሞችንና የቴ-ሌቪዥን ፕሮግራሞችን ለመከታተል ሞክሩ፣ ነገር ግን በእነዚህ ላይ ብቻ አትወሰኑ፣ ይልቁንም ስለምትማሯቸው ትምህርቶች፣ ምንጊዜም ንቁ ሁኑ። ከዚህ በፊት ስምታችሁት የማታውቁት ቃል/ቃላት/ ይሆናል። የአነጋገር ዘይቤ፣ ማህበራዊ ክህሎት፣ ባህላዊ ዘይቤ፣ ወይም ደግሞ ከላይ የተጠቀሱት ሁሉም ሊሆኑ ይችላሉ። በምታዩት ፊልምና ታሪክ የምትደሰቱበት መሆ-ናችሁን አረጋግጡ፣ነገር ግን ዓላማ ያለውና አስተማሪ ይሁን።

በአሜሪካ ራሳችሁን ማስተማር የምትችሉባቸው ብዙ አማራጮችና ዕድሎች አሉ። መኖሪያ አካባቢያችሁ በሚገኙ በማህበረሰብ ኮሌጅ ወይም የአዋቂ ትምህርት ቤቶች ውስጥ መማር ትችላላችሁ። በቀጥታ መስመር (Online Course) ለሚሰጡ ኮርሶች በመመዝገብ፣ ቤት መፃህፍት ወይም ትምህርት ቤት ውስጥ ያሉ ቤተ ሙከራዎችን (Workshops) በመጠቀም ሊሆን ይችላል።

ሁልጊዜ አስተሳሰባችን መሞላት ያለበት አዲስ ነገርን በማወቅ ላይ መሆን አለበት፣ ምክ-ንያቱም ወደድንም ጠላንም፣ ማወቅ ከሚገቡን ነገሮች መሸሽ ወይም መራቅ አንችልም። ፈጣሪ ለዚህ ምስጋና ይግባውና፣ መማር ከሚገቡን ነገሮች መሸሽ የምንችል ቢሆን ኖሮ፣ እኔ በበኩሌ ህይወት አሰልቺ ሆናብኝ እሞት ነበር፣ ምንም ያህል የተማርንና ያወቅን ቢሆንም፣

143

አሁንም የምንማረውና የምናውቀው አንድ አዲስ ነገር መኖሩ አይቀርም።

ይህን መሰል አስተሳሰብ ሁልጊዜ የምታዳብሩ ከሆነ፤ አዲስ ነገር ለመማር ጊዜያችሁንና ፕሮግራማችሁን አጣጥማችሁ ታስተካክሏላችሁ። አንዳንድ ሰዎች ትልቅ ሰው ከሆኑ በኋላ መማር ይከብዳል ወይም ብዙ ጊዜ ይወስዳል ይላሉ፤ እርግጥ ነው ጊዜ ሊወስድ ይችላል፤ ነገር ግን በትዕግስት፤ በፅናትና (Consistency) በመሰጠት (Commitment) በመማር ሂደት ውስጥ ያለውን ህመም (Pain) አልፋችሁ፤ መሆን ወደምትፈልጉት ደረጃ መድረስ ትች-ላላችሁ። ይህ ትልቅ ተስፋ ነው! እንደ ስደተኛ፤ ይህ ክህሎት ግባችሁን እንድታሳኩና የአሜሪካ ህልማችሁን ዕውን እንድታደርጉ ያስችላችኋል።

ቀደም ሲል በሌላ ምዕራፍ ላይ፤ ስለ ድጋፍ ሰጪ ስርዓት እንደምናገር ጠቅሼ ነበር። በምዕራፍ ስድስት ደግሞ፤ ከምንም በመነሳት እንዴት ድጋፍ ሰጪ ስርዓትን መገንባት እንደምትችሉ በጥልቀት የምናይ ሲሆን፤ በተለይ ስለ ተግባቦት (Communication) እና በይበልጥ ስራን (Jobs) እና ሞያን (Careers) በሚመለከት የምንቃኝ ይሆናል።

ምዕራፍ 6

ከህሎት ማዕቀፍ # 4 :

ከምንም / ከባዶ / መነሳትና፤

ድጋፍ ሰጪ ስርአትን መዘርጋት

በስደትም ሆነ በተለያየ ምክንያት ወደ ባዕድ ሀገር ከወጣችሁ ከጥቂት ወራት በኋላ ፤ ይሰማችሁ የነበረው የአድናቆትና የደስታ መንፈስ፤ እንዲሁም እዚህ ድረስ ተጉዛችሁ የተጎናፀፋችሁት ስኬት፤ ቀስ በቀስ እየደበዘዘ መሄድ ይጀምራል። አሁን ጭነቶቻችሁ መራገፍ ቢጀምሩም፤ አንዳች ነገር እንደጎደላችሁ ግን ተሰምቷችኋል- ያም የጎደላችሁ ነገር ድጋፍ ሰጪ አካል ወይም ስርአት ነው። እናንተም እንደኔ ከነበራችሁ፤ ወደ አሜሪካ ከመምጣታችሁ በፊት ስሜት ተጋሪዎቻችሁን ለማበጀትና ድጋፍ ሰጪ አካላትን በዙሪያችሁ ለማፍራት የቻላችሁ- በትን መንገድ፤ ብዙም ዋጋ አልሰጣችሁ ይሆናል፤ በጊዜ ሂደት እንደሚመጣ ተፈጥሮዊና የተለመደ ክስተት አድርጋችሁ ቆጥራችሁትም ይሆናል። እኔን በሚመለከት፤ ከስራ በኋላ ጓደኛዬጋ ደውዬ ካቡቺኖ እየጠጣን (በአስመራ ከተማ ከጓደኛ ጋር ሻይ፤ ቡና እያሉ ለም- ጫወት የሚስተናገዱበት ቦታ ነው) በሳምንቱ ውስጥ ያጋጠመንን ማውራት /ማውጋት /

ቀላል ስለነበር፤ ይህን ያህል ቦታ ሰጥቼውና ተገርሜበት አላውቅም ነበር። ነገር ግን ይህን በማድረጋችን፤ እኔም ወደ ቤቴ ስመለስ ጥሩ ስሜት ተሰምቶኝና ፈታ ብዬ፤ ጓደኛዬም የዕለትና የሳምንት ውሎዋን ከኔ ጋር ተጫውታ በማሳለፏ ደስ ብሏትና ጥሩ ስሜት ተሰ-ምቷት እንለያያለን። ከጓደኞቼ ጋር፤ ውብ በሆነችው የኤርትራ ዋና ከተማ በአስመራ መሀል ጎዳናዎች ላይ በእግር መንሽራሽር አዘወትራለሁ፤ ወይም ደግሞ በ11 ሰዓት ከስራ እወጣና ከቤተሰቤ ጋር ቡና ተፈልቶና ዙሪያ ከበን ተቀምጠን (ሂደቱ ከአንድ ወይም ሁለት ሰዓት በላይ ሊፈጅ ይችላል) ቡና እየተጣጣ እናወራለን፤ ራታችንንም እንበላለን፤ ከዛም ፊልም ወይም ቴሌቪዥን እንመለከታለን።

እናንተም ወደ አዲሲቱ ሀገራችሁ ስትመጡ፤ ከእናንተ ቀድመው የመጡና የሚጠብቋችሁ ቤተሰቦች ካሉ፤ ወይም ድሮ ሀገር ቤት የምታውቋቸው የቀድሞ ጓደኞቻችሁን የምታገኙ ከሆነ ፤ ይህ ምዕራፍ እናንተን አይመለከትም፤ ልትዘሉት ትችላላችሁ፤ ምክንያቱም እናንተ ከጥቂት ዕድለኞች ውስጥ ናችሁ። ነገር ግን እንደ አብዛኞዎቻችን ከሆናችሁና፤ ብቻችሁን የመጣችሁ ከሆነ ይሄ ፈተና ይሆንባችል፤ ግን ጉዞው ሽልማት አለውና ንባባችሁን ቀጥሉበት።

ህፃናትና ታዳጊ በነበርንበት ወቅት፤ ድጋፍ ሰጪ አካላትን የምናበጀው ሳናውቀው (ልብ ሳንለው) ያለ ምንም ጥረት ነው። ወደ ኋላ ተመልሰን ስንቃኝ፤ ያ ስርዓት ለኛ ሲባል በቀደሙት ትውልዶች የተዘረጋ ይሁን፤ ወይም ከቤተሰባችን ውጪ ያለውን ድጋፍ ሰጪ አካል እኛ መርጠን ያገኘነው መሆኑን ማወቅ ከበድ ይላል።

በመዋዕለ ህፃናት (Kindergarten)፤ በአንደኛ ደረጃ፤ በሁለተኛ ደረጃ ትምህርት ቤቶች ወይም በዩኒቨርሲቲና በኮሌጆች ያፈራናቸው ጓደኞች ሊኖሩን ይችላሉ፤ ይህ ታዲያ በእድሜ እኩያነት፤ በተመሳሳይ የትምህርት አይነት ላይ በተደረገ ምደባ፤ እና በተመሳሳይ አካባቢ አብሮ ከመኖር የተነሳ የተመሰረተ ልማዳዊ ወዳጅነት ሊሆን ይችላል።

ከአንድ የትምህርት ተቋም ወደ ሌላ የትምህርት ተቋም ብትዛወሩም፤ ከምትወዷቸውና ከምትቀራረቧቸው ጓደኞቻችሁ ጋር ያላችሁን ግንኙነት ትቀጥሉበታላችሁ፤ ግንኙነታችሁ እንዳይቋረጥም ትጥራላችሁ። ነገር ግን አንዳንድ ጓደኞቻችሁ ደግሞ፤ እናንተ በህይወት

እድገት ጉዞ ላይ መሆናችሁን ሲያውቁ እየተንጠባጠቡ ሊለይዋችሁ ይችላሉ፤ ይሄም ደግሞ የሚጠበቅና ተፈጥሯዊም ነው።

አንዳንድ የጠበቁ ንደኛነቶች ደግሞ ለብዙ አመታት ግንኙነታቸው ቢቆረጥም፣ ርቀት ሳይገድባቸውና ጊዜም ሳይወስናቸው ፈዕም ከልብ የሚጠፉ አይሆኑም። ስለዚህ በፌስቡክ ወይም በስልክ ድንገት ግንኙነት ሲጀመር፣ እንደገና መልሰው ይታደሳሉ (Spark again)። ካለፈው ዘመን የተሻጋገሩ አንዳንድ ንደኛነቶች፣ አጋጣሚ በተገኘ ቁጥር እንደገና ሲፈኩ (ሲያብቡ)፣ አንዳንዶቹ ለምን ዘለቁታ እንደማይኖራቸው አይገባኝም፤ ምናልባት የነበረው ክፍተት ሰፊ ከመሆኑ የተነሳ ወዲያው በንነው የጠፉ ሊሆኑ ይችላሉ፤ ይሄም ደግሞ የተለመደና ቅቡልነትም ያለው ነው።

ከብዙ የውጭ ጉዞና ብዙ የስልክ ጥሪ ልውውጥ የምትገነዘቡት አንድ ነገር ቢኖር፣ ተሰና-ብታችሁ የተለያችኋቸው ሰዎች እናንተ በምን ውስጥ እያለፋችሁ እንደሆነ የሚያውቁት ነገር እንደሌላቸው ነው። ምንም እንኳን በቻሉት መጠን ድጋፍ ሊሰዉ ችሁ የሚፈልጉ ቢሆንም፣ ያላችሁበትን ሁኔታ ሊረዱና ሊገነዘቡ አይችሉም፤ ምክንያቱም አዲሲቱ ሀገር ለእናንተ ምን ትርጉም እየሰጠቻችሁ እንደሆነ መገመቱ ይከብዳቸዋል፤ ታዲያ እናንተም ይህን ስትረዱ ተስፋ መቁረጥ ሊሰማችሁ ይችላል።

ምንም ያህል ቅርበት ቢሰማችሁም፣ የቀደመውን ግንኙነት እንደ እንግዳ ነገር ልታዩትና የስልክ ግንኙነታችሁን ሳይቀር ልታቀዘቅዙት ትችላላችሁ። እንደዚያም ቢሆን ምንም ማለት አይደለም፤ ምክንያቱም ለአዲሱ የህይወት ልምምዳችሁ የተለየ ድጋፍ ሰጪ አካል/ ስርዓት አስፈልጓችሁ ይሆናል። ይህ ማለት ግን የቀደመውን ወዳጅነታችሁን አሽቀንጥራችሁ ወዲያ ትጥሉታላችሁ ማለት አይደለም፤ አንድ ቀን ጊዜ ሲፈቅድ ተመልሶ የሚታደስ ይሆናል። አልፎ አልፎ በመደወል፣ ወይም ማህበራዊ ሚዲያ በመጠቀምና ግንኙነትን በማደስ ወዳጅነትን መጠበቅ መልካም ነው። ያም ሆነ ይህ፣ አገር ቤት ያሉት ንደኞቻችሁ፣ እናንተ በዚህ የትግል ህይወት ውስጥ እያለፋችሁ እንደሆነ ላይረዱት ይችላሉ።

የቀድሞ ግንኙነታችሁ (ወዳጅነታችሁ) ምንም አይነት ድጋፍ እንደማይሰጣችሁ ስትረዱ

ደግሞ ተስፋ መቁረጥ፤ ብቸኝነት፤ ድብታ እና ንዴት ሊሰማችሁ ይችላል።

ረኽርም ሂደት የሚጠይቅ ቢሆንም፤ አንድ ቦታ ላይ ግን ከምንም በመነሳት አዲስ ንደኝነት መመስረት እንዳለባችሁ ልትገነዘቡ ትችላላችሁ። አሁን ላላችሁበት ሁኔታ ድጋፍ ሰጪ አካል በአፋጣኝ እንደሚያስፈልጋችሁ ብትረዱም፤ ይሄን ሂደት እንደገና መጀመሩ አድካሚ መስሎ ሊታያችሁ ይችላል፤ ቢሆንም፤ ጊዜ ሊወስድ እንደሚችል አውቃችሁ ታገሱ።

ሁልጊዜ ፈተና ሲያጋጥማችሁና ድጋፍ አልባነት ሲሰማችሁ(ሲጫናችሁ) ተስፋ መቁ-ረጥና ንዴት (ቁጣ) ውስጥ ልትገቡ ትችላላችሁ፤ ቀድሞ ይዛችሁት የነበረ ነገር ግን ዋጋ ያልሰጣችሁት ጉዳይ አሁን ከእጃችሁ አፈትልኮ ሲወጣ፤ ዋጋው የከበረ እንደነበረ ትገነዘባ-ላችሁ። የለመዳችሁትን፤ ንደኝነታችሁንና የመሳሰለውን ሁሉ ስታጡ ታዝናላችሁ፤ ሌላው ቀርቶ እነዚያ ያናድዲችሁ(ያበሳጪችሁ) የነበሩ ሰዎች ሳይቀሩ ይናፍቋችኋል። በአዲሲቱ ሀገር አዳዲስ ንደኛ ማፍራት፤ ተራራ መውጣት ያህል ይሆንና ይከብዳችኋል እናም ትጨነቃ-ላችሁ፤ ይበልጥ ደግሞ በተፈጥሮችሁ ድብቅ ከሆናችሁና ሽክም የምታጋሩት ሰው አጠገባችሁ ከሌለ፤ ችግሩን ያባብሰባችኋል።

በእንደዚህ አይነት ሂደት ውስጥ ያለፉ አንዳንድ ሰዎችን ስታገኙ እንዲህ ሊሏችሁ ይችላሉ " አንድ ጊዜ ስርአት ውስጥ እስክትገቡ ነው እንጂ ትለምዱታላችሁ "፤ " ሁሉም ነገር ይስተካከላል፤ ስራ ስትይዙ በስራ ትወጠራላችሁ፤ ከዛ ሁሉም ነገር መስመር ይይዛል" ይሏችኋል፤ ወይም ደግሞ ¨ አሁን ማድረግ የምትሹትን ሁሉ አድርጉ፤ በኋላ ትርጉም የሚሰጥ ሆኖ ታገኙታላችሁ ይሏችኋል።

እኔን በሚመለከት ይህን መሰል ምክር ብዙም አልረዳኝም። አንድ ነገር ማድረግ ስፈልግና ሲያቅተኝ ተስፋ ቢስነትንና ንዴትን እንዴት መወጣት እንደምችል አይጠቁመኝም /አያሳየኝም /። ስለዚህ ምን እንደማደርግና ወዴት እንደምሄድ ግራ ሲገባኝ፤ ወይም "ትልቁ ምስል" ሲደበዝዝብኝ፤ ተስፋ ቆርጬና ሁሉን ነገር ትቼ፤ ወደ ትውልድ ሀገሬ መመለስ ይከጀጅለኛል /ይዳዳኛል /። ስለዚህ ጠቃሚው ነገር "እንዲህ ቢሆን" የሚለውንና አካሄዱን ማሳየት እንጂ "አይዞህ ትወጣዋለህ" የሚለው ምክር ብቻውን በቂ አይሆንም።

ምናልባት ሰዎች "አትጨነቁ፤ ትወጡታላችሁ " ወይም "ትለምዱታላችሁ" ሲሉ፤ ምና-ልባት በራሳቸው ላይ የደረሰባቸውን ረስተውት ይሆናል፤ ወይም ደግሞ ሥራ በዝቶባቸው ለእናንተ ጉዳይ ትኩረት አጥተው ሊሆን ይችላል። ስለዚህ ለእነርሱ ' አይዟችሁ፤ ነገሮች ይስተካከላሉ ' ማለትን እንደ ቀላልና መገላገያ ዘዴ አድርገው ቆጥረውት ይሆናል። እመኑኝ፤ ይህን መሰል ምክር የሚለግሷችሁ አብዛኛዎቹ ሰዎች፤ ምክሮቻቸው እምብዛም የሚረዳችሁ ባይሆንም እንኳን፤ ከልብና ከቅንነት በመነጨ መንፈስ ሊያበረታቷችሁ ፈልገው እንደሆን መቀበል ተገቢ ነው።

ምናልባት ችላ ያሏችሁ፤ ወይም የምታልፉብትን ችግር አቃልለው ያዩ ሊመስላችሁ ይችላል። እንደዚህ ዓይነት ግምት ውስጥ ፈፅሞ አትግቡ፤ ይልቁን አሁኑኑ ከጭንቅላታችሁ ይህን መሰሉን ሀሳብ አስወግዱ፤ ምክንያቱም ግምታችሁ እውነታውን አያረጋግጥምና። አግባብ ያልሆነ ለራስ ማዘንም ጥቅም የለውም፤ ጎጂነቱ ያመዝናል። ሁላችንም በዚህ መሰል ስሜትና አስተሳሰብ ውስጥ አልፈናል፤ ቢሆንም ልንወጣው ደግሞ ችለናል፤ ስለዚህ ብቻችሁን ስላይ-ደላችሁ ይሄ ድምፅ ሊያረጋጋችሁ ይገባል። ከሰዎች ከሚለያችሁና ከሚያርቃችሁ ማንኛውም አፍራሽ አስተሳሰብና አካሄድ ተጠበቁ።

ምናልባት፤ አሁን ወደሚኖሩብት ሀገር ከመጡና መኖር ከጀመሩ ከ10 እና 20 ዓመታት በላይ አስቆጥረው፤ ነገር ግን አሁንም በዚህ ዓይነት መንገድና አስተሳሰብ ውስጥ ተቸክለው (Stuck) ከቀሩ ሰዎች ጋር ልትገናኙ ትችላላችሁ። የባህል ውህደት ምን እንደሆን የሚያውቁ አድርገው ራሳቸውን የሚገምቱ፤ ነገር ግን ከያዙት አስተሳሰብ ያለፈ ዕውቀት የሌላቸው ሰዎች፤ እነርሱ ባለፉበት መንገድ እንድታልፉ ምክር ሊለግሷችሁ ይችላሉ። እነሱ ያለፉበትና የሚያልፉበት መንገድና ተምክሮ፤ ህልም የምትሉትን ነገራችሁን ሁሉ ከንቱና የማይደረስበት አድርገን ያቀርብላችኋል። እንደዚህ ዓይነት አስተሳሰብ ካላቸው ጋር ወዳጅነት ማበጀትና ለመከራከር መሞከር ፈፅሞ አያዋጣም። ግትሮች ናቸው፤ ገና ስትገናኟቸውና ወዳጅነት ስታበጁ፤ የምትፈልጓቸው ዓይነት ሰዎች ያጋጠሟችሁ ሊመስላችሁ ይችላል፤ የምታልፉብትን ፈተናና ችግር የሚረዷችሁና ስሜታቸው የሚነካ አድርጋችሁ ልትቆጥሯቸውም ትችላላችሁ፤ እኔም ከእናንተ ጋር እስማማለሁ፤ ትክክልም ናችሁ። ከዚህም የተነሳ፤ የአዲሲቷን ሀገር

ተምክሮ አሉታዊ ገፅታ በማውራታቸው ብቻ ከአደጋ የታደኙትሁ አድርጋችሁ በማሰብ፤ ከእነርሱ ጋር ጠንካራ ወዳጅነት ልታፈሩ ትችላላችሁ! ነገር ግን ይህ መሰል ግንኙነትና ወዳጅነት ጤናማ ያልሆነና ዘላቂነቱም ጊዜያዊና ፈጥኖ የሚፈርስ ነው።

ምንም እንኳ ፍርሃትና ጭንቀታችሁን የምትቀብሩበት ጊዜያዊ ቦታ ያገኛችሁ ቢመስላ-ችሁም፤ ግንኙነቱ መርዛማ ይሆንና ህልማችሁን የሚያጨናግፍና ጉዚችሁን የሚገታ ይሆናል። ከዚህ ቀንበር ተላቆ ነፃ ለመውጣትም መንገዱን ከባድና አዳጋች ሊያደርገው ይችላል።

ስለዚህ ዓይነት መርዛማ ግንኙነት፤ ኋላ ላይ በይበልጥ ላወራችሁ እምክራለሁ፤ ለአሁን ግን ይህ ጎዳና ትክክለኛ አለመሆኑን እንድትረዱት እፈልጋለሁ! ምክንያቱም ለደህንነት ወይም ለባህል ውህደት የሚያበረክትላችሁ ምንም ጥቅም የለውም። ይልቁንም በጉዚችሁ ሁሉ ችግር ይደቅንባችኋል! ከባህሉ ጋር በተሳካ ሁኔታ እንዳትዋሃዱ ያደርጋችኋል! በተጨማሪም ራዕያችሁን እንዳታሳኩ ያጨናግፍባችኋል።

አሁን ለእናንተ ጥቅም ሊያገለግሉ ይችላሉ ያልናቸውን ጥቂት መንገዶች ለማየት የምክርን ቢሆንም፤ ያለአንዳች ምሪት የምትፈልጉትን እንዴት ማግኘት እንደምትችሉ! ምን ዓይነት ሰዎችን መገናኘት እንዳለባችሁ! ጠቃሚ ግንኙነቶችን እንዴት እንደምትመሰርቱ! ትርጉም ያለው ወዳጅነት እንዴት እንደምታፈሩና ጠብቃችሁ ማቆየት እንደምትችሉ! ሀሳቡም ዕዉ-ቀቱም ላይኖራችሁ ይችላልና! ምን መደረግ አለበት?

ከየት ነው መጀመር ያለባችሁ? ወደ ፊት የምትዝዙበትን ጎዳና ስታስቡ ጭንቀት ሊሰማችሁ ይችላል! ምክንያቱም አቅጣጫ ሊያሳይዋችሁ የሚምክሩ በጣም ጥቂቾች ናቸው! ከዚህ ውጭ የትኛውን መንገድና አቅጣጫ መከተል እንዳለባችሁ የሚያሳይ ካርታ ደግሞ የለም። ስለ አንዳንድ ሰዎች ልትሰሙ ትችላላችሁ! ነገር ግን እነርሱን እንዴት መቅረብ እንዳለባችሁ ግንዛቤው የላችሁም! ይህ ደግሞ ድብቅ ምስጢር ይሆንባችሁና ፈዕም የሚቻል አይደለም ወደሚል ድምዳሜ ልትደርሱ ትችላላችሁ! ከዚህ የተነሳም ጭንቀትና ውጥረት ሊያይልባችሁ ይችላል።

እንግዲህ ይህን መዕሃፍ እያነበባችሁ ካላችሁና በዚህ ሂደት ውስጥ እያለፋችሁ ከሆነ አት-

ናወጡ፤ ትንፋሻችሁን ወደ ውስጥ ሰብሰብ አድርጉና ወደ ውጭ በሀይል ተንፍሱ፤ ምክንያቱም ይህ መፅሃፍ፤ ለእናንተ መንገድ ጠቋሚ ካርታ ሆኖ ታገኙታላችሁ፡፡ እኔ ስለ እናንተ ሆኜ ርምጃውን መራመድ አልችልም፤ ነገር ግን ጎዳናውን በአእምሮአችሁ ልስልላችሁና በጉዚችሁ ሊያጋጥሟችሁ የሚችሉትን ተግዳሮቶች ልጠቁማችሁ እምክራለሁ፤ እናንተም ጉዞውን በልበ ሙሉነት ትንዟላችሁ ብዬ ተስፋ አደርጋለሁ፡፡

በመጀመሪያ የስም ዝርዝሮችን መያዝና መመዝገብ ጀምሩ፤ አሁን ያላችሁበት ሀገር ውስጥ የሚገኙ የቀድሞ ጓደኞችሁ መኖራቸውን ካወቃችሁ፤ ለማግኘት ወይም ግንኙነት ለመፍጠር ሞክሩ፡፡ በአሁን ዘመን፤ ስማቸውን ፌስቡክ ላይ በማስፈርና በማሰስ (Search) ብቻ ከቀድሞ ጓደኞቻችሁ ጋር ልትገናኙ የምትችሉበት ዕድል አለ፤ ይህ ደግሞ ካልሰራ በሁሉም የአሜሪካ ግዛት ያሉ ጓደኞቻችሁን ለማሰስ ሞክሩና የቀድሞው ጓደኛነት እንደገና ሊያንሰራራ ይችል እንደሆን ፈትሹ፡፡

አንድ ነገር ግን ላሳሰባችሁ እወዳለሁ፤ ሁሉም ጓደኛነት እንደገና ሊታደስና ሊያንሰራራ ይችላል ብላችሁ አታስቡ፡፡ በእርግጠኝነት አብዛኛዎቹን የቀድሞ ወዳጆቻችሁን በነበሩበት ላታገኟቸው ትችላላችሁ፤ ይህ ደግሞ የተለመደና የሚጠበቅ ክስተት ነው፤ ምክንያቱም ሁላ-ችንም ተለያይተን አመታትን ስናስቆጥር የጋራ የምንለው የሚያስተሳስረንን አንዳንድ ነገር በቦታው ላናገኘው እንችላለን፡፡ በዚህ ደግሞ ተስፋ አትቁረጡ፤ አንድ ወይም ሁለት የቀድሞ ጓደኞቻችሁን ማግኘት ከቻላችሁ፤ ለድጋፍ ሰጪ አካል ግንኙነት ጅማሮ በቂ ሆነው ልታገ-ኟቸው ትችላላችሁ፡፡ ደውሉና ግንኙነት ለመመስረት ሞክሩ፤ በዚህም እድሉን ክፈቱላቸው፡፡ ብዙ ጊዜ እንደምሰማው፤ ሰዎች ጥቂት ሙከራዎችን ያደርጉና እንዲህ ይላሉ "ለረጅም ዓመታት ከተለያየ በኋላ፤ የቀድሞውን ጓደኛነት ማደስ ቀላል አይደለም " ፤ ይህ ደግሞ ትክክለኛ ድምዳሜ አይሆንም፡፡

አንድ ወይም ሁለት ጓደኞች ካገኛችሁና በጓደኛነታቸው ምቾት ከተሰማችሁ፤ በስልክም ቢሆን በመደበኛነት ልታገኟቸውና ልታነጋገሯቸው ሞክሩ፡፡ በቀጣይ ደግሞ ድጋፍ ሰጪ አካላቶቻችሁን ልታሰፉ ትችላላችሁ፡፡ ከራሴ ልምድ ስነሳ፤ አንድ ጓደኛ ማፍራት ወይም እንደ ጓደኛ የሚሆን የቤተሰብ አባል ማግኘት በቂ ባይሆንም እንኳን ጠቃሚና አስፈላጊ ነው፡፡

እናንተ ስሜታዊና መንፈሳዊ ድጋፍ ማግኘት በጣም የሚያሻችሁ ትሆናላችሁ፤ ታዲያ አንድ ሰው ብቻውን ይህን እንዲያሟላላችሁ ብትጠብቁ በግንኙነታችሁ ላይ ከፍተኛ ግፊትና ጫና ታሳድራላችሁ። ይህን ተረድታችሁ በጥንቃቄ ካልያዛችሁት ደግሞ፤ ወዳጅነታችሁ ሊቆረጥ የሚችልበት አደጋ ላይ ይደርሳና ትከስሩበታላችሁ። እንግዲህ አሁን ድጋፍ ሰጪ አካላትን በማስፋቱ ረገድ ስምምነት ላይ ከደረስን፤ ድጋፍ ሰጪ ስርአት ቀጣይነት እንዲኖረውና ፍላጎታችሁን አሟልቶ እንዲገኝ የሚያስችላችሁን አስተሳሰብ፤ መሳሪያና ክህሎት ለመቃኘት እንሞክር። የመጀመሪያው እርምጃ፤ ለዚህ ሂደት ያላችሁን አመለካከት (አስተሳሰብ) መፈተሽ ነው።

የአእምሮ አስተሳሰብ (Mental Attitude)

የቅርብ ጓደኞቼንና ደንበኞቼን ጨምሮ ብዙዎችን ሳነጋግር ብዙ ጊዜ የምሰማው፤ " በአሁኑ ወቅት አዳዲስ ጓደኞችን ለማበጀት እድሜዬ ገፍቷል፤ ጓደኝነት ድሮ ቀረ፤ በዚህ ባህል ውስጥ የሚረዱኝን/ የሚገነዘቡኝን ጓደኞች ማግኘት የማይቻል ነው " የሚል ነው።

ትክክል ሊሆን ይችላል፤ ስጋታችሁ ትክክል ሊመስል የቻለው ግን፤ ይህን መሰሉን ግምት እውነት አድርጋችሁ በመቁጠር ስለተቀበላችሁት ነው። ስለዚህ ከናንተ ጋር ጓደኝነት ማበጀት የሚፈልጉ ቢኖሩ እንኳ መንገድ ትዘጉባቸዋላችሁ፤ ምክንያቱም እናንተ የምትፈልጉት ከራሳችሁ አስተሳሰብ ጋር የሚስማሙትን ብቻ ጓደኛ ማድረግ ነው፤ ጓደኝነት ደግሞ በዚህ መልኩ አይመሰረትም፤ አይዳብርም።

የልቡናችሁን በር ዘግታችሁና ግትር ሆናችሁ ፤ ይህ ነገር እውነት ሊሆን አይችልም ትላላችሁ እንበል፤ በዚህ ሁኔታ ውስጥ ታዲያ እንዴት አውነተኛ ግንኙነት ሊመሰረት ይችላል? አዳዲስ ግንኙነቶችን ብትመሰርቱ እንኳን ፍላጎታችሁን ላያሟሉ ይችላሉ፤ ምክ-ንያቱም እናንተ አስቀድማችሁ ተጨባጭ ያልሆኑና ከእውነታው ያፈነገጡ መስፈርቶችን አስቀምጣችሁ ድምዳሜ ላይ ደርሳችኋል።

አሁን ያበጃችኋቸው ጓደኞች፤ እንደ ልጅነት ወይም ወጣትነት ዘመን ጓደኝነት አይነት

ላይሆኑ ይችላሉ፤ አዲሶቹ ጓደኞችህ፤ ባላችሁበት ሁኔታ ከናንተ ጋር ሊጓዙ የተዘጋጁ ሊሆኑ ይችላሉ። በአንደኛ ደረጃ ትምህርት ቤት ሳላችሁ የነበሩትሁ ጓደኞች ሁለተኛ ደረጃ ካሉት ጋር፤ ኮሌጅ ውስጥ ያፈራችኋቸው ጓደኞች ደግሞ ከሁለተኛ ደረጃ ጓደኞቻችሁ ጋር አንድ አይነት ሊሆኑ አይችሉም። አሁን በምትኖሩበት ምድር ያገኛችኋቸው ጓደኞች፤ ቀድሞ ከነበሩችሁ ጓደኞቻችሁ የሚለዩ ይሆናሉ ፤ ስለዚህ ራሳችሁን ከሁኔታዎች ጋር ማስታረቅ/ ማስማማት የናንተ ድርሻ ነው።

ከካሊፎርኒያ ወደ ኦሪጎን (Oregon) በአንድ ወቅት ዝውውር ያደረገች ኤርትራዊት ጓደኛ ነበረችኝ። ከሶስት አመታት በኋላ በስልክ ተገናኘተን በምን ሁኔታ ላይ እንዳለችና ስለ አዲሶቹ ጓደኞቿ ጠየቅኳት፤ እሷም እየሳቀች " ይገርምሻል ሰናይት! ይህን ነገር ሁሌ ስትጠይቂኝ ይገርመኛል፤ ጓደኛ ማግኘት ለአንቺ ቀላል ሆኖ ስላገኘሽው፤ ለሁሉም ቀላል ይመስልሻል " ነበር ያለችኝ። በኋላ እንደነገረችኝ ከሆነ፤ በሶስት አመታት ውስጥ አንድም ጓደኛ አላፈራችም።

ምላሿ ደግሞ ለኔ በጣም አስደንጋጭ ነበር፤ ምክንያቱም እኔ አንድም ጊዜ ከሰዎች ጋር ግንኙነት የማድረግ ተፈጥሮአዊ ዝንባሌዬን እንደ ክህሎት ቆጥሬው አላውቅም ነበር። ይህንኑ ለማረጋገጥ ብዬ፤ የቅርብ ጓደኞቼ ስለ እኔ ያላቸውን አመለካከት ለማወቅ ጠይቄአቸው ነበር፤ ሁሉም ጓደኞቼና ቤተሰቦቼ በተመሳሳይ መልኩ ይህ ክህሎት እንዳለኝ ነበር ያረጋገጡልኝ። እንደውም አንድ የቤተሰቤ አባል እንደቀልድ አድርጎ ሲነግረኝ፤ አንቺ'ኮ ከፈለግሽ ድንጋይም ማናገር ትችያለሽ " ነበር ያለኝ። እኔ ግን ሳላስበው በውስጤ ስለዳበረው ክህሎት በጣም ተገርሜ ነበር፤ ምክንያቱም ይህን መስል ተስጥአ ሁሉም ሰው እንዳለውና ለሁሉም ሰው የተሰጠ ፀጋ አድርጌ ነበር የማስበው።

ከልጅነት ጀምሮ ጓደኞች ማበጀት እወድ ነበር። ከሰዎች ጋር ወዲያው መቀራረብ ስለ- ምችል፤ ብዙዎች ዙሪያዬን ይከቡኝ ነበር፤ እኔም ደግሞ ጓደኝነቴን ለማዝለቅና ጠብቆ ለማቆየት እጥር ነበር፤ ይህን ክህሎት አሁን በሚገባ የተረዳሁት ሲሆን፤ በህይወቴ የምደስ- ትባችውን ጓደኞች ማፍራት አስችሎኛል።

153

እንደዚያም ሆኖ ግን ሳላስበው ወደዚያ ግብ ለመድረስ መትጋቴን አልተረዳሁትም ነበር። በዚህ ነገር ላይ ለማሰላሰል በምክርኩ ቁጥር የተረዳሁት፤ ንደኝነትን ጠብቆ ለማቆየት የሚ-ያስችል ክህሎት ማዳበሬን ነው። ህይወቴ በሙሉ እውነተኛና ጥልቅ ንደኝነትን በማፍራት የተሞላ ነበር ማለት እችላለሁ! አንዳንድ ንደኝነቶቼ ስር መስደድ ባይችሉም እንኳ፤ አሁንም ትርጉም ያላቸውና በአብሮነት ከማሳለፍ የተነሳ ከጊዜ ወደጊዜ ወደ ጠበቀ ግንኙነት የተሸ-ጋገሩ አሉ። ብታምኑም ባታምኑም፤ አብዛኛውን ጠቃሚታ ያላቸውን ግንኙነቶችና ወዳጅነቶች አበጀሁ የምለው ወደ አሜሪካ ከመጣሁ በኋላ ነው።

ይህን መሰል ክህሎት እንዳለኝ ከተረዳሁ በኋላ፤ ወደዚህ ደረጃ ያደረሱኝን አንዳንድ መንገዶች/ መሳሪያዎች/ ልዕፍላችሁና እናንተም በንደኝነትና ድጋፍ ሰጪ አካላትን በማፍራት ረገድ ትግል ያለባችሁ ከሆነ፤ ሊያግዛችሁና ሊያሳርፋችሁ ይችላል በሚል አቅርቤላችኋለሁ።

ማንኛውንም የአስተሳሰብ ለውጥ ሊያመጡላችሁ የሚችሉ ነገሮችን ከተማራችሁ በኋላ፤ ' የተወሰነ የእድሜ ክልል ካለፉ ንደኝነት ማበጀት አይቻልም ' የሚለውን የተዛባ አመለካከት ልትለውጡ ይገባል። አመለካከታችሁን ትክክል ነው ብላችሁ እስከተቀበላችሁት ድረስ ብቻ ነው ትክክል ሆኖ የሚቆየው! ይህን አስተሳሰብ አጥብቀን በያዝን ቁጥር የትዳር አጋር የሚሆ-ኑንን ሰዎች፤ ምርጥ ንደኞች፤ ምርጥ ጎረቤቶች እና በመጨረሻም ቤተሰብ ሊሆኑን የሚችሉ ሰዎችን ሁሉ እናጣለን። በዚህ ጫፍን አስተሳሰብና እምነት ብዙ አጋጣሚዎችና እድሎች ሊያመልጧችሁ ይችላሉ። ስለዚህ ይህን መሰሉን አመለካከት አስወግዱና ልባችሁን ክፍት አድርጉ።

ገደቦች/ወሰኖች (Boundaries)

ይህን መሳሪያ (Tool) እወደዋለሁ። ቀደም ሲል እንደነገርኳችሁ፤ እንዴት እንደሆነ ባላ-ውቅም፤ ከእንግዳ ሰዎች ጋር ሳይቀር በማንኛውም ጊዜ ግንኙነት መመስረትና ወዳጅነት ማፍራት ላይ ስኬታም ነኝ ማለት እችላለሁ። አሁንም ቀደም ብዬ እንደጠቀስኩላችሁ፤ ንደ-ኝነት ትርጉም ያለው እንዲሆን በጣም እጥር ነበር! ከህፃንነት ጀምሮ ያፈራኋቸው የቀድሞ

ጓደኞቼ ደግሞ፣ ዓይነታቸው ብዙ ነበር። አንድ ነገር ከኔ ሲፈልጉ ዙሪያዬን የሚያንዣብቡ፣ አልፎ አልፎ ደግሞ ካሉኝ የቅርብ ጓደኞች ሊነጥሉኝ በብርቱ የሚፈልጉ ነበሩ፣ ለተለያየ ምክንያት በጣም የሚቀርቡኝና በወቅቱ የሚፈልጉትን ማግኘት ካልቻሉም፣ አጥብቀው የሚ-ከሱኝና የሚያሳ'ጡኝ ጓደኞችም ነበሩኝ። እኔ ደግሞ ሁል ጊዜ የሞላልኝና አቅም ያለኝ ሰው አልነበርኩም። ምንም እንኳን ግንኙነት መመስረትና አዳዲስ ጓደኞችን ማፍራት ባይ-ከብደኝም፣ በጓደኝነት መሀል በሚገለጥ ልዩ ልዩ ባህሪይና ይህን ችሎና ጠብቆ በማቆየት ረገድ ያለውን ድካም ስረዳ፣ ብዙ ጊዜ እንቆቅልሽ ይሆንብኝ ነበር፣ ብዙዎችም ተጠቅመው የሚጥሉ፣ የማያመሰግኑ እና ግራ የሚያጋቡ ሆነው አግኝቻቸዋለሁ።

የተዛነፈውን የችግሬን ክፍተት ለማወቅ ዓመታት ወስዶብኛል፣ ገደብ/ወሰን! የሚለውን ትርጉም ከዛሬ አስራ አንድ አመት በፊት አላውቀውም ነበር፣ ገደብ/ወሰን / የሚለው ቃል በሀገራችን/በኢትዮጵያ ባህል ግልፅ ሆኖ የሚታወቅ አልነበረም።

አድገን ወጣትነት እድሜ እስክንደርስና፣ ከወንድሜና እህቴ ጋር በጋራ መጠቀም እስ-ክንጀምር ድረስ፣ መኝታ ክፍሌን የግሌ ብቻ አድርጌ እመለከት ነበር። እንደምታውቁት፣ በሀገር ቤት ባህላችን ምግብ የሚቀርብልኝና የምንበላው በአንድ ትሪ ሁላችንም ተሰባስበን ነው፣ በህፃንነታችን ከሌሎች የጎረቤት ልጆች ጋር ተሰባስበን ውጪ ልንጫወት ስንሄድ፣ እኔ ባጠፋ በልማዱ/በባህሉ መሰረት የጎረቤት ልጅ እናት እኔን በመግረፍ/ በመቆንጠጥ ልትቀጣኝ መብት አላት፣ ግዴታም አለባት። የጎረቤት ልጅ ሲያጠፋ አይታ ሳትቆጣ ወይም ሳትቀጣ የምታልፍ እናት ትወቀሳለች " ልጅዋ ቢሆን ኖሮ ዝም አይሉም፣ አይተው አያልፉም ነበር " ትባላለች። ለማጠቃላል ያህል፣ ምንም እንኳን የወለዱኝ ወላጆች ቢኖሩኝም፣ የኔ ጉዳይ ግን የቤተሰቤ ብቻ ሳይሆን የማህበረሰቡም ጉዳይ ነበር (የአፍሪካዊያንን አባባል ስለኖርኩበት አውቀዋለሁ- " ልጅ ማሳደግ የመንደርተኛው ሁሉ ሀላፊነት ነው " ይባላል)፣ እኔን ጎረቤቶቼ ሁሉ ናቸው ያሳደጉኝ፣ 'እኔ' ወይም 'የኔ' የሚል ቃል ስሜት የሚሰጥ አልነበረም፣ ሁሌም 'እኛ' ወይም ' የኛ ' የሚለው ነበር የተለመደው።

አካላዊ ገደቦችም (Physical Boundaries) አይታወቁም ነበር። እያደግኩ ስሄድና ጓደኞች ማፍራት ስጀምር፣ ብዙ ጊዜ ስለ ሰዎች አማርር ነበር፦- እገሌ እንዲህ አደረገኝ፣

እገሌ እንዲያ አደረገኝ /አደረገችኝ፤ እገሌ እንዲህ ተናገረኝ/ ተናገረችኝ በማለት ምሬት አሰማ ነበር፤ ይህ የማያቋርጥ ምሬት ደግሞ እስከ ጉልምስና እድሜዬ ተከትሎኝ ነበር። ፈጣሪ ነፍሲን በአፀደ ገነት ያሳርፈውና፤ ወዳጇ የሆነችው ግራንድ ማ ሱ (Grandma Sue) ወደ አሜሪካ እንደመጣሁ ወዲያው የተገናኘነት ጓደኛዬ ነበረች፤ ብዙ ጊዜ ታደምጠኛለች፤ ድንበሬን እንዳሰፋና እንዳጠነክርም ትመክረኝ ነበር። በመጀመሪያ እገርምና ምን ማለቷ ነው? ስለምንድን ነው የምታወራው? ድንበር ከምን ጋር ይገናኛል? እል ነበር፤ ሀሳዊን እስከ-ምሬዳው ከስድስት ወራት በላይ ፈጅቶብኛል። ታዲያ ይሄ በጉልምስና እድሜ ካገኘኋቸው ጠቃሚ ግንኙነቶች ዋነኛውና፤ አጠቃላይ የግንኙነትና የቅርርብ አስተሳሰብና ልምዴን የለወጠ ነበር።

በድንበሮችና በ*ጋራ* *መደጋገፍ* (Codependency) ላይ የተፃፉ መፅሀፍትን ሁሉ አነብ ነበርና የግንኙነቴ ሁኔታ ልክ የቀንና የማታ ያህል ልዩነት ባለው መልኩ ተለውጦ ነበር። በመጨረሻ ጤናማ የሆኑ ጓደኛነቶችንና ግንኙነቶችን መፈለግ ፤ ጤናማ ያልሆኑትን ለማስተ-ካከልና፤ የማይስተካከሉ ሆነው ካገኘኋቸው ልርቃቸው ወስኜ ነበር። በርግጥም ለራሴም ሆነ ለሌሎች ጤናማ ሆነው ያላገኘኋቻውን ብዙ ጓደኛነቶች ለማቋረጥ ተገድጃለሁ።

የምነግራችሁ ይህ መሳሪያ (Tool) እኔ የምወደውና የምመርጠው መሳሪያ ነው። ታዲያ ድንበሮች ምንድን ናቸው? መዝገበ ቃላት ̈ድንበር "(Boundary) የሚለውን ሲፈታ፤ የአንድ ስፍራ ወሰን፤ ለሁለት የሚከፍል መስመር ይለዋል። እኔ የመጣሁበት ቀጠና የማያቋርጥ የድንበር ግጭት የሚካሄድበት ቀጠና ነው፤ ስለዚህ ይህን መስመር እረዳዋለሁ፤ በቁራሽ መሬት ጉዳይ የሚከስተውን ፍልሚያ ሰለማውቅ በደንብ እገነዘበዋለሁ። ታዲያ ይህ ነገር እንዴት ነው፤ ጤነኛ ጓደኛነት ለማፍራትና አፅንቶ ለማጠበቅ የሚረዳኝ?። ከብዙ አመታት በኋላ የተማርኩት ነገር ቢኖር፤ የተለያዩ አይነት ድንበሮች/ ወሰኖች / መኖራቸውን ማወቄ ነው:-አካላዊ (Physical)፤ ስሜታዊ (Emotional)፤ ወሲባዊ (Sexual)፤ ምሁራዊ (Intellectual) ፤ ቁሳዊ (Material)፤ እና የጊዜ (Time) ድንበሮች/ ወሰኖች በጣም ጠቃሚ ከሆኑት ውስጥ ዋነኞቹ ናቸው። እነዚህን ሁሉ ልነካካቸው እምክራለሁ ፤ ነገር ግን ውይይቶቼ የሚያተኩሩት በአብዛኛው፤ በአካላዊና ስሜታዊ ድንበሮች/ ወሰኖች ላይ ይሆናል።

1-አካላዊ (Physical)

አካላዊ ድንበር፣ ግለሰባዊ ርቀትንና አካላዊ ቅርርብን ያካትታል። እህቶች፣ ማንም ተነስቶ ፈቃድ ሳይጠይቃችሁ የእጅ ቦርሳችሁን መበርበር ይችላል? ገና አዲስ የተዋወቃችኋቸው ሰዎች ወዲያው ሊያቅፏችሁ ቢሞክሩስ? እነዚህ ሁለት ምሳሌዎች ቢያጋጥሟችሁ ምቾት ይሰማችኋል? እንዲህ ያለ ነገር ሲያጋጥም፣ ሰውነታችሁ አካላዊ ድንበራችሁ እንደሆነ ያመላክታችኋል፤ ግለሰባዊ የአካል ይዞታችሁ (Personal body space) ወይም ግለሰባዊ ከባቢያችሁ (Personal environment) እንደተደፈረ ይሰማችኋል። መንገድ ላይ ገና ከተዋወቃችሁት እንግዳ ሰው ይልቅ፣ የረጅም ዘመን ወዳጆችሁ እቅፍ ምቾት እንደሚሰጣችሁ ሁሉ፤ መደብር ውስጥ ስትተላለፉ ከሚተሻሿችሁ/ከሚነካካችሁ ሰው ይልቅ፣ የራሳችሁ ልጅ ቦርሳችሁን በርብራ ስልካችሁን ብታወጣ ትመርጣላችሁ። ጤናማ የአካል ገደብ/ ድንበር/ በተለያዩ ሁኔታዎችና ግንኙነቶች አንፃር ተገቢ የሆነውንና ያልሆነውን ቅርርብ መረዳትን ያካትታል።

2-ጥልቅ የሆነ ውስጣዊ ስሜት (Emotional)

ጥልቅ የሆኑ ውስጣዊ የስሜት ድንበሮቻችን (Emotional Boundaries)፣ ውጫዊ ስሜቶ-ቻችንን (Feelings) እና መገለጫዎቻቸውን ያካትታል። ይዬ ደግሞ ነቀፋ ሲደርስብን እና ሰዎች ዋጋ ሊያሳጡን ሲሞክሩ ድንበራችን መደፈሩ/ ቀይ መስመር መጣሱ/ ይሰማናል። ሰዎች እንዲህ ብለዋችሁ አያውቁም?" ምን ያናድድሀል/ ያናድድሻል? ወይም ቀላሉን ነገር ለምን ታካብዳለህ/ ታካብጃለሽ? "፤ በዚህ መልኩ ለማፀናናት ወይም ለማረጋጋት የሞከሩ ቢመስሉም እንኳ፤ ያልተረዱንና ዋጋ ያሳጡን ያህል የጉዳት ስሜት ሊያሳድሩብን ይችላሉ። ጤናማ የስሜት ድንበሮች፣ ለግላዊ መረጃ ልውውጥ የሚያበቃንን ግላዊ ርቀት/ ውስንነት (Personal Limitations) የሚያካትት ይሆናል።

3-ምሁራዊ (Intellectual)

ምሁራዊ ድንበሮች /ወሰኖች / የሚባሉት ፤ ምንም እንኳን በግልፅ ተለይተው የሚታወቁ ባይሆኑም፤ ያሉ'ና ከምናስበው በላይ ተደጋግመው የሚከሰቱ ናቸው። ምሁራዊ ድንበሮች፤ ከአስተሳሰቦችና (Thoughts) ሀሳቦች (Ideas) ጋር ተያያዥነት ያላቸው ሲሆን፤ በዚህ ረገድ አንድ ሰው የሌላውን አስተሳሰብና ሀሳብ ለማጣጣል፤ ወይም ደግሞ ዋጋ ቢስ ለማድረግ ሲሞክር የሚጣስና የሚደፈር ነው። አንድ ራሳችሁን ሳይቀር ያስደነቃችሁን የፈጠራ ሀሳብ ይዛችሁ ወደ ሌላ ሰው ብትሄዱና ሰውዬው/ ሴትየዋ/ ነገሩን ወዲያው ቢያናንቀው/ ብታ- ናንቀው ምን ይሰማችኋል?። ኩምሽሽ ብላችሁ / ተሸማቃችሁ/ እና ለሳምንታት ከሰው ርቃችሁ መሸሸግ ልትመርጡ ትችላላችሁ። ወይም ደግሞ በአንድ የፖለቲካ ነክ ጉዳይ አንድ ሀሳብ ብልጭ አለላችሁ እንበል (በአሁኑ ጊዜ እንዲህ ያለ ሰው ካለ አላውቅም)፤ እናም ለአንድ የተቃዋሚ ፓርቲ አባል ብታዋዩትና፤ ተናዶ ቢያፈዝባችሁስ?፤ እንዲህ ያለ ነገር ብዙ ጊዜ ያጋጥማል። ጤናማ ምሁራዊ ድንበሮች መከባበርንና የራስን ሀሳብና እሴት ብቻ መረዳት ሳይሆን፤ ከኛ በተቃራኒ የሚቆሙትንም ማክበርና መረዳትንም ያካትታል።

4-ወሲባዊ (Sexual)

ወሲባዊ ድንበሮች አካላዊ፤ ስሜታዊ እና ምሁራዊ የወሲብ ገፅታዎችንም ያካትታል። ይህ ምን ማለት ነው? ማንኛውም ያልተፈለገ ወሲባዊ ንክኪ፤ መገምጀት፤ ወሲባዊ አስተያየት መስጠት ወይም ለወሲባዊ ድርጊት የሚገፋፉ ጫናዎችን ማድረግ፤ የወሲብ ድንበሮች ላይ ጥቃት እንደ መፈፀምና ጥፋትን እንደ ማስከተል ይቆጠራል። ይህ የወሲብ ድንበሮችን መድፈር/ መጣስ ነው። ' # እኔም ነኝ ' / ' እኔንም ይመለከታል '/ ('#MeToo') የሚለው ንቅናቄ ምን የሚወክል/ የሚያመላክት ይመስላችኋል?፤ ጤናማ የወሲብ ድንበሮች መጣጣምን፤ የጋራ ስምምነትን፤ አክብሮትንና በሁለቱም ወገኖች በኩል ያለውን የፍላጎትና የወሰን ልክ መረዳትን ያካትታል።

5-ቁሳዊ(Material)

ቁሳዊ ድንበሮች የሰዎችን ጥሪት / ሀብትና ንብረት (Personal possession) የሚመለከቱ ናቸው። ሁል ጊዜ ገንዘብ የሚበደርና ፈፅሞ የማይከፍል ሰው አጋጥሟችሁ ያውቃል? ወይም ደግሞ ለንዶዎቻችሁ አይፓድ (Ipad) አውሳችሁ ሰብረው የመለሱላችሁ አሉ? ሰዎች አንድ ነገር እንድትሰጧቸው ወይም እንድታበድሯቸው ጫና ቢያሳድሩባችሁ፣ ወይም ንብረታችሁን ቢሰርቁ፣ ወይም ጉዳት ቢያደርሱ ድንብሩ ይጣሳል ወይም ይደፈራል። ጤናማ ቁሳዊ ድንበሮች ንብረታችሁን ለማንና ለምን ማካፈል እንዳለባችሁ የምትመርጡበትን ወሰን ያካትታል።

6-ጊዜ (Time)

የጊዜ ድንበር/ ወሰን / ጊዜያችንን እንዴት እንደምንጠቀምበት የሚያመላክት ነው። እነዚህ ድንበሮች ብዙ ጊዜ ሳናስተውላቸው ልናልፋቸው የምንችላቸው ቢሆኑም፣ ነገር ግን በግልፅ የሚታዩ ናቸው። ይህ ደግሞ፣ አንድ ሰው በሌላው ጊዜ ላይ ጫና ሲያሳድርና ሲያባክን የሚፈጠር የድንበር ጥሰት ነው። አንዳንድ ሰው በየጊዜው ከናንተ ላለመራቅ ጊዜያችሁን ሲሻሙባችሁና፣ እናንተም ላለማስቀየም ስትሉ ሌሎች እቅዶቻችሁን ሁሉ አጥፋችሁ/ ስር-ዛችሁ ለንደኛችሁ አውላችሁ ታውቃላችሁ? ወይም ደግሞ፣ ለራሳችሁና ለሌሎች ንደዎቻችሁ ጊዜ እንዳትሰጡ በማድረግ የሚያሳዝኗችሁ ወዳጆች አላጋጠሟችሁ ይሆን?። ጤናማ የጊዜ ድንበሮቻችሁን ለማስጠበቅ፣ ጊዜያችሁን ለስራ፣ ለትርፍ ጊዜ ማሳለፊያ እና ለሌሎች ግን-ኙነቶች የምታውሉበትና ቅድሚያ የምትሰጧቸውን እሴቶቻችሁን ሁሉ የምታካትቱበት የጊዜ አጠቃቀምን የሚመለከት ነው።

ምንጭ: https://www.thepracticeatx.com/mental-health-blog/2017/11/14/six-boundaries-that-can-change-your-life

እንግዲህ አሁን ድንበር/ ወሰን፣ ምን ማለት እንደሆነ ተረድተናል፤ ታዲያ ድንበሮቻችንን እንዴት ነው የምናሰምረውና የምናስጠብቀው?። ይኸ ሙሉ ለሙሉ ለየት ያለ ነገር ሲሆን፣ በአለም ላይ ትልቁንና ከበድ ያለውን ነገር የምትማሩበት ነው፤ " አይቻልም " ወይም " አይሆንም " የምትሉበት፤ ለሰዎች የምትወዱትንና የማትወዱትን ነገር በግልፅ የምትናገሩበትና

የምታሳውቁበት ነው።

እኔ የ2 ዓመት ተኩል ወንድ ልጄ፣ ለምንለው ነገር ሁሉ ምላሹ "አይቻልም "/ " እምቢ " (No!) ማለት ነበር። እኛ አዋቂዎች " አይቻልም " የሚለውን ነገር የጣልነው መቼ እንደሆነ ሳስብ እገረምና ፈገግ እላለሁ። እኔ በቅርበት ለማውቃቸው ሰዎች በተገቢው መንገድ " አይቻልም " ማለትን ለመማር የብዙ አመታት ድካም ጠይቆኛል። በእምሮዬ ለቤተሰብ፣ ለጓደኞች " አይቻልም " ብሎ መመለስ ብልግና አድርጌ ነበር የምቆጥረው፤ ስሌቱ ብልግና=አይቻልም ነው። ያ ረጅም ዘመን ያስቆጠረው እምነቴና አስተሳሰቤ ከከፈልኩት ከፍተኛ ዋጋ ጋር ተዳምሮ፣ ምን ያህል ስህተት እንደነበር በጎላ ነው የተረዳሁት።

ልጄ ተፈጥሯዊ በሆነ መንገድ ነው የሚመልሰው። በተፈጥሮአችን፣ ስንወለድ የማንፈል- ገውን ወይም የማንወደውን ነገር በሚመለከት " እምቢ " ("No") ከሚል ተፈጥሮአዊ ምላሽ ጋር ነው የተወለድነው። ለወንዱ ልጄ ሙዝ ብሰጠው "እምቢ" ሊለኝና አፕል ሊጠይቀኝ ይችላል፤ ወደ መናፈሻ /ፓርክ/ እንሂድ ስለው አልፈልግም ሊል ይችላል፣ በምትኩ ፊልም ማየት ይመርጥ ይሆናል። በዚህ ሁሉ ውስጥ ድንበሩን/ ወሰኑን/ እያሰመረ ሲሆን፣ አንዳንዴ ከሱ ሃሳብ ጋር ባለመስማማት 'አይቻልም' ስንለውና ሳንፈቅድለት ስንቀር ይበሳጫል፣ ምክን- ያቱም ደህንነቱ ስጋት/አደጋ ላይ የወደቀ፣ ወይም የቤተሰቡ ልማድ /እሴት/ ከርሱ በተቃርኖ የቆመ አድርጎ ሊቆጥረው ስለሚችል ነው። በዚህ ጊዜ የድንበሩን ልክ /ወሰን/ መረዳት ይጀምርና አይሆንም/ አይቻልም/ ሲባል መስማማት ይጀምራል፣ በዚህም የኛንም ድንበር ማለፍ አደጋ እንዳለው/ ችግር እንደሚያስከትል/ ይማራል። ባለቤቴና እኔ ደግሞ እንዴት " አይቻልም " (" No! ") እንደምንለውና የራሳችንም ድንበር እንዴት እንደምናስከብር እናውቃለን።

በርግጥ ድንበሮች፣ ለሁሉም ሰው ህይወትና አኗኗር ጠቃሚ መሳሪያዎች ናቸው። ጤናማ ጥልቅ የሆነ ስሜታዊ፣ ምሁራዊና ጤናማ ግንኙነቶችንና ወዳጅነቶችን ጠብቆ ለማቆየት፣ በህይወታችን ከሚያጋጥሙን ሰዎች ጋር ሊኖረን የሚገባውን ድንበር/ ወሰን ከልሎ ማስመርን መማር ይኖርብናል።

ሌላው ቀርቶ ከባል፣ ከሚስትና ከልጆች (በተለይ ከህፃናት ልጆች)ጋር የሚኖረው እንዲሁም ከምትወዱቸው ጓደኞቻችሁ፣ ወላጆቻችሁ፣ አለቆቻችሁና የማህበራዊ አገልግሎት ሰራተኞች ወዘተ.... ሁሉ ጋር የሚኖረው መስመር በግልፅ መታወቅና መቀመጥ ይኖርበታል።

አልዋሻችሁም፤ ድንበርን ማካለል በጣም ከባድ ተግዳሮት ያለበት፣ ነገር ግን አመርቂ ውጤት የሚያስገኝ ነው። በተለይ ድንበርን በማካለል (በማስመር) ክህሎት ካላደጋችሁ ለተ-ግዳሮቱ እራሳችሁን አዘጋጁ። ውስጣችሁ ሊታወክ፣ ውድቀትና መነሳት ሊፈራረቅባችሁ፣ ሌላው ቀርቶ በጣም የሚቀርቧችሁንና ከዚያ ቀደም በሌላ መንገድ የሚያውቋችሁን ጥቂት ሰዎች እንኳ፣ ልታስቀይሙና ልታበሳጩ ትችላላችሁ። ይህን የድንበር ማካለል ሂደት ስት-ጀምሩ፣ አንዳንድ ጓደኞቻችሁን ልታጡ ሁሉ ትችላላችሁ፤ ነገር ግን ቃል እገባላችኋለሁ፣ ምንም አትሆኑም፤ ድንበራችሁን ከሚጥሱና አክብሮት ከማይሰጧችሁ ሰዎች ትገላገላላችሁ።

አንድ ነገር ማወቅ ያለባችሁ፣ የድንበር ጉዳይ ግላዊ (A personal thing) ነው። ሁለት የተለያዩ ሰዎች ተመሳሳይ ክልል /ድንበር/ አይኖራቸውም። ሁላችንም የራሳችንን ድንበር በሚስማማን መንገድ ለማካለል መብትና ስልጣን አለን፤ ድንበራችሁን ለማስመር የማንም ፈቃድ አያስፈልጋችሁም።

እኔ ድንበሬን ስለይ ያጋጠመኝ አስቸጋሪ ነገር ቢኖር፣ የድንበር ወሰኔ የት ድረስ እንደሆነ አለማወቄ ነበር። ታድያ ያላወቅኩትን ነገር እንዴት ላካልል እችላለሁ? ሊያሳስት የሚችል ነገር ነው። ነገር ግን ከብዙ ሙከራ በኋላ፣ በምናደድበት፣ በምታወክበትና ምቾት በማይሰማኝ ወቅት፣ እነዚህ ሁሉ ስሜቶች የድንበሬን/የወሰኔን አቅጣጫ የሚጠቁሙኝ ነበሩ። ስለዚህ የሚያናድዱኝ ሰዎች ሲናገሩኝ ወይም አንድ ጥፋት ሲሰሩብኝ፣ የሚያስጨንቁኝ ነገሮች ምን እንደሆኑ ማወቅና ማጤን ጀመርኩ። እነዚህ ጊዜያቶች ድንበሬ ላይ ጥስት የተፈፀሙባቸው መሆናቸውን መረዳት ቻልኩ፤ ይህንን ስረዳም ድንበሮቼን ማካለል ጀመርኩ።

ስለዚህ፣ አሁን ህይወታችሁንና ግንኙነታችሁን አጤኑና የሚያስቆጧችሁን፣ የሚያስጨን-ቋችሁን፣ የሚያሳዝናችሁንና ረዳት አልባ የሚያደርጓችሁን ነገሮች ለዩ፤ ከዛም ድንበሮቻችሁ/ ወሰኖቻችሁ የት ድረስ እንደሆኑ አስተውሉ። ይኼ የመጀመሪያው ርምጃ፣ ርምጃ 1 ነው። (

Step 1)

ደረጃ 2-- በህይወታችሁ ለሚያጋጥሟችሁ ሰዎች፤ ማንነታችሁንና ከእናንተ ሊጠብቁ የሚችሉትን ነገር ንገሩዋቸው። እኔ ድንበሬን ማካለል ከጀመርኩበት ጊዜ አንስቶ ብዙ ነገሮችን መማር ችያለሁ። ዙሪያዬ ከሚገኙት ከሁሉም ሰዎች ጋር ያለኝ ድንበር ካሰመርኩ በኋላ፤ ለተግባራዊነቱ ጨክኜና ቆርጬ ተነሳሁ። ጤናማ ህይወትን ለመምራት ያለኝ ፍላጎት እየበረታ ሲመጣ፤ ብዙ ተቃውሞችን መጋፈጤን አስታውሳለሁ፤ በተለይ የቅርብ ቤተሰቤ አባላት ሳይቀሩ ተበሳጭተውብኝ ነበር። በዚህ ጊዜ መፍራት ወይም መደንገጥ የለባችሁም፤ ይሄ የሂደቱ አንድ አካል ነው። የህይወታችሁ አካል የሆኑና ድንበሮቻችሁን የሚያከብሩ ብዙ ሰዎች በዙሪያችሁ መሰባሰባቸው አይቀርም .፤ እናንተም ከእነርሱ ጋር ያላችሁን ወዳጅነት ታድሳላችሁ፤ ያም ሆኖ ግን ጊዜና ፆናትን ይጠይቃል።

አንዳንዶች ደግሞ እየተንጠባጠቡ ይቀራሉ፤ ከነዚህ ሰዎች መገላገላችሁም መልካም ነው፤ ምክንያቱም እነዚህ ሰዎች ማንነታችሁንና መሆን ለምትፈልጉት ማንነት ክብር ለመስጠት ፍቃደኞች አይደሉ ይሆናል። ወደ ኃላ ተመልሼ ማድረግ የምችል ቢሆን ኖሮ፤ አሁን እያደረኩ እንዳለሁት ድንበሬን ለማስመርና ለማስከበር ሁለተኛውን ርምጃ (Step 2) እከተል ነበር። ልክ ህይወት በእድገት መስመር ተለዋዋጭ እንደሆነ ሁሉ ድንበሮችም እንዲሁ ይለዋወጣሉ፤ ይሄ የማያቋርጥ ሂደት አካል ነው።

አንድ አዲስ ድንበር/ ክልል/ በምታገኙበት ወቅት ወዲያውኑ እውቅና ስጡት፤ ከዚያም ከቤተሰቦቻችሁና ከንደዮቻችሁ ጋር ተነጋገሩበት፤ ይህንንም እንዴት ልታውቁ እንደቻላችሁ ንገሯቸው፤ ከዚያም ረጋ ባለ መንገድ ስለተጣሱት ድንበሮቻችሁ አስረዷቸው። ታዲያ ድንበር የማስከበር ሂደት ውስጥ ስትገቡ፤ በአስደናቂ ሁኔታ ትወጡ'ታላችሁ፤ እንዲህም ልትሏቸው ትችላላችሁ " ይህን ድርጊታችሁን አልወደውም "፤ እነሱም እንዲህ ሊያስቡ ይችላሉ " አ! ከዚህ በፊት እኮ ነግራን ነበር "። በዚህ መልኩ የድንበሮቻችሁን ወሰን/ ልክ/ ለማስታወስ ይገደዳሉ። ስለ ራሳችሁ ማንነት በሚገባ ሳትገልፁ፤ ለምትገናኟቸው ሰዎች የሚያሳዩትን የተለመደ ባህሪ እንዲያቆሙ ልትነግሯቸው ብትሞክሩ፤ ምናልባት እንደ ብልግና ሊቆጥሩባችሁ ይችላሉ። ሁልጊዜ ለቅርብ ሰዎቻችሁ ድንበሮቻችሁን ማሳወቃችሁ፤ ለተሻለ ግንኙነት ጠቃሚ

162

እንደሆነ አስረዲቸው፤ ለነሱም ሆነ ለእናንተ ነገሮችን ቀለል ያደርግላችኋል። እኛ ውስብስብ ፍጥረቶች ነን፤ ስለዚህ ከሰዎች ጋር ባላችሁ ግንኙነት እንቅፋት የሚሆንና የሚያውክ ነገር ሲፈጠር፤ በግልፅ ንገሯቸው።

ቀደም ሲል ያልተገለፀላችሁ/ ያልታያችሁ/ ድንበር ሲከሰትና በቁጣ ተሞልታችሁ ምላሽ ለመስጠት ስትገፋፉ፤ ወዲያው ቀዝቀዝ በሉና ይቅርታ ጠይቃችሁ ለማስረዳት ምክሩ "አዝ- ናለሁ ቸኩዬ ጮህኩባችሁ፤ ቀደም ሲል ያላወቅኩትን የድንበሬን /የወሰኔን / ልክ አሁን ነው የተረዳሁት፤ ስለዚህ ጊዜ ወስጄ ነገሩን ማብላላት/ ማሰላሰል/ አለብኝ፤ ነገሩን ከተረዳሁት በኋላ ተመልሼ አነጋግራችኋለሁ " ልትሏቸው ትችላላችሁ፤ ይሄ ደግሞ ሰላምን ያስፍንላ- ችኋል። ነገሩን ከተረዳችሁ በኋላም፤ ወደእነዚሁ ሰዎች ሄዳችሁ " ባለፈው ቀን ስላሳየኋችሁ ባህሪና ስለሰጠሁት ምላሽ፤ እንዲሁም ስሜታችሁን ስለጎዳሁ ይቅርታ እጠይቃለሁ፤ አሁን የተረዳሁት ነገር ቢኖር፤ ሰዎች ይህን መሰል ነገር ሲያደርጉብኝ (ማንኛውም የጣሱትን ነገር ጠቅሳችሁ) ደስ እንደማይለኝ ነው፤ ስለዚህ ይህን ነገር ደግማችሁ ባታደርጉብኝ ደስ ይለኛል " ልትሏቸው ይገባል። በዚህ ጊዜ ድንበሮቻችሁን/ ወሰኖቻችሁን/ ለማስከበር የሚያስችላ- ችሁን ሀይል ትገናፀፋላችሁ፤ ከቤተሰቦቻችሁ ወይም ጓደኞቻችሁ ጋር ያላችሁንም መልካም ግንኙነት ታስጠብቃላችሁ።

ፅናት/ ድንበር ማስከበር (Consistency / Enforcement)

ሶስተኛው ርምጃ (Step 3) በጣም ወሳኝ ነው። ከሁሉም ይልቅ ከበድ የሚልና አስፈላጊነቱም የጎላ ነው፤ ምክንያቱም ከዚህ ውጪ ምንም ማድረግ አይቻልም። አሁን ድንበሮቻችሁን ለይታችሁ አውቃችሁ ይሆናል፤ ወደፊት የሚካተቱ ሌሎች ተጨማሪ የወሰን ክልሎችም ይኖሩ ይሆናል፤ ነገር ግን ፅናትና ድንበር የማስከበሩ ቁርጠኝነት ከሌላ ሁሉም ነገር ከንቱ ነው የሚሆነው።

ሰዎች በዚህ ነገር ቆራጥ መሆንና አለመሆናችሁን ለማወቅ ድንበሮቻችሁን ሆን ብለው በመጣስ ይፈትኗችኋል፤ አንዳንዶችም በተቃውሞ መልክ ሊገዳደሯችሁ ይሞክራሉ (የቅርብ

ዘመዶቻቸሁና የረጅም ዘመን ወደጆቻቸሁ ሳይቀሩ)። አንዳንድ ሰዎች ደግሞ ነገሩን የረሱት በማስመሰል ሊተኮሷቸሁ ይምክራሉ፤ አንዳንዶቹ ደግሞ ሆን ብለው በትዕቢት ተነሳስተው፤ ያስመራቸሁትን ድንበር ሊጥሱ ይከጅላሉ። በዚህ መሀል ብዙ ተግዳሮቶችና ተቃውሞዎችን ልታስተናግዱ ትገደዳላችሁ፤ በዚህ ጊዜ አዳዲስ ድንበሮቻችሁን በፅናት ለማስከበር መጨከን ይኖርባችኋል።

እኔ ትንሹን ወንድ ልጄን ጆሴፍን (ዮሴፍን) ስለ ድንበር ማስተማር ደስ ይለኛል፤ አንዳንድ ክልከላዎቻችንን - ለምሳሌ ቆዳሻ ላይ መጫወት ወይም ደግሞ ሰዎችን መማታት-የመሳሰሉትን ይቃወማል። እኔና አባቱ እነዚህን ወሰኖች በፅናት ማስከበር ስንጀምር ጆሴፍ ሊበሳጭ ይችላል፤ እንዲህ አይነቱን ክልከላ መቀበል ስለማይፈልግ ድንበሮቻችንን ለመጣስ ይምክራል፤ ተቃውሞውን ለማሰማት ይጮኸል፤ ወይም ዕቃዎችን ይወረውርብናል። በዚህ ወቅት ልንወጣው የሚገባን የወላጅነት ሚና መኖሩን ብናውቅም፤ ነገሩ ፈታኝ ነው። አንድ ደረጃ ላይ ሲደርስ ግን ድንበሮቻችንና ያስቀመጥናቸውን መዋቅሮች (Boundaries and Structures) ማክበር እንደሚጀምር እናውቃለን። ብስጭቱን፤ ጨኸቱን፤ ግጭቱን (አን-ዳንዴ ራሱን ካገኘው ነገር ጋር ያላትማል) እንደምንም ችለን፤ ድንበራችንን በፅናት ማስከበር አለብን። ወደ መረዳት ደረጃ እስኪደርስ ጊዜ እንደሚወስድብን እናውቃለን፤ እስከዚያው ግን ጆሴፍ ወደ ቆዳሻ መጣያው ቅርጫት ሄዶ ሲከፍት ካየነው ኮስተር ብለን 'ጆሴፍ! አይቻልም (No!)፤ ቆዳሻ ቅርጫት ውስጥ እጃችን መክተት የለብንም፤ በቆዳሻ መጫወት ተገቢ አይደለም እንለዋለን '።

ህፃናት ድንበሮቻችንን ይፈታተናሉ። አዋቂ (Adult) ስንሆን ህይወታችንን የሚረብሽ አዲስ ነገር ሲፈጠር እንደሚሰማን ሁሉ፤ ተቃውሞ ማሰማት የተለመደ ነው። ምቾት ስለማ-ይሰጠን፤ ልክ እኛም ህፃን በበርንበት ጊዜ እንደሚሰማን የቁጣ፤ የተስፋ መቁረጥ፤ የሀዘንና አልፎ አልፎም የድብርት ስሜት ውስጥ መግባት እንገደዳለን።

ድንበሮቻችሁን ለማስከበር ስትጀምሩ ሰዎች ይቃወሟችኋል፤ ስለዚህ እናንተም ይህን መጠበቅ ይኖርባችኋል፤ ትዕግስት ማድረግም ይጠበቅባችኋል። ነገር ግን፤ ከሁሉም በላይ ምንም የምትወዱቸው ቢሆኑም እንኳ፤ አንዲህ ብላችሁ እንዳታስቡ " ምንም አይደል፤ ቀደም

ሲል ነግሪያቸው ረስተውት ይሆናል፤ ወደፊት ግን ይረዱታል "። ሰዎች ድንበሮቻችሁን ሲጥሱ ወዲያውኑ ንገሯቸው/ አሳውቋቸው/፣ ችላ አትበሉት። እኔም ከዚህ ቀደም በዚህ መንገድ ለመሄድ ሞክሬ ነበር፤ ነገር ግን መንገዱ የሚያደርሰው ወደ አንድ ነጥብ ብቻ ነው፤ መንገዱ አንተም ሆንክ ድንበር ያሰመርክለት ሰው ሁላታችሁም የምትረበሹበትና አንዳችሁ በሌላው ላይ እንድትበሳጩ የሚያደርግ ነው፤ ይህ የምለው ነገር ምቾት እንደማይሰጣችሁ አውቃለሁ፤ ነገር ግን ሌላ አማራጭ የለም። ርምጃ ሁለትን (Step 2) ስትከተሉና ለሌላው ሰው ስትናገሩ የምታሳዩትን ባህሪይ፣ ልክ እንደ ወታደር በቅርበት ተከታተሉ። አብዛኛውን ጊዜ ከሌሎች ሰዎች ይልቅ፣ የእናንተ አቀራረብ ውጥረት ሊፈጥር ይችላል፤ ታዲያ በሚቀጥለው ጊዜ ሰዎች ድንበሮቻችሁን ሲጥሱ ትናደዳለችሁ፤ ሰላም ታጣላችሁ ወይም ትታወካላችሁ። ይህ ስሜት ሲሰማችሁ ትንፋሻችሁን ዋጥ አድርጋችሁ እንዲህ ልትሏቸው ይገባል "ቆይ፣ አንድ ጊዜ እንነጋገር፤ መናደዴን/ መበሳጨቴን/ (የተሰማችሁን ስሜት ግለፁላቸው) ልነግርህ/ ልነግርሽ እወዳለሁ፤ ምክንያቱም ያሰመርኩትን ክልል / ድንበር አልፈህብሀል/ አልፈሻል፤ ይህን ስታደርጉ ደስ አይለኝም፤ ሌላ ጊዜ ደግመህ/ ደግመሽ ባታደርገው/ ባታደርጊው ደስ ይለኛል፤ አመሰግናለሁ "። ይህን አባባል፣ ድንበራችሁ ሙሉ በሙሉ መከበሩን እስክታረጋግጡ ድረስ ደግማችሁ ደጋግማችሁ ማሳሰብ ይኖርባችኋል።

ብዙ ጊዜ ሰዎች ወዲያውኑ ላይረዱችሁ ይችላሉ፤ በተለይ ስሜታዊያን ከሆኑ ሰዎች ጋር ከሆነ የምትነጋገሩት ይበልጥ አስቸጋሪ ይሆንባችኋል፤ አንዳንዶች ይረበሹና ከአንደበ-ታቸው ክፉ ፀያፍ ቃላትን ሊወረውሩባችሁ ይችላሉ። ልታሳምኗቸው በሞከራችሁ ቁጥር በጣም ይበሳጫና ራሳቸውን ወደ መከላከል ያዘነብላሉ፤ ሰዎች በፈለጉትና በተለያያ መንገድ ሊመልሱላችሁ ይችላሉ።

በዚህ ጊዜ እናንተ ማድረግ የሚኖርባችሁ ነገር ቢኖር ረጋ ብላችሁ በአቋማችሁ መፅናት ነው፤ ያለበለዚያ እናንተንም ወደ ቀጣይ አምባንሮ (ግጭት) ውስጥ ሊከቷችሁ ይችላሉ፤ ልታውቁና ልትረዱት የሚገባው፣ ሰውዬው / ሴትየዋ በሚፈልጉት መንገድ ሁሉ አዲሱን ድንበራችሁን ሊፈትሹና ሊፈትኑ ይሞክራሉ፤ እናንተም ረጋ ብላችሁ " ይቅርታ ላናድዳችሁና ስሜታችሁን ልጎዳ ፈልጌ አይደለም፤ እኔ እንዲህ ወይም እንዲያ ሲሆንብኝ አልወድም፤

ያበሳጨኛል፤ ይረብሸኛል፤ ስለዚህ ይህ ነገር ፈፅሞ እስከማይደገም ድረስ ከማሳሰብ ወደኋላ አልልም " ልትጊቸው ይገባል።

በህይወት ዘመናችሁ ሁሉ የማታውቋቸውን ድንበሮቻችሁን ፈልጋችሁ ለማግኘት የሚ- ያስችሏችሁን ዘዴዎች (Tools) ተጠቀሙ። ህይወታችሁ ይለወጣል፤ ያድጋል፤ አንድ ጊዜ ይህን አዲስ ድንበር ካገኛችሁ በኋላ፤ አሁንም ወሰናችሁን አስምሩና አፅኑ። ድንበ- ሮቻችሁን ለማክበር ፍቃደኛ የማይሆኑ ሰዎች ካጋጠሟችሁ፤ እንዲለይዋችሁ ፍቀዱላቸው፤ በዚህ አይነት እየተረበሻችሁና እየተናደዳችሁ ግንኙነታችሁን የምትቀጥሉበት ምንም ምክ- ንያት የለም፤ ትርፍም የለውም። ከእንደዚህ አይነት ሰዎች ጋር ግንኙነታችሁን ማቋረጣችሁና መለያየታችሁ ለናንተም ይሁን ለእነርሱ ይጠቅም እንደሆን ነው እንጂ ጉዳት የለውም።

ምናልባት የጎደኝነትን ያህል ከዝምድና / ከቤተሰብ / ጋር ካለ ግንኙነት መላቀቅ ቀላል ላይሆን ይችላል፤ በዚህ ጊዜ ማድረግ ያለባችሁ ነገር ቢኖር:-

• ከእነርሱ ጋር የምታሳልፉትን ጊዜ ቀነስ ማድረግ

• ድንበራችሁ በተጣሰ ቁጥር ማሳሰባችሁን አለመዘንጋት

• ፍቅራችሁን ከርቀት ማድረግ

ፍላጎታችሁን ሟሟላት/ ተግባቦት/

(Getting Your Needs Met /Communication)

አብዛኛዎቻችን የምንፈልገውን ነገር ለማግኘት መጠየቅ እንደሌለብን ተነግሮን ነው ያደግነው። የተለያዩ ባህሎች ማህበረሰባችውን በዚህ መልክ ሲቀርፁ፤ የራሳችው የተለያየ ምክንያት ሊኖራቸው ይችላል፤ ነገር ግን እኔን በሚመለከት መግለፅ የምችለው፤ የምፈልገውን ነገር እንዴት መጠየቅ እንዳለብኝ ያስተማረኝ ሰው ያለመኖሩን ነው። ራሴን ጨምሮ ሌሎች ልጆችን ስመለከት፤ የሚፈልጉትን ነገር ለማግኘት የተለያዩ ዘዴዎችን መጠቀም ይመርጣሉ።

ሁሉም ወላጅ፤ ከወሊድ ጊዜ ጀምሮ ከልጆቻቸው ጋር እንዴት ተግባቦት ማድረግ እንዳለባቸው ያውቃሉ። ልጆች ለሚፈልጉት ነገር ሁሉ ደጋግመው ያለቅሳሉ/ ይጮሁሉ፤ እኛም ለምን እንደሚያለቅሱ/ እንደሚጮሁ ለመረዳት ጥረት እናደርጋለን - ርቧቸው ከሆነ፤ ሽንተው/ ተፀዳድተው/ ከሆነ፤ ታመው ወይም ምቾት አጥተው ከሆነ - መለየት እንጀምራለን። ህፃናት ቀስ በቀስ ቃላት በማውጣት ተግባቦት ማድረግን ይማራሉ፤ በዚህ ሂደት ውስጥ የሚፈልጉትን ሁሉ ማግኘት እንደማይችሉ እየተረዱ ይመጣሉ፤ በዚህ ጊዜ የተለያዩ ዘዴዎችን፤ ለምሳሌ:- በመወትወት፤ በመረበሽ ወይም በመለማመጥ፤ ፍላጎታቸውን ለማግኘት ጥረት ማድረግ ይጀምራሉ፤ ይሄ ደግሞ በህፃናት ዘንድ የተለመደ ባህሪይ ነው።

ነገር ግን አዋቂ ስንሆን ወይም በዕድሜ እየበሰልን ስንሄድ፤ የምናልፍባቸው የተለያዩ የህይወት ተሞክሮችን የምንፈልገውን ነገር ሁልጊዜ ማግኘት እንደማንችል የሚያስተምሩን ቢሆንም፤ እኛ ግን ማግኘት የምንፈልገውን ሁሉ ማግኘት እንዳለብን አድርገን አሁንም እናስባለን፤ ማግኘት ሳንችል ስንቀር ደግሞ፤ ራሳችንን ከንቱ /የማንጠቅም አድርገን እንቆጥራለን፤ ወይም ደግሞ ነገሩን የምንፈልገው ቢሆንም እንኳ የማናገኘው ከሆነ፤ ትኩረት ልንሰጠው እንደማይገባ አስበን ይህንኑ የእምነታችን አንድ አካል /አቋም አድርገን እንወስደዋለን። በአንዳንድ ባህል፤ ሰዎች የሚፈልጉትን ነገር መጠየቅ ነውር እንደሆነ ያስተምራሉ፤ ይህ ደግሞ ሰዎች የፈለግነውን ብንጠይቅ ራስ ወዳድ እንሰኛለን ወደሚል ድምዳሜ ያደርሳቸዋል።

ሌሎች ሁኔታዎች ደግሞ፤ የምትፈልጉትን ፈፅሞ እንዳትናገሩና እንዳትገልፁ ተፅዕኖ ያሳርፋባችኋል። የምትፈልጉትን ብትጠይቁ አደጋ ላይ ልትወድቁ እንደምትችሉ ታስባላችሁ፤ ምክንያቱም የምትጠይቋቸው ሰዎች ሊያስደነግጧችሁ፤ ቀልባችሁን ሊገፉፉ እና ሊደበድቧችሁ ሁሉ እንደሚችሉ ትገምታላችሁ።

ወደ አዋቂነት/ የብስለት እድሜ ክልል በገባንበት ወቅት በነበረን ልምምድ፤ የፈለግነውን ነገር መጠየቅ እንደማንችል የሚያስገነዝቡ ብዙ ድርጊቶችን ስላለፍን፤ ይህንኑ አሜን ብለን የእምነታችን አንድ አካል አድርገን ተቀብለናል። ይህ ጤናማ ያልሆነ ባህሪይ ደግሞ በቢተሰባችን፤ በማህበረሰባችንና በአጠቃላይ በአለም ላይ ብጥብጥ እንዲነግስና የተዛባ ግንኙነት እንዲፈጠር ምክንያት ሆኗል።

ይህ ርዕስ ጉዳይ በጣም ሰፊ ከመሆኑ የተነሳ ራሱን የቻለ መፅሀፍ ሊወጣው ይችላል። ነገር ግን ፍላጎታችሁን ለማሟላት ይረዳችኋል ብዬ የማምንባቸውን ጥቂት ነጥቦች ከዚህ በታች አሰፍራለሁ።

መጀመሪያ ማድረግ ያለባችሁ፣ ያላችሁን እምነት/ አቋም እና አመለካከት ለመለወጥ ተፈጥሮዊ ክህሎቶቻችሁንና ግንዛቤያችሁን ተጠቀሙ። ምንም ሁኔ ማን፣ የምትፈልጉትን ሁል ጊዜ ማግኘት እንደማትችሉ ያለውን ሀቅ ወይም እውነታ በመጀመሪያ ተቀበሉ። ይህን በመረዳት ብቻ፣ የምንፈልገውን ለማግኘት ስንል ሰዎችን ከመነዝነዝ/ ከማሰልቸት እንወጣለን።

ሌላው ደግሞ በተፈጥሮ ሁላችንም የምናውቀው ሲሆን፣ ያም የምንፈልገውን ነገር ማግኘት እንደምንችል እና ማግኘት እንደሚገባን በውል / በሚ'ገባ / አለመረዳታችን ነው። ጉዳት የማያደርስብን እስከሆነ ድረስ የምንፈልገውን ማግኘት ለምን አንችልም? ወላጅ ከሆናችሁ ደግሞ የገንዘብ አቅምና ሁኔታ እስከፈቀደላችሁ ድረስ የልጆቻችሁን ፍላጎት ለማሟላት እንደምትጥሩ የታወቀ ነው። ልጆቻችሁ ግን መጥቶ / መጥታ " ይህ ያደረጋችሁልኝ ነገር ፈፅሞ አይገባ'ኝም ነበር " ቢላችሁ/ ብትላችሁ፣ በሀዘንና በትዝብት፣ ዓይናችሁ በእምባ እንደሚሞላ እሙን ነው። እናንተ አቅማችሁ በፈቀደ መጠን ልጆቻችሁን ለማስደሰት እንደምትፈልጉና በዚህም ደስ እንደምትሰኙ እያወቁ፣ ልጆቻችሁ አይገ'ባንም ነበር / ለተደረገልን ነገር አንመ-ጥንም ቢሏችሁ፣ የትህትና መልክ የተላበሰ ቢመስልም፣ ከልጅነት ይልቅ የባዕድነትን ስሜት ሰለሚያንፀባርቅ ልባችሁ ይሰበራል። እኔም ብሆን እናደዳለሁ፣ ምክንያቱም፣ የእናንተ የሆነው ሁሉ የእነርሱ እንደሆነ አላወቁም ማለት ነው። የምንፈልገውን ነገር ለማግኘት ብቁ አይደለንም ብለን እንዴት እናስባለን? ስለዚህ ይህንን አመለካከት ማስወገድ ይኖርብናል፣ በዓለም ላይ ማንኛውንም መልካም ነገር የማግኘት መብት አለን። የሁሉም ሰው ፍላጎት የተለያየ ሊሆን ይችላል፣ የእኔ ፍላጎት ከእናንተ ይለያል፣ ምንም ይሁን ምን ግን መብት አላችሁ፣ ሁላ-ችንም የእግዚአብሔር ፍጡራን እና ልጆች እንደመሆናችን መጠን፣ የፈጣሪ ርዳታ ታክሎበት ፍላጎቶቻችንን ማሟላት እንችላለን።

አንድ ጊዜ ከአንድ ጓደኛዬ ጋር እያወራን ነበር። እሷም የአልማዝ ጌጥ እንደምትወድና

መግዛትም እንደሚያስደስታት ትነግራኝ ጀመር፤ እንዲሁም ቢ.ኤም.ደብሊው (B.M.W) መኪናም እንደምትወድና እንደገዛችም አጫወተችኝ። ነገር ግን እነዚህን ነገሮች የወደደችበትን ምክንያት ልታስረዳኝና ልታሳምነኝ ትጣጣር ነበር። በዚህ መሀል ከአነጋገሬ እንደተረዳሁት፤ በውስጧ የጥፋተኝነት ስሜት ያንዣብብባት እንደነበር ነው። እኔም ምንም እንኳ ለዚህ መሰል ቅንጡ ወጪ ፍላጎቱና ዝንባሌው ባይኖረኝም፤ የርሷን ስሜት ላለመጉዳትና ፍላጎቷን ላለ- መጫን እንዲህ ስል ጠየቅኳት " ይህን ሁሉ ማብራራት ለምን አስፈለገሽ? እነዚህ የገዛሻቸው ነገሮች ደስታን የሚያስገኙልሽ ሆነው ካገኘሻቸውና ሌሎች ቅድሚያ የምትሰጫቸው ፍላጎቶች ከሌሉሽ ምን አስጨነቀሽ? ገንዘቡ እንደሆነ የራስሽ ነው፤ ጥረሽ ግረሽ (ደክመሽ) ያፈራሽው ነው፤ ስለዚህ ገንዘብሽን አልማዝና ዘመናዊ መኪናዎች ላይ ለማዋል መወሰንሽ ምን ችግር አለው፤ ምኞትሽን ስላሳካሽ እኔም ደስ ብሎኛል " አልኳት፤ በዚህ ጊዜ ከብዲት የነበረው ስሜት ሲገፈፍላት ይታወቀኝ ነበር። አብዛኛዎቻችን ለምንፈልገው ነገር ገንዘባችንን በማዋ- ላችን እንወቀሳለን / የጥፋተኝነት ስሜት ይሰማናል /፤ ይህ ደግሞ የማህበራዊ ስርዓታችን እና የራሳችን አመለካከትና እምነት የፈጠረብን ሊሆን ይችላል፤ ነገር ግን በዋነኝነት መጠንቀቅ ያለብን፤ ለጊዜያዊ ርካታና ደስታ ስንል የምናወጣቸው ወጪዎች ፤ የዘለቄታ ህይወታችንን እንዳያናጉት መልሰን መላልሰን ማሰብ እንደሚገባን ነው።

ሴቶች ከወንዶች ይልቅ የሚፈልጉትን ለመጠየቅ ይፈራሉ፤ አንዳንድ ወንዶችም ግንኙ- ነትንና ጓደኝነትን በሚመለከት የሚፈልጉትን ለመጠየቅ ድፍረት የሚያንሳቸው አሉ፤ የዚህ ዓይነቱ ፍርሃት የሚያመራን ፤ የምንፈልገውን ለማግኘት ብቁ እንዳልሆንን ወደሚያደርስ ድምዳሜና እምነት ነው።

አንዳንዶቻችን ደግሞ የምንፈልገውን ለማግኘት ጤናማ ያልሆነ መንገድን እንከተላለን። እስቲ በቤተሰቦቻችሁና በጓደኞቻችሁ ዙሪያ ልታዩ የምትችሉትን አንዳንድ ጤናማ ያልሆኑ መንገዶችን ለማየት እንሞክር።

ወስዋሽነት /ገፋፊነት (መገፋፋት)

(Manipulation)

ወስዋሽነት / ገፋፊነት (መገፋፋት) (Manipulation) የተለያዩ ቴክኒኮችን / ዘዴዎችን / በመጠቀም፤ ማድረግ የማትፈልጉትን ነገር ለማድረግ ሲያስገድዷችሁ ነው። ለምሳሌ፦- ጥፋ-ተኛነት እንዲሰማችሁ በማድረግ ወይም አንዳንድ አሳሳች ሃሳቦችን በመወርወርና አእምሮአችሁ ላይ ውዥንብር በመፍጠር ብዥታ ማስፈን ሊሆን ይችላል።

ለመጀመሪያ ጊዜ ወደ አሜሪካ እንደመጣሁ፤ አንድ የቅርብ ጓደኛ ነበረችኝ፤ ምስጢር ለመጠበቅ ስል ስሟን ስቴሲ (Stacy) እለዋለሁ።

ስታሲ ወስዋሽ ነበረች፤ የምትፈልገውን ማንኛውንም ነገር በቀጥታ ከማቅረብ ይልቅ፤ የጠየቅኳትን ላትሰጠኝ ትችላለች በሚል ፍራቻ ብቻ ዙሪያ ጥምጥም መሄድ ትወዳለች። እኔ ግን ጥያቄ ማቅረቤ ምንም ችግር እንደሌለበት ባረጋገጥላትም፤ እሷ ግን የምትፈልገውን ለማግኘትና ለማሳመን ምክንያቶችን ትደረድር ነበር፤ ይህ ባህሪዋ ደግሞ መለወጥ የማይችል ሆኖ ስላገኘሁት ግንኙነታችን የግድ መቋረጥ ነበረበት።

ሰዎች ፍላጎታቸውን ለማሟላት በተለያየ መንገድ ሊጫኗችሁ ሲሞክሩ ምቾት አይሰማችሁም፤ ደግሞም ያበሳጫል። አንድ ጊዜ ስቴሲ፤ አንድ የምፀፀትበትን የግል ጉዳዬን አጫውቻት እንደነበር አስታውሳለሁ። ይህን ያካፈልኳትን ምስጢር /መረጃ / ልትጠቀም-በትና ልታሳጣኝ ስለፈለገች፤ ከእኔ አንድ ነገር ስትፈልግ በቀጥታ ከመጠየቅ ይልቅ፤ ብቻዋን መሄድ ወደማትፈልግበት ቦታ አጅቢያት እንድሄድ ትጠይቀኝ/ በተዘዋዋሪ ታስገድደኝ / ነበር። ስቴሲ ያዋየኳትን የግል ጉዳይ እንደ ማስፈራሪያ ልትጠቀምበት ታስብ ነበር፤ ይሄ መቼም ቅሌት ነው። በዚህ ጊዜ እኔም፤ አንድ የጋራ ጓደኛችን ለሆነች ሰው፤ ለስታሲ ያወራ-ሁትን ምስጢር በመንገር ስታሲ ከዘረጋችልኝ ወጥመድ /ጫና / መላቀቅ ቻልኩ፤ በዚያውም ደስታዬን ይሰርቅ ከነበረው መርዛማ ግንኙነት እራሴን አላቀቅኩ።

እናንተም እንደ ስቴሲ ያሉ ጓደኞች ካሏችሁ፤ ይሄን ባህሪያቸውን አትታገሱ፤ መርዛማ

ባህሪያቸውን ስንቀበል በዚያው እንዲቀጥሉ የመፍቀድ ያህል ነው። እንደዚህ የሚያደርጉትን ሰዎች ተጋፈጧቸው፣ የሚጠይቁትን በቀጥታ እንዲጠይቋችሁ እንጂ ዙሪያ ጥምጥም በመሄድ /ጫና በማሳደር / የሚያደርጉትን አቀራረብ እንዲያቆሙ አስረግጣችሁ ንገሯቸው፣ ነገር ግን በዚያው የሚቀጥሉ ከሆነና ይህ ባህሪያቸው የሚረብሻችሁ ከሆነ ግንኙነታችሁን ማቋረጥ የተሻለና ተገቢ ይሆናል። ግንኙነትን ማቋረጥ የሥነምግባር ጉድለት ወይም ኢ-ሰብዓዊነት (Inhuman) ተደርጎ ሊታይ ይሞክር ይሆናል፤ ነገር ግን የእናንተ ዓላማ፣ እርስ በእርስ በመረዳዳትና በመደጋገፍ ግባችሁንና ህልማችሁን ለማሳካት እንደምትጥሩ ሁሉ፣ በአእምሮና በስሜት ጤናማ ከሆኑና በራሳቸው ላይ ተግተው ከሚሰሩ ሰዎች ጋር ህብረትን መፍጠር ስለሆነ፣ ከስነ ምግባር ጉድለት ወይም ኢ-ሰብአዊነት ጋር ምንም ግንኙነት አይኖረውም።

ሰዎች ወደ ኋላ የሚጎትቷችሁና በህይወታችሁ ላይ ውጥረት የሚጨምሩባችሁ መሆን የለባቸውም፤ እናንተም ለዚህ የምትሰጡትና የምታባክኑት ጊዜና ይሉኝታ ሊኖር አይገባም። በእርግጥ ከስቴሲ ጋር የነበረኝን ግንኙነት ሳቋርጥ ከባድ ሁኔታ ላይ ወድቄ ነበር፤ ግንኙነትን በተሻለና ቀለል ባለ መንገድ እንዴት ማቋረጥ እንደሚቻል እንዲረዳኝ ወደ አማካሪ ዘንድ ሳይቀር መሄድ ተገድጄ ነበር። ያደረግኩት ምንም ይሁን ምን፣ ቀጥተኝነትና እውነቱን መናገር በጣም የተሻለ መንገድ ሆኖ ነው ያገኘሁት። ቀጥተኛና እውነተኛ መሆናችሁ፣ ሌሎችም ተመሳሳይ መንገድ እንዲከተሉ ያደርጋቸዋል።

ከስቴሲ ጋር ስገናኝም እንደምወዳትና ከእርስዋ ስለተማርኩት፣ ስለምወደውና ስለማደንቀው አንዳንድ ባህሪይዋ (በርግጥም እውነት ነበር) ነገርኳት፣ እንዲሁም በዚያን ወቅት እኔ ልረዳቸውና ልደግፋቸው የምችል ሰዎች እንዳሉ ሁሉ እኔንም የሚረዱኝና የሚደግፉኝ ሰዎች ያስፈልጉኝ እንደነበር ነገርኳት፣ ነገር ግን የእርሷን ባህሪ መቋቋም እንዳልቻልኩና ከታላቅ ሀዘን ጋር ግንኙነታችንን ማቋረጥ እንዳለብኝ መወሰኔን አሳወቅኳት።

ጓደኛዬም "እሺ! ያልሸው ትክክል ነው" በማለት ከሀሳቤ ጋር መስማማቷን ገለፀችልኝ፤ ያም ሆኖ ግን በመለያያታችን ቅሬታ ፈጺ ላይ የሚነበብ ቢሆንም፣ ያንኑ ወስዋሽ / አስገዳጅ / ባህሪዋን ሳትቀጥልበት አላለፈችም። እኔ ግን ደህና ሁኒ በማለት፣ ለመጨረሻ ጊዜ ተሰናብቼ ተለየኋት። ዝም ብዬ ከአጠገቧ በመጥፋት ወይም በመራቅ ግንኙነታችንን ማቋረጥ እችል

ነበር፤ ነገር ግን ስቴሲን ካለፈው ስህተቷ መማር አያስችላትም፤ እኔም ራሴን እያሰለጠንኩ-
በትና እያለማመድኩት ካለው ክህሎትም ያወጣኝ ነበር። እውነት ጉዳት አለው፤ ነገር ግን
ከሱ ውጭ ምንም ምርጫ የለም።

ማሳጣት / ጉልበተኛነት

(Shaming and Aggression)

አንዳንድ ሰዎች የሚፈልጉትን ለማግኘት ሲሉ የማሳጣት/ ስም የማጥፋት / እና የጉ-
ልበተኛነትን (Shaming and Aggression) መንገድ ይጠቀማሉ። ይህም ከውስወሳ
(manipulation) ጋር የሚመሳሰል ቢሆንም፤ ይህን የሚለየው ግን ኃይልም የተቀላቀ-
ለበት መሆኑ ነው።

በቅርቡ ለጥቂት ጊዜያት ብቻ የማውቀውን አንድ ሰው አገኘሁ፤ ቢል ብለን እንጠራ-
ዋለን። ከዚህ ሰው ጋር ቅርርባችን መልካም ነበር፤ አንድ ወቅት ግን ፈቱ ላይ ቅሬታ ማንበብ
ጀመርኩ፤ እኔም ወዲያው አንድ ስህተት እንደተፈጠረ ገባኝ። እሱም በንዴት ተሞልቶ አን-
ገቴን ሊያስደፋኝ/ሊያሳፍረኝ / (Shaming) ይሞክር ጀመር፤ መጥፎ ጓደኛው እንደነበርኩና
በደል እንደፈፀምኩበት በመግለፅ ይወቅሰኝ ጀመር።

እኔም ግራ በመጋባት፤ ምን እየተካሄደ እንደሆነ እንኳ መገንዘብ አልቻልኩም ነበር። ምን
እንደተፈጠረ ለማሰብ ስሞክር የተረዳሁት፤ ከ11ኛመታት የውጭ ቆይታዬ በኋላ ወደ ኤርትራ
ለጉብኝት ስመለስ ወንድሙን ሳላየው በመቅረቴ የተፈጠረ ችግር ነው። እኔም የሄድኩት
ለአንድ ሳምንት ቆይታ ብቻ መሆኑና እሱም ቢሆን ወንድሙን እንዳይለት እንዳልጠየቀኝ
ላስረዳው ሞከርኩ፤ ያውም'ከ ወንድሙን አላውቀውም።

ወደ ኤርትራ ከመሄዴ በፊት አዘውትሮ ሲናገር እንደምሰማው፤ ወንድሙ ብዙ ጉዞ
እንደሚያደርግ ወይም ተንቀሳ እንደሆነ ነው፤ እኔ ደግም ኤርትራ በነበርኩበት ወቅት ወንድሙ
እዚያ ይሁን አይሁን አላውቅም ነበር፤ በተጨማሪም የነበረኝ ቆይታ ቤተሰቦቼን እንኳ ለማየት

በቂ እንዳልነበር ብገልፅለትም፤ እሱ ግን ለመስማት ፈቃደኛ አልነበረም፤ ከዚያ ይልቅ እሱ ለእኔ ምን ያህል ጥሩ ሰው እንደነበርና ወንድሙን ሳላይ ለመምጣት በመድፈሬ ማዘኑን ገልፆ በብስጭት ጥሎኝ ሄደ።

እንዳለመታደል ሆኖ፤ እንደዚህ ዓይነት ባህሪያት ያላቸው ብዙ ሰዎች አጋጥመውኛል፤ ይኼ ደግሞ ከተግባቦት ማነስ የሚፈጠር ጉዳይ ነው። የምትፈልጉትን ነገር ካልተናገራችሁ እንዴት ማወቅ ይቻላል?፤ እንዴት ነው በቀጥታና በግልፅ ካልተናገራችሁ፤ ያ ነገር አስፈላጊያችሁ ይሁን አይሁን ማወቅ የሚቻለው?፤ ሰዎች ባልተረዱትና ባላወቁት ነገር እንዴት ነው አንድ ነገር እንዲያደርጉልን የምንጠብቀው?። ተጨባጭ ባልሆነ መንገድ ከሰዎች አንድ ነገር የም-ንጠብቅ ከሆነ፤ እኛም ብስጭት ላይ ወድቀን፤ ሰዎችንም ግራ እናጋባለን።

በተለይ ደግሞ በፍቅር ጉዳይ ሲሆን፤ ይህ ነገር ወሳኝነት ይኖረዋል፤ ሰዎች በዚህ ጉዳይ ላይ ብዙ ጊዜ ሲያጉረመርሙ አያለሁ። የማማክራቸው ሴቶች እንደ ነገሩኝ ከሆነ ፤ የወንድ አጋሮቻቸው ብዙ ጊዜ ስለማይረዱ'ቸው፤ እንደሚበሳጩ ነው የሚገልፁልኝ። ታድያ፤ በጉዳዩ ዙሪያ ከአጋሮቻቸው ጋር በሚገባ ተግባቦት አለማድረጋቸውን ስጠቁማቸው፤ ይበልጥ ይበ-ሳጫና "ይሄ'ኮ ግልፅ ነው ሊያውቅ/ልታውቅ ይገባው / ይገባት ነበር " ይላሉ።

እንዴት ነው ሊያውቁ የሚችሉት?፤ ይህን ከመሰለ የተግባቦት እጥረት የተነሳ በባዱ የም-ትበሳጭ ሚስት፤ ግራ የሚጋባና በሚስቱ ሁኔታ ቅር የተሰኘ ባልን እናገኛለን። ሚስትየው / ባልየው ታዲያ፤ አንዳቸው ሌላኛውን በማማት / በማሳጣት/ እና በመነጫነጭ ራሳቸውን መግለፅ ይጀምራሉ። ነገር ግን የሚሄዱበት የማሳ'ጣትና የመነጫነጭ /የንትርክ/ መንገድ የሚ-ፈልጉትን አያስገኝላቸውም፤ ይልቁን ይበልጥ አለመግባባትና በግንኙነታቸውም ላይ ቅሬታን ይፈጥራል።

እንዚህ ከላይ የተገለፁት፤ የምንፈልጋቸውንና የሚያስፈልጉንን በሚመለከት ጤናማ ካልሆኑ የተግባቦት መንገዶች ውስጥ ጥቂቶቹ ናቸው። ሌሎች መርዛማ ባህሪያትም፤ ጓደኝነትንና ግንኙነትን ያበላሻሉ። ስለዚህ ይህን መሰሉን ተግባር መረዳትና ማረም ተገቢ ነው። በሰዎች ላይ ይህንን መሰል ባህሪ ስታዩ፤ ለመሸሽ መሞከር አለባችሁ፤ አለበለዚያ መርዙ ህይወታችሁን

173

ያበላሻል። ትኩረታችሁ ግብና ህልማችሁ ላይ ይሁን፤ በሌሎች ሰዎች የድራማ /የትወና /
ወጥመድ ውስጥ ገብታችሁ አትያዙ።

ሌሎች መርዛማ ባህሪያት-

(Other Toxic Behaviors)

ወሬና ድራማ (ትወና) የሚወዱ ሰዎች አሉ፤ እነዚህ ሰዎች ስለ ሌሎች ሰዎች መልካም ነገር
ሳይሆን ስለ ጉድለታቸው ማውራት ይወዳሉ፤ የወሬ ሱሰኛ መሆናቸው ሲታወቅባቸው

ደግሞ፤ ሌላ ቦታ ይሄዱና ከጀርባችሁ ስለእናንተ ያወራሉ / ያማሉ /። ሌላው ቀርቶ
ልትረዱቸውና መፍትሄ ልትሰጧቸው ብትፈልጉ እንኳ፤ ምንም ነገር እንዲስተካከል አይ-
ፈልጉም። ይልቁን ስሞታ ደጋግመው ያበዛሉ፤ ስሞታቸው ደግሞ ማቆሚያ የለውም፤ ስለ
ራሳቸውም ሆነ ስለ ሌሎች ሰዎች ስሞታ ማቅረብ ልማዳቸው ነው። ያማሉ፤ የሰዎችን ስም
ያጠፋሉ፤ ልትረዷቸው ብትፈልጉ እንኳ አይቀበሏችሁም፤ ችግሮቻቸውን ለማስተካከል በሞ-
ከራችሁ ቁጥር ተስፋ ያስቆ ርጧችኋል። እንደነዚህ ዓይነት ሰዎች የሙያ ምክር /ርዳታ/
ያሻቸዋል።

ንፁህ ውሃ ውስጥ ጠብታ መርዝ ብትጨምሩ፤ ውሃው የሚጠጣ አይሆንም፤ እንዲሁም
መርዛማ ከሆኑ ሰዎች ጋር መዋል ህይወታችሁን ይመርዘዋል። ይኬ ማለት፤ ሰዎች እንደም-
ሆናችን ቅሬታ /ስሞታ/ አናቀርብም ማለት አይደለም፤ ስሞታ በተወሰነ መልኩ ከሆነ ችግር
የለውም፤ ስለዚህ ስሞታ የሚያቀርቡ ሰዎችን ሁሉ አትቀበሏችው ማለት አይደለም። ነገር
ግን ተደጋጋሚ የስሞተኝነት ባህሪ ስታዩና በውስጣቸው ስር የሰደደ መሆኑን ካረጋገጣችሁ፤
ሰውዬው /ሴትዬዋ/ ህይወታችሁን መቀየር የማይሹ ናቸውና በጥንቃቄ ተከታተሏቸው።

ይህንን የተማርኩት ከአንድ ጓደኛዬ ጋር በዩኒቨርስቲ ቆይታዬ ነበር፤ ለጥንቃቄ ስንል ስሟን
ዊንታ ብለን እንጠራለን። ዊንታ ስለ ሰዎችም ሆነ ስለ ማንኛውም ነገር ስሞታ ማቅረብን
ልማድ አድርጋዋለች፤ እኔም ሁሌ " ይህን ነገር እንዴት አወቅሽ? ፤ ሁሉም ሰው እኮ መጥፎ

አይደለም፤ መጥፎ ጎናቸውን ብቻ ሳይሆን፤ ጥሩ ጎናቸውንም ማየት እኮ መልካም ነው " እላት ነበር። ምናልባት ባህሪዋን በማስተካከል ረገድ የጓደኛነት ኃላፊነቴን መወጣት በማሰብ ያደረግኩት ሙከራ ነበር።

በመጀመሪያ ፣ በዚህ መልኩ በሚከሰት አለመግባባት ምን ያህል ጓደኞች እንደራቀኝ አላስተዋልኩም ነበር፤ በመጨረሻ ግን ከጓደኝነት ባለፈ እንደ ቤተሰብ የማያት ዊንታ፣ በቅርብ ጓደኞቼና በማውቃቸው ሰዎች ዘንድ ስለ እኔ መጥፎ ወሬዎችን ታሰራጭ እንደነበር ተረዳሁ። ይህን ወሬ የሰማሁ እለት፤ የነገረኝን ሰው ማመን አልቻልኩም ነበር፤ እንደውም በእኔና በዊንታ ጓደኝነት ቅናት ያደረበትና በመሀከላችን ጣልቃ ሊገባ የፈለገ አድርጌ ነበር የገመትኩት። ነገር ግን ሁለተኛና ሶስተኛ ሰዎች ልክ እንደ መጀመሪያው ሰው ወሬውን ሲነግሩኝ፤ ምን ያህል ለተጋላጭነት እንደተዳረግኩ፤ ጓዬትና ክህደት እንደተሰማኝ ልነግራችሁ አልችልም። ነገር ግን እዚያም፤ ስለሰራችው ስራ ፌት ለፌት ካፋጠጥኳት/ ከተጋፈጥኳት በኋላ ግን ግንኙነታችንን አቋረጥኩ።

አሁን ወደኋላ መለስ ብዬ ሳየው፤ ጓደኛዬ ከተውውቃችን ቀን አንስቶ ባህሪይዋ እንደነበረ ነው የተረዳሁት። ስለ ሰዎች ስታወራኝና ስለ ማንኛውም ነገር ስታማርር፤ ለኔ ፍንጭ እየሰጠችኝ ነበር፤ በማንኛውም ጊዜ በኔም ላይ ሊከሰት እንደሚችል፤ መገንዘብ ነበረብኝ። አሁን የተረዳሁትን በዛን ወቅት አልተገነዘብኩትም፤ ይህን መሰል ጓደኝነት መርዛማ እንደሆነ አልተረዳሁም ነበር።

አንዳንድ ጊዜ ወሬኝነትን መሸሽ አስቸጋሪ ሊሆን ይችላል። በስራ አካባቢና በጓደኝነት ዙሪያ ወሬኝነት የተለመደ ነው፤ እናንተ መሳተፍ የማትፈልጉ ከሆነ ደግሞ ትጣላላችሁ፤ ስለዚህ ከጀማሮው ገደብ ልታበጁለት ይገባል። ገና እንዲህ አይነት ነገር ሲጀመር/ ሲከሰት በግልፅ፤ ሰዎች በሌሉበት ከበስተጀርባቸው የሚነገርን ሀሜት መስማት አልወድም ማለትና ማሳወቅ አለባችሁ። በዚህ መልኩ ድንበራችሁን ማስጠበቅ ይኖርባችኋል። ሰዎች በመጀመሪያ ላይረዷችሁ ይችላሉ፤ ነገር ግን በኋላ ላይ፤ በዚህ አቋማችሁ ሊያከብሯችሁና ሊከተሏችሁ ይችላሉ። ታዲያ ይህ ድፍረትን ይጠይቃል፤ በመጨረሻም ከወሬኝነትና አስመሳይነት መርዝ የፀዳ፤ ሰላማዊና ነፃ ህይወትን መደሰትና ማጣጣም ትጀምራላችሁ።

ቀናተኛ አይነት (Jealous Type)

በሌሎች ስኬት የሚቀኑና በነቀፋ የተሞሉ ሰዎች አሉ። የምትለብሱትን ልብስ አቃቂር (Criticize) ያወጡላታል፤ ክብደት ስትጨምሩ ወይም ስትቀንሱ አግባብ ያልሆነ አስተያየትን በመስጠት፤ ባላችሁ ግንኙነት /ቅርርብ ላይ አሉታዊ ተፅዕኖ ያሳድራሉ። አንዳንዶቹ ደግሞ ከሌሎች ጋር ያላችሁን ግንኙነት በማጠልሸት፤ ከነሱ ጋር ብቻ እንድትሆኑ ይፈልጋሉ፤ ሊነጥሏችሁም ይሞክራሉ። አንዳንድ ሰዎች ይህንን ከፍቅር የመነጨ አድርገው ሊያዩት ይከጅላሉና በሚገባ ልትረዱት ይገባል። ሰዎች ከሌሎች እንድትርቁ የሚያደርጓችሁ ስለሚ-ወዱችሁ እንደሆነ ቢነግሯችሁ አትመኗቸው፤ ፈፅሞ ጤናማ ያልሆነና በውስጡ መርዝ ያዘለ ባህሪይ ነው።

እኛም ለሚኖረን ተግባቦት (Communication) እና ምክንያት አልባ ግምት (Expectation) ሀላፊነቱን መውሰድ ይኖርብናል።

እኔ ካየሁት ልምድ ስነሳ፤ አብዛኞቹ ቀናተኛ ሰዎች መታወቅን፤ መደመጥን፤ መወደድን፤ እና ተፈላጊነትን የሚሹ ናቸው፤ ታዲያ ይህን በምን መልኩ ማግኘት እንደሚችሉ ስለማ-ያውቁ፤ ነገሮችን ለማሳካት ሲሉ በዚህ አይነት መርዛማ (ብልሹ) ባህሪይ ስር ይወድቃሉ፤ የሌሎችንም ህይወት ያበላሻሉ።

ይህንን የመሰሉ መርዛማ ባህሪያትን መዘርዘር እችላለሁ፤ ይህን የማደርገው ከሌሎች ጋር ያላችሁ ግንኙነት ምን ያህል ጤናማ እንደሆነና እንዳልሆነ እንድትፈትሹ ለማሳየት ነው። እነዚህ ከዚህ በታች የዘረዘርኳቸው የስሜት መገለጫዎች፤ ከመርዛማ ሰዎች ጋር ስትሆኑ ሊሰማችሁ ከሚችሉት ውስጥ ጥቂቶቹ ናቸው።

- እነዚህን ሰዎች ለመለወጥ/ ለማዳን / እና ያለባቸውን ችግር ለመቅረፍ/ ለማስተካከል እንድትሞክሩ የሚገፋፋችሁ ስሜት ይኖራል

- ከነርሱ ለመሸሽ ወይም ለመደበቅ ትምክራላችሁ

- እነርሱን ማየት/ መገናኘት/ ያስፈራችኋል

- ከነርሱ ጋር ጊዜ ካሳለፋችሁ በኃላ፣ ድርቀት ወይም ባዶነት ይሰማችኋል

- ከነርሱ ጋር ስትሆኑ የንዴት፣ የሀዘን ወይም የድብታ ስሜት ውስጥ ትገባላችሁ

- ስለ ሌሎች ሰዎች ለማውራት ትገደዳላችሁ

- በሚፈጥሩት ትወና /ማስመሰል፣ ወይም ችግር ምክንያት ትረበሻላችሁ

- ስለ እናንተ ፍላጎት ደንታ/ግድ / የሌላቸውና ለሚጠይቁት ነገር ' የለም '/ ' አይቻልም
  ' የሚል መልስ መቀበል አይፈልጉም

ከላይ ከተገለፁት አይነት ሰዎች ጋር ስትገናኙ፣ አንድ ወይም ከዛ የበለጡ እነዚህ ስሜቶች የሚከሰቱባችሁ ከሆነ ግንኙነታችሁን አቋርጡ፣ ከመርፈዱ በፊት ተለዩ። ይህን በማድረጋችሁ አትሳሳቱም ደግሞም አትፀፀቱም። ብዙ ጊዜ ከእንደዚህ አይነት መርዛማ ወዳጅነትና ግንኙነት ስንለይ፣ የሚሰማን የፀፀት ስሜት የሚመነጨው፣ ጤናማ ግንኙነትና የሚፈጥረውን ጣዕም ያለው ህይወት ስለማናውቀውና ስላልተማርነው ነው። በምሳሌነት ሊጠቀስ የሚችል ይህን መሰል ወዳጅነትና ግንኙነት ስላላየን፣ እንደዚህ አይነት መርዛማ ሰዎችን መቀበል የተለመደና ተገቢ አድርገን እንቆጥረዋለን።

በፍርድ ቤት ተሞክሮዬ፣ ብዙ ሰዎች አስቀያሚ በሆነ መንገድ ከትዳራቸው ሲለያዩ/ ሲፋቱ/ ተመልክቻለሁ፣ ብዙ ሰዎች በምሬት ተሞልተውና ቅር ተሰኝተው፣ ነገሩ ከቁጥጥር ውጪ ሆኖባቸው የተጎዱ አሉ፣ ምክንያቱም ይህን መሰሉን ባህሪ ለረኸረም ጊዜ በትዕግስት ለማስተናገድ በመሞከራቸው ነው። ህይወታቸው ተመርዟል፣ በትክክል እንኳ ለማሰብ ይቸ-ገራሉ፣ ሌላው ቀርቶ ለጠበቆቻቸው፣ ለንደኞቻቸው እና አነርሱን ለመርዳት ለቆሙላቸው አስተርጓሚዎች እንኳ ሳይቀር ቀ'ና መሆን ይሳናቸዋል።

አንድ ባጋጠመኝና የግድያ ሙከራ በቀረበበት የፍርድ ቤት ጉዳይ ላይ ባልየው ምስክርነቱን ሲሰጥ፣ የባለቤቱን መርዛማ ባህሪ ከ10 ዓመታት በላይ ታግሶ መቆየቱን ይገልፅ ነበር። ይህንን ደግሞ ያደረገው ለልጆቹ ሲል እንደሆን እና የሚስቱን ቀናተኛነት፣ የውሸት የፍቅር ትወናና፣ ዋስትና የማጣት መርዛማ ባህሪ፣ በተቻለው መጠን ለማስተካከል ጥረት ያደርግ እንደነበር ነው

የገለፀው፤ ነገር ግን ሊያስተካክለው አልቻለም። በተቃራኒው ግን የራሱ ህይወት በቅሬታ፤ በንዴትና በምሬት የተሞላ ሆኖበት ነበር። አንድ ቀን ግን ትዕግስቱ ስላለቀና ከልክ ስላለፈበት፤ የግድያ ሙከራ አደረገባት፤ እንደ እድል ሆኖ ለሚስቱና ለልጆቹ ሲል ፈጣሪ ጣልቃ ገብቶ ህይወቷ ተረፈ። አሁን ይህ ወጣት ሰው፤ በአሜሪካ እስር ቤት ዕድሜ ልክ ተፈርዶበት ዘመኑን ሲገፋ ታገኙታላችሁ።

እንዚህ መርዛማ ባህሪያት በጋብቻ እና በንደኝነት ውስጥ፤ እንዲሁም በስራ ባልደረቦች፤ በጎረቤቶች ወዘተ....መካከል ሁሉ ይገለፃሉ። ይህ በሚስቱ ላይ የግድያ ሙከራ ያደረገው ወጣት ጉዳይ፤ ምናልባት ለጠጥ ያለ ምሳሌ (Extreme Example) ሊሆን ይችላል።

ከዚህ የተነሳ ልንታገሳቸው የማይገቡ ባህሪያት ሊያደርሱ የሚችሉትን ጉዳትና በህይወታችን ላይ የሚያስከትሉትን ጥፋት ማየት ይቻላል።

አንዲት የምክርና ስልጠና አገልግሎት የምሰጣት አንዲት የቬትናም ቤት ሰለ መርዛማ ባህሪይ ስናወራ እንዲህ ነበር ያለችኝ፤ "ታጋሽ መሆን መልካም ነው፤ በጣም በታገስኩና በቻልኩ ቁጥር፤ ድርጊታቸው ትክክል አለመሆኑን ለመረዳትና ለማስተካከል እድል ያገኛሉ"።

ይህን መሰሉን አስተያየት ከብዙ ሰዎች ማለትም ከተለያዩ ሀገሮች ከመጡ ወንዶችና ቤቶች አንደበት ሰምቻለሁ፤ በሀበሻ ባህላችንም ይህን መሰል አመለካከት እንዳለ አውቃለሁ። ሰዎች አክብሮት ሲነፍጓችሁና አላግባብ ሲይዟችሁ ዝም ማለት / መታገስ የጨዋነት መለኪያ አይ-ደለም። ትዕግስታችሁ የሰዎቹን ባህሪ መለወጥና ማስተካከል ከቻለ መልካም ነው፤ ነገር ግን ትዕግስታችሁ ይበልጥ መረን እንዲለቁና ጭራሽ እንዲበላሹ የሚያበረታታቸው ከሆነ፤ ድን-በራችሁን በሚገባ በማስመር በዚያ መልኩ ሰዎች ሊያስተናግዷችሁ እንደማይገባና ለጤናማ ግንኙነታችሁ እንደማይበጅ፤ አፅንኦት ሰጥታችሁ ማሳወቅ አለባችሁ።

ጤናማ ግንኙነት፤ ከመሻቶቻችንና ፍላጎቶቻችን ጋር መጣጣም አለባቸው። ብዙዎቻችን መርዛማ ከሆኑ የቤተሰብ አባላት፤ ንደኝነት እና ሌሎች ግንኙነቶች ጋር ብናሳልፍም፤ ጤናማ ግንኙነቶች ምን እንደሚመስሉና የሚያሳድራብንን ስሜቶች ግን አናውቃቸውም።

እስቲ የጤናማ ግንኙነት አንዳንድ ባህሪያትን (Characteristics) እንመልከት፦

- በማንንትህ ምቾት ይሰማህል

- ሌሎችን ለመምሰል አትሞክርም

- ማድረግ የማትፈልጋቸውን ለማድረግ አትገደድም

- የጋራ መከባበር ይኖራል

- የጋራ መደጋገፍ ይኖራል

- የጋራ መተማመን ይኖራል፤ ሰዎች ቀጥሎ ምን ያደርጉን ይሆን ወይም ይጎዱን ይሆን? ብላችሁ አታስቡም፤ እርስ በእርስ ትተማመናላችሁ

- ከንደኝነት፤ ከግንኙነት እና ከጋብቻ ውጪ በሆነ ነገር፤ ሌሎች ፍላጎቶችና ጓደኞች ሊኖራችሁ ብትሹ እንኳን፤ በሁለታችሁም ወገን ነፃነት ይሰማችኋል

- ግንኙነታችሁን ለመጠበቅ፤ በሁለታችሁም በኩል ጥረትና መደጋገፍ ታደርጋላችሁ

- በመካከላችሁ ግጭት ቢፈጠር እንኳን፤ ልዩነትን ለማስወገድ በጤናማ መልኩ ተግ-ባቦትን በመፍጠር መፍትሄ ትፈልጋላችሁ፤ ስለጉዳዩ ትነጋገራላችሁ፤ እርስ በእርስ ይቅር ትባባላላችሁ፤ ጓደኝነታችሁም በጋራ መግባባት ይቀጥላል።

- እንደተወደዳችሁ ይሰማችኋል፤ እናንተም ፍቅርን ወድዳችሁና ፈቅዳችሁ ትለግሳላችሁ

ከእነዚህ ውጭም፤ ግንኙነታችሁና ወደጅነታችሁ ጤናማ መሆኑን የሚያሳዩ ሌሎች መን-ገዶችም አሉ፤ ከላይ የቀረቡት ግን፤ ከተለመዱት ውስጥ ጥቂቶቹ ናቸው።

ምንም እንኳን የበታችነት እና ያለመፈቀር የመሳሰሉ ስሜቶች የበኩላቸውን አስተዋፅኦ ቢያደርጉም፤ መርዛማ የሆኑ ባህሪያት በልጅነት ከተማርነውና ከወረስነው አስተዳደግና ከደረ-ሱብን ያልተገቡ ጥቃቶች ትውስታ የመነጩ ሊሆኑ ይችላሉ። ይህ ባህሪ ደግሞ በአዕምሮ ጤና

ባለሞያዎች የምክር አገልግሎት ሊታገዝና ሊስተካከል ይገባል፤ አለበለዚያ መርዛማ ባህሪ ልክ እንደተሰቦ በሽታ ነው፤ ሌላውንም ይበክላል / ይመርዛል። በሀገራችንም አንድ አባባል አለ - " ከአህያ የዋለች ጊደር፤ ፈስ ተስተምራ ትመጣለች " ይባላል። ስለዚህ፤ እነዚህ መርዛማ ባህሪያት በግንኙነቶቻችን መካከል ብቅ የሚሉት፤ ምን እንደምንፈልግና እንደሚያስፈልገን በቀጥተኛነት ለመግለፅና ተግባበት ለመፍጠር አቅም ሲያንሰን ነው።

በቀጥታና በግልፅነት የምንፈልገውን መጠየቅ ሳንችል ስንቀር ጫናን፤ ሀይልን መጠቀምና ነጥብ ማስቆጠር፤ የምንፈልገውን ነገር ለማግኘት የምንችልባቸው መንገዶች አድርገን እንወ- ስዳለን። ነገር ግን ይህ ቅሬታን፤ ንዴትን እና አለመተማመንን በመፍጠር ግንኙነትን ይበልጥ ያሻክራል።

በጤናማ ግንኙነትና ወዳጅነት ውስጥ ግልፅነት፤ አውነተኛነት እና ለሌሎች ክብርን መስጠት አለ፤ ጠቃሚና ሀይል ያለውን የተግባበት መንገድንም መማርና ብቁ መሆን ይገባል።

እስቲ ፍላጎቶቻችንን ለማሳካት ከሌሎች ጋር እንዴት ተግባበት መፍጠር እንደምንችል ጥቂት ነጥቦችን እንመልከት፤ በጣም ቀላል ነው:-

ማድረግ ያለባችሁ ነገር ቢኖር፤ የሚያስፈልጋችሁንና የምትፈልጉትን ለዩና በቀጥታ ጥያቄ- ዎቻችሁን አቅርቡ። የምታገኙዋቸው መልሶች አንዳንዴ " እሺ " እና አንዳንዴ" አይሆንም " ሊሆን እንደሚችል ጠብቁና ከሁኔታው ጋር ራሳችሁን አስማሙ፤ ቀላል አይመስላችሁም? ። ነገር ግን ብዙዎቻችን የምንጠይቀውን ላናገኝ እንችል ይሆናል ብለን ስለምንፈራ፤ የም- ንፈልገውን ለመናገር አንደፍርም፤ የምንጠይቀውን ሰው የምናበሳጭ ይመስለናል፤ ወይም ሌሎች የተለያዩ ምክንያቶችን እናቀርባለን። ነገር ግን ለጤናማ ስብዕና፤ ለጤናማ ወዳጅነትና ግንኙነት፤ የተሰጠ ማንነት ሊኖረን ይገባል። እነዚህ ወዳጅነቶችና ግንኙነቶች፤ ልክ ፀሀይና ውሀ አግኝተው እንደሚያድጉና እንደሚያብቡ ዛፎች፤ እኛንም ወደ ሀልሞቻችንና ግቦቻችን እንዲያደርሱን መመገብና መንከባከብ ያስፈልገናል፤ ለፍርሀቶቻችን መገዛት አይኖርብንም።

አቶ ታፈስ የሚባል የ7ኛ ክፍል የሂሳብ መምህሬ፤ ብዙ ጊዜ 100% ውጤት ለማ- ምጣት እየጠበቅን በብርቱ እንድንሰራ ይመክረን ነበር፤ እንዲህ ስታስቡና ስታደርጉ አንዳንዴ

100% አንዳንዴ ደግሞ 90% ልታመጡ ትችላላችሁ፤ ይሄ ደግሞ ጥሩ ውጤት ነው፤ ነገር ግን ፈተናውን ለማለፍ የሚያስችላችሁን 50% ነጥብ ለማግኘት ብታጠኑና 40% ብታገኙ፤ መውደቃችሁ ነው ይለን ነበር። ስለዚህ እናንተም፤ ሁልጊዜ ለ100% መስራት አለባችሁ፤ በማንኛውም ጉዳይ 100% ለማሳካት ጠንክራችሁ ለመስራት ሞክሩ፤ የምትፈልጉትንም ለማግኘት እንዲሁ አድርጉ፤ 90%ቱን ማሳካት ከቻላችሁም ደስ የሚያሰኝ ውጤት ይሆንላችኋል።

ለሰዎች አይሆንም/ አይቻልም ማለት መብታችን እንደሆነ ሁሉ፤ ሰዎችም እኛን አይሆንም/ አይቻልም ማለት መብታቸው እንደሆነ ማወቁና መቀበሉ ተገቢ ነው፤ በዚህ መስማማት ይገባል። በህይወታችን የምንፈልገውን ሁሉ 100% ማግኘት አንችልም፤ ይህ ደግሞ ሊካድ /ሊታበል የማይችል ሀቅ ነው።

የሚያስፈልጉንን ነገሮች ለማግኘት በግልፅነትና በቀጥተኝነት ተግባበት መፍጠር ካልተማርን፤ ከቤተሰቦቻችን፤ ከንደኞቻችን ወይም ከማንም ሰው ጋር ጤናማ ግንኙነት ሊኖረን አይችልም። ይህንን መሳሪያ መጠቀም ካልቻልን፤ ህይወታችንን ሊያሳድግ የሚችል ጤናማ ድጋፍ ሰጪ ስርአት ለመገንባት ብርቱ እንቅፋት ይሆንብናል።

አሁንም የምንፈልገውን ለማግኘት በራስ መተማመን የሌለን ከሆነ፤ ልናገኝ የሚገባንን ድጋፍና ፍቅር እንዴት ልናገ እንደምንችል ጥቂት ተጨማሪ ምሳሌዎችን እንመልከት።

ወ/ሮ ፒ (Ms. P) የምትባል ጓደኛዬ ከጥቂት ዓመታት በፊት አንድ ህፃን ልጅ ነበራት፤ የመጣችውም ከኔ የትውልድ ስፍራ ከሆነችው ከአፍሪካ አህጉር ነበር። አፍሪካ ውስጥ ደግሞ፤ አንዲት ቤት ልጅ ከወለደች በኋላ በአራስ ቤት ለ 40 አንዳንዴም ከዛ ላላፉ ቀናት፤ በቤተሰቧ አማካይነት ጤናማና ገንቢ ምግብ እየተዘጋጀ ትታረሳለች፤ ወይም እንክብካቤ ይደረግላታል። ይህቺ ጓደኛዬ ግን፤ ልጅ ከወለደች በኋላ ወዲያውኑ ወደ አሜሪካ ስትመጣ አጠገቢ ያለ የቤተሰብ አባል ቢኖር፤ ባለቤቷ ብቻ ነበር።

የሚስ ፒ ባለቤት ስራ የሚበዛበት ሰው ነበር፤ አንድ ቀን ለባለቤቱ፤ አንዲት እንግዳ ወደ ቤታቸው እንደምትመጣና እንደምትገበኛቸው ይነግራታል። ምንም እንኳን ከወሊድ የተነሳ የደከማት ቢሆንም፤ ሚስ ፒ የግዴን ተነስታ ምግብ ማዘጋጀት ጀመረች፤ የመጣችውም እንግዳ

ከተመሳሳይ የትውልድ ስፍራ የመጣች ብትሆንም፤ በሚስ ፒ የቀረበላትን የምግብ መስተንግዶ ደስ ብ ኳት ከተስተናገደች በኋላ እር ኳን ለማገዝ አልሞከረችም።

ነገር ግን አራ ኳ ጓደኛዬ ሰሀኖችን አጣጥባ፤ ሻይም አፍልታ ታጫውታት ጀመር። ምንም እን ኳን የመጣችው ቤት እንግዳ ብትሆንም፤ ለሚስ ፒ ምግብ የ ሚያበስልላት፤ ሰሀኖችን የሚያጥብላትና አድካሚና አሰልቺ የሆኑትን ስራዎች የ ሚሰራላት ማንም ሰው እንደሌላት፤ ቤት ውስጥ ካለው ሁኔታ ትረዳለች ብላ ጠብቃ ነበር፤ በባህሉ መሰረት ደግሞ፤ እንግዳዋ አራ ኳን መርዳትና እንድታርፍ ማድረግ ይጠበቅባት ነበር።

ሚስ ፒ በነገሩ በጣም ተበሳጭታ ስለነበር ብስጭቷን ደ ጋግማ ትነግረኝ ጀመር፤ እኔም እን ዲህ ስል ጠየቅ ኳት፤ " በዚያን ወቅት፤ አንቺ የምትፈልጊውና የ ሚያስፈልግሽ ምን ነበር? " አል ኳት።

ሚስ ፒ በጥያቄዬ አልተደሰተችም ነበር፤ እ ኳ የጠበቀችው እንግዳዋን እንደ ጥፉተኛ ቆጥሬ ከ ኳ ሀሳብ ጋር እንድስማ ማ ነበር። እኔም፤ ከኔ የፈለገችው ምን እንደሆነ የገባኝ መሆኑን ከገለ ፀኩላት በ ኋላ፤ አሁንም ደግሜ በዛን ዕለት ከእንግዳ ሽ ምን ትፈልጊ እንደነበር ማወቅ አፈል ጋለሁ አል ኳት። ሚስ ፒ እን ዲህ አለች፤ " በእለቱ ድካም ተሰምቶኝ ነበር፤ በርግጥም ሰውነቴ ሁሉ ዝ ኳል፤ እናም ማረፍ ነበር የምፈልገው፤ ምንም እን ኳን ስለጉብ ኟ ቷ ባመስግንም፤ ገና በአራስ ቤት ያለሁና ማንም የ ሚረዳኝ እንደሌለ አውቃ ልታዝንል ኝ ይገባት ነበር "፤ ቀጥላም እንግዳዬ ምግቡን በማዘጋጀት፤ ሳህኖ ቿን በማጠብና እኔ እንዳርፍ በማድረግ ታግዘኛለች ብዬ ነበር የጠበቅ ኳት፤ እኔም'ኮ፤ ለሌሎች አደርገው የነበረ ነው " አለች ኝ።

እናም ለሚስ ፒ " ጥሩ! ይሄ ማለት፤ አንቺ በ ጊዜው ምን እንደምትፈልጊና እንደ ሚ-ያስፈልግሽ ታ ው ቂ ነበር ማለት ነው፤ ነገር ግን ይህን ለእንግዳ ሽ አሳው ቀ ሽ ታል? እንዴት ደክሞ ሽና ዝለ ሽ እንደነበረ ልታሳያት ሞክረ ሻል? ወይስ ለማስመሰል ስትይ ፈገግ በ ማለትና ጤነኛ በመምሰል ራስ ሽን ልትደብ ቂ ፈልገ ሻል?

ሚስ ፒም ስትመልስ፤ እንግዳዋ መጥፎ ስሜት እንዳያድርባት፤ ጠንካራ፤ በመምጣቷ ደስተኛ የሆነችና ፊቷ ላይ ፈገግታ በ ማሳየት በጉብ ኟ ቷ መደ ስቷን ለማሳመን ት ሞክር እንደነበር

አመነች፡፡ እኔም መልሼ " ልታይኝ በመምጣትሽ ደስ ብሎኛል፣ አመሰግናለሁ፣ ነገር ግን አዝናለሁ፣ ድካም ይሰማኛል፣ እንደ ደንቡ ምግብ አዘጋጅቼ ማስተናገድ ነበረብኝ፣ ነገር ግን አልቻልም፣ ማረፍ ያስፈልገኛል፣ ደግሞም የሚረዳኝ ሰው በአጠገቤ የለም፣ ስለዚህ ይቅርታ አድርጊልኝና እባክሽ ቅር ካላለሽ የምትፈልጊውን አቀራርበሽ ራስሽን ብታስተናግጂ፣ ሁሉም ነገር ኩሽና ውስጥ አለ፣ ካልራበሽም ወተት፣ ጭማቂ ወይም ውሃ ፍሪጅ ውስጥ አለልሽ፣ ራስሽን ማስተናገድ ትችያለሽ፣ እንደ ቤትሽ ቁጠሪ / ይሰማሽ "፣ ማለት ትችይ ነበር አልኳት፡፡

ሚስ ፒ በሃይል ተነፈሰችና " አብደሻል እንዴ? እንደዚያ ለማለትማ ፈፅም አልችልም! " አለች፣ እኔም " ለምን አትችይም? " አልኳት፡፡

" እንግዳን በዛ መልክ ማስተናገድ በባህላችን ተገቢ አይደለም፣ በመጀመሪያ ነገር ወደ ቤቴ ነው የመጣችው፣ ሁለተኛ፣ እንግዳዋ እርዳታ እንደሚያስፈልገኝ ማወቅ ነበረባት፣ ይህ ግልፅ ነው፣ ሳልጠይቃት ማወቅና መርዳት ነበረባት፣ መጠየቅኮ አይገባኝም፣ እሷናት ማወቅ የነበረባት " አለችኝ፡፡

አሀ! በባህል ስምና ሽፋን፣ ሚስ ፒ ስለምትፈልገውና ስለሚያስፈልጋት ነገር ለካስ ድፍረት አልነበራትም፣ በውጤቱም ቅር ልትሰኝ፣ ልትደክም እና ልትናደድ ነው የቻለችው፡፡ ሰዎች አእምሮአችንን እንዲያነቡ መጠበቅ አይገባንም፡፡

በላይኛው ምሳሌ ከሚስ ፒ ጋር በዚህ ጉዳይ ላይ ተነጋገርናል፣ በመጨረሻ የተስማማንበት ነገር ቢኖር፣ እንደዚህ አይነት ነገር ሲከሰት ከባህል እስራት ተላቆ፣ በተገቢው መንገድ ፍላጎትን መግለፅ ትክክል መሆኑ ነው፡፡ በዚህ ጊዜ እንግዳዋ እንዲህ ልትል ትችል ነበር፣ " ቆይ እስቲ የኔ እህት! ላግዝሽ "፣ እናም፣ ሁሉቱም ጥሩ ጊዜ ይኖራቸው ነበር፡፡ ወይም ደግሞ ግልፅነቷ አልዋጠላት ካለ፣ እንግዳዋ ተቀይማ ከቤት ተሰናብታ መውጣት ትችላለች፣ ነገር ግን ሚስ ፒ፣ የአእምሮ ሰላሟ ተጠብቆና በሚገባ አርፋ፣ ልጇን በትኩረት መንከባከብ ትችል ነበር፡፡ ሚስ ፒ በመጨረሻ ያመነችውና የተቀበለችው፣ እንግዳዋ እንደ ባለኔ እንዳትቆጥራትና መጥፎ እንግዳ ተቀባይ አድርጋ እንዳትገምታት ማሰቧ ነው፣ ሚስ ፒ በይሉኝታና ያልተገዳች በመምሰል እንግዳዋን ለማስደሰት ያደረገችው ጥረት ሁሉ ከንቱ ድካም ነበር፣ ታዲያ ይህ

ኪሳራ አይደለም?፡፡

ተገቢ የሆነ ተግባቦት ያስፈልገናል፤ ይህ ለደስተኛና ለተሟላ ህይወት እጅግ አስፈላጊ ጉዳና ነው፡፡ እንግዳዋ ወደተጋበዘችበት ቤት ከመጣች በኋላ ሁኔታውን አይታ በሀላፊነት ስሜት ለምን ልትረዳት እንዳልፈለገች አናውቅም፤ ነገር ግን እኛ ሀላፊነት ሊሰማን የሚገባን፤ ስለሌሎች ባህሪይ ሳይሆን ስለ ራሳችን ባህሪይ ነው፡፡ ምን እንደምንጠብቅባቸው ሳንነግራቸው አንድ ነገር እንዲያደርጉልን መጠበቅ የለብንም፤ ይኸ ጤናማ አይደለም፡፡ ደስታችሁን ለማስጠበቅና ፍላጎታችሁን ለማሟላት ሀላፊነትን መውሰድ ያለባችሁ እናንተው ራሳችሁ ናችሁ፡፡

መተማመንን መገንባት/ ልብን መክፈት-
(Building Trust/Opening Your Heart)

ልባችሁን ክፈቱ ሲባል፤ ሰዎች ደካማ ጎናችንንም ገላልጠው ለማየት ዕድል ያገኙና ለጥቃት እንጋለጣለን ብለው ያስባሉ፤ ስለዚህ አብዛኛውን ነገሮቻችንን በልባችን ውስጥ እንደብቃለን፤ ምክንያቱም ሌሎች ሊያደርጉብን የሚችሉትን አናውቀውም፤ ልንቆጣጠረውም አንችልም እንላለን፡፡ ልምዳችን የሚነግረንና የሚያስታውሰን፤ ከዚህ በፊት የተለያዩ ሰዎች ምን ያህል እንደከዱን፤ እንደተጠቀሙ·ብንና እንደጎዱን ነው፡፡

ሁላችንም በዚህ አይነት ህይወት ውስጥ አልፈናል፤ ተጎድተናል፤ ተከድተናል፤ ስለዚህ ወደፊት ሊያጋጥሙን ከሚችሉ አደጋዎች ራሳችንን ለመከላከል መሞከራችን ተገቢና የተለ-መደም ነው፡፡ ይህንን የምናደርገው ደግሞ በምናውቀውና በለመድነው መንገድ ብቻ ነው፤ ልባችንን እንዘጋለን፤ ለማንም ሰው ልባችንን ላለመክፈት እንታገላለን፤ ሰዎች ማንነታችንን ካወቁና ስሜታችንን ከተረዱ ለጥቃት እንጋለጣለን ብለን እንሰጋለን፤ ስለዚህ በይሉኝታና በውሸት ፈገግታ እየሸነገልን /እያሞኘን/ ከሰዎች መራቅን እንመርጣለን፡፡

እኔም በዚህ ሁኔታ ውስጥ ስላለፍኩ በሚገባ አውቀዋለሁ· ልቤን በመክፈቴም ብዙ ጊዜ ተጎድቻለሁ፤ ልቤን በመክፈቴና የውስጥ ሚስጢሬን ሳላመነታ በመዘርገፌ፤ የጠቀሙኝና

የመፍትሄ አካል የሆኑኝ ጥቂት ሰዎች ብቻ ናቸው። የአሁኑን ባለቤቴን ጨምሮ ልጄን ለማገዝም ለመክፈት ተቸግሬ ነበር፤ ልጄ ላይ ትልቅ ግንብ ገንብቼ ነበርና ሰዎች ከተወሰነ ርቀት/ክልል ውጭ እኔን መቅረብ ይቸገሩ ነበር። በመጨረሻ ግን ትልቁን ግድግዳ ማፍረስ ነበረብኝ፤ እንዴት ያለ ዕረፍት መሰላችሁ፤ ግድግዳው በእኔና ህይወት ወደ እኔ ከሚያስጠጋቸው ሰዎች ሁሉ ለይቶኝ ነበር።

ይህን መሳሪያ (Tool) ላካፍላችሁ ያሰብኩት መጨረሻ ላይ ነበር፤ ምክንያቴም ልባ- ችሁን መክፈት የሚያስችሏችሁን ሌሎች መሳሪያዎችን አስቀድሜ ማቅረብ በመፈለጌ ነው። ምናልባት " ስለየትኛው ግድግዳ ነው የምታወሪው? እኔ እንደሆን ምንም ግድግዳ የለኝም " ልትሉ ትችሉ ይሆናል። በጅማሮእችን ላይ ስለ አመለካከት (Attitude) የተነጋገርነውን ታስታውሳላችሁ ብዬ አስባለሁ፤ አንደኛው የግድግዳው አይነት እሱ ሊሆን ይችላል። እስቲ እንዲህ ብላችሁ የምታስቡ ብትሆኑስ፤ " በዚህ እድሜዬ ጓደኛ እንዴት ማፍራት እችላለሁ? የማይሆን ነገር ነው፤ በዚህ መሰል ባህል ውስጥ ጓደኛ ማበጀት ከባድ ነው፤ እንደውም አይቻልም፤ በቀላሉ ሊረ'ዱኝ አይችሉም "። ይህ ማለት፤ ለአዳዲስ ሰዎች ልባችሁን እንዳ- ትከፍቱ የሚያደርግ ግድግዳ እየገነባችሁ ነው፤ ያንንም የምታደርጉት ሊጎዱን ይችላሉ ከሚል ፍርሀት የተነሳ ነው።

አንድ ጊዜ ይህን እምነት/ አመለካከት ከአእምሮአችሁ ካስወገዳችሁ በኋላ፤ አዳዲስ ድን- በሮችን አስምሩ፤ ፍላጎታችሁን እንዴት ማሳወቅ (Communicate) እንዳለባችሁ ተረዱ፤ አሁን ልባችሁን መክፈት ቀላል ይሆንላችኋል። ከጓደኞችም ሆነ ከቤተሰብ ጋር አንድ ላይ መሆን፤ ሌሎችንም ሰዎች ወደ ህይወታችሁ መጋበዝ አይከብዳችሁም፤ ነገር ግን ልባችሁን ለመክፈት የሚያስችል አመኔታ በውስጣችሁ ሊያድር ይገባል። እንዴት ነው ታዲያ ይህን አመኔታ የምትገነቡት? ዝም ብላችሁ በየዋህነት፤ ልባችሁን በመክፈት፤ ልባችሁን እንደማ- ይሰብሩት ተስፋ በማድረግ አይሆንም።

በህይወቴ ለረጅም ጊዜያት በየዋህነት ተመላልሻለሁ። ብዙ ጊዜ በተደጋጋሚ ብከዳና ጉዳት ቢደርስብኝም፤ እምነት ከማይጣልባቸው ሰዎች ራሴን መጠበቅ እንዳለብኝ አላውቅም ነበር፤ ሰዎችን ካመንኩና እነሱም እንዳመንኳቸው ከተረዱ፤ ነገሮች መልካም ይሆናሉ የሚል ግምት

ነበረኝ። ስለዚህ ከሰዎች ጋር መጀመሪያ ስገናኝ እምነት እጥልባቸዋለሁ፤ ነገር ግን ከህደት ሲፈፅሙ·ብኝ ወዲያውኑ ከህይወቴ አወጣቸዋለሁ። ይህ ነበር የኔ መንገድ፤ ምክንያቱም ሌላ መንገድ እንዳለ አላውቅምና።

ሰዎችን ወደ ህይወቴ ማስገባት፤ ድንበሮቼን ማስመርና ሰዎች እምነት የሚጣልባቸው መሆናቸውን እስካረጋገጥ ድረስ በጥንቃቄ መንዝ እንዳለብኝ የበራልኝ በኋላ ነው፤ ይህንንም ደግሞ የተማርኩት ከ7 ዓመት በፊት አንድ ለልቤ ቅርብ ናት የምላት ጓደኛዬ፤ ከህደት ከፈፀመችብኝ በኋላ ነው፤ ለእኔ እንደ እህቴ ነበረች።

ከዚያ በኋላ ሰዎችን ምን ያህል ማመን እንደሚገባኝና ለሰዎች ምን ያህል ምስጢሬን ማካፈል እንዳለብኝ ጥንቃቄ ማድረግና ራሴን መቆጣጠር ጀመርኩ፤ እውነትም እንደ ምትሀት (Magic) ነበር የሰራልኝ፤ ከዛ በኋላ ስሞታ/ ቅሬታ ማቅረብ አቆምኩ።

ይህንን ምዕራፍ እየፃፍኩ እያለሁ፤ ከጓደኛዬ ከሳራ ጋር ቡና እየጠጣሁ ነበርና ስለምፅፈው ነገር አወየኋት፤ ስለመተማመንና፤ ሰዎች እምነት የሚጣልባቸው መሆን አለመሆናቸውን እንዴት ማወቅ እንደሚቻልም ጠየቅኋት።

እሷም፤ አሳልፈው እንደሚሰጡሽ/ እንደሚከዱሽ እያወቅሽ ለምንድን ነው ሰውን የም-ታምኛው? ስትል መልሳ ጠየቀችኝ፤ ይህንን ስትናገር ከፊትዋ ፍም መምሰልና ከድምፀዋ ቅላዜ መቀየር፤ ምን ያህል የተጎዳችበት ነገር እንዳለ ያስታውቃል። እሷም አንድ ትክክለኛ መንገድ እንዳለና ይኸውም፤ ማንንም ሰው ፈፅሞ አለማመን እንደሆነ ገለፀችልኝ።

ስትቀጥልም፤ " በብዙ ሰዎች ከህደት አንጀቴ ቆስሏል፤ የማምናቸው ቤተሰቦቼና ጥቂት ጓደኞች ብቻ አሉኝ፤ ከዛ ውጪ ማንንም ለማመን አልችልም " አለችኝ።

የሳራን ችግር እረዳለሁ፤ እኔም ደግሜ ደጋግሜ አልፌበታለሁ። ሁላችንም እንደምን- ስማማበት ሰዎች ስንባል ማህበራዊ እንስሳች ነን (Social Animals) ስለዚህ፤ ድጋፍ ሰጪ ስርአት መዘርጋት የሚያስችለንን አዳዲስ ግንኙነቶች መፍጠር ይገባናል። አለበለዚያ ሙሉ ለሙሉ ራሳችንን በመዝጋት፤ ወይም ያለ አንዳች ምክንያት ሰዎችን በማመን ራሳችንን

186

ጭንቀት ውስጥ ልንገባ፤ ከሰው ተቆራርጠን ልንቀር እና ብቸኝነት ውስጥ ልንወድቅ እንች-
ላለን። ሰዎች በተለያየ ቀለም፤ ቅርፅና ባህሪ ሊመጡ ይችላሉ። ይህን ደግሞ ልትቆጣጠሩት
አትችሉም። አሁን ግን የሚያስፈልጋችሁን መሳሪያዎች ስለምትታጠቁ ልባችሁን ልትከፍቱና
አዳዲስ ሰዎችን ወደ ህይወታችሁ ልትጋብዙ ትችላላችሁ።

በመጀመሪያ፤ ሰዎችን በሚገባና በጥንቃቄ ደግማችሁ ደጋግማችሁ በማጥናት እምነት
ይጣልባቸው እንደሆን ተመልከቱ። በዚህ መልኩ ነው መተማመንን የምትገነቡት። ሰዎችን
ወዲያውኑ ማመን አትችሉም። ምክንያቱም ጀማሪያቸው ላይ ቀናና እምነት የሚጣልባቸው
መስለው ሊቀርቡ ይችላሉ።

በመጀመሪያ ጥቂት ነገር አካፍሏቸውና ነገሩን የሚያዶበትንና የሚይዙበትን
መንገድ ለማጤን ሞክሩ። ያካፈሏቸው ሰዎች ምን ያህል ነገሩን ባካፈሏቸው መጠን ክብደት
ሰጥተውት እንደሆን መርምሩ። ያነሰ ክብደት ሰጥተውት ከሆነ ፤ እናንተም የምታካፍሏቸውን
ነገር ቀነስ አድርጉ። ለጓደኛነታችውም ትንሽ ጊዜ ስጡ። አንዳንድ ሰዎች ስለራሳቸው ወይም
ስለህይወታቸው፤ በጓደኝነት ጀማሮ ላይ መናገር የማይወዱ ይሆናሉ። ስለዚህ ይህንንም
ልታከብሩላቸው ይገባል።

በሚቀጥለው ደግሞ፤ ትንሽ ጨመር አድርጋችሁ አካፍሏቸውና ምላሻቸውን አጢኑ። ባካ-
ፈላችኋቸው ነገር ይበልጥ ተስበው። የጉዳዩ አካል አድርገው ራሳቸውን ያቀርባሉ? ወይስ
ብዙም ስሜት አይሰጣቸውም?። ራሳቸውን የጉዳዩ አካል አድርገው የሚያቀርቡ ከሆነ ፤
ግንኙነታችሁ ይበልጥ ጥልቀት እያገኘ ሊሄድ ይችላል፤ ነገር ግን እምብዛም ስሜት የማይሰ-
ጣቸው ከሆነ ፤ ለጊዜው ባለበት እንዲቆይ አድርጉት። አንዳንድ ወዳጅነትን ለማዳበር ጊዜ
ይጠይቃል።

እኔ ጥልቅ የሆነ ግንኙነት ያዳበርኩባቸው ጓደኞች አሉኝ፤ ስለ ማንኛውም ነገር ማውራት
እንችላለን፤ ለሌሎች የማላካፍለውን አካፍላቸዋለሁ። የቆዩ/ነባር የሆኑ/፤ ነገር ግን ብዙም
የጠለቀ ግንኙነት የሌለኝ ወዳጆችም አሉኝ፤ ነገር ግን አሁንም በተወሰነ ደረጃ ጓደኛነታችን
የተጠበቀ ነው። ጓደኛነታችሁን በሚገባ አጢኑና ወስኑ። ሰዎችንም ባሉበት በታና ሁኔታ

ለመገናኘት ምክሩ።

እባካችሁ፤ ድንበሮቻችሁን ሲጥሱ /ሲያልፉ/ እንዲያውቁት አድርጓቸው። ድንበሮቻችሁንና አቋማችሁን/ እምነቶቻችሁን ማክበር መቻላቸውን አረጋግጡ። ጎደኝነት እንዲዳብር ጊዜ ይጠይቃል፤ በአመታት ሒደትም ግንኙነቶች ጥልቀት እያገኙ ይሄዳሉ፤ አትቸኩሉ፤ እንዲያብብ በቂ ጊዜ ስጡት። በዙሪያችሁ ሊሆኑ የሚገባቸውን ሰዎች የመምረጥ ብቃት አዳብሩ፤ የምታምኗቸውን ሰዎች ብቻ ምረጡ፤ ግንኙነታችሁንም አሳድጉ፤ ድካማችሁ ፍሬ ይኖረዋል። ከተወለዳችሁበት ሀገር የምታውቁት ማንም ሰው በሌለበት ባዕድ ምድር ውስጥ እንዳላችሁ ታውቃላችሁ፤ ይሁን እንጂ፤ ልባችሁን ለሰዎች ክፍት ማድረግ ግን ትችላላችሁ፤ ምክንያቱም አሁን ድንበሮቻችሁን አስምራችኋል፤ ሰዎች ድንበሮቻችሁን ሲደፍሩ ምን ማድረግ እንዳለባችሁም ግንዛቤው አላችሁ።

አሁን፤ ምን እንደምትፈልጉና እንደሚያስፈልጋችሁ፤ እንዴት መጠየቅ/ መናገር እንዳለባችሁ፤ ' አይቻልም ' ('No'!) ማለት እንዴት እንደምትችሉና አእምሮአችሁን እንዴት ሰፉ እንደምታደርጉ አውቃችኋል ብዬ አስባለሁ። በጎላ ላይ፤ ቤተሰብ ሊሆኗችሁ የሚችሉ ጓደኞችን ስታፈሩ፤ እናንተ ካደጋችሁበት ባህል ውጪ የሆኑ ግን በማንኛውም ጊዜ አለሁልህ/ አለሁልሽ የሚሉ ጓደኞች ጋር ወዳጅነት ልትመሰርቱ ትችላላችሁ። በዚህም የደስታን ህይወት ማጣጣም ትጀምራላችሁ፤ ምክንያቱም፤ ለህይወታችሁ ጣዕም የሚሰጡ ድጋፍ ሰጪ አካላት በዙሪያችሁ ይኖራሉ፤ እናንተም ለሌሎች የድጋፍ ሰጪ ስርአት አካል ትሆናላችሁ። አሁን በታጠቃችሁት መሳሪያ (Tools) መነሻነት፤ በራሳችሁ ላይ እምነት ልታሳድሩ ያስፈልጋችኋል። ጊዜና ጉልበታችሁን ጥቅም ላይ ማዋል የሚያስችጊችሁን ሰዎች ወደ ህይወታችሁ መጋበዝ የሚያስችላችሁን እምነት በራሳችሁ ላይ አሳድሩ። ይሄ ነው እንግዲህ ወዳጆቼ! በአሜሪካ ስትኖሩ ቤተኞነት እንዲሰማችሁ የሚያደርገው የመጀመሪያው መንገድ።

ግንኙነቶቻችሁን ተንከባከቡት-
(Nurturing Your Relationships)

አሁን እንግዲህ፤ እንዴት ጤናማ መንፈስ ያላቸውን ሰዎች ወደ ህይወታችሁ ማስገባት እን-
ደምትችሉ ተረድታችኋል ብዬ አስባለሁ፤ ይህንን ትስስር እንዴት መጠበቅ እንዳለባችሁ
ደግሞ መማር አለባችሁ። ግንኙነቶች ልክ እንደ እፅዋት ናቸው፤ ውሀ መጠጣትና መኰትኰት
ይሻሉ። እንደ እኔ ያለ ሰፊ ቤተሰብና ጓደኞች ካላችሁ፤ ከተጣበበ ጊዜያችሁ ትንሽ ቀነስ
አድርጋችሁ ግንኙነቶቻችሁን መንከባከብ ይኖርባችኋል። ምናልባት በተመሳሳይ ከተማ ውስጥ
የምትኖሩ ከሆነ፤ ለመገናኛትና አብሮ ለመጫወት ጊዜ መመደብ ፤ ወይም በየጊዜው በመ-
ደዋወል ወቅታዊ መረጃዎችን መለዋወጥ ሊኖርባችሁ ይችላል።

ጓደኞቻችሁና የቤተሰብ አባላቶቻችሁ በተቸገሩ ጊዜ፤ ድጋፍ አድርጉላቸው፤ ምናልባት
የተጎዳ ስሜታቸውን ካያችሁ፤ የራሳችሁን ልምድ በማካፈል ወይም ረጋ ብሎ በፀሞና /
ትኩረት ሰጥቶ/ በማዳመጥ ሊሆን ይችላል። ከመኖሪያዬ አቅራቢያ የሚገኙ ጓደኞች ያሉኝ
ሲሆን፤ በወር አንዴ ፊልም አብረን ለማየት ወይም ደግሞ ለራት ወይም ለምሳ መገናኘት
እናዘወትራለን፤ ከዚያም በኃላ እንቀላለዳለን፤ ስለ ኑሯችንና ህይወታችን እንዲሁም ስለ ልጆ-
ቻችን እናወራለን፤ በብዙ ቀልዶችና ሳቆች ጊዜያችንን በማሳለፍ እርስ በእርስ እንተዳደሳለን።
ከተለመደ ተራ የድግግሞሽ ህይወት ራቅ ማለትም አንዳንዴ ተገቢ ይሆናል፤ እኛም ብዙ
የተጣበበ ፕሮግራም ቢኖረንም እንኳን፤ በየወሩ የሚኖረን ግንኙነት ሁሌም እንደተጠበቀ
ነው።

አንዳንድ አጋጣሚዎች/ ክስተቶች ደግሞ ይበልጥ ያገናኙናል- ህመምተኞችን ለመጠየቅ፤
የወለደች ለመጠየቅ፤ ለልጆችና ለወላጆች ልደት በመገናኘት፤ እርስ በእርስ ተጫማሪ ድጋፍ
እንሰጣጣለን። በዚህ አጋጣሚዎች ወቅት የምንገናኝበት ጊዜው እስኪደርስ፤ የመልዕክትና
የስልክ ልውውጦችን እናደርጋለን። አንዳንዶቹ ጓደኞቼ ደግሞ ትንሽ ራቅ ስለሚሉ፤ ያለን
የግንኙነት መስመር ስልክ፤ ፌስታይም (Facetime) ወይም ስካይፒ (Skype) ነው። ነገር
ግን የተለያዩ አጋጣሚዎች ሲፈጠሩ፤ ሰርጎች ሲኖሩ፤ ሰዎች በሞት ሲለዩ፤ በጥምቀት ወቅት

ወዘተ.... ከያለንበት ተንጉዘን እንገናኛለን።

ይህ ልምምድ ግንኙነታችንን ጥልቀት እንዲኖረው ያደረገና ሁሉም ሰው ብቻውን እንዳ-ልሆነ የሚረዳበት፣ በደስታም ሆነ በሀዘን ወቅት አንዳችን ለሌላችን አለን የምንልበት በመሆኑ፣ ቅርርባችን ጎልብቷል። ምንም እንኳን ጓደኛነትን ለመገንባትና ጠብቆ ለማቆየት ብዙ ጊዜ የወሰደብኝ ቢሆንም፣ ለረጅም ጊዜ አዲሱን የህይወት ዘዴ ስለተለማመድኩት፣ የጓደኛነትን ትሩፋት/በረከት መሰብሰብ ችያለሁ! ምክንያቱም በሂደቱ፣ ሁለቱም ወገን አንዱ ለሌላው የመፍትሄ አካል ሆነው ይገኛሉ።

የምትወዱቸው ጓደኞች ካሏችሁና ፤ ከምትቀበሏቸው ይልቅ የምትሰጧቸው የሚያመዝን ከሆነ ቅር ትሰኛላችሁ፣ ትበሳጫላችሁ፣ ተስፋም ልትቆርጡ ትችላላችሁ! ጓደኛነት የጋራ ሀላፊነት ነው፣ ሁለቱም ወገኖች ሊደጋገፉ ይገባል።

ከጓደኞቻችሁ ጋር የሚኖራችሁ ግንኙነት ወደ አንድ ወገን ያደላ ከሆነ፣ እናንተም በዛው ልክ ነው ማስተናገድ ያለባችሁ። የሚሰጣችሁን ያህል መስጠት፣ ነገሮች ሲለዋወጡ ደግሞ የእናንተም አሰጣጥ እንሩ በሚሰጧችሁ ልክ መስተካከል ይችላል። በመልካም ወዳጅነት ውስጥ ጓደኞቻችሁ በአስቸጋሪ ሁኔታ ውስጥ የሚያልፉ ከሆነ ፤ አንዳንዴ ይበልጥ መስጠት ይጠበቅባችኋል፣ ከእናንተ ላቅ ያለ የመንፈስ (Emotional Support) ድጋፍ የሚፈልጉበት ጊዜ ይኖራል፣ ይሄ ደግሞ የጓደኛነት አንድ ክፍል ወይም መገለጫ ነው። በዚህ ወቅት ሰጭም፣ ተቀባይም ባንድ ጊዜ ልትሆኑ አትችሉም፣ ይህን እስካወቃችሁ ድረስ፣ እነርሱም ችግርን ቀምሰው ያዩት ስለሆነ በክፉ ቀን ይደርሱላችኋል፣ ማንኛውንም የመንፈስ ሆነ ሌላ ድጋፍ ለማድረግ ከጎናችሁ ይቆማሉ።

ያም ሆነ ይህ፣ አንዳንድ ጓደኞች ድጋፍ ከመስጠት ይልቅ መቀበልን ብቻ የለመዱና ችግር ሲያጋጥማቸው ብቻ ብቅ የሚሉ፣ ለእናንተ ችግር ግን ተፈልገው የማይገኙ ከሆነ ግንኙነታ-ችሁን ማቋረጥ ወይም ማለዘብ (Downgrade) ይኖርባችኋል። አለበለዚያ ይመጧችኋል። ጥራሽ የማይሰጡ፣ የማይደግፉም አንዳንድ ሰዎች እንዳሉ መርሳት የለባችሁም፣ ሰዎችን እንዴት መጠቀም እንደሚችሉና በተለያየ መንገድ ትኩረታችሁን እንደሚስቡ ያውቁበታል።

ከነሱ ጋር የምታሳልፉትን ጊዜ ከቀነሳችሁባቸው እንኳ፤ የጥፋተኝነት ስሜት እንዲያድርባችሁ ለማድረግ ይሞክራሉ።

ከነርሱ ጋር ግንኙነት በማጠረጨ፤ ጥፋተኝነት እንዲሰማኝ ለማድረግ ከሚሞክሩ ጓደኞች እርቃለሁ፤ እኔ በህይወቴ የምፈልገው ጓደኝነት ይህን መስሎን አይደለም። እኛ በስራ ቦታ፤ ከልጆቻችን ጋርና በአጠቃላይ በህይወት ሂደት ውስጥ ብዙ ውጣ ውረዶች አሉብን። ሌላው ቀርቶ፤ ስራ ሳትሰሩ ዝም ብላችሁ ብትቀመጡ እንኳ ህይወት በውጥረት የተሞላ ነው። እናንተ ከሚመጧችሁና ችግር ውስጥ ከሚከቷችሁ ጓደኞች ይልቅ፤ እናንተ ስትረዱ ቸውና እነሱም የሚያግዟችሁ፤ የሚያበረታቷ ችሁና የሚደግፏችሁ ሰዎች ካሉ በጣም ይረዱ ችኋል፤ ነገር ግን የሚቀበሉ ብቻ እንጂ የሚሰጡ ጓደኞች ከሌሉ፤ አረምን ነቅላችሁ እንደምትጥሉ ግንኙነቶቻችሁን ቆርጣችሁ ጣሉ። ርስ በርስ የምትንከባከቡትንና የምትደጋገፉብትን ጓደኝነትና ግንኙነት መስርቱ፤ በማይሰራና በማይጠቅም ጓደኝነት ላይ ጊዜያችሁን አታባክኑ፤ ይህን መሰል ጓደኝነት ከግባችሁ ያወጣችኋል፤ የባህል ውህደቱንም አዳጋች ያደርግባችኋል።

ምዕራፍ 7

ክህሎት ማዕቀፍ # 5 :

ከስለ ገንዘብ ያለን አመለካከት

ገንዘብ ምንድን ነው?

ይህንን መጽሀፍ ለመፃፍ ስዘጋጅ፤ ሰዎች ስለ ገንዘብ ያላቸውን አመለካከት ለማወቅ በይነመረብ (Internet) ውስጥ ገብቼ መፈተሽ (Browse) ነበረብኝ። በፍተሻዬም ወቅት ብዙ ታዋቂ (ዝነኛ) ሰዎች ስለ ገንዘብ የሚሰጡትን አስተያየት ስመለከት፤ በጣም ነው የተገረምኩት። ስለ ገንዘብ በጣም ብዙ ጥቅሶች ተጠቅሰዋል / ተብለዋል፤ አንዳቸውም ግን የገንዘብን ትርጉም ሳይሆን፤ ሰዎች ከገንዘብ ጋር ስላላቸው ግንኙነት ነው የሚገልፁት። ወደድንም ጠላንም፤ ሁላችንም ከገንዘብ ጋር በተለያየ መንገድ ግንኙነት አለን፤ ይህ ደግሞ ከቤተሰቦቻችን የተማርነው፤ ወይም ከባህላችን የወረስነው፤ ወይም ደግሞ እኛው ራሳችን በህይወት ጉዟችን የቀሰምነው ሊሆን ይችላል።

በዚህም ሆን በዚያ መንገድ የተማርነው ቢሆንም፤ ስለ ገንዘብ ያለንን አቋም በተመለከተ አብዛኛውን ጊዜ የምንከተለው በደመ ነፍስ (Unconsciously) ስለሚሆን፤ ይህ ደግሞ የገንዘብ

193

አያያዛችንንና አጠቃቀማችንን ይወስነዋል። ስለ ገንዘብ ምንነት (ትርጉም) ሁላችንም አንድ ስምምነት ላይ ልንደርስ የምንችለው፤ ከትርጉሙ ባለፈ ከሌላ ነገር ጋር አያይዘን ማየት ስናቆም ብቻ ነው። በዚህም መሰረት አንድ መዝገብ ቃላት ስለገንዘብ የሰጠው ትርጉም ይህን ይመስላል፦

በአብዛኛው ቅቡልነት ያለው የልውውጥ መንገድ (Medium of Exchange)፤ የዋጋ ተመን (Measure of Value)፤ ወይም የመገበያያ ዓይነት (Means of Payment) ለምሳሌ ሳንቲም፤ የወረቀት ገንዘብ ሊሆን ይችላል።

(Merriam- Webster Dictionary)

ለኔ እንደሚመስለኝ፤ ገንዘብ የመገበያያ መንገድ ነው (A form of exchange) :: በልብስ መደብር ውስጥ ያያሁትን ቀሚስ እወደውና ልገዛው እፈልጋለሁ፤ ልብሱንም በጥሬ ገንዘብ/ (Cash) ወይም በብድር/ በዱቤ ካርድ ከፍዬ እገዛና ቤቴ እወስደዋለሁ። ነገር ግን እኛን በሚመለከት አእምሮአችንን በአብዛኛው፤ አንዳንዴም ሙሉ ቀን ወጥረው የሚይዙት፤ እነዚህ የወረቀት ገንዘቦች እና ሳንቲሞች ናቸው። ስለ ገንዘብ በአእምሮአችን የሚመላለሱት ሀሳቦች፤ ለሁላችንም ተመሳሳይ /አንድ አይነት አይደሉም፤ ለጥቂት ጊዜ ቆም ብላችሁ ብታስቡ፤ ሁላችንም በግላችን (Personal) ስለ ገንዘብ የምንከተለው የተወሰነ እምነትና አመለካከት አለን።

ይህን መፅሀፍ ስፅፍ፤ አምስት ሰዎችን በዘፈቀደ (Randomly) መርጬ ፤ ባለፈው ሳምንት ስለገንዘብ የነበራቸውን አስተሳሰብና እምነት እንዲነግሩኝ ጠይቄአቸው ነበር፤ የሰጡኝም ምላሽ ይህን ይመስላል፦

• በቂ ገንዘብ የለኝም

• በዚህ ወር፤ ገንዘብ ይበልጥ ማጠራቀም (መቆጠብ) ይኖርብኛል

• ለጡረታዬ በቂ ገንዘብ ስለሌለኝ እጨነቃለሁ

- እንዴት ነው በቂ ገንዘብ አጠራቅሜ (ኖሮኝ)፣ የጡረታ ዘመኔን በምቾት የማሳልፈው?

- ባለቤቴና እኔ ባለፈው ምሽት ስለገንዘብ እያወራን ነበር፣ እያወራን የነበረውም "የት-ኛውን ወጪ ብንቀንስ ነው ይበልጥ ልንቆጥብ የምንችለው? " እያልን ነበር።

ስለዚህ ጉዳይ መፃፍ ያንጻል፣ ምክንያቱም፣ ከ5 ዓመታት በፊት ስለ ገንዘብ ከነበረኝ አመ-ለካከትና እምነት ጋር ሳስተያየው፣ አሁን በተለየ መልኩ እንድመለከተው አድርጎኛል /ረድ-ቶኛል። እርግጥ ነው የገንዘብ አመለካከታችን ወይም አቋማችን በየጊዜው ሊለዋወጥ እንደ-ሚችል አውቃለሁ።

ያለን አመለካከት ወይም እምነት፣ ገንዘባችንን ምን ቦታ ላይ ማዋልና እንዴት መቆጠብ እንዳለብን ይወስናል።

ስለ ገንዘብ ጤናማ ያልሆነ / ጤናማ የሆነ አመለካከት እምነት

በመጀመሪያ ወደ አእምሮዬ የሚመጣው " ገንዘብ የክፋት ሁሉ ምንጭ ነው " የሚለው አባባል ነው። እኔ ከክርስቲያን ቤተሰብ የመጣሁ እንደመሆኔ፣ ስለ ገንዘብ የነበረኝ ጤናማ ያልሆነ አመለካከት የመነጨው ከሀይማኖታዊ እሳቤዬ እንደሆነ እገነዘባለሁ። ገንዘብ መጥፎ ነው የሚለውንና በአእምሮዬ ስር የሰደደውን አመለካከት ሰብሬ ለመውጣት አመታት ፈጅቶብኛል፣ ጎላ ላይ ብዙዎቹን እንዳስሳለን፣ ነገር ግን ለአሁን ጤናማ ያልሆኑ አመለካቶችን / እምነቶችን በመጠኑ እንመለከታለን።

ጤናማ ያልሆኑ ፣ ግን የተለመዱ አመለካከቶች/ እምነቶች

- ጠንክሮ መስራትና ጠንክሮ መቆጠብ ያስፈልጋል

- ባለፀጎች ጥሩ ሰዎች አይደሉም

- ገንዘብ የተሰራው ልናጠፋው/ልንበትነው ነው

- ገንዘብ ጥቅም የለውም ፤ ገንዘብን መሻት ራስ ወዳድነት ነው

- ለገንዘብ መፀለይ ሀጢያት ነው

- ሀብታም ወይም ደስተኛ ሁን/ ሁኝ፤ ሁለቱንም መሆን ግን አይቻልም

- ድህ ወደ መንግስተ ሰማይ ይገባል፤ ለሀብታም ግን ቦታ የለም

ወደ ውስጥ ዘልቀን ስንገባ፤ አለመታደል ሆኖ ስለ ገንዘብ ጤናማ ያልሆኑ አመለካከቶችን አዳብረናል፤ እነዚህ አመለካከቶችና እምነቶች ደግሞ፤ የምንፈልገውን የተሟላ ህይወት እንዳ- ንቀዳጅ ወኔያችንን ሰልበውብናል። ከዚህ በፊት ያልሰማችሁት ከሆነ ልትደናገሩ ትችላላችሁ፤ እኔም ለመጀመሪያ ጊዜ ስሰማው ግራ ተጋብቻለሁ፤ ስለዚህ ምንም ማለት አይደለም፤ ነገሩ የተለመደ ነው ማለት ነው።

ከስድስት ዓመታት በፊት፤ የቱንም ያህል ገንዘብ ቢኖረኝ ወይም ባጠራቅም ይበቃኛል ብዬ አላስብም ነበር፤ ሁል ጊዜ ተጨማሪ እንደሚያስፈልገኝ ነበር የማምነው። አንድ ጊዜ ልጄን ወደ ስቴም ሴል ቴራፒ (Stem Cell Therapy) ህክምና መውሰድ ነበረብኝና፤ የግልና ውድ ወደሆነው ፊዚካል ቴራፒስት (Physical Therapist) መውሰድ ፈለግኩ፤ በዚህ ምክንያት በየቀኑ ተጨማሪ ክፍያ የሚጠይቁ አገልግሎቶችና ወጪዎች ስለነበሩብኝ፤ ለወደፊት ሊረዳኝ/ ሊደግፈኝ የሚችል ቁጠባ ማድረግ አልቻልኩም። ስለ ጡረታዬ ማሰብማ ፈፅም የማይሞከር ሆነ፤ መሰረታዊ ፍላጎቶቼን እንኳ ለማሟላት ትግል ሆኖብኝ ነበር። በአጠቃላይ የገንዘብ ጉዳይ ደስታዬን ሁሉ ሰርቆ ውጥረት ውስጥ ከቶኝ ነበር።

በዚህ ውጥረት ውስጥ እያለሁ፤ ስለ ገንዘብ ያለን አመለካከት /እምነት በምንመራው የህይወት ጥራት (Quality of Life) ላይ የራሱ ተፅዕና እንዳለው ሳነብ፤ በመጀመሪያ ስሜት አልሰጠኝም ነበር፤ ምክንያቱም፤ አሁን ላለሁበት ህይወት ምርጫው የራሴ እንደመሆኑ መጠን፤ ኃላፊነቱም የራሴ ነው ብዬ ነበር የማስበው። ሰዎች ስለ ገንዘብ በማሰብ ራሳቸውን ለምን ውጥረት ውስጥ ሊከቱ ይችላሉ? ህይወታቸውን በማቆየት ላይ ብቻ አተኩረው ለምን ዘመናቸውን ይገፋሉ? በሚል ጥያቄ ተሞልቼ ነበር። እኔ ብሆን የምመርጠው፤ ውጥረት

ያልበዛበትንና ገንዘብ በቀላሉ የሚታፈስበትን ህይወት መምራት ነው፤ ይሄ እንግዲህ ቅጥ ያጣ (Radical) አስተሳሰብ ሊመስል ይችላል። ታዲያ ስለዚያ ነገር ይበልጥ ባስብኩ ቁጥር ጉጉቴ እየጨመረ መጣ፤ ራስን ማጎልበቻ (Self-Development) የትምህርት ክፍል ውስጥ ገብቼ ትምህርቱን ስከታተልም፤ ይህ ሀሳብ በድጋሚ ተከትሎኝ መጣ፤ መፅሀፍቶችንም ሳነብ እዚህም አለቀቀኝም።

በመጨረሻ፤ ከራሴ ጋር መጋፈጥና ስለ ገንዘብ ያለኝን አመለካከት መመርመር ነበረብኝና ልክ እንደ ኮምፒዩተር ሞተር (Computer Search Engine) ራሴን መፈተሽ ጀመርኩ። በዚህ ጊዜ ሀሳቦች ወደ ጭንቅላቴ ይጎርፉ ጀመር፤ ከሰዎች፤ ከቤተሰብ፤ ከንደኞቼ፤ የስማ-ኋቸውና ከመፅሀፍት ላይ የቃረምኳቸው / የሰበሰብኳቸው ጥቅሶች ሁሉ በእምሮዬ ይመላ-ለሱብኝ ጀመር፤ ይሄን እውነታ ሳይ ደግሞ በመገረም እሞላ ጀመር።

እንጅነር ከሆነው አባቴ ስር፤ ልክ እንደ ወንድሜ ከማየውና አብሮ አደጌ ከሆነው የአጎቴ ልጅ (Cousin) ጋር በማደጌ፤ እንዲሁም እንጅነር ባል በማግባቴ፤ አንድ የተረዳሁት ነገር ቢኖር፤ የሚያሰላ አእምሮ (Rational Mind) ያለኝ ሰው መሆኔን ነው። ካላየሁ አላምንም፤ ለዚህ ነው ወጣት በነበርኩበት ወቅት እግዚአብሔርን ፍለጋ ሁሉንም ህይማኖት እመረምር የነበረው።

ስለነበረኝ አመለካከት/ እምነት የምሰበሰበውን ከሰበሰብኩ በኋላ፤ የደረስኩበት ግንዛቤና ድምዳሜ፤ እኛም ልክ እንደ ኮምፒዩተር በቤተሰብ፤ በንደኞች፤ በባህልና በሌሎች ነገሮች ፕሮግራም የተደረግንና የተጫነን መሆናችንን ነው፤ ስሌታማው አእምሮዬ የደረሰበትን ይህን ግኝት ሳይ ግርም ነው ያለኝ።

እነዚህ ነገር አቋሞቼ / እምነቶቼ ከዚህ ቀደም ፈፅም አሉኝ ብዬ የማልገምታቸውና፤ አሁን ግን በስሌት ከደረስኩባቸው ግኝቶቼ ውስጥ ጥቂቶቼ ናቸው።

- ገንዘብ ዛፍ ላይ አይበቅልም

- ጠንክራችሁ ትሰራላችሁ፤ ጠንክራችሁ ታጠራቅማላችሁ

- ገንዘብ የሚገኘው፤ ላብና ደምን አንጠፍጥፎ ነው

- ገንዘብን ማገልገል አይቻልም

- እግዚአብሔር መልካም ነው፤ ገንዘብ ግን ክፉ ነው

- ያለህን ሁሉ ለድሃ አካፍል

- በቃኝ የሚባል ገንዘብ የለም

- ገንዘብ መጠየቅ ችግር ያስከትላል

- ገንዘብ ትዕቢር ያፈርሳል

- ገንዘብ ግጭት ይፈጥራል

- ገንዘብ ጥሩ አይደለም

- ስለ ገንዘብ አታስቡ፤ አለበለዚያ መንግስተ ሰማይ አትገቡም።

በተጨማሪም ወላጆቼና ሌሎች የማውቃቸው ሰዎች ገንዘብን በሚመለከት የሚከተሉትን መንገዶች፤ የተለያዩ ትውስታዎችን አጮረውብኝ/ ፈንጥቀውብኝ ስለነበር፤ ያኔ አእምሮዬ የደረሰበት ድምዳሜ ወደ እምነት/ አቋም ደረጃ ተቀይሮብኝ ነበር ማለት እችላለሁ።

ከዚህ የተነሳ፤ ከፍተኛ ትግል ውስጥ ገብቼ እንደነበር አያጠያይቅም። ገንዘብ እንደሚ-ያስፈልገኝ አውቃለሁ፤ ካለኝ በላይ እንዲኖረኝ ለማሰብ ግን እፈራለሁ፤ ገንዘብ እንዲኖረኝ እፈልጋለሁ፤ ነገር ግን ገንዘብን ደግሞ እጠላለሁ። የጠላችሁትና ያላበራችሁት ነገር ደግሞ ወደቤታችሁ ሊመጣ አይችልም። እስቲ ሰዎችን ሳታከብሯቸውና ሳትወዷቸው ቤታችሁ ልትጋብዟቸው ሞክሩ፤ ግብዝችሁን ተቀብለው ሊነብጯችሁ አይመጡም፤ ይመጣሉ እንዴ? ገንዘብም እንዲሁ ነው።

ስለ ገንዘብ አሉኝ ብዬ የማላስባቸውን አመለካከቶችና እምነቶች ሳይ፤ በጣም ተገርሜ

ነበር። ስለማንኛውም ነገር ያለን እምነትና አመለካከት፤ ውስጠኛው የህሊናችን ክፍል ውስጥ (Subconscious) ተከማችተው እንደሚቆዩ አንብቤያለሁ፤ በዩኒቨርሲቲ የሁለተኛ ዓመት ቆይታዬ ስለ ውስጠኛው የህሊና ክፍል (Subconscious Mind) በሳይኮሎጂ 101 ስንማር ነገሩን በሚገባ እንዳልተረዳሁት የገባኝ አሁን ነው። ሰዎች እንደዚህ ብለው ሲናገሩም አሁን ነው የተረዳሁት " የራሳችንን አውነት የምንፈጥረው እኛው ራሳችን ነን "፤ በዚህ አረፍተ ነገር ውስጥ ብዙ ነገር ማጤን እንደሚገባኝ ባምንም ገንዘብን፣ ሱስንና ግንኙነቶችን በሚመለከት ግን አባባሉ ትክክል ሆኖ አግኝቼዋለሁ።

ከዚህ በኋላ ያለኝን እምነትና አመለካከት ለመጋፈጥና ለመመርመር ቀላል ሆኖልኝ ነበር፤ እናም አሁን ካለሁበትና ዛሬ ላይ ሆኜ ከተረዳሁት በመነሳት ራሴን እንዲህ ስል እጠይቃለሁ ' ይህ አመለካከት/ እምነት፤ በርግጥ አውነት አድርጌ የተቀበልኩት ነበርን? '፤ እውነት ለመናገር እነዚህ አመለካከቶች/ እምነቶች እውነት አድርጌ የተቀበልኳቸው አልነበሩም። ምክንያቱም፤ እዚህ መረዳት ላይ ስደርስ እነዚህ አመለካከቶቼ/ እምነቶቼ ልክ እንደ ምትሀት/ እንደጢስ / ብን ብለው ነበር የጠፋት። ቀጥሎም ስለ ገንዘብ ሊኖረኝ የሚገባኝን አመለካከት ለራሴው መንገር ስጀምር፤ ልክ ከቤት አሮጌ ቁሳቁሶችን አስወግዶ በአዲስ የመተካት ያህል ነው የሆነብኝ። ከዚህ በታች የቀረቡት፤ አሁን ስለ ገንዘብ ካሉኝ አመለካከቶች ውስጥ ጥቂቶቹ ናቸው

- አዎን፤ ገንዘብ ዛፍ ላይ ይበቅላል (በሃሳብ አማካይነት)

- አዎን፤ ገንዘብ ጥሩ ስሜት ይፈጥራል

- ገንዘብ፤ የምኖርበት ቆንጆና ምቹ ቤት እንዲኖረኝ ያደርጋል

- ገንዘብ፤ ወደ ስራ የምሄድበት፣ ጓደኞቼን እንደልብ እንድገናኝ የሚያስችለኝ መኪና እንዲኖረኝ፤ ወይም ሌሎች ለህይወት ጠቃሚ ነገሮችን እንዳገኝ ያስችለኛል

- ገንዘብ፤ በአሁኑ ወቅት ሀሳቤንና ልምዴን እንዳካፍላችሁና ልዩነትን መፍጠር እንድ-ትችሉ የሚረዳችሁን ይህን ፅሁፌን የምከትብበትን / የምፅፍበትን ኮምፒዩተር እንድገዛ

ረድቶኛል

• ገንዘብ፤ ህይወቴን በዕቅድ መምራት ወደምችልበት ወደ እዚህ ሀገር እንድመጣ የአ-ውሮፕላን ቲኬት የመግዛት አቅም ሰጥቶኛል

• ገንዘብ፤ ለልጄ የሚያምርበትን ቆንጆ ሹራብ እንድገዛለት ያስችለኛል

• ገንዘብ፤ ቲኬት ገዝተን ጣሊያን ሀገር ያሉትን ቤተሰቦቻችንን እንድንጎበኝ፤ ጥሩ ጊዜ ከእነርሱ ጋር እንዲኖረኝ፤ የጣሊያን ምግብ እንድመገብና ባህላቸውንም እንዳጠና ረድቶኛል

• ገንዘብ፤ በማንኛውም ርዕስ ጉዳይ ላይ መማር የሚያስችለኝን ፕሮግራም ሁሉ መግዛት ያስችለኛል።

• ገንዘብ፤ ልጄን የምትንከባከብ ሰራተኛ መቅጠር ያስችለናል፤ ስለዚህም ልጄ የሚቀ-ጥለው ክፍል ውስጥ ደስ ብሎት እየተጫወተ፤ እኔ ደግሞ የማውቀውንና የተማርኩትን ለሌሎች ማካፈል የምወደውንና በሌሎች ስዎች ላይ ተፅዕኖ ማሳረፍ ይችላል ብዬ የማስበውን፤ ይህን መፅሀፍ ለመፃፍ አስችሎኛል።

• ገንዘብ፤ የመኪናዬን ነዳጅ እንድሞላ ያስችለኛል።

• ገንዘብ፤ ለእነና ቤተሰቤ ትኩስ (Fresh) እና ጣፍጭ ምግቦችን፤ በቀላሉ በአንድ ሰአት ውስጥ የሚደርሱ አትክልቶችን መግዛት ያስችለናል።

• ገንዘብ፤ መጥፎ አይደለም

• ገንዘብ፤ የሚረዳኝ/ የሚያግዘኝ መሳሪያ ነው

• ገንዘብ፤ የቤተሰባችን ወዳጅ ነው፤ ዛሬ ይሄን መግዛት እፈልጋለሁ ስለው፤ 'ታዲያ ምን ችግር አለው፤ ግዛ'አ! ' የሚለኝ ጥሩ ወዳጅ ነው።

• ገንዘብ፤ ማድረግ የሚችለውን እወደዋለሁ! ገንዘብ እወዳለሁ! እውነት ነው ገንዘብ

እወዳለሁ፤ በህይወቴ የማልወደውን ከኔ ጋር እንዲቆይ አልሻም።

በተሳሳተ መንገድ አትረዱኝ፤ ገንዘብ የማማልክ ሰው አይደለሁም፤ ነገር ግን ለሚስጠው ጥቅምና በህይወቴ ለሚያስከትለው ለውጥ አክብሮት አለኝ። ከገንዘብ ጋር በተያያዘ አዲስ አመለካከት ካዳበርኩ በኃላ ግንኙነቴ ተስተካከለ፤ ሁሉ ነገር ተለወጠ፤ ብታምኑም ባታምኑም፤ ከአራት ዓመታት በኃላ በህይወቴ የሚገርም ለውጥ መታየት ጀመረ፤ ገቢዬም በሁለትና ሶስት እጥፍ አደገ።

እናንተም እንደ እኔ ከሆናችሁ አላውቅም፤ እኔ ግን ቀደም ሲል እንዳልኳችሁ፤ ነገሮችን የማሰላ ሰው (Rational Person) ነኝ። ስለዚህ ይህን ስታነቡ፤ ምናልባት " ይህች ሰው ስለምን እያወራች ነው? አንድን ነገር መረዳት፤ እንዴት ነገሮችን መለወጥ ይችላል? " ብላችሁ ልታስቡ ትችላላችሁ።

ስለ ገንዘብ ያላችሁን አመለካከት ወይም እምነትና ግንኙነት መለወጥ መቻል፤ የሂደቱ የመጀመሪያ አካል ነው። ከአራት ዓመታት በኃላ ህይወቴ በብዙ ነገር ተለወጠ ማለቴን ታስታውሳላችሁ? ያ ግን ስራን ይጠይቃል፤ አዎን! ብርቱ ጥረት ይጠይቃል። እናንተም በህይወታችሁ ይህን ታደርጉ እንደነበር አምናለሁ፤ ለየት የሚያደርገው ግን ሽልማቱ ጣፋጭ መሆኑ ነው፤ ምክንያቱም፤ አሁን የመጣችሁት ሊለውጣችሁ ወደሚችል የተለየ አስተሳሰብ/ እምነት ነውና። አሁን ለመኖር ላባችሁን የምታንጠፈጥፉበት ሳይሆን፤ የገንዘብ አቅማችሁን የምታሻሽሉበትና የተትረፈረፈ የብልፅግና ህይወት የምትመሩበት ነው።

ይህን እውነት መረዳት ለኔ ትልቅ ነገር ነበር፤ ከዚያን ቀን በኃላ ዉት ከእንቅልፌ የም- ነሳው በፍፁም መነቃቃትና ቀኔን ባለመፍራት፤ እንዲሁም ህልሞቼን እንደማሳካ በመገንዘብና በመተማመን ነው። ራስን በራስ ማጎልበቻ (Self-Development) ፕሮግራም ውስጥ ራሴን በማስገባት መማር ስጀምር፤ ጥሩ አሰልጣኝ አገኘሁ፤ አለኝ የምለውን ሁሉ ተግባር ላይ አዋልኩ፤ በእቅዴ ላይ ትኩረት አድርጌ መቆየት እንድችል ቅደም ተከተሎቼን (Steps) በግልፅ መለየትና መረዳትም ጀመርኩ። እንዳንዶቹ ፈተናዎች (Exams) ከባድ ነበሩ፤ ፈተ- ናዎቹን በሚገባ ለማለፍና ስኬት ለመቀዳጀት፤ ለሶስት ጊዜያት ያህል መድገም/ መከለስ

ነበረብኝ። ስለዚህ በአዲስ አቅጣጫ ህይወቴን ለመምራት ብርቱ ጥረት ማድረግ ጠይቆኛል፤ አሁን ሳየው ግን ጥረቴ የሚያስደነቅ እድገት ላይ አድርሶኛል። አንድ አትክልተኛ ብዙ የለፋ-ባቸው አበቦች ፈክተውና አብበው ለመቆረጥ / ለመለቀም መድረሳቸውን ሲያይ፤ የሚሰማውን ስሜት አይነት ነው የተሰማኝ።

እንዲህ ስል ግን፤ የምፈልግበት ቦታ ደርሻለሁ ማለቴ አይደለም፤ ገና ብዙ ይቀረኛል፤ ነገር ግን በአሁኑ ወቅት፤ መሆን የሚገባኝ ቦታ ላይ መሆኔን እርግጠኛ ነኝ። ብዙ ነገሮችንም በህይወቴ መቀዳጀት እፈልጋለሁ፤ ነገር ግን የድካሜን ፍሬና አበባ ለማየት የሚያስችለኝንና ወደዚያ የሚያደርሰኝን፤ የህፃን እርምጃ ለመራመድ ፈፅሞ ፍርሀት የለብኝም፤ ወደሚቀጥለው ደረጃ ለመሻገርም የፀና እምነት አለኝ፤ አሁንም ወገቤን ጠብቅ አድርጌ በጉዞ ላይ ነኝ።

እናንተም በምታደርጉት ጉዞ መዳረሻ እንዳላችሁ ማወቅ አለባችሁ፤ ነገር ግን ተስጥ-ዎአችሁን እና ብርቱ ጥረታችሁን፤ ከገንዘብ አመለካከታችሁና አቋማችሁ መለዋወጥ ጋር አዋህዳችሁ ከተንዛችሁ፤ ህይወታችሁ የማይለወጥበትና የማይታደሰበት ምንም ምክንያት አይ-ኖርም።

ተጨናቂ ጓደኛዬና አባካኝ ባልደረባዬ

ከዚህ ቀጥሎ የማቀርባችው፤ ስለ ገንዘብ ያለን አመለካከት/ እምነት አሁን ከምንመራው ህይወት ጋር ምን ያህል ተያያዥነት እንዳለው የሚያሳዩ፤ ጥቂት ምሳሌዎችን ነው።

ጌይል ከፔሩ የተሰደደች የኮሌጅ ጓደኛዬ ነበረች፤ ካወቅኳት ጀምሮ ላለፉት 10 ዓመታት ስለ ገንዘብ ሳትጨነቅ ያሳለፈችበት አንድም ጊዜ አልነበረም፤ ነገር ግን የፈራችው አንድም ነገር ተከስቶባት ባያውቅም፤ ጌይል አሁንም፤ ከፍርሀቷ መላቀቅ አልቻለችም። ወደ ምግብ ቤት ከሷ ጋር መሄድ የምትደሰትበት ሳይሆን የምትሳቀቁበትና የምትበሳጨበት ነው፤ በጣም ርካሽ የሆነውን ምግብ፤ ከምግብ ዝርዝር (List) ውስጥ መርጣ ታዝና እናንተም እንደዚያው እንድታደርጉ ትጨናችኋለች። ጌል ብዙ ጊዜ ስለገንዘብ ችግር በማውራት፤ ራሷ ተጨንቃ እኔንም ጭንቀት ውስጥ ትከተኝ ነበር።

አንድ ቀን ስለ ችግራ ምንጭ ስትነግረኝ፤ ቤተሰቦቿ በቂ ገንዘብ እንዳልነበራቸውና እናቷ ሁል ጊዜ በገንዘብ ጉዳይ ታማርር እንደነበር አጫወተችኝ። ይህ ደግሞ በጌይል ላይ ተፅዕኖ አሳድሮ ነበርና እሷም በተራዋ የእናቷን ባህሪ ነበር የወረሰችው። እኔም ለማረጋገጥ ያህል፤ ጌይል ስለ ገንዘብ ያላት አመለካከት ከእናቷ የወረሰችው ይሆን እንደሆን ጠየቅኳት፤ እሷም ወዲያውኑ ነጠብጣቦቺን መገጣጠም ጀመረችና " አህ! " አለች፤ አዲስ ብልጭታ ወደ ውስጧ የፈነጠቀ ይመስላል፤ ከዛ በኋላ የነበረው ውይይት፤ በጣም ህይወት ለዋጭ ነበር ማለት ይቻላል። ጌይል እንዳለችው ከሆነ የኔ ጥያቄ የፈጠረባት ነገር ቢኖር፤ ቆም ብላ ወደ ኋላ እንድትመለከትና የእናቷን ባህሪ መውረሷን እንድትገነዘብ ማድረጉ ነው።

በአሁኑ ጊዜ ጌይል የምትወደውን ነገር እያደረገች ሲሆን፤ ህልሟም ሚሊየነር (ባለ ብዙ ሚሊየን ብር) መሆን ነው፤ ያ ደግሞ የአመለካከት ለውጥ የማድረግ ውጤት ሲሆን፤ ከዛን ዕለት ጀምሮ ስለ ገንዘብ ስታማርር ሰምቻት አላውቅም። ግቧን እንደምታሳካም ሙሉ እምነት አሳድራብኛለች፤ እኔም ጓደኛዬን ይበልጥ የምፈልገው ሆኛለሁ። አሁን የምግብ ቤት ትዕዛዜና የምግብ ምርጫዬ የተስተካከለ ይሆናል ብዬም እገምታለሁ፤ ደግሞም ስለገንዘብ የነበራትን ቅሬታዎችና ስሞታዎችን በማስቀረቴ፤ ይህ ሽልማት /ካሳ (Reward) ሊነፈገኝ አይገባም አላለሁ። እየቀለድኩ ነው! እሺ ቀልዱን ለጊዜው ወደጎን ላድርገውና፤ አሁን ህይወታችን የሚመራው ቀድሞ በነበረን የአመለካከት / የእምነት ስርአት አይደለም፤ እንዚህ የአመለካከት/ የእምነት ስርአታችን የመነጨት ደግሞ፤ ቀደም ሲል በህፃንነት ወይም በወጣትነት እድሜያችን ከሰረፁብን፤ ወይም ከተዋሀዱን አመለካከቶች/ እምነቶች ነው። ሁል ጊዜ ይህን የአመለካከት/ የእምነት ስርአት እንደገና በመፈተሽ /በመገምገም፤ ስለገንዘብ ያላችሁን ጤናማ ግንኙነት ማደስና፤ በምላሹም የተለየ የህይወት ለውጥ መጎናፀፍ ትችላላችሁ።

ለይላ ስለምትባል አንዲት አባካኝ (Squandering) ናይጄሪያዊት ባልደረባዬ ደግሞ አንድ ታሪክ ላጫውታችሁ። ታሪኳን እንዳካፍል የፈቀደችልኝ ቢሆንም፤ ለጥንቃቄ ሲባል ግን ስሟን ቀይረን ለይላ እንላታለን። ለይላ፤ በጣም ጣፋጭ /የምትጥም/ እና መልካም ሴት ናት፤ ለሰው የምታስብ በመሆኗ እወዳታለሁ፤ ለብዙ አመታትም የቀረብ ወዳጅነት መስርተናል። ለይላ ለዓመታት ገንዘብ የማግኘት ችግር አልነበረባትም፤ ችግሯ ገንዘብ አይበረክትላትም ነበር፤

ከዚህ የተነሳ ባዶ እጄን የምትቀርበት ጊዜ ነበር። ለጥቂት ጊዜ ቢሆንም እንኳ፣ ቤት አልባም ሆና ነበር፤ ምክንያቱም በወሩ መጨረሻ ለተከራየቸው ቤት የምትከፍለው እንኳ አይኖራትም ነበር።

እኔ ለለይላ ገንዘብ አበድሬያት ባውቅም፣ እሷ ግን ስትበደር የገባቸልኝን ቃል ጠብቃ መልሳልኝ አታውቅም፤ ይሄ ደግሞ የነበረንን ግንኙነት ነድቶት ነበር። የብድር ጥያቄዋን ዳግም ላለመቀበል እስክወስን ድረስ ሁለት ዓመታት ፈጅቶብኛል፤ ምክንያቱም ለይላ እመልሳለሁ ብላ የምትበደረውን ገንዘብ ፈፅሞ አትመልስም፤ እኔም ያበደርኳትን ገንዘብ እንድትመልስልኝ መጠየቁ ከንቱ ድካም መሆኑ ስረዳ፣ ለመተው ተገድጄ ነበር። እኔ የእምነት ሰው ነበርኩ፤ አሁንም ነኝ፣ "እንጀራህን በውህ ፈት ላይ ጣለው፣ ከብዙ ቀን በኋላ ታገኛዋለህና " (መክብብ 11፡1) የሚለውን የመፅሀፍ ቅዱስ አባባል አምንበታለሁ። የዘሩትን ማጨድ አለ፤ ይህን እምነቴን ደግሞ ፈፅም አለውጠውም፤ ነገር ግን አንድ ወቅት ላይ፣ ከለይላ ጋር የነበረኝን ግንኙነት ቀስ በቀስ ማላላት ግድ ሆኖብኝ ነበር።

ስለ አመለካከት / እምነት ስርአት ከተማርኩ በኋላ አንድ ቀን ስለ ራሴ ልምድ ከለይላ ጋር ማውራትና ማካፈል ነበረብኝና፣ መጀመሪያ ላይ ይህን ስትሰማ እንግዳ ነገር ነው የሆነባት፣ ነገር ግን በነገሩ እየተሳበች ስለመጣች ውይይቱንም መቀጠል ፈልጋ ነበር፤ ስለ ገንዘብ የነበራት አመለካከት/ እምነት ምን እንደሚመስል ለማወቅም የጓጓች ትመስላለች።

በልምምዱም ወቅት ለይላ "እኔ ስለገንዘብ ያለኝ አመለካከት/ እምነት ... " ማለት ገና ስትጀምር ማልቀስ ጀመረች። ለይላ ገንዘብ ከንቱ ነው፣ ገንዘብ ክፋ ነው፣ ለመበልፀግም ሆነ ደስታ ለማግኘት ሲባል ለገንዘብ ቦታ መስጠት አይገባም የሚለው፣ የአባቷ አባባልና የድምፅ ቅላዜ ሳይቀር አሁንም በጆሮዋ እያስተጋባት እንደሆነ ነገረችኝ።

ስለዚህ፣ ይህ ጥሩ የማንቂያ ደወል ሆኖላት ነበር። ለይላ በጣም ትጉህ ሰራተኛና ብሩህ አእምሮ ያላት ብትሆንም፣ በሀሳቡ ግን ከገንዘብ ይልቅ ምርጫዋ ደስታ ነበር። ያም ቢሆን ግን ሁለቱንም ጎን ለጎን ማስኬድ እንደምትችላ በውስጠ ህሊናዊ (Subconscious) አልተ-ረዳችውም ነበር። ነገር ግን በነቃው የአእምሮዋ ክፍል (Conscious Level) ሌላኛው ችግር

ምን እንደሆነ ለማወቅ ትታገልና ግራ ትጋባ ነበር፤ ሌሎች የእሷ እድሜ እኩዮች ግን ፣ እሷ የምትፈልገውን ለማግኘት ብዙ ሲታገሉ አታያቸውም።

አሁን ወደደረስችበት መረዳት ስትመጣ ግን፤ ለይላ ሌላ ሰው ነው የሆነችው። ገንዘብ ጠቃሚ አይደለም የሚለውን አመለካከቷን/ እምነቷን በመቀየር፤ የገንዘብ አማካሪና ገንዘቢንና ንብረቷን የሚያስተዳድርላትን ሰው ቀጥራለች። ለይላ የገንዘብ አስተዳደርን በሚመለከት ኮርስ ወስዳ፤ ጤናማ የሆነ የገንዘብ አወጣጥና ቁጠባን ተምራለች። ገንዘቢን በሚገባ የምትቆጣጠርና ቀድሞ ከነበራት ጤናማ ያልሆነና፤ የምትፈልገውን የተሳካ ህይወት እንዳትኖር የሰረቃትን አመለካከት ጨርሳ ማስወገድ ችላለች። ከጥቂት ዓመታት በፊት ለይላ ደውላ "ሃይ! ለምሳ እንድንገናኝ እፈልጋለሁ" በማለት ስትጋብዘኝ በጣም ተገርሜ ነበር፤ የሁለታችንንም ምሳ ከከፈለች በኋላም፤ ከብዙ ዓመታት በፊት ያበደርኳትን ገንዘብ ሁሉ " አመሰግናለሁ! እኔ ዘንድ በአደራ አምነሽ ስላስቀመጥሽ " ከሚል ካርድ ጋር ሰጠችኝ፤ በጓላም እንደተረዳሁት ለብዙ አመታት የረዱትንና ያበደሯትን ሰዎች እየደወለች " ሃይ! አውቃለሁ እንዳጉላ- ላጓችሁ፤ አሁን ግን ይሄው አግኝቼ ልመልስላችሁ በቅቻለሁ፤ አሁን ህይወቴን መምራት ችያለሁ፤ ይሄ ደግሞ ማረጋገጫዬ ነው" ከሚል ካርድ ጋር ገንዘባቸውን እንደመለሰችላቸው ሰምቻለሁ።

ይህ ድርጊቷ በጣም ነው ያስደሰተኝ፤ ያስደነቀኝም። ለይላ ስለገንዘብ የነበራት አመለካከት ተለወጠ፤ ከገንዘብ ጋር የነበራት ግንኙነት ተስተካከለ፤ ይህን ስታደርግ ደግሞ ህይወቷ ወዲያውኑ መታደስ ጀመረ። በርግጥ ይህ ድርጊት ብርቱ ጥረት ጠይቋታል፤ በራሷም ላይ ጥቂት ዓመታትን ኢንቨስት አድርጋለች፤ አዲስ ነገሮችን በመማር ከፍተኛ ደሞዝ ለሚያስገኝ ስራ፤ አመቺ የትምህርትና የስራ ልምድን በማካበት እና ለተለያዩ ቃለ መጠይቆች ራሷን በማዘጋጀትና በመቅረብ ብዙ ነገሮችን ሰውታለች። ለይላ ምንልባትም፤ ከሌላው ሰው ይልቅ ህይወቷን ለማሻሻል ስትል የዕረፍት ጊዜዋን ሳይቀር የሰዎች ይመስለኛል፤ ታዲያ የዚህ ሁሉ ጥረቷ ውጤቱ አመርቂ/ አስደሳች ነው የሆነው። ሌላው የሚገርመው ነገር ለይላ ከንደኞቿ አንዳቸውንም ከንዲ አለማጣቷ ነው ብላችሁ ታምናላችሁ? ይህ ተዓምር ካልሆነ ሌላ ምን ሊሆን እንደሚችል አላውቅም፤ ምክንያቱም ትከተለው የነበረው አካሄድ ከብዙዎች ጋር

205

የሚያቀያይምና የሚያጋጭ እንደነበር ለማንም ግልፅ ነው።

ለእኔ የጠቀሙኝንና የረዱኝን ልምምዶች ለሌሎች ማካፈል የምወደው ለዚህ ነው፤ እንደ እኔ የመሳሰሉትን ስደተኞች ማነሳሳትና አቅማቸውን ማጎልበት እወዳለሁ። ወደ አዲሲቱ ሀገር እንድንመጣ የገፋፉንን መሻቶቻችንንና የምናልማቸውን ህልሞቻችንን ሁሉ ማሳካት እንችላለን፤ ማድረግ ያለብን ነገር ቢኖር የአመለካከት/ የእምነት ስርአቶቻችንን ማስተካከልና ጠንክረን መስራት ብቻ ነው። የራሴን የጉዞ ልምድና የባህል ውህደት ሂደት ውስጥ ያለፍኩባቸውን ትምህርቶች ማካፈል ደስ የሚለኝም ለዚህ ነው።

ስለገንዘብ ያላችሁን አመለካከት ማሳደግ

አሁንም እንደ ጌይል፤ ለይላ እና እኔ እንዲሁም ሌሎች ብዙ ሰዎች፤ እናንተም ስለ ገንዘብ ያላችሁን አመለካከት/ እምነት መለወጥና ማሳደግ ይኖርባችኋል። ዝግጁ ናችሁ? ከሆናችሁ ይህ የመጀመሪያው መሳሪያ /መንገድ ሊሆናችሁ ይችላል።

መሳሪያ #1 - (Tool #1)

ፀጥታ የሰፈነበት ቦታ ፈልጉ፤ ወረቀትና ብዕራችሁን አዘጋጁ፤ ረጋ ብላችሁና ተደላድላችሁ ተቀመጡ እና የሚከተለውን ዓፉ

እኔ ስለ ገንዘብ ያለኝ አመለካከት/ እምነት_________________________

____

____

____

ስለ ገንዘብ ወደ አእምሮአችሁ የሚመጣውን ሁሉ ዓፉ፤ ሁሉንም አስፍሩ፤ ትክክለኛ የሆነውን እምነታችሁን፤ የተሳሳት አመለካከታችሁን ሁሉ ሳታመነቱ ዓፉ። ልክ እኔ አንድ

በታ ላይ እንደሆንኩት፤ አንድ ነገር ልትፀፉ ስትዘጋጁ አእምሮአችሁ ባዶ ቢሆንባችሁ እንኳ፤ ማንኛውንም ወደ አእምሮአችሁ የሚመጣውን ሁሉ አስፍሩት፤ የማይረባም ቢመስላችሁ ፃፉት፤ " ይኼ ነገር ይሰራ እንደሆን አላውቅም " የሚል ስሜት ቢፈጥርባችሁም እንኳ እሱኑ ፃፉት። አንድ ጊዜ ወደ አእምሮአችሁ የሚመጣውን ከፃፋችሁ በኋላ፤ ወደ ኋላ መለስ ብላችሁ እምነት / አመለካከታችሁን እንደገና ከልሳችሁ ተመልከቱት።

ገንዘብ (Money is)____

____

____

____

ስለ ገንዘብ ያላችሁን እምነት/ አመለካከት ካሰፈራችሁ በኋላ፤ ሁሉንም አንድ በአንድ መር-ምሩና ዘመናችሁን ሁሉ በዚህ እምነትና አቋም ስትንቀሳቀሱ እንደነበር እውቅና ስጡ።

አላዋቂ /መሀይም አድርጋችሁ ራሳችሁን ገምታችሁ ከሆነ፤ ወይም ደግሞ ያለፉትን አመ-ለካከቶቻችሁን ስታስታውሱ ምቾት የማይሰማችሁ ከሆነ፤ ወይም ደግሞ አዋቂ አድርጋችሁ ራሳችሁን ገምታችሁ ከሆነም፤ ባለፉት ምርጫዎቻችሁ የምታፍሩና የምትቆጩ ልትሆኑ ትች-ላላችሁ። ልክ ህፃን ልጅ መራመድ ሲጀምር እንደሚወድቅና እንደሚበሳጭ ስታዩ ልታግዙት እንደምትሞክሩ ሁሉ፤ እናንተም ራሳችሁን ለመርዳት መሞከር እንጂ ተስፋ መቁረጥ ውስጥ ልትገቡ አይገባም። በነበራችሁና ባላችሁ እውቀትና የመረዳት አቅም፤ ማድረግ የሚገባችሁን ሁሉ ማድረጋችሁን ለራሳችሁ ንገሩት።

እኔም በዚህ ልምምድ ውስጥ ሳልፍ ምን ያህል እምባዬን እንዳፈሰስኩ አስታውሳለሁ። እናንተም ማልቀስ/ መጫኸ ካለባችሁ አልቅሱ /ጫኹ፤ የምትበሳጨም ከሆነ ትራሳችሁን ደብድቡና ይውጣላችሁ። ራሳችሁን ቂል አድርጋችሁ ካያችሁም፤ ልክ የቅርብ ጓደኛችሁን እንደምታቅፉና እንደምታበረታቱ ሁሉ፤ ሁለት እጆቻችሁን ደረታችሁ ላይ አጣምራችሁ እቅፍ በማድረግ ራሳችሁን አበረታቱ። እያደረጋችሁት ያለው ነገር የሚያኮራችሁ ነው፤ ለመለወጥ

ፍቃደኛ በመሆናችሁም ልትበረታቱ ይገባችኋል።

መሳሪያ #2 - (Tool #2)

ይህን ከጨረሳችሁ በኋላ፣ የዛኑ እለት ወይም በሚቀጥለው ቀን የሚያስፈልጋችሁን ያህል ጊዜ ወስዳችሁ እምነታችሁን/ አቋማችሁን ፈትሹ፣ የሚጠቅማችሁን ለዩና ተጠቀሙበት፣ የማይጠቅማችሁን ደግሞ አስወግዱ። አዲሱን አመለካከታችሁን / አቋማችሁን በደስታ ተቀበሉት። ያለፈው አመለካከት / እምነትና አቋም አሁን ከናንተ ተለይቷል፣ አልፎ አልፎ በሃሳባችሁ ብቅ ሊል ይችላል፣ እናንተም ፈገግ ብላችሁ እንዲህ በሉት "ይሄን እንኳ አልቀበልም "፣ ይህን ካላችሁት በኋላ አዲሱን እምነታችሁን/ አቋማችሁን ለራሳችሁ ደግማችሁ ንገሩት። ስለገንዘብ አዎንታዊ/ መልካም አስተሳሰብ ማሰብ ከተቸገራችሁ፣ ልክ በህፃንነታችን ወቅት ሳናስበው እንደምናደርገው፣ ሌሎች ደስ የሚሉ ሃሳቦችን ለማስተናገድ ሞክሩ። ብዙ አይነት አመለካከቶችን የራሳችን እንደሆኑ አድርገን በደመነፍስ (Unconsciously) ስናስተናግድ ኖርናል፣ አሁን ግን በራሳችሁ ፍቃድና ምርጫ የሚጠቅማችሁን ብቻ ወስዳችሁ ለማስተናገድ ጥረት አድርጉ።

ስለ ገንዘብ ተጨማሪ አዎንታዊ አመለካከቶች / እምነቶች

(Here are More Positive Money Beliefs)

- በአለም ላይ፣ ለሁሉም ሰው ሊውል የሚችል በቂ ገንዘብ አለ

- ባለፀጋ ሰዎች ባለፀጋ የሆኑት፣ ገንዘባቸውን በጥበብ ስለተጠቀሙበት ሲሆን፣ ሌሎች መሰናክል/ ዕንቅፋት አድርገው የሚቆጥሩትን፣ እነሱ ግን ዕድል/ መልካም አጋጣሚ አድርገው ስለሚመለከቱት ነው።

- ባለፀጎች፣ በገንዘብ አቋማቸው ዋስትና ይሰማቸዋል፣ ለሌሎች መለገስ የሚያስችል አቅም እንዳላቸውም ይገነዘባሉ

- ገንዘብ ወዳጄ ነው፣ ገንዘብ ጥሩ ነው፣ ገንዘብ ቤተሰቤና እኔ የምንናፈረውን የህይወት

ዘይቤ እንድንደሰትበትና እንድናጣጥመው ያስችለናል ብለው ያምናሉ።

እኔ በገንዘብ ላይ ያለኝን እምነት/ አቋም፣ ወይም የምታደንቋቸውን ባለሀብቶች እምነት/ አቋም፣ የራሳችሁ አድርጋችሁ መውሰድ ትችላላችሁ። ቀደም ሲል እንደጠቀስኩላችሁ፣ እዚህ ልምምድ ውስጥ ስገባ ተቃውሞ/ ትግል ገጥሞኝ ነበር፤ ከሀይማኖቴ የወረስኳቸው አስተሳሰቦች ጣልቃ እየገቡ ኢየሱስ የተናገረውን ያስታውሱኝ ነበር። ምንም እንኳ ልምምዱን ብቀጥልም፣ 100% ለማመንና ለመቀበል ተቸግሬ ነበር፤ ባስብኩትም ቁጥር የጥፋተኝነት ስሜት ይሰማኝ ነበር፤ ከዚያ ግን የቡድሀ ሀይማኖት መሪና መነኩሴ የሆኑት ዳላይ ላማ (Dalai Lama) የፃፉትን ጥቅስ አገኘሁና አነበብኩ፤ እንዲህ ነበር የሚለው፦-

ገንዘብ ጥሩ ነገር ነው፤ ጠቃሚም ነው፤ ያለገንዘብ የዕለት ኑሮን መግፋት አይ-ቻልም፤ ለማደግም አይሞክርም፤ ስለዚህ ማናችንም ጠቀሜታውን ልንክድ አን-ችልም። በሌላ በኩል ደግሞ ገንዘብን እንደ አምላክ መቁጠርና በራሱ ሀይል እንዳለው ማሰብም ስህተት ነው። ገንዘብ ሁሉም ነገር ነው የሚል አስተሳሰብና፣ ገንዘብ መሰብሰብ/ ማከማቸት ችግር ይፈታል ብለን ማመን ትልቅ ስህተት ነው።

ይህ የዳላይ ላማ (Dalai Lama) ንግግር በውስጤ ማስተጋባት ሲጀምር ፣ መፅሐፍ ቅዱስ ውስጥ ስለገንዘብ የተነገሩ አዎንታዊ ነገሮች ይኖሩ ይሆን ብዬ፣ ማጥናት ጀመርኩ፤ በመጨ-ረሻም፣ እግዚአብሔር ስለ ገንዘብ መጥፎነት አንድም ቦታ ላይ እንዳልተናገረ ተገነዘብኩ። ስለዚህም ይህ የተሳሳተ አመለካከት ትርጉም የሚሰጥ ሆኖ አላገኘሁትም፤ ምክንያቱም ከኢ-የሱስና ከሐዋርያቱ /ደቀመዛሙርቱ/ በስተቀር፣ (የነርሱ አላማ የተለየ ስለነበር) በመፅሐፍ ቅዱስ ውስጥ የተጠቀሱት አብዛኞቹ ሰዎች በሃብት የተባረኩና የተትረፈረፉ ነበሩ። ከዚያም በተጨማሪ እግዚአብሔርን የሚታዘዙ፣ ጠንክረው የሚሰሩ፣ ገንዘብን የማያመልኩ እና ከአ-ገልግሎቱ ውጪ ገንዘብን እንደ ነፍሳቸው አድርገው የማይቆጥሩ ሁሉ እንደሚባረኩ ነው የተረዳሁት። እናንተም የክርስትና እምነት ተከታይ ከሆናችሁና፣ በተሳሳተ መልኩ የያዛ-ችሁት እምነት/ አቋም እስረኛ ከሆናችሁ፣ ይህን መፅሐፍ ስፅፍ ያገኘሁትን አንድ የመፅሐፍ ቅዱስ ቃል ላካፍላችሁ፦-

እግዚአብሔርም ለምድርህ በወራቱ ዝናብ ይሰጥ ዘንድ፤ የእጅህንም ስራ ሁሉ ይባርክ ዘንድ፤ መልካሙን መዝገብ ሰማዮን ይከፍትልሃል፤ ለብዙ አሕዛብም ታበድራለህ፤ አንተ ግን ከማንም አትበደርም።

ዘዳግም 28:12

መፅሐፍ ቅዱስ፤ እግዚአብሔር ቅኖችንና ሀጉን የሚጠብቁትን፤ የማይሰስቱትን፤ ለሌሎች በመስጠት/ በመለገስ ደስ የሚሰኙትን፤ እንዴት ይባርካቸው እንደነበር በሚገልፁ ታሪኮች የተሞላ ነው። ደግሞም ስስታሞችንና ገንዘብ አምላኪዎችን ለማስተማር ሲል፤ ሀብታም ወደ መንግስተ ሰማያት ከሚገባ ግመል በመርፌ ቀዳዳ መሹለክ ይቀላል የሚል አስተምህሮትም አለው። ታዲያ እዚህ ላይ የተናገረው ስለ ገንዘብና ባለፀግነት ክፋት ሳይሆን፤ ስለ ገንዘብ ወዳድነትና ንፉግነት ሀጢአት ለማመላከት ነው።

ከሙስሊም ጓደኞቼም እንደሰማሁት፤ የእስልምና ቅዱስ መፅሐፍ የሆነው ቁርአንም፤ ንፉ- ግነትን እና በንግድ ስራ ላይ ታማኝ አለመሆንን በማስጠንቀቅና፤ ታማኝ ሆነው ሌሎችን ሳያጭበረብሩ የሚኖሩት ደግሞ እንደሚባረኩና በላይ በላዩ እንደሚጨመርላቸው በሚገልፁ አስተምህሮቶች የተሞላ እንደሆነ ነው። ይህ ከኢንተርኔት ላይ፤ ከእስልምና ጥያቄዎችና መልሶች ያገኘሁት ነው።

እንደ አቡ ሰይድ አል ኩድሪ አባባል (የአላህ ደስታ ከርሳቸው ጋር ይሁን) የአላህ መልዕክተኛ (የአላህ ሰላምና በረከት በርሳቸው ላይ ይሁን) እንዳሉት " ሀቀኛና ታማኝ የሆነ ነጋዴ ከነቢያቶች፤ ከሰዲቆችና ከሰማዕታት ጋር ማረፍ ዕጣ ፈንታው ይሆናል "።

Narrated from Abu sa'eed al Khudri (may Allah be pleased with him) that the Messenger of Allah (peace and blessings of Allah be upon him)said; "the honest and trustworthy merchant will be with the prophets, siddeeqs, and martyrs"

210

ከዚህ ስር በተጨማሪ ሌሎችንም ማንበብ ትችላላችሁ:-

https://islamqa.info/en/answers/77225/the-hadeeth-every-marchant-will
-enter-hell-except-those-who-are-pious

ምንም አይነት የሀይማኖት እምነት እና አስተሳሰብ ተከታይ ሁኑ፤ ወደ ጎሳ መለስ ብላችሁ ቅዱሳን መፃህፍቶቻችሁን በሚገባ እንድታጤኑና እንድትመረምሩ በአክብሮት እጠይቃች- ኋለሁ፤ ፈትሹ፤ ጠይቁ እናም ለብዙ ጊዜያት አጥብቃችሁ የያዛችሁትንና ወደጎሳ የጎተ- ታችሁን አመለካከት ከላያችሁ ላይ አራግፉ፤ ከበስተጀርባ ያለው ምክንያት ምንም ሊሆን ይችላል፤ ነገር ግን ችግሩ ያለው እውነታውን አዛብተን ከመረዳታችን ላይ ነው።

ብዙ መፅሀፍት በገንዘብ አያያዝና አጠቃቀም ላይ፤ ከእዳ ስለመራቅ፤ ስለንፉግነትና ባላቸው ነገር የሚታበዩትን በሚመለከት ተአማኒነት ያላቸውን ምክሮች ለግስዋል፤ እኔም ከረጅም አመታት በፊት የተፃፉና፤ አሁን ስላለንበት ዓለም አሻግሮ የመቃኘት ጥበባዊ እይታና አመ- ለካከት ላይ ያተኮሩ ፅሁፎችን ማንበብ ያስደስተኛል፤ ለዚህ ነው ሁሉንም ነገር መመርመርና መፈተሽ መልካም ነው የምለው።

አሁን ከዚህ ወጥተን ወደሚቀጥለው ደረጃ በመሸጋገር አሁን ያላችሁበትን ሁኔታ እንዴት መለወጥ እንደምትችሉ ደግሞ እንመልከት። ምግብ፤ ከምንም ተነስቶ በአንዲት የጣት ምልክት ወይም በምትህት ጠረጴዛ ላይ ጉብ አይልም፤ ይሄ ምናልባት በሀሪ ፖተር መፅሀፍትና ፊልሞች ላይ ሆኖ ሊሆን ይችላል፤ ነገር ግን እኛ የምንኖረው በልብ ወለድ ምናባዊ ዓለም (Fictional world) ውስጥ አይደለም። ከፊታችሁ ብዙ ስራ ይጠብቃችኋል፤ ይህ ደግሞ አስፈላጊ ነው።

መሳሪያ #3 - (Tool #3)

እስቲ የምትፈልጉትንና፤ ግን ማሳካት ያልቻላችሁትን በወረቀት ላይ አስፍሩ

ብዙ ገንዘብ ያስፈልገኛል፤ ነገር ግን____

ትልቅ የመኖሪያ አፓርትመንት እፈልጋለሁ፤ ነገር ግን__________________________

____

እኔ የምፈልገው__________________________

ነገር ግን__________________________

ምንም እንኳ፤ በገንዘብ ላይ ያሉ ጥቂት የማይባሉና ጤናማ ያልሆኑ አመለካከቶችን ያወቃችሁ ቢሆንም፤ ያለፈውን ጎጂ አመለካከት አስወግዳችሁ፤ የምትሹትን ለማግኘት ወደሚያስችላችሁ እርምጃ አሁን መግባት ትጀምራላችሁ።

ለምሳሌ ትልቅ የሆነ የመኖሪያ አፓርትመንት ያስፈልጋችሁ ይሆናል፤ ነገር ግን ክፍ-ያውን አትችሉትም፤ ስለዚህ የሚከተለውን ጥያቄ መጠየቅ ጀምሩ "ለምንድን ነው መክፈል የማልችለው? " መልሱ ደግሞ " መክፈል የማልችለው ደሞዜ አነስተኛ ስለሆነ ነው " የሚል ሊሆን ይችላል። እዚህ ላይ ነው እንግዲህ ችግሩ የሚጀምረው፤ ደሞዜ አነስተኛ ነው የሚለው ሰበብ፤ መንገዳችሁ ላይ የሚደነቀረው አንደኛው ምክንያት ይሆናል ማለት ነው። አሁን ችግራችሁን ለይታችኋል፤ ታዲያ የሚቀጥለው ርምጃ ምን መሆን አለበት? አሁን

በምትሰሩበት ቦታ ደሞዛችሁ እንዲያድግ ማድረግ ወይም ባላችሁበት ስፍራ ደስተኛ ለመሆን መሞከር ወይም ይበልጥ ወደሚከፍሏችሁ ቦታ መዛወር ነው።

ለምሳሌ የሚቀጥሉት ርምጃዎች እነዚህ ሊሆኑ ይችላሉ፦

- አለቃችሁ ደሞዛችሁን እንዲያሳድግላችሁ እንዴት መጠየቅ እንዳለባችሁ ማሰብና አቀ-
  ራረባችሁን መለማመድ

- በስራ ላይ እያላችሁ ሌላ ስራ እንዴት ማግኘት እንደምትችሉ ማጥናት

- የገንዘብ አቅማችሁን ሊያረኩ የሚችሉና ሌሎች ካምፓኒዎችን ለማፈላለግ የሚያስችሉ፤ ለስራ ፈላጊዎች የሚዘጋጁ ፕሮግራሞች ላይ መገኘት

- የትምህርትና የስራ ልምዳችሁን ሊያዳብሩና ሊያሻሽሉ የሚችሉ ስልጠናዎችን መከ-
  ታተል/ መውሰድ

አሁን ችግሮቻችሁን ለይታችኋል እንበል፤ ቀጥሎ የተለዩትን ችግሮች ለመፍታትና ወደምት-ፈልጉት ትልቅ አፓርተማ መግባት የሚያስችላችሁን የድርጊት መርሀ ግብር (Action Plan) ቅረፁ / አዘጋጁ፤ ካቀዳችሁት እቅድ የረዘመ ጊዜ ሊወስድባችሁ ቢችል እንኳ በትዕግስት ተጓዙ፤ ያሰባችሁበት ትደርሳላችሁ፤ ለዚህ ደግሞ እርግጠኛ ነኝ።

ወደ ትክክለኛው አቅጣጫ በግልፅነት፤ በቁርጠኝነት፤ በትእግስትና በፅናት ካመራችሁ ነገሮች ሲለዋወጡና እናንተን የሚያግዙ የተለያዩ አዳዲስ እድሎች ሲከፈቱላችሁ ታያላችሁ። ይሄ ሊታመንና ስሜት ሊሰጥ የማይችል አባባል ሊመስላችሁ ይችላል፤ ነገር ግን በእኔም ሆነ በሌሎች ህይወት በሚገባ ሲሰራ አይቻለሁ፤ ነገሮች ሁልጊዜ ሲሰካኩ ሳይ ደግሞ በመገረም እሞላለሁ። እናንተ ስለ ችግሩ ምንነት ከለያችሁና የምትወስዱት ርምጃ ከሀ ወደ ለ (From point A to B) እንደሚያሽጋግራችሁ ግልፅ ከሆነላችሁ፤ አሁን ካላችሁበት ወዳሰባችሁበት ሊያስፈነጥራችሁ የሚችል ተአምር ሊከሰት ይችላል። ፅናት በተሞላ መንገድ ወደ ግባችሁ ስትራመዱ፤ ነገሮች ከመከናወን ውጪ ሌላ አማራጭ የላቸውም።

ከዚህ ልምምድ ጋር ገና ስተዋወቅ፤ የምፈልገውን ለማሟላት፤ የመኖሪያ ቤት ኪራዬን ለመክፈል፤ አካል ጉዳተኛ ልጄን ለመንከባከብ እና ያለማንም ሰው ርዳታና የመንግስት አካላት ድጋፍ መሰረታዊ ፍላጎቶቼን ለማሟላት በብርቱ እጥርና እሰራ ነበር።

በዚያን ጊዜ የተረዳሁት፤ ልጄ ኤሬን ምንም እንኳ የአካል ጉዳተኛ ቢሆንም፤ የአሜሪካ ዜግነት ገና ያላገኘ በመሆኑ የማህበራዊ ዋስትና (Social Security) ለማግኘት ብቁ አልነበረም፤ በዚህም ምክንያት ልዩ እንክብካቤ የሚፈልገውን ልጄን ብቻዬን ማሳደግና መንከባከብ፤ የኪራይ ወጪዬን ብቻዬን መቻል እና ወጪዎቼን መሸፈን የሚያስችለኝን ሁለት ስራዎች መስራት ለኔ በጣም ከባድና አድካሚ ነበር። ሌላው ችግር ደግሞ ሁለት ስራዎች ለመስራት ብገደድና ብሰራም፤ በቂ ክፍያ ኖሮኝ የምቆጥበው ገንዘብ ያልነበረኝ መሆኑ ነው።

ከላይ በገለፅኩት መንገድ ከተንዘቡ በኃላ፤ ለችግሬ መፍትሄ ሊሆን የሚችለው ዕውቅና የሚሰ'ጠው ወይም ዕውቅና ያለው የፍርድ ቤት አስተርጓሚነት ማረጋገጫ ከያዝኩና፤ ቀድሞ ከማገኘው ገቢ እጥፍ ማግኘት ስችል እንደሆነ ተረዳሁ። ይህ ደግሞ የበፊቱን ስራዬን ማቆም እንደሚያስችለኝም ተገነዘበኩ፤ ይህ ውሳኔዬም በኤሬንና ፍላጎቶቼን ማሟላት ላይ እንዳተኩር እና ለራሴና ለሌሎች ማድረግ የሚገባኝን ለማድረግ የምችልበትን፤ ወይም ትንፋሽ የማገኝበትን ዕድል እንደሚሰጠኝ አወቅኩ።

ከዚያም ራሴን እንዲህ ስል መጠየቅ ጀመርኩ:- ጥያቄ፤ ምን ማድረግ እችላለሁ? መልስ: ቀደም ሲል ከምሰራቸው ስራዎች በአንዱ ሰርተፊኬት ማግኘትና ደሞዜን በእጥፍ ማሳደግ፤ ድርጊት: መፃህፍቶችን መግዛትና ማጥናት ፤ ውጤት: የዕውቅና ሰርተፊኬቴን ማግኘት። ታዲያ ሁሉም በተባለው መሰረት ተከናወነ፤ እኔም አንድ ስራ ላይ ብቻ ተሰማራሁ፤ ሌላውን ስራ አቆምኩ፤ ከልጄና ከራሴ ጋር የማሳልፍበት በቂ ጊዜ አገኘሁ። ስለዚህ እናንተም ይህን ቅደም ተከተል መጠቀም ትችላላችሁ:-

1. ጉዳያችሁን አጢኑ

2. ምን ማድረግ እንዳለባችሁ ለዩ

3. ለለውጥ ተዘጋጁ፤ ርምጃም ውሰዱ

4. በውጤቱም ተደሰቱ / አጣጥሙት

በእርግጥ ይሄ በአንድ ቀን የሚሆን አይደለም፤ እኔ ለማጥናት ጊዜ መስጠት ነበረብኝ፤ በካሊፎርኒያ ግዛት የፍርድ ቤት አስተርጓሚ ሆኜ ለመመዝገብ የሚያስችለኝን ብሔራዊ ፈተና መውሰድም ነበረብኝ፡፡ በመጀመሪያው ሙከራዬ / ፈተና ሳይሳካልኝ ቀረ፤ ምክንያቱም ለማጥናት በቂ ጊዜ መመደብ አቅቶኝ ነበር፤ ይህ ደግሞ ጊዜ መመደብ ስላልፈለግኩ ሳይሆን፤ ለዚህ የማውለው በቂ ጊዜ ስላልነበረኝ ነው፡፡

ኤሬንን ትምህርት ቤት እና የልጆች ማቆያ ሳስገባው ሁለት ስራዎችን እየሰራሁ ነበር፤ ወደቤት ስመለስ ልጄ የሚያስፈልገውን እንክብካቤ መስጠት ይጠበቅብኛል፡- መመገብ፤ ገላውን ማጠብ፤ ልብሱን መለወጥ፤ ቤት ውስጥ የሚሰጠውን የአካል ህክምና መስጠት (Physical Therapy)፤ ከምሽቱ ሶስት ሰአት ላይ ወደ መኝታው ከመሄዱ በፊት ደስ የሚል ጊዜ እንዲኖረው አብሬው ማሳለፍ፡፡ በዚያን ጊዜ እናቴ ኤሬንን በመንከባከብ ረገድ ከፍተኛ ድጋፍ ታደርግልኝ ነበር፤ እኔም ሁኔታው በፈቀደልኝ መጠን፤ ለልጄ ከምስጠው ጊዜ ወደ አንድ ሰአት ያህል ቀናንሼና አብቃቅቼ ለጥናት አውል ነበር፡፡

ኤሬን ወደ መኝታ ሲሄድልኝ፤ የቀረኝን ጊዜ ለሚላኩልኝ ኢሜሎች መልስ በመስጠት፤ ለቀጠሮች ጊዜ በመመደብ ወይም ቀጠሮዬን እንደገና በመከለስ (Rescheduling) እና በጣም የተጨናነቁ ፕሮግራሞችን በመተግበር፤ ጊዜዬን ለመጠቀም እሞክር ነበር፤ ከዚያም ወደ መኝታ ከመሄዴ በፊት፤ ለግማሽ ሰአት ያህል አጠና ነበር፤ በሚቀጥለው ጧትም ተነስቼ ቀኑን ሙሉ ያንኑ ተመሳሳይ ድርጊት አከናውናለሁ፡፡ በዚህ መሀል ታዲያ፤ አንድ ተአምር ተከሰተ፤ ዜግነት አገኘሁ (ከአንድ አመት በፊት አመልክቼ ነበር)፤ ይህ ደግሞ ለኤሬን ወዲያው ዜግነት የሚያስገኝላት አጋጣሚ ስለነበር፤ በጥቂት ወራት ውስጥ ቀደም ሲል ተነፍጎት የነበረውን ጥቅማ ጥቅም ማግኘት ጀመረ፤ ያ ደግሞ የገንዘብ አቅሜን ከፍ አደረገልኝ፡፡

ሌላውን ስራዬን በመተውም፤ አንዳንድ ክህሎቶችን ለማዳበር የሚያስችሉኝን ፕሮግራሞች መከታተል ጀመርኩ፤ ለምሳሌ፡- ትኩረት ስለማድረግ (Focusing)፤ ስለ ዘርፈ ብዙ ተግባራት

(Multi-tasking)፣ ስለ ምርታማነት (Productivity) እና ስለ ጊዜ አጠቃቀም (Time Management) እውቀት መቅሰም የሚያስችለኝንና፣ አንድ አመት ሊፈጅ የሚችል ፕሮ-ግራም መከታተል ነበረብኝ። በዚህ መስክ በሚገባ ሊያግዙኝ የሚችሉ መፅሀፍትና ሲዲዎችን ገዛሁ፤ ቀጥሎም በየቀኑ ሁለት ሰአት በሳምንት ለአምስት ቀናት የጥናት ጊዜ መደብኩኝ፤ ፈተናውንም አለፍኩ። እውነት እላችኋለሁ፣ ይህ ለእኔ ደስታ የተሞላሁበት ታላቅ የድል ቀን ነበር።

አሁን ገቢዬ በእጥፍ አደገ፤ ለኤሮን ከሚሰጠኝ አብዛኛው የመንግስት ርዳታና የማህበራዊ ዋስትና ድጋፍ ራሴን አላቀቅኩ፤ የማንንም ርዳታ የማልሻና ክልጅ ጋር አልመው የነበ-ረውን ህይወት መኖር የሚያስችለኝ ደረጃ ላይ ደረስኩ። ስለ ስኬቴም ኩራትና ደስተኝነት እንደተሰማኝ በሚገባ አስታውሳለሁ።

ህይወቴ መለወጥ ሲጀምርም፣ አሁን የትዳር ጓደኛዬ ከሆነው ፍቅረኛዬ ጋር ተገናኘንና ለመጋባት ወሰንን፤ ይሄ ደግሞ እየበዛ ከሄደው ቤተሰቤ ጋር የተመቻቸና የተደላደለ ህይወት እንድኖር አገዘኝ።

እዮ እንግዲህ፣ በውድቀትና በጊዜ እጦት ላይ እርምጃ ለመውሰድ ቁርጠኛ መሆን ስጀምር፣ ወደምፈልገው ደረጃ ለመድረስ የሚያስችሉኝ ሁኔታዎች እንዴት ተሰካክተው መምጣት እን-ደጀመሩ መገንዘብ ትችላላችሁ። ቁርጠኛ ከሆንንና ሳናቋርጥ ከተጓዝን፣ ጉዟችንን ለማሳካትና ግባችን ለመድረስ የሚያስችሉ ተአምራታዊ ሁኔታዎች ተፈጥረው፣ ራሳችንን ጭምር ያስ-ገርሙናል፤ ይበልጥ በፅናን ቁጥር ደግሞ፣ ስኬቶቻችን እያደጉና እየጨመሩ ወደግባችን ያደርሱናል።

የመንግስት ርዳታ (Government Aid)

ስላለሁበት ሀገር አንድ የምወደው ነገር ቢኖር፣ የተቻላችሁን ሁሉ ጥራችሁ በተለያየ ምክንያት ህይወትን በሚገባ ማስተናገድ (Handle) ሲያቅታችሁ፣ ሊያግዚችሁ / ሊረዱችሁ የሚችሉ ብዙ ግብአቶች (Resources) ታገኛላችሁ።

ነገሮችን ስእላዊ በሆነ መልክ ማየት እወዳለሁና የመንግስትን ርዳታ ጨምሮ ስለ ግብ-አቶች ሳስብ፤ በጨዋታ ላይ አካል ጉዳት እንደደረሰበት የእግር ኳስ ተጫዋች አድርጌ ራሴን እመለከታለሁ። የድንገተኛ ህክምና ባለሙያዎች (EMT) ታሬዛና የመጀመሪያ ርዳታ ቁሳቁስ ይዘው፤ የተጎዳውን ተጫዋች ለመርዳት እየሮጡ ወደኳስ ሜዳ ይገባሉ፤ የህክምና ባለሙ-ያዎቹም በቃሬዛው ላይ አስተኝተው ከሜዳ ውጪ ያደርጉኝና፤ የመጀመሪያ ደረጃ ርዳታ በመስጠት ጉዳቴ ከበድ ያለና ወደ ሆስፒታል መሄድ ይኖርብኝ ወይም አይኖርብኝ እን-ደሆን ያረጋግጣሉ፤ ወይም ሌላ ማንኛውንም እርዳታ ማግኘት የምችልበትን ሙያዊ ሃሳብ ያቀርባሉ።

እኔም እያገገምኩ በሄድኩ ቁጥር የተደረገልኝን ርዳታ አስባለሁ። እኔ በየአራት ዓመቱ የሚካሄዱትን የአለም እግር ኳስ ጨዋታ ውድድሮች ከአባቴ ጋር እየተመለከትኩ ነው ያደ-ግኩት፤ ይሄንንም ባህል እስከዛሬ ጠብቄ ይዣለሁ። ተጫዋቾች ተጋጣሚያቸውን ለመቋቋምና በፅናት ለማሸነፍ ያላቸውን ወኔ ሳስብ በጣም እደነቃለሁ፤ ከጉዳት ወይም ለህይወት አስጊ ከሆኑ አደጋዎች ተርፈው ስለተቀዳጇቸው የድል ታሪኮች መስማት ያጓጓኛል። ይህን መሰል ብዙ የሚስቡኝ ታሪኮች ቢኖሩም፤ ለጊዜው ግን ሁለቱን ባካፍላችሁ በቂ ይመስለኛል።

ፒተር ቼክ (Peter Cech) የሚባል ግብ ጠባቂ እ.ኤ.አ.በ2006 ዓ.ም በነበረው ግጥሚያ ካጋጠመው አደጋ የተነሳ፤ ስራውን ማጣትና ከሙያው መገለል ብቻ ሳይሆን በራስ ቅሉ (Skull Fracture) ላይ የደረሰበት ከባድ ጉዳት፤ ህይወቱንም አስጊ ደረጃ ላይ ጥሎት ነበር። ነገር ግን አደጋው ከደረሰበት ከ3 ወራት በኋላ ተሽሎት ወደ ጨዋታው ሜዳ ሲመለስ፤ የአለም ምርጡ ኮከብ ግብ ጠባቂ በመባልና ዕውቅና በማግኘት በእግር ኳሱ ዓለም ከፍተኛ የዝና ማማ /ቻፍ ላይ ተቆናጥጦ ነበር። በዚህም እ.ኤ.አ. የ 2015 ዓ.ም የፕሪሚየር ሊጉን የምን ጊዜም ሪከርድ መስበር ችሏል።

ሌላው የሚመስጠኝ እግር ኳስ ተጫዋች ምዋንኮ ካኑ (Nwankwo Kanu) ነው። ይህ ናይጄሪያዊ እግር ኳስ ተጫዋች የተወለደው ከበድ ካለ የልብ ችግር (Severe Heart Defect) ጋር ነበር። እ.ኤ.አ በ1996 ዓ/ም የልብ ቀዶ ጥገና በማድረግ አርቲክ ቫልቩን (Aortic Valve) ካስቀየረ ከስድስት ወር በኋላ፤ ወዲያውኑ ወደ እግር ኳሱ ዓለም ተመልሶ በጣም

ታዋቂና ዝነኛ ከሆኑት የአውሮፓ እግር ኳስ ቡድኖች መካከል እንደ ኢንተርሚላን (Inter) እና አርሰናል (Arsenal) ከመሳሰሉት ቡድኖች ጋር ተቀላቅሎ መጫወት ጀመረ፤ እ.ኤ.አ በ1999 ዓ/ም የአመቱ የአፍሪካ እግር ኳስ ኮኮብ (African Footballer of The Year) ሆኖ ተመረጠ።

በዚህ መልኩ ብዙ መናገር እችላለሁ፤ እነዚህ ሰዎች ከደረሰባቸው መጥፎ አጋጣሚና አደጋ ጋር ፊት ለፊት ከመጋፈጣቸው በፊት እዚህ ደረጃ ላይ እንደርሳላን ብለው እንደማይ- ገምቱና፤ በደረሰባቸው ከፍተኛ አደጋና ጉዳት ምክንያት ደግሞ ተስፋ መቁረጥ ውስጥ ሊገቡ ይችሉ እንደነበር አስባለሁ። የሚያጋጥሚቸውም የቅርብ ሰዎች ያሉበትን ከባድና አስጊ ሁኔታ አይተው፤ ብዙ ባይደክሙና ከሁኔታቸው ጋር ተስማምተው መቀጠል እንዳለባቸው ሊመ- ክሯቸው ይችላሉ፤ ምናልባት ይህን ምክር ሲለግሷቸውም በፍቅርና ለነሱ ከማዘን በመነጨ መንፈስ ሊሆን ይችላል።

ነገር ግን እነዚህ ሰዎች ለቀረበላቸው ተስፋ አስቆራጭ የማፅናኛ መልዕክት እጅ አልሰጡም፤ ይልቁንም፤ የሚያስፈልጋቸውን የማገገሚያ ጊዜ ወስደው ወደ ጨዋታቸው ተመልሰዋል። ይህን የመሰሉ መሳጭ (Inspirational) ታሪኮችን ማንበብ እወዳለሁ። ኳስ ጨዋታን እንደ ህይወት መደጎሚያ ካደረጋችሁት፤ ማንኛውም ዓይነት ጉዳት ሊያጋጥማችሁ እንደሚችልና ከጨዋታው ዓለም ግን እንደማይለያችሁ ልታስቡ ትችላላችሁ። በተመሳሳይ ሁኔታ፤ ህይወ- ትንም እንደ ኳስ ጨዋታ ብትወስዱትና ተስፋ አስቆራጭ ሁኔታዎች ሊያጋጥሟችሁ ቢችሉም፤ ህይወትም ወዲያና ወዲህ ቢያላትማችሁና ግራ ቢያጋባችሁም፤ ፈፅሞ እጅ እንዳትሰጡ ወይም ተስፋ እንዳትቆርጡ እመክራችኋለሁ።

እኔ አንደኛውን ስራዬን ካቆምኩና ለልጄ የሚሆነኝን ጥቂት ገንዘብ ማግኘት ከቻልኩ በኋላ ትምህርቴን ይበልጥ መከታተል ስጀምር፤ ወደ አምስት የሚጠጉ የተለያዩ ሰዎች ወደእኔ ቀርበው፤ አሁንም መማር ለምን እንዳስፈለገኝ ይጠይቁኝ ነበር። እንደውም አንደኛው ሰው እንዲህ ሲል ምክር ሊለግሰኝ ሞክሯል፤ " እርዳታ ታገኛለሽ፤ ኤረን ደግሞ ትምህርት ቤት ነው፤ ታዲያ ለምን አታርፊም? ህይወት ከባድ እንደሆነብሽ አውቃለሁ፤ ለምን ሌላ ትግል ውስጥ ገብተሽ ትፍጊያለሽ / ትደክሚያለሽ? ልጅሽም፤ አንቺም የምታገኙትን ጥቅም

(Benefits) ልታጡ እንደምትችሉ አታውቂም? ምግብ ያጣሽ ይመስል ለምን ትባዝኛለሽ? " ነበር ያለኝ። ይህን ምክር የለገሰኝ ሰው፣ እኔን ለመጉዳት ወይም ተስፋ ለማስቆረጥ አስቦ የተናገረው እንዳልሆነ እረዳለሁ። ይልቁን ነገሮች እንዳይከብዱብኝ በመስጋትና የወንዱን ልጄን ሁኔታ ስለሚረዳ፣ እስካሁን ያለፍኩበት ውጣ ውረድ እንደሚበቃኝ በማሰብ ነው። ሰዎች ከዚህ የበለጠ ነገር እንዳደርግ ወይም የበለጠ ስኬት እንደማይጠብቁብኝና ለዚህም ተወቃሽ እንደማያደርጉኝ ሊያረጋግጥልኝ እየሞከረ እንደሆነ እገነዘባለሁ። እንደሱ ሃሳብ መሰረታዊ ፍላጎቶቼ እስከተሟሉና የተለያዩ ወጪዎቼን እስከሸፈንኩ ድረስ፣ ምቾት ያለው ህይወት መምራት እንደምችል ነው የሚያሰበው። እኔም፣ ሊያሳየኝ ስለሞከረው የያገባኛል ስሜት (Concern) እና ፍቅር የተረዳሁት ቢሆንም፣ ምቾት ስለሚባለው አደጋ ግን መጠንቀቅ ነበረብኝ። ስለዚህም በትህትና፣ ምን ያህል የኔ ጉዳይ እንዳሳሰበውና ችግሬን እንደራሱ ችግር በመመልከቱ ምስጋናዬ የላቀ መሆኑንና ላሳየኝ ፍቅርና በጎነት ትልቅ አክብሮት እንዳለኝ ገለፅኩለት።

ምንም እንኳ የርሱን እይታ የተረዳሁትና አንዳንድ አማራጭ ያቀረበልኝ ቢሆንም፣ እኔ ግን እንዲህ ነበር ያልኩት " ወደ አሜሪካ የመጣሁት ለምቾት አይደለም፣ በውስጤ ትላልቅ ህልሞችን አንግቤ ነው የተነሳሁት፣ ይኼ ደግሞ እረፍት አይሰጠኝም፣ እናም 20 ተጨማሪ ዓመታትን የሚጠይቀኝ ቢሆን እንኳ፣ ህልሞቼን በሙሉ ከማሳካት ወደ ኋላ አልልም "።

በዚህ ጊዜ ይህ ሰው ፊቱ ላይ ይነበብ የነበረውን ገፅታ ፈፅሞ አልረሳውም- ድንጋጤ፣ መገረም፣ ብስጭት፣ እንደገና ደግሞ አይኖቼ ብርሀን ሲፈነጥቁ አየሁ። ይህንን ውይይት በምናደርግበት ወቅት ግለሰቡ ከ20 ዓመታት በላይ እዚህ ሀገር የኖረ ቢሆንም፣ ከዚህ በፊት እንዲህ ያለ አባባል ሰምቶ ወይም አስቦ እንደማያውቅ ከገፅታው ይነበብ ነበር። ከዚያ የንግግር ልውውጥ በኋላ፣ ይህ ሰው ምን ሁኔታ ላይ እንዳለ ባላውቅም፣ ነገር ግን ያ ልውውጥ ለእርሱም ሆነ ለራሴ ህይወት ለዋጭ እንደነበር ተስፋ አደርጋለሁ።

ምንም እንኳ ባላችሁበት ማህበረሰብ ውስጥ ያሉ የምታውቋቸው ሰዎች የሚያደርጉት ቢሆንም እንኳ፣ በምቾት ወጥመድ ውስጥ አትውደቁ፣ እንደ ማምለጫ መንገድም አት- ውሰዱት። የኔ ገቢ መጨመር፣ የልጄን የማህበራዊ ዋስትና ገቢና ሌሎች ተጠቃሚነቶችን

219

የሚያሳጣኝ መሆኑ በእርግጥ አስፈሪ ቢሆንም፤ ነገሮች ግን መሆን እንደሚገባቸው ከመሆን አያልፉም። ምንም እንኳ ሁኔታዎች ቢለወጡም፤ ርዳታው ወይም ድጋፉ እንደሚቀር አውቃለሁ፤ ባለሁበት ቦታ ግን ተቸንክሬ የህይወቴን ወሰን / ዳርቻ አላጠበውም።

የህይወት / የትዳር / ተጋሪዬን ሳገኝና ለማግባት ስወስንም፤ ይህንኑ መሰል የሀሳብ ልውውጥ አድርገን ነበር። ሁለታችንም ባለፈው የግል ህይወታችን ተነድተን ስለነበር ትክክለኛውን (ለራሳችን የሚመጥን) ሰው ለማግኘት ተቸግረን ነበር፤ የተገናኘነውም በዚህ ሁኔታ ውስጥ እያለን ስለነበር ሁለታችንም ደስተኞች ነበርን፤ የሁለታችንም ፍላጎት ደግሞ ተመሳሳይ ሆኖ አገኘነው - መጋባት፤ ቤተሰብ መመስረትና ህይወታችንን በአንድ ላይ መምራት፤ ታዲያ ሁሉም ነገር ተመቻቸና የልባችን መሻት ተከናወነ።

በእርግጥ እኔ የአካል ጉዳት ያለበት ልጅ ያለኝ በመሆኔ፤ በውሳኔያችን ወቅት አንዳችን ለአንዳችን ህይወት የምናበረክተው አስተዋፅኦ ላይ በሚገባ ተመካክረን ስለነበር፤ እኔም የተወሰኑ ጥቅሞቼን መተው /መልቀቅ እንደሚገባኝ አምኜበት ነበር።

እስከዚያ ወቅት ድረስ፤ ደስታዬን ያሚሉልኛል የምላቸውን ብዙ አስፈላጊ ነገሮችን መተው ነበረብኝ፤ አያችሁ! ሁለቱንም ማግኘት አትችሉም፤ በህይወት ከፍታ ላይ መፈናጠጥ እየፈለጋችሁ፤ በተመሳሳይ ጊዜ በድጋፍና ርዳታ ስር መቆየት አትችሉም።

እኔና ቤተሰቤም ራሳችንን ከመንግስት ርዳታ አላቀን፤ ራሳችንን ለመቻል ባደረግነው ጥረት በጣም እንኩራለን፤ ምክንያቱም በአሜሪካ ባህል ይህ የሚጨበጨብለት ጉዳይ ነው። ከማህበራዊ ርዳታ/ ድጋፍ ሰዎች ተላቀቁ ማለት፤ ሰዎች ከነበሩበት ሁኔታ ወጥተው ላቅ ወዳለ ደረጃ ሸግግር እያደረጉ ነው ተብሎ ስለሚታሰብ እና በትጋትና በጥረት እዚህ የደረሱ መሆናቸውን ማህበረሰቡ ስለሚገነዘብ፤ ዕውቅናና አክብሮት ይለግሳቸዋል።

ለአንድ አመት ያህል በዚህ ጉዳይ ላይ ጥናት ካደረግን በኋላ፤ አንድ ሰው ብቻ በተገ- ኘበት በከተማው ማዘጋጃ ቤት ጋብቻችንን ፈፀምን፤ ከተጋባን ከ8 ወራት በኋላም በሰርጋችን ስርአት ላይ መገኘትና የደስታችን ተካፋይ መሆን ያልቻሉትን ቤተሰቦቻችንን፤ ጓደኞቻችንና ሌሎችንም የግብዣ ካርድ ልከንላቸው በአንድ ላይ ድጋሚ ማክበር ቻልን።

ከዚያ በኋላ ግን፤ ብዙ አስተያየቶችና ምክሮች ይነርፉልን ጀመር። አንዲት አራት ልጆች የወለደችና አንድ ተጨማሪ ልጅ የፀሰት ቤት እንዲህ ብላኝ እንደነበር አስታውሳለሁ፤ " ለምንድን ነው ያገባሽው? በርግጥ ማግባት ትችያለሽ፤ ግን በህጋዊ መንገድ መሆን አልነበረ- በትም፤ ምክንያቱም ላንቺና ለልጆችሽ የምታገኛውን ዳረጎት/ ድጎማ (Benefits) መጠቀም ትችይ ነበር "። ለዚህች ቤት በጣም ነበር ያዘንኩላት፤ ህይወቷ ቀጭጮና ተጎሳቁላ ነበር የምትኖረው፤ ያላትን ክህሎት ፈፅም አልተረዳችውም፤ የበለጠ አስከፊው ነገር ደግም ይህንን ችግሯን አለማወቋ ነው። ህይወት እንዴት መመራት እንዳለበት ከፍቅር በመነጨና በያገባኛል (Concerned) ስሜት ከልብ የሆነ ምክር ነው ልትለግሰኝ የሞከረችው፤ ነገር ግን ምክሯ፤ አንቺና ጥገኛ ሆኜ እንድቀር የሚገፋፋ እንጂ ካለሁበት ከፍ የሚያደርገኝ አልነበረም።

በዚህ ወቅት ምን ልላት እንደምችል ባላውቅም ስሜቷን ግን መጉዳት አልፈለኩም፤ ስለዚህ ምንም ሳልል ከአጠገዋ ተለይቼ ሄድኩኝ። ወዲያውኑ ግን አንድ ነገር እንድታስብበትና ህይወቷንም መለወጥ እንዳለባት በማመን፤ አንድ ነገር ማለት እንዳለብኝ ተሰማኝና ተመልሼ እንዲህ አልኳት " ወደ አሜሪካ የመጣሁት በመንግስት ርዳታና ድጋፍ ለመኖር አይደለም፤ የመጣሁት ለመበልፀግና ለመትረፍረፍ ነው፤ የመንግስት እርዳታ ወደዚያ እንዳመራ ያግዘኛል፤ ለዛ ደግም ምስጋናዬ ከፍ ያለ ነው፤ ነገር ግን ያ፤ ለቤተሰቤና ለራሴ መበልፀግና መትረፍረፍ ዋነኛውና ሁነኛው መንገድ አይደለም ፡፡

እሷ ግን ራሷን መከላከል ጀመረችና " ጥሩ! እኔ ግን ልረዳሽ መሞከሬ ነበር " ብላኝ ሄደች። በርግጥም ልትረዳኝ ያደረገችው ሙከራ መሆኑ ገብቶኛል፤ ምንም ክፋት የለውም፤ ነገር ግን እኔም እውነቱን መናገር ነበረብኝ፤ ያደረግነው ምልልስም አንድ ቀን በነገሩ እንድታ- ስብበትና እንድትገነዘበው ይረዳታል ብዬ ተስፋ አደርጋለሁ። ይህ አቋሜ እኔን እንደለወጠኝ ሁሉ፤ ሌሎችም እንዲለወጡ ለማስተማር ውስጤን አቀጣጥሎት / አነሳስቶት ነበር።

የድጋፍ / የርዳታ ተጠቃሚ መሆን ከጀመሩ በኋላ ለመተው ማሰብ አስቸጋሪና አስፈሪ እንደሆን እኔም ምስክር ነኝ፤ ምክንያቱም አልፌበታለሁና፤ ደስተኛ ግን እንዳልነበርኩ ልደ- ብታችሁ አልችልም። አሁን በእርግጥ፤ ደስ ብሎኝ ነው የምኖረው፤ ያ ማለት ግን ተግዳሮት የለም ማለት አይደለም፤ ነገር ግን አሁን ያን ተግዳሮት የምፈታበትን መንገድ ጨብጬዋለሁ፤

ልጆቼም አሁን ይበልጥ ደስተኞች ሆነዋል። ወደ ብልፅግናና መተረፍረፍ ለምናደርገው ጉዞም ከመቼውም ጊዜ ይበልጥ እየሰራን ነው። ነገሩ የጉዟችን መነሻ እንጂ፣ መዳረሻ እንዳልሆነም ገብቶናል።

ከሁሉም በላይ መዋሽት /ማታለል አልፈልግም፣ ውጥረት ውስጥ ይከተኛል። ከሰው ወይም ከመንግስት አንድ ነገር ለመደበቅ መሞከር ወኔን ይሰልባል፣ ብዙ ሀይልን ያነጥፉል/ያደርቃል። ኑሮ ራሱ ብዙ ኃይል የሚጠይቅ ነው። ካሁን አሁን ደረሱብኝ/ አገኙኝ ብዬ በመሳቀቅ፣ አላስፈላጊ ኃይል ለምን አባክናለሁ?። ይህ እስር ቤት መግባት ያህል ነው፣ እኔ ደግሞ የምመርጠው ህይወትን በነፃነት ለመኖር ነው።

በኢትዮጵያ ይኖሩ የነበሩ አንድ ጎረቤቴ የሚሉትን አባባል የህይወቴ መመሪያ አድርጌዋለሁ " ውሸታም ሆነ በምቹ ቤት ከመኖር፣ ታማኝ ሆነ ማደሪያ ማጣት ይሻላል " ይሉ ነበር።

በዚህ ጥበብ የተሞላበት አባባል መርህ ስር ይበልጥ በኖርኩ ቁጥር፣ ትርጉሙ እየገባኝ ነው የመጣው። ቤት / ማደሪያ እንኳ ባይኖር፣ እውነቱን ተናግሮ የሰላም እንቅልፍ መተኛት ይቻላል ፤ በሌላ አባባል " እውነትን ተናግሮ፣ የመሸበት ያድራል " ይባላል። ነገር ግን ዋሽቶ፣ ወይም መረጃ ሰውሮ / ደብቆ ለመተኛት የሚሞክር ሰው ትልቅ ቤት ቢኖረውም/ ቢኖራትም፣ የሰላም እንቅልፍ አይኖረውም/ አይኖራትም እንደማለት ነው። እኔም ልነግራችሁ የምወደው፣ ነገሮችን ከመደበቅና ከመዋሽት ይልቅ፣ ለመንግስትም ሆነ ለማንም ሰው የምታሳዩት ታማኝነት ህይወታችሁን ቀላል፣ ሰላማዊና ደስተኛ እንደሚያደርግላችሁ ነው። ነገሮችን ለመደበቅና ለመጨነቅ የምታውሉትን ሀይል፣ ህይወታችሁን መገንባት ለሚያስችል ለተሻለና የሚጠቅም ነገር ታውሉታላችሁ።

ስለ አንድ ሰው የወንጀል ጉዳይ አስታውሳለሁ፣ ስሙን ለውጠን ዮሀንስ ብለን እንጠራዋለን። ዮሀንስ በአሜሪካ የነበረው ቆይታ ለ4 ዓመታት ያህል ብቻ ሲሆን፣ ባለትዳርና የ3 ልጆች አባት ነበር። ዮሀንስ የተከሰሰው በማጭበርበር ወንጀል ስለነበር፣ ፍርድ ቤቱም በመጨረሻ ብዙ ገንዘብ እንዲከፍል ፈርዶበት ክፍያውን ጀምሯል። ዮሀንስ በተከሰሰበት የወንጀል ድርጊት ከባድነት ምክንያት መንፈሱ በጣም ታውኮ ስለነበር፣ ከእኔ ጋር ሲገናኝ ምንም እንኳ

222

ጊዜው ገና ማለዳ ቢሆንም፤ እርሱ ግን ይንቀጠቀጥ፤ እጆቹን ይፈትግና ሰውነቱም በላብ ተጠምቆ ነበር።

ዮሀንስ ጠበቃውን እየጠበቅን እያለ እንዲህ አለኝ፤ " ከዛሬ ጀምሮ የሰዎችን ምክር ፈፅሞ አልሰማም "። እንደነገረኝ ከሆነ፤ ባለቤቱ ህፃን ልጅ በነበራት ወቅት የመንግስት ድጋፍ እንዲደረግላት አመልክተው ተፈቅዶላቸው ነበር፤ ሚስቱ ስራ ስትጀምር ግን፤ ልጁ 5 ዓመት እስኪሞላው ድረስ የመንግስት እርዳታ እንደማይቋረጥባቸው ሰዎች ነግረውት ስለነበር፤ በተባለው ነገር ምቾት ባይሰማውም (ቢጠራጠርም) እንኳ፤ ምክሩ እውነት ይሁን አይሁን ለማጣራት ጥረት አላደረገም። በዚህም ምክንያት፤ ምንም እንኳ እሱም ሆነ ሚስቱ የሙሉ ጊዜ ተቀጣሪ ደምዝተኛ ቢሆኑም፤ የጎደኞቹን ምክር ሰምቶ የመንግስትን ገንዘብ መቀበሉን አላቋረጠም ነበር።

ከጥቂት ወራት በኃላ፤ ከጉዳይ አስፈፃሚያቸው (Caseworker) ጋር በቀጠሮ ሲገናኙ ሚስቱ ስራ እንደጀመረች አወራት፤ እሷም ለዚህ አይነት ተጠቃሚነት ብቁ አለመሆናቸውን ገልፃ ላለፉት ስምንት ወራት የተቀበሉትን ገንዘብ ለመንግስት መመለስ እንደሚገባቸው አሳ-ወቀችው። ምንም እንኳን ገንዘቡ ብዙ ቢሆንምና እርሱም ቀስ በቀስ ለመክፈል ፈቃደኛ መሆኑን ቢገልፅም፤ ከሁሉም በላይ ድንጋጤ ውስጥ የከተተው ግን በአጭበርባሪነት መከሰሱና ስሙ መጥፋቱ/ መጉደፉ ነበር።

እርግጠኛ ነኝ፤ ዮሀንስ የመንግስት ድጋፍ ለመጠየቅ ማመልከቻ ሲያስገባ፤ መብትና ግዴ-ታውን በሚመለከት ቅፁን በሚገባ ተረድቶ እንደሞላ ርግጠኛ ነኝ። ያም ሆኖ ግን አዲስ ስደተኞች ስንሆን፤ ብዙ ጊዜ የሚቀርቡልንን ቅፆች አሟልተን የማንበብ ልማድ የለንም፤ አስተርጓሚም መጠየቅ ክብራችንን የሚነካና የሚያሳፍረን ይመስለንና ማንኛውንም ርዳታ ከመጠየቅ እንታቀባለን።

ዮሀንስ በርግጥ አላወቀም፤ የከፋው ነገር ደግም፤ ያማከሩትም ሰዎች ለረኸም አመታት እዚህ ሀገር የኖሩ ቢሆንም እነርሱም ላያውቁ ይችላሉ፤ ስለዚህ ከሰዎች የምናገኘውን ምክር በጥንቃቄ ልናይ ይገባል። እንዲሁም ክናንተ ቀድመው ስለመጡና በዚህ ሀገር ብዙ ስለኖሩ ብቻ

እምነት ልትጥሉባቸው አይገባም፤ ይህ በማንኛውም ነገር ምጡቅ (Expert) አያደርጋቸውም፤ ሁልጊዜ እውነታውን ማጣራትና መፈተሽ የእናንተ ሀላፊነት ነው። የእኔ ባለቤት ሁልጊዜ የፕሬዘዳንት ሬጋንን አባባል ይጠቅስልኛል " እመን/ እመኝ ግን አጣራ/ አጣሪ " (Trust but Verify)፤ እኔም ይህ አባባል ለእዚህ ቦታ ተስማሚ እንደሆነ እገምታለሁ። ሁልጊዜ ከየትም አቅጣጫ የሚመጡላችሁን መረጃዎች ወይም አስተያየቶች ዝም ብሎ ከመቀበል ይልቅ፤ ከነገሩ ጋር ቅርበት ያላቸውን ሰዎች ወይም እንደ ማህበራዊ አገልግሎት ሰራተኞች የመሳሰሉትን ባለሞያዎች በማማከር፤ የመረጃውን ተዓማኒነት ለማጣራት መሞከር ተገቢ ነው ብዬ አምናለሁ።

የሆንስ እድለኛ ሆኖ፤ ጠበቃውም የዮሀንስን ሁኔታ ተረድቶ ስለነበር በሚቻለው ሁሉ ተሚግቶለት/ ተከራክሮለት ህይወቱን ሊያበላሽ ይችል ከነበረው የወንጀል ክስ ነፃ አድርጎታል። በዚህ እድለኛ ነበር! ምክንያቱም ጠበቃው ብቃት ያለው የህግ ሰው ስለነበር፤ በደንበኛው ላይ የተከሰተው ችግር የመጥፎ አጋጣሚና የእውቀትና ግንዛቤ ማነስ ውጤት እንደሆነ ተረድቶ ነበር።

እናንተም እባካችሁ! መስራትና የተሚላ ህይወት መኖር የምትችሉ ሆናችሁ ሳለ፤ በመንግስት ርዳታ ጥገኝነት ስር እንድትወድቁ ከሚመክራችሁ ሰዎች ፈት ገለል (ራቅ) ለማለት ሞክሩ። የመንግስትን ርዳታ በሚያስፈልጋችሁ ወቅት ብቻ ተጠቀሙበት፤ ለምሳሌ በአሜሪካ የሙሉ ጊዜ ወይም የትርፍ ጊዜ ሰራተኛ በመሆን፤ ወይም ደግሞ ስራ ፈጣሪ (Entrepreneur) በመሆን ህይወታችሁን የተሚላ ማድረግ ትችላላችሁ።

ገንዘባችሁን ማስተዳደር (Managing Your Money)

በትምህርት ስርአታችን ውስጥ ከማንማራቸው ነገሮች ውስጥ አንዱ ስናድግ ገንዘባችንን እንዴት ማስተዳደር እንዳለብን ነው፤ ስለዚህ ከቤተሰቦቻችን ወይም ደግሞ በዙሪያችን በቅርበት ካሉ ወዳጆቻችን ተነስተን፤ ልምዳችውን እንቀስማለን።

ወደ አሜሪካም ሆነ ወደ ሌላ ሀገር ብትንቀሳቀሱም፤ ባትንቀሳቀሱም፤ የገንዘብ አጠቃቀም/

አስተዳደር ክህሎታችሁን *መፈተሽ/ መመርመር* ይገባችኋል። በአንዳንድ ሁኔታ በጣም ጥሩ የሆነ የገንዘብ አጠቃቀም ክህሎት ይኖራችሁና፤ በአንዳንድ ሁኔታ ደግሞ ማስተካከል የሚገ-ባችሁ ነገር እንዳለ ትረዳላችሁ፤ ይህ ደግሞ መልካም ነው። ምክንያቱም የገንዘብ አስተዳደርን በሚመለከት ጠንካራና ደካማ ጎናችሁን ማወቅ ከቻላችሁ፤ ገንዘባችሁን ስርአት ባለው መልክ ለመያዝና በየት አቅጣጫ አዲስ ክህሎት መማርና ማዳበር እንዳለባችሁ ትገነዘባላችሁ።

ቀደም ሲል እንዳልኩት፤ የማታውቁትን አለማወቃችሁ የሚያሳፍር አይደለም፤ ወደ አሜ-ሪካም ሆነ ወደ ሌሎች ያደጉ ሀገራት ስትሄዱ፤ ህይወት ከምትገምቱት በላይ የተወሳሰበ ሆኖ ታገኙታላችሁ። ሌላው ቀርቶ፤ አንድን ነገር ገብቷችሁ ልታደርጉት ይቅርና ስያሜውን እንኳ በትክክል መጥራት ይሳናችኋል፤ ይህ ደግሞ የኑሮ ሂደቱ አካል ነውና እናንተ ባለፋችሁበት ሁኔታ ሌሎችም ስደተኞችም ያለፉበት/ እያለፉበት ያለ መሆኑን መገንዘብ ይኖርባችኋል።

የራቤ የገንዘብ አጠቃቀም/ አስተዳደር ጉርሻ

(My Money Management Tips)

1. የብድር/ የዱቤ ካርድ ተጠቃሚነታችሁን አሳድጉ

(Build Your Credit Scores)

በአሜሪካ የትኛውንም ጉዳይ ለማሳካት/ ለማግኘት የብድር / የዱቤ ተጠቃሚ መሆን ግድ ይላል፤ እዚህ ላይ እኔና ባለቤቴ ማርኮ (Marco) ስለ ባህል ውህደት የምንናገረው ይኖረናል። ማርኮ ከጣሊያን እንደመጣ ሲሊከን ቫሊ (Silicon Valley) ውስጥ ስራ አግኝቶ ስለነበር አፓርታማ መከራየት ነበረበት። ካለበት የተጨናነቀ ስራ የተነሳ ጊዜ ቢያጥረውም፤ ማርኮ የሚፈልገውን አይነት ቤት ለማግኘት የተለያዩ አፓርታማዎችን ማሰስ ጀመረ። በመሁሉ አንድ የሚስማማውን አፓርተማ አግኝቶ የአፓርተማውን ባለቤት ሲያነጋግር፤ ባለንብረቱ በቂ የብድር/ የዱቤ ተጠቃሚነት ካርድ (Good Credit Score) ይኖረው እንደሆን ሲጠይቀው በጣም ነበር የደነገጠው። ማርኮም ለአሜሪካ አዲስ መሆኑንና በነበረበት በጣሊያን ሀገር፤ ይህን መሰል ነገር እንደሌለ ገልፃ የተባለው ካርድ እንደሌለው ገለፀለት።

ማርኮ አሳማኝ ባልሆነው በዚህ ጥያቄ ተደናግጦ ነበር። ከብዙ ተስፋ መቁረጥ በኋላ በመጨረሻ፤ ከታይዋን ከመጣና ስደተኛ ከሆነ የአፓርተማ ባለቤት ጋር ተገናኘ። ባለቤቴ ሁኔታውን ለባላንብረቱ ሲነግረው ወዲያው ነበር የተረዳው፤ ምክንያቱም፤ እሱም ከብዙ ጊዜያት በፊት ወደ አሜሪካ ሲመጣ በተመሳሳይ ችግር ውስጥ አልፎ ስለነበር፤ ኮንዶሚኒየሙን ለማከራየት ፍቃደኛ ሆነለት።

እንደ አዲስ ስደተኛ፤ የዱቤ ተጠቃሚ አለመሆን አስቸጋሪ ነው፤ ለባንኮች፤ ለቤት ባለ-ቤቶች (landlords) እምነት የሚጣልባችሁ መሆናችሁን ማረጋገጥ ካልቻላችሁ፤ ቤት ለመ-ከራየት፤ ወይም ቤት ለመስራትም ሆነ መኪና ለመግዛት መበደር ትግል ይሆንባችኋል።

በዚዜው የብድር /ዱቤ ተጠቃሚነት ካርዳችሁን ወቅታዊ (Active) ማድረግና ክፍ-ያችሁን በየወቅቱ የምታከናውኑ መሆንም ይጠበቅባችኋል፤ የብድር (የተበዳሪነት) ታሪክ (Credit History) ከሌላችሁ የተወሰነ የብድር አገልግሎት ሊያስገኝላችሁ የሚችል ተቀማጭ ገንዘብ (Refundable Deposit) በማስቀመጥ የተረጋገጠ የብድር/ የዱቤ ካርድ (Secured Credit Card) ማግኘት ትችላላችሁ። በዚህ መሰረት በየወሩ ሳታቋርጡ እዳችሁን ከከፈ-ላችሁ፤ የብድር/ የዱቤ ካርዳችሁን ይበልጥ መጠቀም የምትችሉ ሲሆን ብድር የማግኘት ዕድላችሁም (Credit Score) እየሰፋ ይሄዳል። በየወሩ በሚከፈል ክፍያ መኪና መግዛት፤ የተበዳሪነት አመኔታን ለማሳደግ አንዱ አማራጭ ነው።

ያም ሆነ ይህ ግን የብድር ካርድ አላችሁ ማለት፤ እንደፈለጋችሁ የምታውሉት/ የምት-ጠቀሙበት ገንዘብ ታገኛላችሁ ማለት እንዳልሆነ ማወቅ ግድ ይላል ። ዕዳ ላይ ወድቃችሁ የአሜሪካ ህልማችሁን እንዳታጨናግፉ መጠንቀቅ አለባችሁ።

አውቃለሁ፤ በደንብም ይገባኛል፤ አንደኛው የባህል ግርታ የሚሆንባችሁ አሜሪካኖች ሸመታ /ግዢ መውደዳቸውን ስታዩ ነው። እናም በየጊዜው የንግዱ አለም በሸመታ /ግዢ ወጥመድ ውስጥ ለማስገባት የሚጠቀሙባቸውን የቅስቀሳ ዘዴዎች ሁሉ መዋጋት አለብን፤ ሊያሳድራባችሁ የሚምክሩትን የሸቀጥ ማራገፊያነት ዘዴ ሁሉ ልትነቁበትና ልትቋቋሙት ይገባል። ገንዘብ አባካኝ ከሆናችሁ፤ ለማንኛውም ነገር ግዢ ለመፈፀም ውስጣችሁ ይነሳሳል፤

በዚህ ሁኔታ ራሳችሁን የምታገኙ ከሆነ የአባካኝነት ባህሪያችሁ እስኪስተካከል ድረስ፣ የብድር ካርዳችሁን ትዳር አጋራችሁ ዘንድ ወይም የምታምኑት ጓደኛ ማስቀመጥ ይኖርባችኋል።

2. ቅድሚያ የምትሰጡትን ዝሩ (Write Your Priorities)

ምንድን ነው ቅድሚያ የምትሰጡት? በጣም ጠቃሚ ናቸው የምትጊቸውንና በጥንቃቄ ልትይዟቸው የሚገባችሁን ነገሮች በፅሁፍ አስፍሩ። ለምሳሌ:- የቤት ኪራይ፣ ምግብ፣ ትራ-ንስፖርት (መጓጓዣ) ወዘተ....ሊሆን ይችላል። እናም ወጪያችሁን ለዩና አስቀምጡ። ይህን ማድረግ የማትችሉና ትግል የሚሆንባችሁ ከሆነ፣ የተለያዩ ወጪያችሁን ወዲያውኑ ከባንክ ተቀማጫችሁ (Bank Account) ወይም ከብድር ካርዳችሁ (Credit Card) ላይ በተወሰነ ቀን ተቀናሽ በማድረግ፣ ክፍያ የመፈፀምን አካሄድ ተጠቀሙ።

ለጊዜው ፓውላ ብለን የምንጠራት አንድ ደንበኛዬ፣ በከፍተኛ የብክነት ወጪ ልማድ ተተ-ብትባ ስለነበር ለምን የተለያዩ ወጪዎቿን በየወሩ መክፈል እንደሚያቅታት ግራ ትጋባ ነበር። አንድ ቀን የቤት ኪራይዋን ከፍላ እንደመጣች ምስጢሩን ስታዋየኝ፣ አንዳንዴ የምትበላው አጥታ ትቸገር እንደነበር ነው የገለፀችልኝ። ፓውላ በዚህ ትግል ውስጥ ማለፍ አድክሟት ነበርና፣ ያለችበትን ሀገር እስከመጥላት ደርሳ ነበር። ምክንያቱም፣ እዚህ የጠበቃት ነገር ቢኖር ዕዳ መክፈል ብቻ እንደሆነ ነበር የምታስበው። እኔም ተረጋግታ አብረን እንድንቀመጥ አደረኩና፣ ቅድሚያ የምትሰጣቸውን ነገሮቿን እንድትለይ አድርጌ ለመለየት ቻልን፣ ለመኪና ክፍያ የሚውሉትን የባንክ አካውንቶቿን ሁሉ አስተካከልን፣ ነገሮች በሚያስገርም ሁኔታ ነበር የተሳኩልን።

ይህ ማለት ግን ከመደበኛ ወጪዎቻችን ውጪ፣ ሌላ ወጪ የለብንም ማለት አይደለም፣ ለምንንጓጓላቸው ሌሎች ነገሮች ወጪ ልናወጣ እንችላለን። ለረኽም ጊዜ የተለያያናቸውን ቤተሰቦቻችንና ዘመዶቻችን ለማየት ናፍቀን ይሆናል፣ ስለዚህ ወደ ሀገር ቤት ሄደን መጎብኘት ያምረናል። አንዳንድ ጊዜ ይህን መሻታችንን/ ፍላጎታችንን መቋቋም ያቅተንና ከሌሎች ህልሞቻችንና ግቦቻችን ጋር አስማምተን ለመኗዝ የምንገደድበት ጊዜ ይኖራል። ይህ መሻት/ ፍላጎት እየጠነከረ ሲመጣ ወረቀት ያዙና ቁጭ ብላችሁ፣ ምን ማድረግ እንዳለባችሁ አስፍሩ

- ጉዞ ማድረግ፤ አዲስና ዘመናዊ/ ብራንድ/ መኪና መግዛት ወዘተ...ሊሆን ይችላል። ከዛም
ለጋላ፤ ሳይገዙ መቆየት የሚችሉትን ወይም ቢዘገዩ ችግር የማያስከትሉትን ነገሮች ዝርዝር
ውስጥ ለይታችሁ አስቀምጧቸው። አንድ ጊዜ ሌሎች መደበኛ ወጪዎቻችሁን ከሸፈናችሁ
በኋላ፤ ተጨማሪ ፍላጎቶቻችሁን ማሟላት ትችላላችሁ። ከ5 እስከ 10 ዓመታትም ሊፈጅ
የሚችል ይሆናል፤ ከዛ በኋላ " መዘግየት የሚችሉ " ("Save For Later") ወደሚለው
ዝርዝራችሁ ውስጥ ገብታችሁ እንደገና መመርመር/ መፈተሽ ትችላላችሁ።

3. ከሸክም ተላቀቁ (Unburden Yourself)

አብዛኞቹ ስደተኞች፤ ሀገር ቤት ትተዋቸው የመጡትን ቤተሰቦቻቸውን በገንዘብ ለመርዳት
ሲሉ ከፍተኛ ሀላፊነት በላያቸው ላይ ይወድቃል። እኔም መጀመሪያ ወደ አሜሪካ ስመጣ፤ ይህ
ሸክም የገንዘብ አቅሜን ሸባ አድርጎት ነበር፤ በየወሩ ገንዘብ መላክ ስለነበረብኝ፤ መሰረታዊ
ፍላጎቶቼን እንኳ ማሟላት በጣም እቸገር ነበር።

ወደ ኋላ መለስ ብሎ ማየትና የነበሩብትን ሁኔታ ማገናዘብ ተገቢ ነው። ገንዘብ የምታገኙና
ለራሳችሁ ብቻ የምታውሉት ከሆነ የጥፋተኝነት/ የበደለኝነት ስሜት ሊሰማችሁ ይችላል፤
ስለዚህ ሀገር ቤት፤ በኑሮ ትግል ውስጥ ለተጠመዱት ቤተሰቦቻችሁና ሌሎች ወዳጆቻችሁ፤
የህይወታቸውን ሸክም ለመጋራትና ለማቅለል ስትሉ ገንዘብ መላክ ግዴታችሁ እንደሆን ትወ-
ስናላችሁ።

ብዙ ስደተኞች ድብታ ውስጥ ገብተው ተመልክቻለሁ፤ ምክንያቱም የአሜሪካ ህይወት
ትግል ይሆንባቸውና ሀገር ቤት ያሉትን ቤተሰቦቻቸውንና ዘመዶቻቸውን መርዳት ባለመቻ-
ላቸው፤ በህሊና ወቀሳ ስር ወድቀው ይሰቃያሉ።

ሌሎች የማማክራቸው ደንበኞቼ ደግሞ፤ ቤተሰቦቻቸው አሳማኝ ባልሆነ መንገድ ርዳታ
የሚጠብቁባቸውና ጫና የሚያደርጉባቸው በመሆኑ ኑሮ ትግል ይሆንባቸዋል። ይረዷቸው
የነበሩት ሰዎች ገንዘብ ሲቆረጥባቸው፤ የበደለኝነት ስሜት እንዲሰማቸው በማኩረፍና የቀ-
ደመውን ፍቅራቸውን በማቀዝቀዝ መቀየማቸውን ለማሳየት ይምክራሉ። ባዕድ ሀገር ውስጥ

ያሉ እነዚህን የመሰሉ ኗሪዎች፤ በሁለት ወገን ባሉ ግዴታዎች ተወጥረው አንድ ቦታ ላይ ተቸክለው ይቀራሉ - ቤተሰቦቻቸውን በመደገፍና ያሉበት ሀገር ውስጥ ያለውን የህይወት ውጣ ውረድ ብቻቸውን በመጋፈጥ። ስለዚህ ቶሎ ቅር የሚሰኙና የሚቆጡ፤ ከዋሻው ባሻገር ያለውን ብርሃን ማየት የሚሳናቸው ይሆናሉ።

ይህን ስታነቡ እናንተም በዚህ የሀላፊነት ሸክም ስር የወደቃችሁ ትሆኑና፤ እውነት ነው በሚል ስሜት ራሳችሁን ትነቀንቁ ይሆናል። ይህን በሚመለከት ለደንበኞቼ በትክክል የምላ- ቸውን ልንገራችሁ፤ በዚህ ጉዳይ ሳማክራችሁ ልትጠሉኝ ትችላላችሁ፤ ነገር ግን ልትሸሹት የማትችሉት ሀቅ ነው። አምስትም ይሁን ሀያ ዓመት ይፍጅ፤ በኋላ ግን እውነቱን ትረ- ዱታላችሁ፤ ልባችሁን ግን ክፍት አድርጉ፤ ቀድማችሁ በመንቃትና ትምህርቱን ስራ ላይ በማዋል፤ በሂደት ከሚከሰት የልብ ስብራት ልትድኑ ትችላላችሁ።

ከዚህ ነገር ለመላቀቅ የሚያስችላችሁን ጥቂት ጉርሻ ላካፍላችሁ፦ ይህን አባባል እንደስ- ማችሁ እርግጠኛ ነኝ፤ " ሌሎችን ከመርዳታችሁ በፊት ጭምብላችሁን (Mask) አጥልቁ " ወይም " ከራስ በላይ ንፋስ " ሲባል ሰምታችሁ ይሆናል፤ በአይሮፕላን ስትበሩም የበረራ አስተናጋጆች መመሪያ ሲሰጧችሁ፤ ሌሎችን ከመርዳታችሁ በፊት የኦክስጂን ማስካችሁን እንድታጠልቁ ይነግሯችኋል።

ይህ አባባል ገንዘባችሁንም በሚመለከት ይሰራል፤ ማለትም ህይወታችሁን በአግባቡ መም- ራትና ከሌሎች በፊት ራሳችሁን ማስቀደም አለባችሁ፤ አለበለዚያ ራሳችሁንም ሆነ ሀገር ቤት ያሉ ቤተሰቦቻችሁን በተገቢው መንገድ መርዳት አትችሉም።

መጀመሪያ የራሳችሁን ህይወት ስርአት /መልክ ማስያዝ አለባችሁ። ሀገር ቤት ያሉ ቤተሰቦቻችሁ ሊረዱ`ችሁ ስለማይችሉ፤ ለምን ልትደግፉቸው እንዳልቻላችሁ በማብራራት ጊዜያችሁን አታባክኑ። አንድ ደንበኛዬ የምክርና የስልጠና አገልግሎት እየሰጠሁት ሳለ እንዲህ ነበር ያለኝ " ግን`ኮ የኔ ቤተሰቦች የሚያስቡት፤ በአሜሪካ ዛፍ ሁሉ ገንዘብ እንደሚያበቅል ነው፤ ስለዚህ ምንም ብናገር አያምኑኝም "።

የምትሉት ትክክል ነው፤ አሜሪካ ወይም ያላችሁበት ሀገር ውስጥ ያለውን ሁኔታ የም-

ታውቁት ግን እናንተ ናችሁ፤ እነርሱ በምን ዓይነት ሁኔታ ውስጥ እያለፋችሁ እንደሆነ ስለማያውቁና ስለማይረዱ አትፍረዱባቸው።

ሀገር ቤት ያሉት የቅርብ ሰዎቻችሁ ለናንተ የነበራቸው ፍቅር ቢቀዘቅዝና እናንተም ረዳት አልባነት/ ብቸኝነት ቢሰማችሁ፤ ቀደም ሲል ድጋፍ ሰጪ ስርዓት እንዴት ማስፋት እንደ-ምትችሉ ያቀረብኩላችሁን ጉርሻ መለስ ብላችሁ ለማየትና ለመጠቀም ሞክሩ፤ ያችሁበትን ሁኔታ ሊረዱ ከሚችሉ ሰዎች ዘንድ ማንኛውንም ስሜታዊና መንፈሳዊ ድጋፍ ማግኘት ያስችላችኋል።

ውለታ መመለስ ባለመቻላችሁ ፀፀት የሚሰማችሁ ከሆነም፤ ራሳችሁን ማቋቋም ስትችሉ ልትረዷቸው የምትፈልጓቸውን ሰዎች ስም ዝርዝር መዝግባችሁ ያዙ።

ላቀርብላችሁ የምፈልገው ሌላ ጉርሻ ደግሞ፤ እውነተኛ ልገሳ ምን እንደሆነ ማወቅ እንዳ-ለባችሁ ነው። ከወቀሳ ለመዳን ወይም ኩርፌያችውን በመፍራት ገንዘብ ወደ ቤተሰብ ወይም ዘመዶች በመላክ የምናደርገው ልገሳ /ስጦታ፤ እውነተኛ ልገሳ / ስጦታ አይደለም።

እውነተኛ ልገሳ ማለት፤ በምትረዷቸው ሰዎች ህይወት ላይ የሚታይና ቀጣይነት ያለው ለውጥ በማምጣት ልቦነት መፍጠር መቻል ማለት ነው። አንድ ጊዜ ኑሯችሁን ማስተካከል ስትችሉና በቂ ጊዜና ገንዘብ ሲኖራችሁ፤ ሌሎችን ትርጉም ባለው መንገድ ልትደግፏቸው ትችላላችሁ። ለምሳሌ፦ ሀገር ቤት ያሉትን ወገኖቻችሁን ችግር መቅረፍና ራሳቸውን እን-ዲችሉ ማብቃት አንዱ መንገድ ሊሆን ይችላል። አንዲት አትራፊ ያልሆነ ድርጅት (Non-Profit Organization) ያላትና ሀገር ቤት ላሉት ህፃናት የመማሪያ፤ የትራንስፖርት እና የልብስ አቅርቦቶችን በማድረግ ድጋፍ የሚሰጥ ድርጅት ያላትን አንዲት ታንዛንያዊት ሴት አውቃለሁ። ጎደኛዬ ይህን ስታጫውተኝ እውነተኛ ልገሳ እንዲህ መሆኑን አውቅ ስለነበር ስታወራኝ ፈገግ ብዬና ደስ ተሰኝቼ ነበር የማዳምጣት።

ስለ እውነተኛ ልገሳ መጨረሻው ምዕራፍ ላይ ይበልጥ እናወራለን፤ ነገር ግን አሁን በአ-ሜሪካም ሆነ በሌሎች በምትኖሩባቸው ሀገሮች ውስጥ ያለባችሁን የራሳችሁና የቤተሰቦቻችሁ ሀላፊነት ላይ ትኩረት አድርጉ።

4. ገንዘብ ቆጥቡ (Save Money)

ከላይ በተጠቀሰው ጉርሻ ላይ፤ በየወሩ ቅድሚያ ስጥታችሁ ክፍያ ስለምትፈፅሙባቸው ወጪዎች ነበር የተነጋገርነው። ይህን ስታደርጉ አሁንም ከላይ እንደጠቀስነው፤ ህልሞቻችሁን ለማሳካት ገንዘብ መቆጠብ እንዳለባችሁ ትገነዘባላችሁ፤ በተጨማሪም፤ ለሌሎች ጉዳዮቻችሁ የምታውሉትንም ገንዘብ መቆጠብ እንደሚገባችሁ ትረዳላችሁ።

እንደ አዲስ ስደተኛ፤ ስለ ነፃ የከፍተኛ ትምህርት እድል (free post-secondary education) እንግዳ ላትሆኑ ትችላላችሁ፤ .ቢሆንም ግን፤ ከፍተኛ ትምህርት ለመቀጠልም ሆነ ልጆቻችሁን ወደ ኮሌጅ ለመላክ፤ የትምህርት ብድር አገልግሎት ተጠቃሚ መሆን እንደሚ-ያስፈልጋችሁ ስትረዱ ልትደነግጡ ትችላላችሁ፤ እኔም ስለደረሰብኝና ድንጋጤ ውስጥ ከቶኝ ስለነበር ችግሩን አውቀዋለሁ። ምንም እንኳ ከኤርትራ የመጣሁ ቢሆንም ለባችለር ዲግሪዬ ወደ ዩኒቨርሲቲ ስገባ ነፃ ስለነበር እምብዛም አልተጨነቅኩም፤ ነፃ ሲባል ግን፤ ዕድሉን ለማግኘት ብቁ ተወዳዳሪ ሆኖ መገኘትንም ይጠይቃል።

ህይወታችሁን ለማሻሻል ወደ ኮሌጅ ለመግባት የምትፈልጉ ከሆነ በተቻላችሁ መጠን ዕዳ ውስጥ ላለመግባት ሞክሩ። ከዛ ይልቅ ነፃ ዕድል የሚያስገኙ ግብዓቶችን በማሰስ (Search)፤ ጥሩ አጠቃላይ ውጤት (GPA) ካላችሁ ስኮላርሺፕ የምታገኙበትን፤ የልዩ ተስጥዖ ባለቤት ከሆናችሁ ወይም ብቻችሁን ልጅ የምታሳድጉ (A single parent) ከሆነ መረጃዎችን ልታ-ገኙባቸው የምትችሉባቸው ብዙ የመረጃ ምንጮች አሉ፤ በተለያየ መስክ ስኮላርሺፕ ማግኘት የሚያስችሉ የተለያዩ ዕድሎችም አሉ፤ ለዛ የሚመጥናችሁን መፈለግ የእናንተ ድርሻ ነው።

ከአውሮፓ ዩኒቨርሲቲዎች ውስጥ አንዱን መርጣችሁ በኦንላይን (Online) ትምህር-ታችሁን መከታተል የምትችሉበት አማራጭም አለ፤ ክፍያቸው አነስተኛና በቀላሉ በጥቂት ዓመታት ውስጥ ከፍላችሁ የምትጨርሱት ይሆናል። ለዚህ እንዲረዳችሁ ደግሞ፤ ምንልባትም ዩኒቨርሲቲውን ከመቀላቀላችሁ በፊት ቁጠባ መጀመር ትችላላችሁ። በቅርቡ ለአንድ ደንበኛዬ ከለንደን ዩኒቨርሲቲ ለማስተርስ ፕሮግራም ክትትል የሚያስችለውን ሳፈላልግ በ15,000 ዶላር ማግኘት ችያለሁ፤ በአሜሪካ ግን ዝቅተኛው 40,000 ዶላር ይጠይቃል።

በሌላም በኩል ለቤትና ለመኪና ግዢ ለምታውሉት ቅድሚያ ክፍያ (Down payment)፣ ለጡረታ (Retirement)፣ ለምትጓጉላቸው ጉብኝቶች፣ ለልጆቻችሁ የኮሌጅ ትምህርት ክፍያ ገንዘብ ቆጥባችሁ ማስቀመጥ ይኖርባችሁ ይሆናል። ለድንገተኛም አጋጣሚም በመቆጠብ - ምናልባት ከስራ የመሰናበት ችግር ሊፈጠር ወይም በተለያየ ምክንያት ስራ ማቆም ሊከሰት ይችላል በሚል ግምትም - ቢያንስ ለሶስት ወር የሚሸፍን ወጪ ማስቀመጥም ተገቢ ሊሆን ይችላል።

ቀለል ያለ ቆጣቢ በመሆን በየወሩ የቻላችሁትን ያህል በማስቀመጥ ለማጠራቀም ሞክሩ፤ ማለትም አላስፈላጊ ወጪዎችን አስወግዱ፤ ለምሳሌ ታዋቂና ውድ በሆኑ የልብስ ብራንዶች ላይ ገንዘብ ከማዋል፣ በአነስተኛ ዋጋ የሚሸጡ ልብሶችን መግዛት ይቻላል፤ የምትፈልጉትን አገልግሎት መስጠት እስካስቻሏችሁ ድረስ ለምን በርካሽ ዋጋ የሚሸጡ ስልኮችንና ኮምፒዩተሮችንም አትጠቀሙም፤ ካስፈለገም ለውድ ብራንዶች ታወጡት የነበረውን ወጪ ልዩነቱን አስልታችሁ መቆጠብም ትችላላችሁ።

ሌላ ምሳሌ ደግሞ ላቅርብላችሁ፡- በምትኖሩበት ሀገር ያሉ ኗሪዎች ሁሉ የሚያደርጉትና የተለመደ፣ ደስም የሚያሰኝ ነው ብላችሁ ውጪ መመገብ አታዘውትሩ፤ ቤት ውስጥ አዘጋጅታችሁ ለምን አትመገቡም?፤ ጊዜ የሚያጥራችሁ ከሆነም፣ በዕረፍት ቀናት ለሳምንት የሚሆናችሁን ምግብ አዘገጃጅታችሁ በመመገብ ውጪ የምታወጡትን ገንዘብ ለምን አትቆጥቡም?።

የኬብል ቲቪ ተጠቃሚ ከሆናችሁ፣ ደንበኝነታችሁን በማቋረጥ ወጪያችሁን መቀነስ ትችላላችሁ፤ ምናልባትም'ኮ ለኑሮ ስትሯሯጡ በቂ ጊዜ ኖሯችሁ ፕሮግራሞችን መከታተል አትችሉ ይሆናል። እነዚህ ሁሉ ገንዘብ እንዴት ማጠራቀም እንደምትችሉ ጠቋሚ ምሳሌዎች ናቸው፤ እናንተም ገንዘብ ይበልጥ መቆጠብ የምትችሉበትን ሌሎች መንገዶችንም መፈለግ፣ ወይም አማካሪ በመቅጠር በገንዘብ ቁጠባና አስተዳደር ላይ እንዲረዳችሁ ማድረግ ትችላላችሁ።

5. ገንዘብ አወጣጥ (Spend Money)

ስለ ገንዘብ ቁጠባ ለመናገር ሞክሬያለሁ፤አሁን ደግሞ ስለ ገንዘብ አወጣጥ ልናገር፤ ይሄ ደግሞ ምናልባት ግራ ያጋባችሁ ይሆናል።

የቆጠብነውን ገንዘብ ጤናማ በሆነ መንገድ እንዴት መምራትና ወጪ ማድረግ እንዳለብን መማር አለብን። አንዳንዶቻችን ግትር የሆነ የገንዘብ አያያዝን በመከተልና ቁጠባ ላይ ብቻ በማተኮር፣ በጣም ለሚያስፈልጉን ወሳኝ ነገሮች ሳይቀር ገንዘባችንን ወጪ ላለማድረግና ላለመጠቀም እንታገላለን። አንዳንድ ያገኘኋቸው ስደተኞች እንደሚነግሩኝ ከሆነ፣ ገንዘብ ለማውጣት ሲፈልጉ ወዲያው ወደ አእምሮአቸው የሚመጣላቸው፣ የአሜሪካኑ ዶላር ወደ ሀገር ቤት ገንዘብ ሲመነዘር ያለው ልዩነት ብዙ ይሆንባቸውና በዚያ መጠን ገንዘብ ማውጣቱ ስለሚከብዳቸው ሸመታቸውን/ ግዢያቸውን ያቆማሉ።

መጀመሪያ ወደ አሜሪካ ሲመጡ እንደነገሩኝ ከሆነ፣ የብዙ ነፃ አገልግሎቶች ተጠቃሚ መሆን ጀምረው ስለነበር፣ ሁሉንም ነገር በነፃ የማግኘት ልምድ በማዳበራቸው ለሚያስፈ-ልጋቸው ነገር እንኳ ወጪ ማውጣት ይከብዳቸዋል። ነገር ግን ቀደም ሲል እንደጠቀስኩት ልትገነዘቡት የምፈልገው፣ በመንግስት ርዳታ ጥገኝነት ስር መውደቅ ሁለንተናችሁን ሽባ አድርጎ ህልማችሁንም እንደሚያቀጭጨው ነው።

በእውቀት ወጪ አድርጉ፤ ቆጥቡ፤ ራሳችሁን ግን እየጎዳችሁ አይሁን። ምግባችሁን ቤት ውስጥ አዘጋጁ፤ ነገር ግን አልፎ አልፎ ራሳችሁንም ሆነ ቤተሰቦቻችሁን ወይም ጓደኞ-ቻችሁን ይዛችሁ ውድ ሆቴልም ቢሆን ተመገቡ። ቤተሰቦቻችሁንም ለመለስተኛ ሽርሽር ወጣ አድርጋችሁ አዝናኗቸው፤ ምክንያቱም የጥረታችሁና የትጋታችሁ ውጤት ነውና፣ ይህን ማድረጋችሁ ቢያንስባችሁ እንጂ አይበዛባችሁም። ቆጥቡ፤ ነገር ግን አልፎ አልፎ በአንዳንድ ሁነቶች /አጋጣሚዎች ወቅት፣ ለራሳችሁም ሆነ ለቤተሰባችሁ አንዳንድ ስጦታ በመግዛት የመንፈስ እርካታን ማግኘት ትችላላችሁ። አዎን፤ የኬብል ቲቪያችሁን በማቋረጥ ክፍያ-ችሁን ቆጥቡ፤ በምትኩም ለአማዞን ፕራይምና ለኔትፍሊክስ ፕሮግራሞች በወር 10 ዶላር ወጪ በማድረግ፣ ባላችሁ ትርፍ ጊዜያት የተለያዩ ፊልሞችንና የቴሌቪዥን ፕሮግራሞችን

መከታተል ትችላላችሁ።

ለማለት የፈለግኩት እንደገባችሁ እርግጠኛ ነኝ። የቁጠባችሁ ዓላማ ህልማችሁን ማለትም አሁን ወዳላችሁበት ሀገር ያመጣችሁን ህልም ማሳካት መቻል ነው። ቁጠባን፣ መውጣት ወደማትችሉበት እስር ቤት እንደ መግባት አድርጋችሁ አትዩት።

በቁጠባ ወቅት ላስታውሳችሁ የምፈልገው፣ የቆጠባችሁትን መዋእለ ንዋይ / ገንዘብ ለራሳችሁ ጥቅምና ፍላጎት እንድታውሉት (Invest) ነው --አሰልጣኝ ለመቅጠር፣ መፅሀፍ ለመግዛት፣ ባላችሁበት ሀገር ራሳችሁን ለማብቃት የሚረዳችሁን ዕውቀት ለመቅሰም የሚያስችል፣ የትምህርት ቤት ክፍያ ለመክፈል ወዘተ...። ምንም ይሁን ምን፣ ተጠቀሙበት። ምክንያቱም ይህን መሰሉ ወጪ፣ በህይወታችሁ ላይ የሚያመጣው ለውጥ ይኖራል፤ የቁጠባ ጉዟችሁም ሳይገታ እየጨመረ፣ የቁጠባ ፍላጎታችሁም ይበልጥ እያደገ የሚሄድ ይሆናል።

ምዕራፍ 8

ክህሎት ማዕቀፍ # 6 :

በራስ መተማመን

ዌብስተር ዲክሽነሪ በራስ መተማመንን ሲገልጸው፤ ሁኔታዎችን መቋቋም በሚያስችል ሀይል የመሞላትና በራስ ላይ እምነትን የማሳደር ስሜት ወይም ውስጣዊ መረዳት ይለዋል። ይህ የክህሎት ማዕቀፍ፤ በህይወት ጉዞ ላይ የሚከሰተውን ማንኛውንም ሁኔታ ለመቀበል፤ ኃላፊነት ለመውሰድ፤ ምርጫዎችን ለማድረግና ውሳኔ ላይ ለመድረስ ይረዳል። በራስ መተማመን ከሌላ ምንም ማድረግ አይቻልም። ማንኛውም ነገር ስናደርግ ወይም ስናከናውን በችሎታችን፤ በተስፕያችን እና በግምቶቻችን ትክክለኛነት (Judgments) ላይ እምነት ልንጥል ይገባል። ለራሳችን የምንሰጠው ዋጋ / ግምት በራስ መተማመናችን ላይ ተፅዕኖ አለው፤ በምላሹም ለራሳችን ክብር እንድንሰጥ ወይም እንድንንፍግ ያደርገናል። አክስፈርድ ዲክሽነሪ ለራስ ዋጋ መስጠትን (Self-esteem) ሲገልጸው፤ የራስን ጠቀሜታ፤ አቅምና ክብር መረዳት / መገንዘብ ይለዋል። እነዚህን በተናጠል ስንወስዳቸው፤ አንደኛው ለሌላኛው መገንባት አስተዋፅዖ አለው። በራስ መተማመን አላችሁ ማለት ግን፤ ጤናማ የሆነ ዋጋ ለራሳችሁ ትሰጣላችሁ ማለት ላይሆን ይችላል። አንዳንድ ሰዎች በሚታየውና በሚቆጠረው ዓለማዊ

መስፈርት / ሚዛን ስኬታማ ናቸው - ለምሳሌ ዘፋኞች፣ ተዋናዮች እና ሌሎች ብዙዎችን መጥቀስ ይቻላል - ነገር ግን አጨራረሳቸው በአደገኛ የዕፅ ሱስ ተገዝነት ወይም ራስን በማጥፋት ይደመደማል፣ ምክንያቱ ሲመረመር፣ በሙያቸው ወይም በስራቸው ላይ የራስ መተማመን ቢኖራቸውም፣ ለራሳቸው የሚሰጡት ግምት / ዋጋ ግን ዝቅተኛና በጣም የወረደ ሊሆን ይችላል። እንዚህ ሰዎች ራሳቸውን አይወዱም ወይም ክብር ለራሳቸው አይሰጡም፣ ስለዚህ ሰዎች በራስ መተማመን ሊኖራቸው፣ ነገር ግን ለራሳቸው ዝቅተኛ ግምት የሚሰጡ ወይም እርባና ቢስ አድርገው ራሳቸውን ሊቆጥሩ ይችላሉ ማለት ነው።

እኛ ለራስ ዋጋ መስጠትንና መተማመንን መገንባት ያለብን፣ ከህፃንነት ዕድሜ ጀምሮ ነው። ትክክለኛ ነገር ባደረግን ቁጥር፣ ወላጆቻችን ድርጊታችንን በቅቡልነት ያፀድቁልንና ያጨበ- ጭቡልናል፣ እኛም በምናደርገው ድርጊት እምነት ማሳደር (መገንባት) እንጀምራለን። እኔ እንደምገምተው፣ በህፃንነታችን የምናልፍባቸው የእድገት ደረጃዎች - ስንድህ፣ ስንራመድ፣ ስንሮጥ፣ ስንዘል እና ሌሎችም በቅደም ተከተል የምናደርጋቸው ተፈጥሮዊ የእንቅስቃሴ እር- ከኖች ሁሉ፣ ለራሳችን በምንሰጠው ግምት / ዋጋና ራስ መተማመን ላይ ጉልህ አስተዋፅኦ አላቸው።

እያደግን ስንሄድ፣ በትምህርታችን ውጤታማ ስንሆን፣ እንደ ጂምናስቲክ በመሳሰሉ ከመ- ደበኛ የትምህርት መርሀ ግብር ውጪ በሆኑ የስፖርት እንቅስቃሴዎች ስንካፈል፣ ወይም በሂሳብ፣ በሳይንስ፣ በድራማ፣ በእግር ኳስ፣ በዋናና በሌሎች ራስን መፈተሻና ማስመስከሪያ በሆኑ ተሳትፎዎች የምናሳያቸው ብቃቶች፣ ይበልጥ በራስ መተማመንን ይገነቡልናል፣ ወይም ከነዚህ መጉደላችን ሲሰማን ደግሞ ለራሳችን ዝቅተኛ ግምት እንድንሰጥ ያደርጉናል።

ብዙ ነገሮች ለራስ የምንሰጠውን ግምትና በራስ መተማመን የሚያዳብሩልንን ያህል፣ ብዙ ነገሮች ደግሞ ሊያፈራርሱንና ህይወታችንን በፍርሀት ሊሞሉት ይችላሉ። አንዳንድ ለራ- ሳቸው አነስተኛ ግምት የሚሰጡ ሰዎች፣ ከወላጆቻቸው ማበረታቻ ሳያገኙ ያደጉ፣ አካላዊ ወይም ፆታዊ ጥቃት የደረሰባቸው፣ በሌሎች ዘንድ እምነት የተነፈጉ ወዘተ... በመሆናቸው፣ በማንነታቸውም ሆነ በችሎታቸው ላይ እምነት አጥተው ያድጋሉ፣ ስለ ራሳቸው ጥሩ ምስል አይኖራቸውም፣ ምን ያህል ጠቀሜታ እንዳላቸው አይገነዘቡም። ዝቅተኛ የራስ ግምት ያላ-

ቸውን ሰዎች መለየት አስቸጋሪ ሊሆን ይችላል፤ ማንኞችንም ብንሆን በእዚህ ውስጥ ልንካተት እንችላለን። እነዚህ ሰዎች የከበረ ሙያ ባለቤት ሊሆኑ ይችላሉ፤ በጣም የሚጥሙና ለወዳጅነት የሚመጇቸው ወይም ፈታ የሚያደርጉ ችሁና የሚያዝናኗችሁ (Entertainer) ሰዎች ወይም የዩኒቨርሲቲ ፕሮፌሰሮች ወይም ዶክተሮች ሊሆኑ ይችላሉ።

በራስ መተማመን፤ በአላማ እንድትኖሩና ሀልማችሁን እንድታሳኩ የሚረዳችሁ አንቀሳቃሽ ሀይል ነው፤ ሀልማችሁን እውን እንድታደርጉ ድፍረት ይሰጣችኋል፤ ምክንያቱም የይቻላን መንፈስ እንድታዳብሩ ያስችላችኋል። መተማመን ሲባል የዜግነት ባለቤትነትን እንደማግኛት የሚቆጠር አይደለም። አንድ ጊዜ ካገኛችሁት ሁሌ ከናንተ ጋር ይሆናል፤ ስለዚህ ምንም ማድረግ አይጠበቅባችሁም ማለት አይደለም፤ ይህ ከእውነታ የራቀ አስተሳሰብ ነው። ሀይወት ተፈራራቂ ነው፤ እናም ከአዳዲስ ሁኔታዎችና ተግዳሮቶች ጋር በተገናኘን ቁጥር፤ ወደ አዲስ የራስ መተማመን ከፍታ ራሳችንን ልናሳድግ ይገባል። አብዛኞዎቻችን ቀደም ሲል በምን- ውቃቸውና በተለማመድናቸው ነገሮች ላይ በራስ መተማመን ሊኖረን፤ በሌሎች አዳዲስና በማናውቃቸው ነገሮች ላይ ግን ፍርሀትና ሽንፈት ሊሰማን ይችላል።

መተማመንና ቀውስ (Confidence and Crises)

ምንጊዜም አዲስ ነገር ሲያጋጥመን፤ በራስ ያለመተማመን ስሜት መፈጠሩ የተለመደ ነው። ቢሆንም ግን፤ ከአዳዲስ ለውጦች፤ ክስተቶች እና ማንነቶች ጋር መጋፈጥ የሚያስችላችሁን አዲስ በራስ የመተማመን ሀይል ልታዳብሩ ይገባል። ቀደም ሲል ጤናማ በራስ የመተማመን ስብዕና ካላችሁ ይጠቅማችኋል፤ ሂደቱንም ፈጣንና ቀላል ያደርግላችኋል።

ያም ሆነ ይህ፤ አንዳንድ ጊዜ በራስ መተማመን ቢኖራችሁም እንኳ ፤ አንዳንድ ተግዳሮች እልህ አስጨራሽ ሆነው ልታገኙት ትችላላችሁ።

ወደሚገባቸው አዲስ በራስ የመተማመን ከፍታ ከመውጣት ይልቅ፤ ተግዳሮቶችን መቋቋም አቅቷቸው ሞራላቸው የተሰበረና አንገታቸውን የደፉ ብዙ ሰዎችን አውቃለሁ። መጥፎ አጋጣሚ ሆኖ፤ ሀይወት ሲዛባባቸው በጊዜው ሊቋቋሙትና ሊወጡት እንደማይችሉ ገምተው፤

ራሳቸውን እስከማጥፋት የደረሱ ሰዎችም አጋጥመውኛል፤ ይህም ይከሰታል። እኛም ከአ-ቅማችን በላይ ናቸው ብለን የምናስባቸው ተግዳሮቶች ያጋጥሙናል። በህይወት ዘመናችን ይህን መስል ሁኔታ ቢያንስ አንዴ ሊከሰት ይችላል።

እኔ ሁል ጊዜ በራስ መተማመን ያለኝ ሰው አድርጌ ራሴን እቆጥር ነበርና፤ በትምህርት ቤት ጥሩ ውጤት አስመዘግብ ነበር። ወደ ዩኒቨርሲቲ ስገባም ለጥናት ግድ አልነበረኝም፤ ምክንያቱም፤ የምንጊዜም ሀልሜ ፀሀፊ (ደራሲ) መሆን ነበር። ያም ሆኖ ግን፤ ለጥናት ግድ የለሽ ሆኜ ብገኝም ከኮሌጅ መመረቄ አልቀረም።

በራስ የመተማመን ስብዕናዬ ግን ብዙ ጊዜ ተፈትኗል። ልዩ እንክብካቤ የሚያስፈልገው ልጄን ስወልድ፤ ምን እንደማደርግ ግራ ገብቶኝ ነበር፤ ለእኔ ክስተቱ አዲስ ነገር ነበር። እንዲህ ያለን ልጅ በጥንቃቄ እንዴት መንከባከብ እንደሚቻል የሚያውቅ ሰው በዙሪያዬ አልነበረም። በዚህ ጉዳይ ላይ ተፅፈው ያገኘኋቸው መፃህፍቶችም፤ አንዳቸውም ለልጄ ምን ማድረግ እንዳለብኝ ጥቆማ የማይሰጡና፤ እንደልብም የማይገኙ ስለነበሩ ይበልጥ ጭንቀትና ድብታ ውስጥ ገብቼ ነበር። በራስ የነበረኝ መተማመን ፍርክርኩ ወጥቶ፤ ፍርሀትና ድንጋጤም ወርሶኝ ነበር። ስለዚህ የማውቀውንና ማድረግ የምችለውን ሁሉ በማድረግ፤ ልጄ የተመቻቸና ትርጉም ያለው ህይወት መኖር የሚያስችለውን አገልግሎት ማግኘት ወደሚችልበት የምዕራቡ አለም ማሻገር፤ ብርቱ ጥረትና መስዋዕትነትን ጠይቆኛል።

ወደ አሜሪካ እንደመጣሁም በራስ የመተማመን መንፈሴ አሁንም የወረደበት ጊዜ ነበር፤ ምክንያቱም አዲስ በሆነው ባህል ውስጥ እንዴት መኖር እንደምችል ግንዛቤው አልነበረኝም፤ ሁሉን ነገር ከስር ለመማር መሞከሩም ተስፋ አስቆራጭ ነበር። ሁሉን አዋቂ ነኝ በሚሉት የአሜሪካኖች ባህሪም እሸማቀቅ ነበር፤ ሁሉን እንደሚያውቁ ራሳቸውን ይቆጥራሉ፤ ስለ ሌላው ግድ የላቸውም፤ ስለ እነርሱ ምን እንደማስብ እንኳ ለመገመት ግድ / ደንታ አይሰጣቸውም።

ነገር ግን ከጊዜ ወደ ጊዜ እውቀትንና መተማመንን ማዳበር ጀመርኩ። በቻይና ያገኘሁት ዶክተር፤ በወቅቱ የ2 ወር ዕድሜ የነበረውን ልጄን ኤሬንን ምንም ሊረዱት እንደማይችሉና፤ ነገር ግን ተስፋ ሳልቆርጥ ለከፋ ገጠመኛም ራሴን እንዳዘጋጅ ሲነግረኝ ቅስሜ ነው የተሰበረው።

ዶክተሩ፣ ልጄ መራመድም ሆነ መናገር ፈፅም እንደማይችል ሲያሳውቀኝ፣ እኔም ለራሴ እንዲህ ነበር ያልኩት " ይህን የተነገረኝን መረጃ እንዴት ነው የማስተናግደው? ይህን መስል ህፃን እንዴት ነው የማሳድገው? ምን ማድረግ እንደምችል አላውቅም "። እናም ይህን የገዘፈ ሀመምና የተጎዳ ስሜት እንዴት ማከም እንደምችል ግራ ነበር የተጋባሁት።

እናንተም ይህን መፅሀፍ ስታነቡ፣ በዚህ መስል ሀመምና ስቃይ ውስጥ እያለፋችሁ ከሆነ፣ እባካችሁ! ይህም ጊዜያዊና ሊታለፍ የሚችል እንደሆነ ተረዱ። በዚያ ድንጋጤ ውስጥ ሆኜ ግን፣ እንዲህ ብዬ ነበር የፀለይኩት " ፈጣሪዬ ሆይ! ምን ማድረግ እንደምችል አላውቅም፣ በጣም ተጨንቄአለሁ፣ ስለወለድኩትም ህፃን አዝናለታለሁ፣ ምክንያቱም የማደርግለትን አላ-ውቅምና፣ ነገር ግን በአንተ እታመናለሁ፣ ለጊዜው ባይገባኝም በልጄ ላይ ትልቅ አላማና እቅድ እንዳለህ አምናለሁ፣ በዚህ ሁኔታ ውስጥ ስለከተትከኝ ግን ሳላዝን እንዳልቀረሁ አል-ደብቅህም፣ ሁሉም ልጆች የእግዚአብሔር ስጦታዎች እንደሆኑ አውቃለሁ፣ ስለዚህ እባክህ እርዳኝ፣ አስተምረኝ፣ ይህን ህፃን እንዴት እንደማሳድገው ምራኝ፣ እንዲሁም ለልጄ መል-ካምና ጠንካራ እናት እንድሆን አግዘኝ "። ይህንን ፀሎት ለብዙ ዓመታት ፀልያለሁ፣ አሁንም እንኳ ልጄ የሚፈልገው አይነት እናት ለመሆን ፀሎቴንና ጥረቴን አላቋረጥኩም።

ፀሎቴ በራስ መተማመኔ እንዲያንሰራራ በብዙ አግዞኛል፣ ምክንያቱም አሁን በራስ መተ-ማመኔ ያረፈው፣ ከኔ በላይ ባለ ኃይል፣ ስልጣንና ሁሉን መቆጣጠር በሚችል አካል ላይ ነው። አሁን የማገኛቸው ወዳጆቼ፣ ለልጄ ለኤሪን እንዴት አይነት እናት እንደሆንኩ ሲና-ገሩና አክብሮትና አድናቆት ሲሰጡኝ ሳይ፣ ምንም እንኳ የወሰደብኝ ጊዜ ረዥምና ከባድ፣ ጉዞውም አድካሚና ውስብስብ ቢሆንም እንኳ፣ መልካም እናት ለመሆን እያደረኩ ላለሁት ጥረት ማረጋገጫ ሆኖልኛል።

እናንተም በሚያጋጥማችሁ አስቸጋሪ ሁኔታ ውስጥ ስታልፉና ግራ ስትጋቡ፣ ምንም አይነት የእምነት (የሀይማኖት) ስርዓት የምትከተሉ ቢሆንም፣ እምነት ግን ይኑራችሁ፣ ፀልዩ፣ ፀምና (Meditate) ውሰዱ። በዉት ተነስታችሁ አዲስ ነገር ለመማር ልባችሁን ክፈቱ፣ ሀዘን፣ ቁጣ፣ ተስፋ መቁረጥ (ጭንቀት) ሊያጋጥም ይችላል፣ በዚህ ጊዜ በምዕራፍ 2 ላይ ስሜትን እንዴት መቆጣጠር (Managing Your Emotions) እንደሚቻል ያቀረብኩላችሁን እንዳንድ

ቅምሻዎችን በተግባር አውሉ፤ ቀጥሎበት እንጂ አታቋርጡ። አንድ ቀን ወደ ኋላ መለስ ብላችሁ ስታጤኑት፤ ያለፋችሁባቸው ሁኔታዎች ምንም እንኳ አስቸጋሪና አዳጋች ቢሆኑም፤ ለመቋቋምና ለማለፍ ስትሉ የገነባችሁትን የራስ መተማመን ስታስቡ ትገረሙበታላችሁ።

ከአንድ ከባድ ክስተት ጋር ስትላተሙ፤ ለራሳችሁ ያላችሁ ግምት የወረደ ከሆነ፤ ከናንተ በላይ የምታምኑት ኃይል መኖሩ ያግዛችኋል፤ ምክንያቱም ያ የምታምኑት ኃይል እግዚ- አብሔር፤ አላህ ወይም ፍጥረተ ዓለም (Universe) ሊሆን ይችላል፤ ላላችሁበት ሁኔታ የሚረዳችሁን እምነት ያጎናፅፋችኋል፤ ለራሳችሁ የምትሰጡትን ግምትና በራስ መተማመን ያዳብርላችኋል።

መተማመን እና ትዕቢት/ ማን አለብኝነት

(Confidence Vs Arrogance)

በህይወቴ *መተማመን* (Confidence) እና *ማን* አለብኝነት (Arrogance) ያላቸውን ልዩነት ያወቅኩት በአንድ ወቅት ነበር። አንዳንዴ በራስ *መተማመኔን* ለማሳየት ስል ራሴን ለመግለፅ የምሞክርበት *መንገድ*፤ ለካስ በ*ማን* አለብኝነት *መንፈስ* የተቃኘ ነበር። ከዚህ የ*ማን* አለብኝነት ችግርና ስህተት ለመውጣትና ወደ ራስ *መተማመን* ሸግገር ለማድረግ ያለፍኩበት ጉዞ ከባድና የማይታመን ነበር፤ ለዚህ ነው ይህን ርዕስ ጉዳይ ጠቃሚ ሆኖ ያገኘሁት።

በስራዬና በተለያዩ አጋጣሚዎች ከብዙ ስደተኞች ጋር ለመገናኘት ዕድል አግኝቻለሁ። አንዳንዶች በራሳቸው እምነት እንዳላቸው ሲናገሩ እሰማለሁ፤ ነገር ግን ልብ ብሎ ለተመ- ለከታቸው የተሞሉት በ*ማን* አለብኝነት(የትዕቢት) *መንፈስ* እንደሆን ያስታውቃል። ይህንን የተመለከትኩት በተለይ በፍርድ ቤት አካባቢ ሲሆን፤ በፍቺና በፍትሕ ብሄር ችሎት ላይ ሰዎች ራሳቸውን መቆጣጠር አቅቷቸው ሲናደዱ(ሲበሳጩ) ስመለከት ነው። ከጠበቆቻቸው ጋር ሲነጋገሩ፤ ለዳኞችና ለአስተርጓሚዎች መልስ ሲሰጡ፤ በራስ *መተማመን* እንደሌላቸው ያሳብቅባቸዋል። ይልቁን ይህ ባህሪያቸው በዙሪያቸው የሚገኙትን ሁሉ የሚያስቆጣ ይሆናል፤ ነገር ግን እንርሱ፤ በራስ የ*መተማመን* መገለጫ አድርገው ይቆጥሩታል።

የእነዚህን ሰዎች አላዋቂነት ሁሉም ሊረዳው የሚችለው ነው፤ የራሳቸውን ጉዳይ እንኳ እንዴት ማስተናገድ እንዳለባቸው አያውቁም፤ ደግሞም አዲስ ነገር ለመማር ክፍት አይ-ደሉም፤ በማን አለብኝነት / በትዕቢት ተሞልተዋል። ሰዎች ሊረዱቸው ይቅርና ሊሰሟቸው እንኳን አይፈልጉም።

አንዲት በምኖርበት አካባቢ ካለ ማህበረሰብ ጋር የምትሰራ የቤተሰብ ጠበቃ፤ አንዴ በድ-ፍረት አንዲህ አለችኝ "ሰናይት፤ ያንቺ አካባቢ ሰዎች ሁሉም ትዕቢተኞች (Arrogant) ናቸው እንደ? "፤ ስሜን መጥቀስ ባልፈልግም ምን ልትል እንደፈለገች ገብቶኛል። እኔም ያ የሆነው በራሳቸው ላይ ያሳደራትን መተማመን ለማሳየት ሲሞክሩ ያቅታቸውና፤ ትዕቢት (Arrogance) ውስጥ እንደሚወድቁ አብራራሁላት፤ የባህላችንንም ዳራ (Background) በጥቂቱ ልንግራት ሞከርኩ፤ እሷም፤ ይህን መሰል ባህሪይ አመጣጡ ከየት እንደሆነ መገንዘብ ቻለች። እኔም በመዕሀፈ ውስጥ ይህን ክፍል ላካትት የምከርኩት ለዚህ ነው፤ ምክንያቴም በራስ መተማመንና በትዕቢት (ማን አለብኝነት) መካከል ያለውን ልዩነት መገንዘብ በጣም ጠቃሚ በመሆኑ ነው። የትዕቢት / የማንአለብኝነት / መንፈስ እንደተጠናወታቸው /እንዳ-ለባቸው/ ከማያውቁ ብዙ ደንበኞች ጋር ተገናኝቼ አውቃለሁ። ማንም ከትዕቢተኛ (ከማን አለብኝ) ሰው ጋር መወዳጀት አይሻም። ትዕቢተኞችም ሆኑ በራስ መተማመን አለን የሚሉ ሰዎች፤ በችሎታቸው ወይም ባላቸው ነገር ላይ እንደሚታመኑ ለማሳየት ጥረት ያደርጋሉ። በራስ መተማመንን ያዳበሩ ሰዎች ግን፤ ፍርሀትና ጥርጣሬን በቀላሉ ማሸነፍ የሚችሉ፤ ቀናና አዎንታዊ አመለካከት ያላቸውና አይበገሬ /ጠንካራ/ ስብዕና የገነቡ ሰዎች ናቸው። አንዳንድ ጊዜ ከመጠን ያለፈ በራስ መተማመን ደግሞ፤ ወደ ትዕቢት (ማን አለብኝነት) ሲለወጥ ድክመትን ያንፀባርቃል። ትዕቢተኛ ሰዎች ራሳቸውን ከሌላው ከፍ አድርገው ስለሚመለከቱ፤ ስህተታቸውን እንኳ ለመቀበል ይከብዳቸዋል። ስለዚህ በትእቢትና በራስ መተማመን መካከል ያለውን ልዩነት ለማወቅ ማንበብ ተገቢ ነው። በሁለቱ መካከል ያለውን ልዩነት ለማወቅ ብዙ ጥረት ካደረግኩ በኃላ፤ ልዩነታቸውን የሚያሳዩ 6 ታላላቅ ምልክቶችን ነቅሼ ማውጣት ችያለሁ፤ እነዚህም:-

1. የበላይነት/ የማን አለብኝነት ትችት/ አስተያየት
(Condescending Remarks)

የበላይነት መንፈስ፤ የትዕቢተኛ ሰው ዋነኛ መለያ ነው። ትዕቢተኞች አንድ ወጥ የሆነ አመለካከት አላቸው፤ በበላይነት ወይም በዝቅተኝነት ስሜት ይጠቃሉ፤ ይህ ስሜት የሚመነጨው ደግሞ ከሌሎች ጋር በሚኖራቸው ግንኙነት / መስተጋብር / ያለባቸውን የበታችነት ስሜት ለመሸፋፈን ከሚደረግ ጥረት ነው። ሌሎችን ዝቅ ሲያደርጉ ወይም ሲያዋርዱ፤ የአሸናፊነት ስሜት ይሰማቸዋል፤ በራስ መተማመን ያላቸው ሰዎች ግን፤ አመለካከታቸው ሰፋ ያለና የጠለቀ፤ ሌሎችን ሳያስቀይሙ መኖር የሚመርጡና በዚህም የሚደሰቱ ሲሆን፤ ሁሉም ሰው የራሱ ችሎታ እን-ዳለው ስለሚገነዘቡ ለስኬታማነታቸው እገዛ ለማድረግ ከልብ የሚተጉ ናቸው።

2. አመለካከት (Attitude)

ትዕቢተኞችና በራስ መተማመን ያላቸው ሰዎች፤ ሰዎችን የሚይዙበትና የሚያ-ስተናግዱበት መንገድ የተለያየ ነው። ትዕቢተኞች፤ ከሌሎች የተሻሉ አድርገው ራሳቸውን ይመለከታሉ፤ በራስ የሚተማመኑ ሰዎች ግን፤ ከሌሎች እንደማያንሱ ራሳቸውን ይቆጥራሉ። በራስ መተማመን ያላቸው ሰዎች፤ የሌሎችን ስህተት ነቅሶ በማውጣት / በመፈለግ / ለመተቸት አይሞክሩም፤ ሰዎችን በሚገባ ያደ-ምጣሉ፤ ለአስተሳሰባቸውም አክብሮትን ይለግሳሉ። ትዕቢተኞች ግን፤ ሰዎችን የማዳመጥ ትዕግስቱ የላቸውም /ይከብዳቸዋል/፤ ከዚያ ይልቅ፤ ነገሮች እንደጠበ-ቋቸው ሳይሆኑ ሲቀሩ በአሉታዊነት ተሞልተው ሌሎችን ለመውቀስ ይቸኩላሉ።

3. ለራስ ያለ አመለካከት (Self-Perception)

በራስ የሚተማመኑ ሰዎች ሁልጊዜ ምቹት የሚሰማቸው ናቸው፤ ምክንያቱም ስለ ፍፁምና (Perfection) ትክክለኛ አመለካከት አላቸው፤ ከፈጣሪ ውጭ ማንም ሆነ ምን፤ የተሟላና ፍፁምነት የተላበሰ እንዳልሆነ ይገነዘባሉ፤ ስለዚህ በድካ-

ማቸው አይበረግጉም። እነዚህን ሰዎች ዝቅ ማድረግ ወይም ማዋረድ አይቻልም፤ ምክንያቱም ደካማ ጎናቸውን በሚገባ የሚረዱና የማይሸፋፍኑ፣ እንዴት እንደ-ሚያስተናግዱትም የሚያውቁ ናቸው። በተቃራኒው ትዕቢተኞች፣ ደካማ ጎናቸው እንዲነካባቸው አይፈልጉም፤ ግትር ስለሆኑም ስህቶቻቸውን ለመቀበል ትእግስቱና ወኔው የላቸውም፤ ለማረምም ፍቃደኛ አይደሉም።

4. ከህብረተሰብ ጋር ያለ ግንኙነት /መስተጋብር/

(Relationships with Society)

ከትዕቢተኛ ሰው ጋር የሚደረግ ግንኙነት /መስተጋብር /፣ የህመምና የስቃይ ምንጭ ሊሆን ይችላል። እነዚህ ሰዎች ራሳቸውን ከምንምና ከማንም በላይ ጠቃሚና ተፈላጊ (Self-importance) አድርገው ስለሚኩራሩ ለምንም ነገር ግድ የላቸውም። ድካማቸውንም ሆነ ስህተታቸውን በፀጋ ከመቀበል ይልቅ፣ ሰዎችን መወንጀል ይቀናቸዋል። እውነተኛ በራስ መተማመን ያላቸው ሰዎች ግን፣ ራሳቸውን ለእርምት ክፍት የሚያደርጉና፣ ያለፈ ስህተታቸውን እንኳ ለመ-ቀበል የማያመነቱ ናቸው። ሰዎችም ይህን ባህሪያቸውን ይወዱታል ያደንቁታልም። ትዕቢተኞች ግን ስኬት ሲያገኙ፣ ጓደኞቻቸውንም ሆነ ሌሎች ግንኙነቶቻቸውን ለማዋረጥ ትንሽ እንኳ ቅር አይሰኙም።

5. ተግባቦት (Communication)

ከትዕቢተኛ ሰው ጋር ተግባቦት ለማድረግ መሞከር ደስ አያሰኝም። የምትሉትን ሁሉ ለማጥላላት ይሞክራሉ፤ የነርሱን አቋምና አመለካከት ብቻ ሰዎች እንዲ-ቀበሏቸው ይፈልጋሉ። ስለዚህ፣ ራሳቸውን ብቻ ትክክል አድርገው ከሚገምቱ ሰዎች ጋር ማውራት ፈፅሞ ምቾት አይሰጥም። በራስ የሚተማመኑ ሰዎች ግን የራሳቸውን አመለካከት፣ ሌሎች ላይ በግድ መጫን ወይም ተፅዕኖ ማሳደር አይ-ፈልጉም፤ ድርጊታቸውም ራሱ ይናገራል / ይመስክራል/።

243

6. የተለያዩ መነሻዎች (Various Roots)

በመጨፈረሻም፤ በራስ መተማመንም ሆነ ትዕቢት/ ማን አለብኝነት/ የራሳቸው መነሻ አላቸው። ትዕቢት ብዙ ጊዜ ቀጣይ ትችቶችን ለመመከት፤ ከድብቁ የህሊና ክፍል (Subconscious) መንጭቶ በድርጊት የሚገለፅ ራስን የመከላከያ ዘዴ ነው። በራስ መተማመን ግን፤ ከአዎንታዊ፤ ቀናና ፅኑ አመለካከት የሚፈልቅ ነው።

Source:

https://womanitely.com/ways-difference-arrogant-confident/

እንደ እኔ ከሆነ፤ ማንም ሰው ከትዕቢት አካሄዱ ወጥቶ ወደ ራስ መተማመን መምጣት ይገባዋል እላለሁ፤ ምክንያቱም እነዚህን ሁለት የተለያዩ መንገዶች ሌላ ሰው ነግሮችሁ ላያውቅ ይችላል። ምናልባትም በራስ መተማመን አላቸው ብላችሁ ከምታምኗቸው ጓደኞች ጋር አብራችሁ አድጋችሁ፤ አሁን ስትረዱት ግን፤ ነገሩ ትዕቢት ሆኖ አግኝታችሁት ይሆናል። እንደውም፤ በአሰልጣኞቻችሁና በሌሎች በምትደነቁባቸው ሰዎች ውስጥ አለ የምትሉትን በራስ መተማመን ልትቀዱ ወይም ልትኮርጁ (Copy) ሞክራችሁ፤ ነገሩን ስትደርሱበት ግን የተገላቢጦሽ ሆኖ አግኝታችሁት ይሆናል።

ነገር ግን አትረበሹ፤ በባህሪያችሁ ውስጥ ያለውን ትዕቢተኝነት/ ማን አለብኝነት መረዳት ራሱ የፍተሻው የመጀመሪያ አካል ነው፤ ይህን ለመቀየር ደግሞ ጥቂት ጥረት ይጠይቃል። በመጀመሪያ ሌሎች በዙሪያችሁ ያሉትን ከመመልከት ይልቅ፤ ራሳችሁ ትዕቢተኛ መሆንና አለመሆናችሁን መፈተሽ ይገባችኋል። " ይሄ ልክ እንደአገቴ ነው " "ይገርማል፤ ይሄ ልክ የፈታሁትን/ የፈታኋትን ባሌን /ሚስቴን አይነት ነው /ናት " ከማለትና፤ የሌሎችን ስህተትና ጉድለት ከመፈለግ ይልቅ የራሳችንን ባህሪይ ለመመርመር ሁቀኛ እንሁን።

አንድ ጓደኛዬ፤ ስለ አንድ ደንበኛዋ ታሪክ አጫውታኝ ነበር። ትዕቢተኝነቱን በቀጥታ ከመንገር ይልቅ፤ በትዕቢትና በራስ መተማመን መካከል ያለውን ልዩነት የሚያሳይ ዝርዝር አቅርባለት፤ እራሱ ነጠብጣቦቹን እንዲገጣጥምና የት ቦታ ላይ እንዳለ እራሱን እንዲያይ አደረገችው። ያ ሰው በሚቀጥለው ጊዜ ጓደኛዬን ሲያገኛት መጀመሪያ ያላት ነገር ቢሆR

244

" የሚገርም ነው! ህይወቴን ነው የታደግሽው፤ እንዴት እንደምከፍልሽ አላውቅም፤ ያ የሰጠሽኝ ዝርዝር የሚገርም ነው፤ ካነበብኩት በኋላ፤ የተለየኸትን ሚስቴን ጨምሮ በህይወቴ ያጋጠሙኝን ትዕቢተኛ ሰዎች መለየት ነው የቻልኩት፤ አሁን ችግሩ ገብቶኛል፤ ለካስ የርሷም ባህሪይ ከትዕቢት/ ከማን አለብኝነት/ የመጣ ነው " ሲል ነበር የደመደመው።

ንደኛዬና እኔም በጣም ሳቅን፤ ምክንያቱም ሰውዬው ራሱንም አብሮ ከመመልከት ይልቅ ያነጣጠረው ሌሎች ሰዎች ላይ ነበር። እርሱ በሁሉ ነገር ትክክለኛ፤ ሌሎች ደግሞ የተሳሳቱ ነበሩ። ሁል ጊዜ ራሳችንን እንፈትሸ፤ ከዚያም የሌሎችን ባህሪይ መመርመር እንችላለን። ነገር ግን መጀመሪያ ትኩረታችን ሌሎች ላይ ካደረግን፤ በራሳችን ውስጥ ያለውንና ሊታረም የሚገባውን ጉድለታችንን፤ አውቀንም ሆነ ሳናውቅ ልንዘለው እንችላለን።

እራሳችሁን ካያችሁና ካገኛችሁ በኋላ በራስ መተማመን ይኑራችሁ፤ ምክንያቱም ሁሉም ሰው መወዳጀት የሚመርጠው ቀና አመለካከት ካለው ሰው ጋር ብቻ ነው። በራስ መተማመንን ማዳበር ከፈለጋችሁ፤ የተግባበት ክህሎታችሁ ውድና የከበረ ንብረታችሁ ይሆናል። ለመሆኑ ከትዕቢተኛ/ ማን አለብኝ/ ሰው ጋር ተገናኝታችሁ ታውቃላችሁ? ከእንደዚህ አይነት ሰዎች ጋር አብራችሁ መሆን ወይም መወዳጀት ትፈልጋላችሁ? አይመስለኝም። ሰዎችን መቅረብ የምትችሉና፤ እነርሱም በቀላሉ ሊቀርቧችሁ የሚችሉ ቢሆኑ ነው የምትመርጡት፤ ይህ ደግሞ የምትፈልጉትን ስራ ለማግኘት፤ ድጋፍ ሰጪ ስርአትን ለመገንባት፤ የስራ ግንኙነትን ለመ-ፍጠርና ለማሳሰሉት ሁሉ ያግዛችኋል።

አሁን እንግዲህ በራስ መተማመን፤ ከትዕቢት/ ማን አለብኝነት ጋር ያለውን ልዩነት ለማወቅ የቻልን ይመስለኛል። እስቲ በራስ መተማመንን የሚያዳብሩ ጥበቦችን ደግሞ ለማጥናት እን-ሞክር። በራስ መተማመን እንዳለንና እንደሌለን ሁላችንም እናውቃለን ብዬ እገምታለሁ። መተማመን ስናጣ አሉታዊ ስሜት ያድርብናል፤ እራሳችንንም ሆነ ሌሎችን ለመተቸት እን-ፈጥናለን፤ ስለራሳችን ማንነት ሆነ ስላላን ብቃት አሉታዊነት ያጠቃናል፤ ይሄ አመለካከት ደግሞ እንድናዝን፤ ጨለምተኛ እንድንሆን፤ እንድንናደድ፤ እንድንጨነቅ እና ድብታ ውስጥ እንድንገባ ያደርገናል።

ሰዎች በራስ መተማመንን የሚያጡበት ብዙ ምክንያቶች ሊኖሩ ይችላሉ፤ ምናልባት በጨቅላ እድሜያቸው ያሳለፉት የህይወት ልምምድ፤ የደረሰባቸው ጥቃት፤ የፖታ አድልፆ እና ዘረኝነት ሊሆን ይችላል። እዚህ ላይ ልንዘለው የማይገባ አንድ ነገር ቢኖር፤ ቀደም ሲል እንዳልነው አንዳንዶቻችን፤ ለራሳችን የምንሰጠው ግምት ዝቅተኛ ሆኖ ሳለ፤ ከፍተኛ የራስ መተማመን ያለን ለማስመሰል መድከማችን ነው። ራሳችንን ፌፆ አንገመግምም፤ እውነትን ልንናገር ይገባል፤ መረዳት ያለብን ግን፤ ሁላችንም በህይወታችን አንድ ነጥብ ላይ፤ ለራሳችን ዝቅተኛ ግምት የምንሰጥበት ጊዜ ሊኖር እንደሚችል ነው።

እስቲ ራስ መተማመንን እንዴት መገንባት እንደምንችል እንመልከት። በራስ መተማመን እንዳለን በቀላሉ ማስመሰል (Pretend) ይቻላል። አንድ ጊዜ እነነቴ በወረደበት ወቅት አንድ ሰው የሚከተለውን ብሎኝ ነበር።

1. "እስከምትሆኑት ድረስ አስመስሉት"
(Fake it until you make it)

በራስ መተማመን እንዳላቸው ሰዎች ማስመሰል ትችላላችሁ፤ አዎን! ትችላላችሁ፤ ነገር ግን ልምምድ ይጠይቃል፤ ልምምድ ደግሞ ብቁ ያደርጋችኋል። ማስመሰል የምትሞክሩት ግን ትዕቢተኞችን ሳይሆን በራስ መተማመን ያላቸውን ሰዎች መሆኑን እርግጠኞች ሁኑ።

2. በሁሉ ላይ ስልጣን ወዳለው አካል መፀለይ ይረዳል
(Praying to Higher Power Helps)

ከአቅም በላይ በሚሆንባችሁ ነገር ሁሉ ረዳት አልባ መሆናችሁን ማመንና መቀበል ይጠ-ቅማችኋል። ከቁጥጥሬ ውጪ የሆነ ጉዳይ ሲያጋጥመኝ፤ ይህ መንገድ እነንም በተዓምር አሻግሮኛል። ምንም ዓይነት ሀይማኖት ተከተሉ፤ ችግር የለውም፤ ኃይል ነው ብላችሁ የም-ትጠሩት የትኛውም ኃይል ይሁን፤ ምንም አይደለም፤ ወደምታምኑት ማንኛውም አካል ዘንበል ማለት ትችላላችሁ።

3. ቀድሞ ልናደርገው ወይንም ልንፈፅመው አንችልም ትሎት ወደነበረው ነገር መለስ በሉና ቃኙት፤ አሁን ደግሞ በትክክል እየተገበራችሁት ነውና በዛን ወቅት ይሰማችሁ የነበረውን ስሜት አስታውሱ

ይህ ዘዴ ሁሌ ፈገግ ያሰኛኛና ለራሴ እንዲህ እላለሁ " ይህን አዲስ መሳሪያ/ዘዴ አንዴ ከተማርኩ ወይም እንዴት እንደማስተናግደው ካወቅኩ፤ ሁሉም ነገር መልካም ይሆናል፤ ቀድሞ አድርጌዋለሁ፤ አሁንም ማድረግ እችላለሁ "። ይህን መስሉ አመለካከት ወዲያውኑ በራስ መተማመንን ይፈጥራል።

የማታውቁት አዲስ ነገር ሲያጋጥማችሁ ወይም በራስ ያለመተማመን ስሜት ሲከባችሁ፤ ራሳችሁን ለማስተማር ወይም ለማሰልጠን ፍጠኑ። በጉዳዩ ላይ የተፃፉ መፃህፍትን አንብቡ ወይም ክፍል ገብታችሁ ተማሩ፤ ይህ በራስ መተማመናችሁን ያጎለብታል።

በዚህ ወቅት ከአማቾቼ (In-laws) ጋር ጣሊያንኛ ቋንቋ ለመናገር የነበረኝ የራስ መተማመን ስሜት አነስተኛ ነበር፤ ብዙ ቃላቶችን የማውቅ ቢሆንም፤ በንግግር ወቅት ግን እሳቀቃለሁ። መተማመኔን ለመገንባት ይበልጥ እንዲያግዙኝ መፃህፍቶችንና ሲዲዎችን ገዝቼ ማጥናት ጀመርኩ፤ ከልጄ ጆሴፍ ጋር ሆነን በጣሊያንኛ ቋንቋ የተሰሩ የካርቱን ፊልሞችን መመልከት ጀመርኩ፤ ይህም በሚቀጥለው ጊዜ አማቾቼን ስጎበኝ፤ ሌላው ቢቀር ተግባቦት መፍጠር ወደሚያስችለኝ የመተማመን ክፍታ ደርሼ ነበር፤ ያ ደግሞ ይበልጥ እንድማር፤ እንድተጋና በራስ መተማመኔም እንዲዳብር አግዞኛል።

ቀና ቀናውን ከራስ ጋር ማውራት (Positive Self-Talk)

ከራስ ጋር ቀና ቀናውን ማውራት ጠቃሚ ነው። ምንም እንኳ ፀሁፍ ሁሌም የማይለየኝ ቢሆንም (ስለማልፍባቸው ከባድ ጊዜያት የግል ማሳታወሻዬ ላይ እንደማስፍር ልገልፅላችሁ እወዳለሁ፤ ይዬ ደግሞ ውስጤን ያክመዋል)፤ ለማሳተም መፃፍ ግን ቀጣዩ እንጂ የመጀመሪያው እርምጃዬ አልነበረም። ይህን መፅሀፍ ስፅፍ እንኳ፤ አልፎ አልፎ ጥርጣሬ ይወረኛና አሉታዊ ድምፅ በውስጤ ይሰማኛል፤ " አንቺ ማን ሆነሽ ነው? አይዋጣልሽም፤ ምን እያደረግሽ እንደሆነ

ይገባሻል? " የሚል ድምፅ ያስተጋባብኛል። ይህ ድምፅ ግርም ነው የሚለኝ፤ እኔም የዋዛ አይደለሁም፤ አብዛኛውን ጊዜ እስቅበትና ከላዬ ላይ አራግፈዋለሁ። ያም ሆነ ይህ፤ በራስ ሰለመተማመን ይህን ምዕራፍ ለመፃፍ ስነሳ፤ ለጥቂት ቀናት ያህል ባዶነት ተሰምቶኝ ነበር፤ በዚህም ምክንያት ምንም መፃፍ አልቻልኩም፤ መፃፍ ሲገባኝ ሌሎች ነገሮች ላይ ጊዜዬን ማባከኜም ይታወቀኝ ነበር። አንድ የቅርብ ዘመዴ ደግሞ፤ በእንቅርት ላይ ጆሮ ደግፍ እንዲሉ በቁጣ ተሞልቶ፤ ብዙ ጊዜ እንዲህ ይለኝ እንደነበር አስታውሳለሁ " አንቺ እኩ አትረቢም፤ ለምንም የምትሆኒ አይደለሽም፤ ሰው መሆን ፈፅም አትችይም "።

ታዲያ ከዚህ ሁሉ የተነሳ ይህን ምዕራፍ ስፅፍ፤ ውስጤ በጣም ደርቆ ሻባ ሆኜ ነበር ማለት እችላለሁ፤ ምክንያቱም የዚህ ዘመዴ ድምፅ ወደ አእምሮዬ እየተመላለሰ ያስተጋባ ነበር፤ ድብታ ውስጥ የሚከትና መንፈስን የሚሰብር ድምፅ ነበር። ለባለቤቴ ይህንን ስነግረው ወዲያውኑ እንዲህ ሲል ነበር ጥያቄ ያቀረበልኝ፤ " ታዲያ ይህ የተባለው ነገር እውነት ነው ማለት ነው? ሰውዬው ያለው ትክክል ነው ብለሽ ታምኛበታለሽ? አንቺም ለራስሽ ' ምንም አልረባም፤ ሰው መሆን ፈፅም አልችልም ' ብለሽ ታስቢያለሽ? " ሲል አከታትሎ በጥያቄ አጣደፈኝ። እኔም ገና መልስ መስጠት ስጀምር፤ ነገሩ እየቀለለኝና እየተሻለኝ ሲመጣ ይታወቀኝ ነበር። ከዚያም ቀኑን ሙሉ ለራሴ ቀና ቀናውን ብቻ መናገር ጀመርኩ፤ በህሊናዬ ድብቅ ክፍል (Subconscious) ውስጥ ከሚመላለሰውና ተሰውሮ ከተቀመጠው ድምፅ ጋር መፋለም ጀመርኩ።

ያ ዘመዴ የምለው ሰው፤ የሰውን ማንነት መስበር የሚቀናውና ሌሎችን ለመጫንና ለመቆጣጠር የሚፈልግ ስብዕና እንዳለው ተረዳሁ። ይህ ሰው በራስ መተማመን የሌለውና ሁል ጊዜ ሰዎችን በዝቅተኝነት ስሜት እንዲጠቁ በማድረግ፤ የራሱን ድክመት ለመደበቅ የሚሞክር ስስታምና ይሉኝታ ቢስ ሰው እንደሆን ተገነዘብኩ።

እኔም ይህን መፅሀፍ ለመፃፍ ብቁ ነኝ የምልባቸውን ዝርዝር ምክንያቶች ፅፌ አሰፈርኩ። ሌሎች ከኔ የተሻለ መፃፍ የሚችሉ ሰዎች እንዳሉ አውቃለሁ፤ እንግሊዝኛ ደግሞ የመጀመሪያ ቋንቋዬ አይደለም፤ ነገር ግን ይህን መፅሀፍ እኔ በምዕፍበት መንገድ ሊፅፍ የሚችል ማንም ሰው የለም፤ ምክንያቱም ይሄ የራሴ ታሪክ፤ የራሴ መፅሀፍ፤ በራሴ ዕይታ የሚቃኝና የሚገለፅ

ነው። ሁላችንም የየራሳችን ልዩ ተፈጥሮ እንዳለን ሁሉ፤ ይዬ ደግሞ እኔነቴን በራሴ መንገድ የምገልፅበት መፅሀፍ ነው፤ ታዲያ ይህን መፅሀፍ ከኔ በተሻለ ሊፅፍ የሚደፍር ማን ለኖር ይችላል?። አፃፃፍ፤ ቋንቋን ጨምሮ ገደብ/ ወሰን የለውም። እንግሊዝኛ የመጀመሪያ/ የአፍ መፍቻ ቋንቋዬ ላይሆን ይችላል፤ ቢሆንም ግን በጥሩ ሁኔታ መናገርም ሆነ መፃፍ እችላለሁ፤ ብሳሳትም እንኳ የሚረዳኝና ፅሁፌን የሚያስተካክልልኝ አርታዒ (Editor) ስላለ አልቸገርም።

ይህን በማሰብ፤ እንደገና ወደ ፁሁፍ ሰረገላዬ ላይ ተፈናጠጥኩ። ወደ ፁሁፌ ስመለስ እንደ አዲስ ታድሼ ነበር፤ ከራሴ ጋር የማወራው አፃንታዊ ንግግር ከባለቤቴ ድጋፍ ጋር ተዳምሮ፤ ወደ ተገቢው ቦታዬ እንድመለስ አስችሎኛል፤ በራስ መተማመኔን አጎልብቶልኛል።

ጀብደኝነት ከሚጠይቅ አዲስ ነገር ጋር ስትጋፈጡ - አዲስ የንግድ መስክ መክፈት፤ መፅሀፍ መፃፍ፤ ወደ ባዕድ ሀገር መንዝ ፤ አዲስ ስራ መጀመር፤ ለአሎምፒክ መወዳደር፤ ትዳር መያዝ (ማግባት)፤ ቤተሰብ መመስረት- ሊሆን ይችላል፤ መጀመሪያ የምትጋፈጡት ጠላት ቢኖር ራሳችሁን ነው፤ አስተሳሰባችሁን። ይህ በሁሉም ላይ ይሰራል፤ ያደቃችኋል፤ አንገት ሊያስደፋችሁ፤ ሀሳባችሁን ሊያስቀይራችሁ ይሞክራል። እናንተ ታዲያ፤ በውስጣችሁ ከሚካሄደው ትግል የተነሳ ሽንፈት ሲሰማችሁ፤ በትክክለኛው መስመር እንድትጓዙ የሚያ- ደርጋችሁን ሀሳብ በማውጠንጠን ለራሳችሁ ቀና ቀናውን ተናገሩ፤ ለራሳችሁ ታማኝ ሁኑ። አንድ ጊዜ የውስጥ ሁካታችሁን አደብ ማስገዛት ስትማሩ፤ የውጪውን ፍልሚያና ትችት እንዴት መቋቋም እንደምትችሉ ልምድ ይኖራችኋል።

ለምታምኗቸው ጓደኞቻችሁ አዋዩ

(Talk to Friends You Trust)

ጓደኞቼ በሚገባ ያውቁኛል፤ በማንኛውም ጊዜ በአንድ ጉዳይ ላይ መንፈሴ እንደወረደና በራስ መተማመኔ እንደጠፋ ስነግራቸው፤ ማንነቴንና ምን አይነት አቅም እንዳለኝ በማስታወስ፤ በራስ መተማመኔን ለማነሳሳት ወዲያው ጣልቃ ይገባሉ።

ምንም ያህል ጠንካራና በራስ የምንተማመን ሰው ብንሆንም እንኳ፤ አንዳንድ ጊዜ ሚዛን ስተን የምንወድቅባቸው አጋጣሚዎች ይኖራሉ። ታዲያ በዚህ ጊዜ የምታምናቸውና የሚጠነቀ- ቁላችሁ ወዳጆቻችሁ ከማንም በላይ የወደቀውን መንፈሳችሁን ሊያንሰራሩት/ክፍ ሊያደርጉት / ይችላሉ።

ሌሎች ሰዎች ፊት ስለ ቋንቋ ችሎታችሁ የምትሽማቀቁ ወይም ባህሉን የማታውቁ ከሆነ፤ ከእናንተ በተሻለ ሁኔታ ሁለተኛ ቋንቋቸውን በሚገባ መናገር የማይችሉ፤ ሌሎች ሰዎች መኖ- ራቸውንም መገንዘብ አለባችሁ። የሀገሬው ተወላጆችም ቢሆኑ፤ የእነርሱን አንድ ወይም ሁለት ቋንቋ ለመናገር ስትምክሩ ሲያዩ፤ እንደሚገረሙና በአድናቆት እንደሚሞሉ መገመት ይኖ- ርባችኋል። እንግሊዝኛ የመጀመሪያ ቋንቋችሁ አይደለም፤ ግን ለመማር ጥረት እያደረጋችሁ ነው፤ ታዲያ ይሄ መከራችሁ አያስመሰግናችሁም? አዲስ ነገር ለመማርና ህይወታችሁን ለማሻሻል የሚጥሩ ሰዎች፤ በራሳቸው ላይ ሙሉ እምነት ያላቸው ሰዎች ናቸው። ስለዚህ ራሳችሁን አታሳንሱ፤ እናንተ ከተለመደው ውጪና ከተራው ነገር ወጣ ብለው ህይወታቸውን ለማሻሻል ከሚጥሩ ጥቂት ኃያላን መካከል ናችሁ።

በራስ መተማመንን ለማዳበር ሚሊዮን መንገዶች እንዳሉ ርግጠኛ ነኝ፤ እናም በህይወታችሁ አንዳንድ ክፍሎች ላይ በራስ የመተማመን እጥረት ካለባችሁ፤ በዚህ ርዕስ ጉዳይ ዙሪያ የተፃፉ መፅሀፍትንና የተለያዩ ፅሁፎችን በብዛት በማንበብ፤ ችግራችሁን ማስወገድ እንደምትችሉ በድጋሚ ላስገነዝባችሁ እወዳለሁ። ከላይ የጠቀስኳቸው ጥቂት ዘዴዎች/ መሳሪያዎች ለኔ ህይወት በጣም! በጣም! ረድተውኛል። እናንተም ይህንን ዘዴ ወይም የራሳችሁን መንገድ ፈልጋችሁ መጠቀም ትችላላችሁ።

መተማመንና ዘረኝነት (Confidence and Racism)

ዘረኝነት ምንድን ነው? የራስን ዘር ከሁሉ የበለጠ አድርጎ በማየት በሌላው ዘር ላይ ያነጣጠረ ትምክህት ወይም ቅሬኔ ነው።

አንድ ነገር በፈለጋችሁት መንገድ ሲሄድላችሁ በራስ መተማመን ቀላል ቢሆንም፤ በተቃ-

ራኂው ሲከሰት ግን የነበራችሁ መተማመን ሊከዳችሁ ይችላል። በአሜሪካ ቀድሞ የማታውቁ-ቸውን / ያልለመዳችኋቸውን፤ ዘረኝነትን የመሳሉ አስተሳሰቦችንና ድርጊቶችን ልትጋፈጡ የምትገደዱባቸው ብዙ አጋጣሚዎች አሉ (የያታ ልዩነትን የመሰሉ አድልዎችንም ልታስ-ተናግዱ ትችላላችሁ)። ነገር ግን እንደ ዘረኝነት ያህል ራስ መተማመናችሁን ፈተና ላይ የሚጥልና ተስፋ የሚያስቆርጥ ጉዳይ የለም- ያሳውራል፤ ያናድዳል፤ ቁጣን ይቀሰቅሳል፤ አንዳንድ ጊዜም ማንነታችሁን ይሰብራል።

ከዘረኝነት ጋር መጀመሪያ የተላተምኩበትን ወቅት አስታውሳለሁ፤ በሀያዎቹ እድሜዬ መጨረሻ ላይ ቻይና ነበርኩ፤ ከኤርትራ ስወጣና ወደውጪው አለም ስንዝ የመጀመሪያዬ ነበር። ወደቻይና ከመምጣቴ በፊት ዘረኝነትን የማውቀው፤ የአሜሪካንን ታሪክ በአዲስ አበባ ኤለሜንተሪ ትምህርት ቤት በምማርበት ወቅት ነበር። ስለዘረኝነት የሚያሳዩና ፍንጭ የሚሰጡ ጥቂት የአሜሪካን ፊልሞችንም ለማየት እድሉን አገኝ እንደነበር አስታውሳለሁ።

ታዲያ ወደቻይና ስመጣ፤ ሌሎች እንዴት ይመለከቱኝ ይሆን ብዬ ፈፅሞ አስቤ አላውቅም ነበር። አንዳንዶቹ የቆዳዬ ቀለም ትኩረታቸውን ሲስብ፤ ሌሎች ደግሞ በጋጠ ወጥነት አፍጠው ሲያዩ ያስደነግጡና ያሳፍሩ ነበር፤ አንዳንዶች ከዛም አልፈው ቆዳዬን በመንካትና በመዳሰስ ግርምታቸውን ያሳዩ ነበር።

በቆዳ ቀለሜ ምክንያት ዘረኝነትን አስተናግጄ፤ የተለየሁ በመሆኔ ደግሞ ትኩረትን ስቤ አላውቅም ነበር። ስለዚህ ከብስጭትና በተቻለ መጠን ሀገሩን ለቀቄ ከመውጣት ውጭ ሌላ አማራጭ እንዳለ ለመገመት ከብዶኝ ነበር።

በዚህ ሁኔታ ውስጥ እያለሁ፤ ሊያግዙኝ ከሚችሉ ጥቂት አፍሪካዊ ጓደኞች ጋር ተዋወቅኩኝ ። እነርሱም ከዚህ የዘረኝነት ትንኮሳ ጋር ራሴን እንዳላምድና ከባዱን ወቅት እንዳልፍ ረድተውኛል። በዚህ ጊዜ ውስጥ እኔም፤ ሁሉም ቻይናዊ ዘረኛ እንዳልሆነ ተረዳሁ፤ እንዲሁም አንዳንድ የቻይና ከተሞች የብዙ ዘር ስብጥር ያለባቸውና ትንኮሳም የማይታይባቸው ሆነው አገኘኋቸው። ዳሊያን (Dalian) በምትባልና በምኖርበት ከተማ፤ በዛን ወቅት የውጪ ዜጎችን በተለይ ጥቁሮችን አይተው ስለማያውቁ፤ ጥቁር ሲያዩ በአትኩሮትና በአግራሞት ይመለከቱ

ነበር። አንዳንድ ጊዜ ፌዶም የማላውቃቸው ሰዎች ሳይቀሩ፤ እኔን እስከመዳሰስና የቆዳዬን ቀለም እስከመንካትና ማጣራት ይደርሱ ስለነበር በጣም እናደድና እቆጣ ነበር። ከዛም ብሶ አንዳንዶቹ ፤ በየዕለቱ ገላዬን እታጠብ እንደሆነ ይጠይቁኝ ነበር፤ ሌሎች ደግሞ እኔን በመያዝ ቆዳዬን እየፈገፈጉ ከንደዋኞቻቸው ጋር በማንደሪን (የቻይንኛ ቋንቋ) ቋንቋ ይነጋገሩና ይሳሳቁ ነበር። በዚህ ሁሉ ውስጥ እኔን እንደ አሻንጉሊት ከመቁጠር ውጭ፤ ግድ ብሏቸው እንኳ ይቅርታ አይጠይቁኝም ነበር። እኔም በመካነ አራዊት (Zoo) ውስጥ እንዳለ እንስሳ ነበር ራሴን የቆጠርኩት፤ ይህ ደግሞ ለእኔ በጣም ዘግናኝ ልምምድ ነበር። ብዙ ይህን መሰል ታሪኮችን ላካፍላችሁ እችላለሁ፤ ነገር ግን በዚህ ይብቃና ወደሚቀጥለው ላምራ።

ታዲያ ለኔ ሰዎችን መቅረብ ምን ያህል አስፈሪ እንደሆነ መገመት ትችላላችሁ፤ በዚህም ምክንያት፤ ልዩነት ወደማይታይበት ወደ አህጉረ አፍሪካ መመለስ ይቃጣኝ / እከጅል / ነበር። ነገር ግን እንደ ዕድል ሆኖ እንግሊዝኛ ቋንቋ ማስተማር በመጀመሬ፤ አብዛኛውን ጊዜ ከህፃናት ጋር ማሳለፍ ጀመርኩ። ህፃናት የየሀና ቅኖች በመሆናቸው በሌላ መንገድ ላውቅ የማልችለውን ባህላቸውን፤ ከህፃናቱ መማር ቻልኩ። በየትኛውም ባህል ውስጥ ያሉ ህፃናቶች፤ ግልፅና ድብብቆሽ የማያውቁ በመሆናቸው እወዳቸዋለሁ፤ እነርሱም ወደ አእምሮአቸው የመጣውን ሁሉ ያለ ይሉኝታ ያወጡታል። በትምህርት ወቅት፤ ጥያቄ የሚፈጥርባቸውን ማንኛውንም ነገር ከመጠየቅ ወደ ኋላ አይሉም ነበር፤ ለምሳሌ እኔ ለምን ጥቁር እንደሆንኩና ዓይኖቼ እንዴት ትላልቅ ሊሆኑ እንደቻሉ ይጠይቁኝ ነበር (ትላልቅ ዓይኖቼን ይወዷቸው ነበር)። እንዲህ አይነት ጥያቄዎች የሚመጡት ከህፃናት ዘንድ ስለሆነ ንዴት ወይም ብስጭት አይሰማኝም ነበር፤ ከዛ ይልቅ በሚገባቸው መልኩ ለማስረዳት ነበር ጥረት የማደርገው። ምክንያቱም ጥያቄ የሚጠይቁት በየዋህነት ስለሆነ፤ እኔም ለጥያቄያቸው ቀና በሆነ መንገድ መመለስ ነበረብኝ።

ቀደም ሲል አንዲት ጓደኛዬ፤ ገላዬን እታጠብ እንደሆን እንደጠየቀችኝ ታስታውሳላችሁ። አጠቃላይ ባህላቸው ይህን ለመሰለ አዲስ ነገር ትኩረት የሚሰጥ እንደሆነ ነው የተረዳሁት፤ ምክንያቱም፤ ለረሽም ዓመታት ከውጪው ዓለም ጋር እንዳይገናኙ ድንበሮቻቸው ተዘግተው ስለነበር፤ ከማንኛውም የውጪ ዜጋ፤ በተለይም ከጥቁሮች ጋር እንዴት ተግባቦትና መስተጋብር ማድረግ እንዳለባቸው ፈዶም አያውቁም ነበር። የግለሰብ ወሰን/ ድንበር የት ድረስ እንደሆነ

ስለማያውቁም፤ ስሜታቸውን የሚገልፁበት መንገድ አስደንጋጭ ነበር።

እኔም ንደኞች ማበጀት ስጀምር የተረዳሁት፤ ልክ እንደማንኛውም ባህል አንዳንዶቹ በአዳዲስ ነገር ተሰበው በግርምት እንደሚያፈጡ፤ አንዳንዶች ደግሞ ስለዘረኝነትም ሆነ ሌላ ባህል እውቀቱ እንደሌላቸው፤ ሌሎች ደግሞ ጭልጥ ያሉ ዘረኞች ሆነው ማግኘቴ ነው። እንዚህ የመጨረሻዎቹ፤ ምንም ያህል ልታስረዲቸው ብትምክሩ ከአቋማቸው ፈቀቅ የማይሉ ናቸው፤ ምክንያቱም፤ ራሳቸውን ከጥቁር ዘር በላይ አድርገው የመቁጠር አባዜ የተጠናወታቸው/ የተዋሀዳቸው/ በመሆኑ ነው።

ይህ ለእኔ መቼም ቀላል ልምምድ አልነበረም፤ በበን ጎኑም ስለ እራሴና ስለቻይና ባህል ብዙ የተማርኩበት ነው፤ ሀገራቸውንና የህይወት ዘይቤያቸውን መላመድና መውደድ፤ የማ- ስተምራቸው ተማሪዎች ላይም በን ተፅዕኖ ማሳረፍ ፤ እኔም በተማሪዎቼና በአጠቃላይ ባህ- ላቸው መለ'ወጥ የጀመርኩበት ወቅት ነበር። አብዛኛው ጊዜ ሰዎች በልዩነት ላይ አተኩረው ሲያፈጡ ያበሳጫል- አንዳንዴ ብሮጥ፤ ብደበቅ፤ የሆነ ነገር አንስቼ ብወርወር፤ በቁጣ ብሳ- ድብና፤ ምን ታፈጣላችሁ ብዬ ለዱላ ብጋበዝ ደስ ይለኝ ነበር። ይህ ፈተና እንዳጋጠመኝ፤ ደንግጬ ወይም ተማርሬ ወደ ሀገር ቤት ብመለስ ናሮ ይህን የበለፀገ ባህላቸውን ማወቅ ባልቻልኩ ነበር። እንዚህን ህይወቴን ለዘለቄታው የለወጡና እኔም እንዲለወጡ ያደረኳቸውን ግሩም ተማሪዎቼን ባልተገናኘሁም ነበር፤ አሁን የተዋወቅኳቸውንም መተዋወቅ ባልቻልኩ፤ ንደኞች ባላበጀሁና ገንዘብ ሊገዛው የማይችለውን የበለፀገ ልምድ ባላተረፍኩ ነበር። ጥቁር ባልሆኑ ሰዎች መካከል የተገኘሁ፤ በራስ መተማመን ያለኝ ጥቁር ሴት ሆኔ ለሁለት ዓመታት በመቆየት፤ ራሴን ማግኘት በመቻሌ ባለ ውለታዬ ናቸው።

ከቻይና ቀጥሎ ወደ አሜሪካ ተዛወርኩ፤ እዚህ ደግሞ የጠበቀኝ ሌላ የተለየ ልምምድ ነበር። በዚያን ጊዜ ዘረኝነት በአሜሪካ እንደ አሁኑ ተደጋግሞ በገሀድ የወጣ አልነበረም። ቢሆንም፤ በዕለቱ ለዘብ ባለና በማያስታውቅ መልኩ የሚደረገውን ዘረኝነት መጋፈጤ አልቀረም። በርግጥ የዘረኝነት ምልክት ውስጥ ውስጡን የሚታይና የሚያበሳጨኝ ቢሆንም፤ በግልፅ የወጣ ባለመሆኑና በስውርና በረቀቀ መልኩ የሚከናወን በመሆኑ ዘረኞቼ ድርጊታቸውን ለመካድ አይቸገሩም። ዘረኝነት በአሜሪካ ውስጥ ነውር ተደርጎ ለረሽም ጊዜያት ይቆጠር ስለነበር፤

አንዳንድ ሰዎች እና ተቋማት ዘረኝነትን የሚያራምዱት ስውር በሆነ መንገድ ነበር። በርግጥ፤ አንድ ሰው አተኩሮ ሲያያቸው፤ እንዲሁ በግርምት ትኩረቱን ስባችሁት ይሁን ወይም ዘረኝነት ተጠናውቶት ለመለየት ይከብዳል። አንዳንድ ነጭ ሴቶች ከዚህ በፊት ከጥቁር ሴቶች ጋር ግንኙነት የሌላቸው ይመስል፤ ፀጉሬን ለመንካት ይችሉ እንደሆን ይጠይቁኝ ነበር። አንዳንድ ጊዜ ጥቁሩን የተፈጥሮ ፀጉሬ ስጠቀም፤ በስራ ቦታ ያሉ የስራ ባልደረቦቼ መቀለጃ አድርገው ስለሚመለከቱኝ ምቾት አይሰማኝም ነበር፤ አንድ ጊዜ አንዲት ነጭ " ባሪያ " (Nigger) ብላ እንደጠራችኝም አስታውሳለሁ። አገልግሎት አለማግኘት፤ እኩል አለመስተናገድና ችላ መባል በተደጋጋሚ ያጋጠመኝ ነበር። በጥቂቱ ማህበረሰብ ዘንድ ያጋጠመኝ ዘረኝነትም ቀላል አልነበረም፤ ይህን ሁሉ ማስተናገድ አስከፊና ተስፋ አስቆራጭ ነበር።

ትራምፕ፤ የአሜሪካ ፕሬዚደንት ከሆኑ በኋላ ዘረኝነትን በግልፅ ይናገሩ ስለነበር፤ ለሌ- ሎችም በገሀድ ዘረኝነትን እንዲያራምዱ ምቹ ሁኔታን ፈጥረውላቸው ነበር። በስደተኞች ላይ ይወረወሩ ከነበሩ የዘረኝነት አስተያየቶች ውስጥ፤ " ወደ ሀገራችሁ ተመለሱ "("Go back to your country") የሚለው መፈክር አንዱ ነበር። እኔ ፊት ለፊት እንዲህ ባልባልም፤ ደን- በኞቼ ግን ደርሶባቸዋል። እኔም በማህበራዊ ሚዲያዎች ላይ ተመሳሳይ አስተያየቶች በግድ የለሽነትና በማን አለብኝነት ሲፃፉ ተመልክቻለሁ፤ ይሄ ደግሞ ያበሳጫል፤ ተስፋ ያስቆ- ርጣል፤ ያስፈራል፤ እምነት ያሳጣል። አሜሪካ የተስፋ/ የስኬት ምድር ያህል ተቆጥራ፤ ተስፋ ሰጪ መስላ ብትታይም፤ በዘረኝነት ላይ ግን ማንም ተቃውሞ ሲያሰማ ወይም ለተ- ጠቁት ሲሟገት አይታይም። እናንተም አሜሪካ ውስጥ ዘረኝነት ረኺም ታሪክ እንዳለው ማወቅ ይገባችኋል። እናንተም የዚያ ታሪክ አካል እየሆናችሁ ስለሆነ፤ በአሜሪካ እንደ ጥቁር (Color) እንዴት መኖር እንዳለባችሁ ማወቅና መማር ይኖርባችኋል። ምንም ዓይነት መሰ- ናክል ቢያጋጥማችሁ፤ ያን ተጋፍጣችሁ ህልሞቻችሁን የምታሳኩ፤ በራሳችሁ የምትተማመኑ ሰዎች ሆናችሁ መውጣት አለባችሁ።

በመተማመንና በዘረኝነት ጉዳይ ጠቃሚ መሳሪያዎች

(Tools on Confidence and Racism)

1. በሁሉም ባህል ውስጥ ዘረኝነት አለ፤ ቢሆንም ግን አንዳንዶች ሊቀበሏችሁና ሊወዱችሁ ይችላሉ፤ አንዳንዶች ደግሞ ላይረ'ዱችሁ ይችላሉ፤ አንዳንዶችም ሊያውቋችሁ ይሞ-ክራሉ፤ አንዳንዶቹ ደግሞ ትኩረታቸውን ልትስቡ፤ ግን እንዴት እንደሚቀርቧችሁ የማያውቁ ይሆኑና በተሳሳተ መንገድ ሊቀርቧችሁ ይችላሉ፤ አንዳንዶቹ ደግሞ ባህላ-ችሁንና አመጣጣችሁን ስለማያውቁ ችላ ብለው ሊያልፏችሁ ይችላሉ። እነዚህኛዎቹ ምንም የማያውቁ ተደርገው እንዳይቆጠሩ ይፈራሉ። ይህን መሰል አመለካከት፤ የና-ንተን ጨምሮ በሁሉም ባህል ዘንድ ያለ ነው። ይህንን መረዳት ነፃ ያወጣል፤ ስለዚህ እንደ ግል ጥቃት አትውሰዱት፤ የትም ብትሄዱ እንዲህ አይነት ሰዎች አይጠፉም። እኔ ለመጀመሪያ ጊዜ ወደ ቻይና ስመጣ አስበው እንደነበር፤ ሁሉም ሰው ዘረኛ ነው የሚለውን አመለካከታችሁን አስወግዱ። አንዳንድ ሰዎች፤ አዲስ ነገር ትኩረ-ታቸውን ስለሚስብ እንጂ በቀለም ልዩነት ወይም በሌላ ምክንያት ራሳቸውን የበላይ አድርገው በመቁጠር የሚፈፅሙት ድርጊት ላይሆን ይችላል፤ ስለዚህ ሁሉንም ዘረኞች አድርጋችሁ አትቁጠሩ።

2. በዙሪያችሁ ያሉትን ሰዎች ለዩ። በአሜሪካም ውስጥ ሆነ ባላችሁባቸው ሌሎች ሀገሮች ብዙ ዓይነት ህዝብ ልታገኙ ትችላላችሁ፤ በአንፃራዊነት ግልፅ ሆኖ የሚታይ ባይ-ሆንም እንኳ ዘረኝነት ግን አሁንም ፈተና ሊሆንባችሁ ይችላል። ከላይ እንደገለ-ፅኩት፤ አብዛኛውን ጊዜ ዘረኝነት ስውር በመሆኑ አንዳንዶች በሚገባ ዘረኝነታቸውን መደበቅ/መሸፈን/ ይችሉበታል፤ ምክንያቱም ህጉ ዘረኝነትንና አድሎን ስለማይቀበል ሊቃ'ጡብት ይችላሉ፤ ስለዚህ የሚያደርጉት በድብቅ ነው። ሰዎችን ተመልከቱ፤ ከናንተ ሀገር ያልሆኑ ንደዎችችሁ፤ አለቆቻችሁ፤ የስራ ባልደረቦቻችሁ ሊሆኑ ይችላሉ፤ የሚ-ሉትን ስሙ'ና አስተውሉ፤ ሌሎችን እንዴት እንደሚያዩ/ እንደሚያስተናግዱ/ ተመል-ከቷቸው፤ እናንተንም በተመሳሳይ መልኩ ይመለከቷችሁ እንደሆን አጢናቸው። ስውር ዘረኝነት አይታወቅም፤ እንደውም እናንተ የምትገምቱት፤ በንደዎቻችሁ ላይ የተበላሸ

/ የጎደለ ነገር ቢኖር ነው ብላችሁ ልታስቡ ትችላላችሁ። ስለዚህ፤ ጣታችሁን በእር-
ግጠኝነት ልትቀስሩ የማትችሉበት ሊሆን ይችላል፤ ከጊዜ ብዛት ግን ነገሩን እየለያችሁ
መምጣት ትጀምራላችሁ። የቀድሞው ፕሬዘንታችን ዶናልድ ትራምፕ ዘረኛ አነጋገር
ይናገሩ ስለነበር፤ ሰዎችም የወቅቱን ፖለቲካዊ ሁኔታ በማየት፤ በውስጣቸው የተደበ-
ቀውን ዘረኝነት በግልፅ ለማውጣት አልተቸገሩም። እኔ ምንም እንኳ የትራምፕም ሆነ
የዘረኝነት ደጋፊ ባልሆንም፤ ነገሮች ግን ግልፅ መሆናቸው ይስማማኛል፤ የወቅቱ ሁኔታ
ደግሞ ሰዎች ስለእናንተ ምን እንደሚሰማቸው በገሀድ እንዲያወጡ ስለሚያደርጋቸው፤
ዘረኝነታቸው ፊት ለፊት ሊገለጥ ችሏል።

3. አንድ ነገር መረዳት ያለባችሁ፤ ምንም ለማድረግ ብትሞክሩም ሰዎች ራሳቸውን ከናንተ
በላይ በማድረግ ለረጅም ዓመታት የተጠናወታቸውን አስተሳሰብ በአንዴ መለወጥ
እንደማትችሉ ነው። ይህን እውነታ በማወቅ ብስጭትና ቁጣችሁን ገትታችሁ /ተቆ-
ጣጥራችሁ /፤ ሰዎችን ከማስተማርና ተግዳሮታችውን ከመጋፈጥ እንዳትቆጠቡ ነው።
ጊዜያችሁን ሊሻሙ አይገባም፤ ሰዎችን ለመለወጥና ለማስተካከል ግዴታ የለባችሁም፤
እንደውም እናንተው ራሳሁ ተስፋ መቁረጥና ድብታ ውስጥ ልትገቡ ትችላላችሁ።
ስለዚህ ከነዚህ ሰዎች ልትርቁ ይገባል። ምክንያቱም ራስ መተማመናችሁን ሊያጠ-
ፋባችሁና ራሳችሁንም እንድትጠራጠሩ ሊያደርጋችሁ ይችላሉ። ይሄ የናንተ ችግር
ሳይሆን የነሩሱ ያለማወቅና የትምክህት ጉዳይ መሆኑን እወቁ። በነሩሱ ደረጃ ራሳችሁን
አታስቀምጡ።

4. ዘረኝነት በሁሉም ባህል ውስጥ እንዳለና በማንኛውም ህዝብ ላይ እንደሚከሰት ማወቅ
ይገባል። እስቲ ወደ ትውልድ ስፍራችሁ ተመልከቱ፤ አንድ የተወሰነ ዘር፤ በበላ-
ይነት ስሜት ሌላውን ዘር ሲያጥላላ/ ሲያናንቅ አላያችሁም?፤ በቆዳ ቀለም ምክንያት
ሊሆን ወይም ላይሆን ይችላል፤ ያም ሆነ ይህ ግን፤ ይህም ዘረኝነት ነው። በኔ ባህል
ውስጥ ዘጠኝ ብሄረሰቦች (Ethnic group) አሉ፤ አንዳንዱ ብሄር ቆዳቸው ፈካ ያለ
(Light skinned) ነው፤ የሌሎቹ ደግሞ ጠቆር ይላል፤ እነዚህን ነጥለው ሲያዩና
የዘረኝነት አስተያየት ሲወረውሩባቸው ተመልክቻለሁ። ሰምቻለሁም። ከመንደራቸው/

ከቀዬያቸው፤ ከክልላቸው፤ ሌላው ቀርቶ አጠገባቸው ከሚኖር ተመሳሳይ ብሄር ውጭ የሆኑትን እንዳያገቡ የሚቃወሙ ወላጆች አሁንም አሉ። ቀርባችሁ ካያችሁ፤ ይህን መስል ድርጊት በመላው አፍሪካ ታገኛላችሁ፤ እናም ጋብቻውን ለምን እንደማይፈቅዱ ስትጠይቋቸው፤ ደማቸው ከአናሳው ዘር ደም ጋር እንዳይቀላቀል በመፍራት እንደሆነ ይገልፁላችኋል። ስለዚህ አስተውሉ፤ ጥቁር ብንሆንም እንኳ እኛም በውስጣችን የተደ- በቀና የተገለጠ ዘረኝነት አለብን። ይህን ስል ግን፤ በአሜሪካ ስላለው ዘረኝነት ይቅርታ እያደረኩ አይደለም። ምንም እንኳ በሰው ሀገር በመሆናችሁ ክብደቱ ቀላል ባይ- ሆንም፤ አሜሪካ ውስጥ ዘረኝነት ሲያጋጥማችሁ ግራ እንዳትጋቡ ለመርዳት ነው። ከሀገራችሁና ከማህበረሰባችሁ ውጪ ካለ ህዝብ ጋር ነው የምትላተሙት፤ ይህ ደግሞ ሰዎች፤ ሌሎችን ዝቅ ራሳቸውን ከፍ በማድረግ፤ መፅናናትን ለማግኘት የሚሞክሩ- በትን የተበላሸና የተዛባ የሰውን ልጅ ተፈጥሮ እንድትገነዘቡ ለመርዳት ነው። በዓለም ታሪክ ውስጥ፤ ከፍተኛው የዘረኝነት ታሪክ ያስከተለው ነገር ቢኖር ሁለተኛው የዓለም ጦርነትን ነው። ናዚዎች፤ የነጩ ዘር ከሌላው ዘር ሁሉ የበላይ ነው የሚለው አመ- ለካከታቸው፤ አይሁዶችን ለማጥፋትና በጅምላ ለመፍጀት መነሻ ሆናቸው ነበር፤ ናዚዎች፤ አይሁዶች ነጮች መሆናቸውን እንኳ ለመቀበል ተቸግረው ነበር። አፍሪካ- ውያንም ክብራቸው ተገፎ እንደ ሸቀጥ የተሸጡበትንና እንደ እንስሳ የተቆጠሩበትን፤ ሌሎችን ለማበልፀግ ሲባልም ጉልበታቸው የተበዘበዘበትንና ለውርደት የተዳረጉበትን የባሪያ ንግድም ማስታወስ ይቻላል። ይህ ሁሉ ምን ያህል አስፈሪና አስቃቂ ነው?፤ ነገሩን ይበልጥ የከፋ የሚያደርገው ደግሞ፤ ለዚህ ሁሉ ግፍ ይቅርታ ለመጠየቅና ለአሜሪካ ኢኮኖሚ የጀርባ አጥንት ለመሆናቸው እውቅና ለመስጠት አለመፈለጋቸው ነው። ለአፍሮ-አሜሪካውያን፤ አሁንም ባለው የአሜሪካ ስርዓት ውስጥ ያሉበት ጭቆና ከትውልድ ወደ ትውልድ መቀጠሉ የሚያስገርም ነው፤ ይህ ደግሞ የሰው ልጅ ታሪክ አንዱ አካል መሆኑን መካድ አይቻልም። ምንም እንኳ ከጊዜ ወደ ጊዜ እየተ- ሻሻለ ቢመጣም፤ አሁንም ዘረኝነትና ልዩነትን (Discrimination) በዓለም አቀፍ ደረጃ ልንዋጋ ይገባል። ስለዚህ በማንኛውም ጊዜ ዘረኝነት ሲያጋጥማችሁ፤ ደጋግሜ እንዳልኩት በግል ጥቃት እንደደረሰባችሁ አትቁጠሩ ፤ ብቻችሁን አይደላችሁም፤

በማንኛውም ሰው የህይወት ዘመን ውስጥ አንድ ጊዜ ማጋጠሙ አይቀርም። ይህ ማለት ግን ትክክል ነው ብዬ ዘረኝነትን ማፅደቄ አይደለም፤ ነገር ግን ምንም ከባድ ቢሆን እንኳ ፤ በራስ መተማመን መንፈስ ዓላማችሁን በማሳካት የመፍትሄው አካል መሆን አለባችሁ። ይሄ የሚሆነው ደግሞ፤ ማን ስለሆናችሁ ወይም ከየት ስለመጣችሁ ሳይሆን፤ የሰዎች የአስተሳሰብ ጥበትና ውሱንት ያመጣው ክስተት በመሆኑ ነው። እኔ እንደውም የምመክረው፤ እንድታዝኑላቸው፤ ችላ እንድትሏቸውና ጉዟችሁን በፅናት እንድትቀጥሉ ነው። ያ ማለት ግን ዘረኝነትን እና አድሎን (Discrimination) ችላ በሉት ወይም አትዋጉት ማለቴ ሳይሆን፤ ለብስጭት እንዳትዳረጉና በራስ መተማመ-ናችሁን እንዳይነዳው መጠንቀቅ እንዳለባችሁ ለማስገንዘብ ነው። ይህን ለመዋጋትና ለሌሎች ጠበቃ ሆኖ ለመቆም የሚያስችሉ፤ ሌሎች ብዙ መንገዶች እንዳሉ ማወቅም ተገቢ ነው።

5. **መብቶቻችሁን ለዩና ዕወቁ**። እኔ ይህን መቀበል ይከብደኛል፤ ነገር ግን ዘረኝነትና አድሎ (Discrimination) በንደኞች፤ በጎረቤቶች ወይም በእንግዳ/ ባዕድ ሰዎች ዘንድ ብቻ የሚከሰት አይደለም፤ በአንዳንድ ተቋማትና የመንግስት ድርጅቶችም ውስጥ ያጋጥማል። መብታችሁን ማወቃችሁ፤ እንዲህ አይነት ነገር ሲከሰት፤ በልበ ሙሉነት ምን እና እንዴት መመለስ እንደሚገባችሁ ይረዳችኋል። ይህን መሰል ነገር አፓ-ርተማ ስትከራዩ፤ አንድ ነገር ለመግዛት ስትፈልጉ ወይም ወደ አንድ የተለየ ቦታ ስትሄዱ ሊያጋጥማችሁ ይችላል። በዚህ ጊዜ ጠበቆቻችሁን አማክሩ፤ መብታችሁ መነካቱን ካረጋገጣችሁ ሰውየው ምን እያደረገ እንዳለና ያላችሁን መብት ልትነግሩት ይገባል፤ ወደ ሀላፊውም ጉዳዩን በማቅረብ ማስጠንቀቅ ትችላላችሁ። የአሜሪካ ህግ በቆዳ ቀለም፤ በግብረ ስጋ ግንኙነት (Sexual orientation) በፆታ፤ በአካል ጉዳተ-ኝነት ወዘተ...ዘረኝነትን ልዩነትን አይታገስም። ይህን መብታችሁን ማወቃችሁ በራስ መተማመንን የሚፈጥርላችሁ ሲሆን፤ በዚህ ምክንያት ከሚፈጠርባችሁ የጥቃት ስሜት ወጥታችሁ፤ በንዴት ወይም በጩኸት ከምታባክኑት ጊዜ እንድትቆጠቡ ይረዳችኋል፤ ይልቁንም ለራሳችሁና ለቤተሰባችሁ መብት መከበር እንዴት መቆም እንዳለባችሁ ያስተምራችኋል።

6. የጆርጅ ፍሎይድ (George Floyd) በአንድ ፖሊስ አባል መገደልና በአሜሪካን የተ-
ነሳው ተቃውሞ፤ በአሜሪካና በዓለም ዙሪያ ያለውን ህዝብ ትኩረት ስቧል፤ ቁጣንም
ቀስቅሷል። በፖሊሶች የጭካኔ ርምጃ ከሚደርሰው ዘረኝነትና በጥቁር ህዝብ ላይ ከሚ-
ፈፀመው ግፍ የተነሳ " የጥቁር ህዝብ ህይወት ይገደናል" ን (Black Lives Matter)
የመሰሉ ማህበራዊ ንቅናቄዎች እንዲቀጣጠሉ ሆነዋል፤ በዚህ ጉዳይ ላይ ነጮቹ ሳይቀሩ
የመነጋገሪያ ርዕስ አድርገውታል። ዘረኝነትን በሚመለከት፤ ሰዎች በዓለም ዙሪያ መነጋ-
ገሪያ ቢያደርጉ+ትም አንዳንዶች ስለ ጉዳዩ ሰላማዊ በሆነ መንገድ መነጋገርን ሲመርጡ፤
ሌሎች ደግሞ ዘረኝነት የሚባል ነገር ጭራሽ የለም ብለው ሲክዱና ሲከራከሩ ልታገኙ
ትችላላችሁ፤ መኖሩን ፈፅሞ መቀበል አይፈልጉም። እኔ ግን ሰዎች በግልፅ እንዲያ-
ወጡትና እንዲወያዩበት ማድረግ አስፈላጊ ነው፤ የዚህም ውይይት አካል መሆን ተገቢ
ነው ብዬ አምናለሁ።

እናንተም፤ ዘረኝነትን በሚመለከት ያላችሁን ልምድ ማጋራት ትችላላችሁ፤ እንዲሁም ልጆ-
ቻችሁን ስለዘረኝነት በማሳወቅ፤ ችግሩ ቢያጋጥማቸው እንኳ ራሳቸውን እንዲያዘጋጁ ማድረግ
ትችላላችሁ። ያም ሆነ ይህ፤ ዘረኛ ሰዎች ቢኖሩም እንኳ በህይወት ተስፋ መቁረጥ የለ-
ባችሁም። እርግጥ ነው፤ በዚህ ሀገር ያሉ አንዳንድ ሰዎች አሁንም ዘሮች ናቸው፤ ነገር
ግን የነርሱ መኖር፤ ጥቁሮችንም ሆነ ሌላ ቀለም ያላቸውን ሰዎች ወደ ስኬት ከማምራት
ፈፅሞ ሊያግዳቸው አይገባም። ስለዚህ በዘረኝነት ተግዳሮት ምክንያት ህልማችሁን ላለማ-
ሳካት በቂ ምክንያት አይኖራችሁም፤ ይህን ስታደርጉ ደግሞ የተለየ የቆዳ ቀለም ላላቸውና
ለስደተኞች ተምሳሌት ትሆናላችሁ። ስለዚህ ዘረኝነትን ለመዋጋትና ለማሽነፍ እንድትችሉ፤
ቀና አስተሳሰብ ሊኖራችሁና ከሌሎች ጋር በመወያየትና ጉዳዩን የዓለም አቀፍ ውይይት አካል
በማድረግ፤ ግባችሁና ስኬታችሁ ላይ ብቻ ማተኮር ይኖርባችኋል።

በራስ መተማመንና የህይወት ፈተናዎች

(Confidence and Life Challenging circumstances)

ቀደም ሲል እንዳልኩት የህይወት ፈተና ገጠመኞቻችን፣ ጉልበታችንን ሊያፍረከረኩትና በራስ መተማመናችንን ሊንዱት ይችላሉ፤ ለምሳሌ ልጃችሁ ይታመምና ምን ማድረግ እንደሚገባችሁ ግራ ይገባችኋል፤ ፍቺ፣ የቤተሰብ ወይም የንደኛ ክህደት፣ የምትወዱቸው ሰዎች ሞት፣ የምትወዱትን ስራ ማጣት፣ በሰዎች መገለል (Rejected)፣ የተዛባ እርግዝና እና ሌሎችም፣ የራስ መተማመናችንን ሊፈታተኑ የሚችሉ ተግዳሮቶች ያጋጥማሉ፤ ሁላችን ደግሞ በዚህ ፈተና ውስጥ እናልፋለን።

ትዳራችሁ በከፉ ሁኔታ ከፈረሰ በኋላ ተመልሶ ይጠገናል ብላችሁ እንዴት ትገምታላችሁ? ትክክለኛ ትዳር መሰርታችሁ እንደነበር፣ ነገር ግን በስኬት እንዳልተደመደመ ትረዱና ተስፋ ትቆርጣላችሁ። ብዙ ሰዎች ካጋጠማቸው ክስተት የተነሳ ፣ ጋብቻን በሚመለከት በራስ መተ- ማመናቸው ወድቆ፣ ዳግመኛ ትዳር መያዝን በመፍራት በብቸኝነት ይሰቃያሉ። እኔ የመኪና አደጋ አጋጥሟቸው፣ ተመልሰው መኪና መንዳት የሚያሰቅቃቸውና የሚፈሩ ሁለት ሰዎችን አውቃለሁ። ከዚህ ይልቅ የህዝብና ሌሎች የትራንስፖርት ዘዴዎችን መጠቀም ይመርጣሉ። ይህ የሚያሳየው ደግሞ በራስ መተማመናቸውን ማጣታቸውን ነው። እንዲሁም ቀደም ሲል ንደኞቻቸው ስለከዱቸው ብቻ ንደኛ ማበጀት እንደ ጦር የሚፈሩ ሰዎችንም አውቃለሁ። ሁላችንም በአስቸጋሪ ሁኔታ ውስጥ ካለፍን በኋላ፣ በራስ መተማመናችን ሊወርድ ይችላል። እኔ በራስ መተማመኔን በከፍተኛ ደረጃ እንዳጣ ያደረገኝ ገጠመኝ፣ የመጀመሪያ ወንድ ልጄን ስወልድ የደረሰብኝ ውስብስብ ችግርና በዚህም ምክንያት ያረፈብኝ ጥቁር ጠባሳ በሁለተኛው ልጄ እርግዝና ወቅት ማገርሸቱ / መቀስቀሱ/ ነው። ሁለተኛ ልጅ ለመውለድ እስክወስን ድረስ 10 ዓመታት ፈጅቶብኛል። በዙሪያዬ ያሉ ሰዎች ችግሬ በራስ የመተማመን እጦት እንደሆነ አልተገነዘቡም፣ ምክንያቱም በሌሎች የህይወት አቅጣጫና ጉዞዎቼ፣ ምን ያህል በራሴ የምተማመን ሰው እንደነበርኩ ያውቃሉ።

እኔም ለረጅም ጊዜያት፣ ይህንኑ ምስጢር ከራሴም ደብቄው ኖሬያለሁ። ባለማወቅ ለቀጣይ

እርግዝና እንዳልዳረግ የሚያደርጉኝን ጥንቃቄዎች ሁሉ አደርግ ነበር፤ ጥብቅ የተቃራኒ ፆታ ግንኙነቶችን እሸሽ ነበር፤ ጠንክር ላለ ረጅም ወዳጅነት ሰዎች ሲቀርቡኝ ኮስተር እልና ፊት እነሳቸው ነበር፤ ማንኛውም ግንኙነት ካሰመርኩት መስመር ውጪ እንዳይወጣ እጠነቀቅ ነበር። እውነት ነው፤ ከራሳችን እንኳ ለመደበቅ የምንሞክራቸው አንዳንድ ነገሮች አሉ፤ በህይወታችሁ አንድ ክፍል ላይ ብርቱ ትሆኑና በሌላኛው የህይወት ክፍል ዝቅ የምትሉበት ወይም የምትወርዱበት ሁኔታ አለ።

ምንም እንኳ እንዲህ አይነቱ ሁኔታ የተለመደ ቢሆንም፤ ህይወታችንን በሚገባ የተሳካ ለማድረግ በራስ መተማመናችንን እንደገና ማስመለስ ይኖርብናል፤ ራሳችንንም ሆነ ሌሎችን ይቅር ማለትና ካቆምንበት ለመቀጠልም መነሳት አለብን። ከዚህ በታች የተጠቀሱት የራስ መተማመናችሁን ለመገንባት የሚያስችሉ ጥቂት እርምጃዎች /ጉርሻዎች ናቸው:-

1. በህይወት ውስጥ በራስ መተማመናችሁን የሰረቃችሁ ምን እንደሆነ ለይታችሁ እወቁ። በህይወታችሁ ትግል የሆነባችሁንና ብዙ ስሞታ የምታቀርቡበትን የህይወታችሁን ዘርፍ / ክፍል ተመልከቱ- ጕደኝነታችሁ፤ ሙያችሁ፤ የፍቅር ህይወታችሁ፤ የትዳር ህይ- ወታችሁ ነው?። ታዲያ በዚህ አቅጣጫ ያሉትን ችግሮች መፍታት ብትፈልጉም፤ በማታውቁት ምክንያት ግን አልቻላችሁም፤ ስለዚህ አንድ ቦታ ላይ ተቸንክራችሁ ቀርታችኋል፤ እርምጃ መውሰድም ተስኗችኋል። ያለፈውን የራሴን ምሳሌ ልጠቀምና፤ ከወንዶች ጋር የነበረኝ ግንኙነት ለምን በተወሰነ ርቀት እንደተገደበ አይገባኝም ነበር፤ ሰዎች ለምን እንደገና እንደማላገባ ሲጠይቁኝ መልሴ፤ እኔ እንጃ ነው!። አንድ ወቅት ላይ ደግሞ እኔ የትዳር ሰው (ማግባት የምችል) እንዳልሆንኩ ራሴን አሳምኜ እንዲህ ስል ማሰብ ጀመርኩ " ማግባት አልፈልግም፤ ጊዜም የለኝም፤ እኔ በወንዱ ልጆ ጉዳይ የተጠመድኩ ሰው ነኝ " እል ጀመር። ጉዳዩን ይበልጥ በመረመርኩና በፈተሽኩ ቁጥር፤ ጤናማ ግንኙነትና ልጆች ሊኖሩኝ እንደሚገባ ብረዳም፤ ፍርሀት ግን ቀፍድዶ /ወጥሮ / ይዞኛል። መጨረሻ ላይ ሁለት ምክንያቶችን አገኘሁ፤ ዳግም መጎዳት አለመፈለግና ሌላ ልጅ መውለድ ፈፆም አለማሰብ። ጠለቅ ያለ ግንኙነት ውስጥ መግባትና ራሴን ትዳር ውስጥ መክተት፤ ለሌላ የልብ ስብራትና አደገኛ እርግዝና ራስን ማጋለጥ ነው ብዬ

ደመደምኩ። ስለዚህ ሳላውቀው፤ በልቤ ዙሪያ ማንም ወንድ ጥሶ ማለፍ የማይችለው ግምብ ገነባሁ፤ ነገር ግን ራሴን ለመሸፈን እንዲያስችለኝ ' ለጋብቻ አልታደልኩም ' የሚል ማምለጫ አበጀሁ። እንዚህ ሁሉ፤ ብቸኝነቴንና ደህንነቴን ማረጋገጫ ከድብቅ ፍርሃቶቼ ደግሞ ማምለጫ ሆኑልኝ። ከሁሉም በላይ ደግሞ ትክክለኛ ጓደኛ ለመምረጥና ጤነኛ ልጅ ለመውለድ የሚያስችለኝ የራስ መተማመን እንደራቀኝ ተረዳሁ። እናንተም ወደ ህይወታችሁ የተለያየ አቅጣጫ ተመልከቱና ትግል የሆኑባችሁን የህይወት ክፍ-ሎቻችሁን አሁንም ለዩና እወቁ እላለሁ - አስቡበት፤ ፀልዩበት፤ እናም ልትሸፋፍኑ የምትሞክሩትን ፍርሃታችሁን ነጥላችሁ አውጡት። ለራሳችሁ ታማኝ ሁኑ፤ ምቾት ካልተሰማችሁ በስተቀር ይህን ጉዳይ ለማንም አለማካፈል ትችላላችሁ፤ ይዜ በናንተና በእግዚአብሔር መካከል ብቻ የሚቀር ይሆናል።

2. አንድ ጊዜ የችግሩን ምንጭ ካወቃችሁ፤ የፈውስ ህክምናውን ጀምሩ። የተለያዩ መን-ገዶችና ህክምናዎችን መጠቀም ትችላላችሁ፤ ለምሳሌ:- ቤተሰብን፤ የጤና ባለሙያን፤ የስነልቦና አማካሪዎችንና የመሳሰሉትን። ዶክተራችሁን ማነጋገርና ከናንተ ችግር ጋር ተያያዥነት ያለው ሀኪም/ የጤና ባለሙያጋ እንዲልካችሁ መጠየቅ ትችላላችሁ። በዚህ መልኩ፤ ራሳችሁ ያለፈውን ቁስላችሁን ለማከም ከተነሳችሁ ነገሩ ምንም ይሁን፤ ምንም ያህል ጊዜ ይውሰድ፤ ለረኽም ጊዜ ትግል የጠየቃችሁን ነገር ቀስ በቀስ በማስወገድ፤ በራስ መተማመናችሁን እንደገና ማስመለስ ትችላላችሁ። የራስ መተማ-መናችሁን ያሳጣችሁ አንድና ከዘም በላይ የሆኑ ችግሮቻችሁን ካወቃችሁ በኃላ፤ ተራ በተራ ርምጃ በመውሰድ ራሳችሁን ማከምና በራስ መተማመናችሁን እንደገና ማደስ ይገባችኋል። የመጀመሪያውን ችግር ከፈታችሁ በኃላ ወደሚቀጥለው ተሻገሩ። የመ-ጀመሪያውን ካሳካችሁ፤ ቀጥሎ ያለው ይቀላችኋል፤ ሂደቱንም እየለመዳችሁት ትመ-ጣላችሁ። ከዚያም ነገሮችን በራሳችሁ ልትወጡት ትችላላችሁ። እኔ በድጋሚ ለምን ባል እንደማላገባና፤ ፍርሃትና በራስ መተማመን እንደራቀኝ እውነቱን ስረዳ ቀጥታ ወደ አማካሪ በመሄድ፤ ከፍርሁቴ የምገላገልበትንና ከራሴ ጋር አዎንታዊ የሆሳብ ልውውጥ የማደርግበትን መንገድ እንዲያሳዩኝ አደረግኩ። ከሚያበረታቱኝ መልካም ጓደኞቼ ጋር በማውራትም፤ እንደገና በራስ መተማመኔን ማስመለስና መገንባት ጀመርኩ። በብዛት

የፀሎትና የፆምና ጊዜም ወሰድኩ፤ እውነትም ተዓምራዊ በሚመስል መንገድ ልቤ ተፈወሰ። ከጥቂት ዓመታት ሂደት በኋላ፤ አሁን ካገባሁት ባለቤቴ ጋር ለመቀራ- ረብና አብሮ ለመውጣት የሚያስችለኝን ድፍረትና በራስ *መተማመን* አገኘሁ። ባለቤቴ ደግሞ ድንቅ ሰው ነው፤ አሁን ለቤተሰባችን ፍስህ / ደስታ / ያመጡልንን ሁለት ጤናማ ወንድ ልጆች ወለድን - ዮሴፍ (Joseph) እና ሚካኤል (Michael) ይባላሉ። ከላይ የገለፅኳቸውን ነጥቦች ስትጠቀሙና ለቀናት የሚቆይ የስሜት መረበሽ ከተሰ- ማችሁ አልቅሱ፤ ማልቀስና ድብታ ውስጥ የሚከታችሁ ከሆነም ምናልባት የእእምሮ ጤና ባለሙያ ምክርና ህክምና እንደሚያስፈልጋችሁ ምልክት ሊሆን ስለሚችል ርዳታ ለማግኘት ሞክሩ። አስታውሱ የጤና ባለሙያዎችን እንደ ወዳጅ ልትቆጥሯቸው እንጂ ልትፈሯቸው አይገባም፤ የእእምሮ ጤና ባለሙያን ማማከር፤ አእምሮአችሁ ተቃውሷል ማለት አይደለም፤ ይልቁን በግልባጩ ነው፤ ለጤናችሁ የምትተቱና ፈውስን የምትሹ ብልህና ጠንቃቃ ሰዎች መሆናችሁን የሚያሳይ ነው። ይህን ክፍል ስናጠቃልል (ይህ ትክክል ይመስለኛል - በምሳሌ ለማጠቃለል እየተሞከረ ይመስለኛል እንጂ ከጥናት ጋር የተያያዘ አይደለም)፤ በራስ *መተማመን* ልክ እንደ እፅዋት ነው፤ በዑደቶች (Cycles) ውስጥ ያልፋል፤ መንከባከብና ትኩረት ይጠይቃል፤ ደግሞም፤ በልምድና በጊዜ ሂደት የሚያድግ ነው። አንዳንድ ጊዜ በአንዳንድ ነገሮች ላይ የራስ *መተማመን* ይሰማናል፤ ሌላ ጊዜ ደግሞ ዋስትና ዕጦት ይሰማናል፤ ይህ ደግሞ እዛው ቦታ ላይ ተቸንክረን እስካልቀረን ድረስ የተለመደ የስሜት መዋዠቅ ነው። ልክ እንደ እፅ- ዋቶች እኛም በዑደት ውስጥ ማለፍ ይጠበቅብናል፤ ነገር ግን በራስ *መተማመናችን* ማቆጥቆጥና ማደግ እንጂ መጠውለግ የለበትም። ስለዚህ በሁሉም የህይወት ደረጃ በራስ *መተማመናችሁን* ገንቡ፤ ስለዚህ ጉዳይ የተፃፉ ፅሁፎችን እባካችሁ አንብቡ፤ ራሳችሁን አስተምሩ፤ ከንደኞቻችሁ ጋር ተመካከሩ፤ በራስ *መተማመናችሁ* በዳበረ ቁጥር የምትፈልጉትን ስራ ለማግኘት፤ ያለማችሁትን ህልም ለማሳካት፤ ማንኛውም ምድራዊ ሀይል አያግዳችሁም።

ምዕራፍ 9

የክህሎት ማዕቀፍ # 7 ፡ የባህል ውህደት እንቅስቃሴ / ውዝዋዜ

በባህል ውህደት ሂደት ውስጥ፡ የጉዞ ቀዘፋችሁን ቀለል የሚያደርጉላችሁንና የሚሬዱችሁን አካሄዶችና ደረጃዎች አሁን እንደተረዳችሁ እገምታለሁ። ታዲያ እነዚህን ጤናማ ልማዶች ስታዳብሩና ደረጃ አወጣጡን ስትለማመዱ፡ ከሰረገላው ላለመውደቅ አስተማማኝ መሰረት መጣል ይኖርባችኋል።

አዲስን ነገር መማር ቀላል አይደለም። አልፎ አልፎ፡ በአንድ ጊዜ መማር የምንችለው አንድ ነገር ብቻ ሊሆን ቢችልም፡ በተለያዩ ምክንያቶች ልንዋዥቅ ወይም አንዴ ሞቅ አንዴ ቀዝቀዝ ልንል አይገባም። ድግግሞሽ (Repetition) ነገሮችን ፍፁም ወይም የተሟላ ያደ-ርጋል ፤ ልምምድም ልክ ጡንቻን እንደ መገንባት ነው። አዳዲስ ነገሮችን መማር ሊያሳምም ቢችልም፡ እንቅልፍ ተፈርቶ ሳይተኛ አይታደርምና፡ ለመማር አካላችሁን፡ አእምሮአችሁንና

መንፈሳችሁን በጤንነት መጠበቅ ይኖርባችኋል።

ጤናችሁን መጠበቅ

(Keeping Yourself Healthy)

ጤንነታችሁን ለመጠበቅ የሚረዳችሁ አንዱና ዋና ነገር፤ ጤናማ አመጋገብ ነው። እንደ እኔ በማደግ ላይ ካሉ ሀገሮች የመጣችሁ ከሆነ፤ በምትመገቡት ምግብና አመጋገብ ምክንያት የባህል ግርታ ሊፈጠርባችሁ ይችላል፤ ምክንያቱም እዚህ ያለው፤ እናንተ የለመዳችሁት አይነት አመጋገብ ባለመሆኑ መጀመሪያ ላይ ግራ ልትጋቡ ትችላላችሁ። ለምንድነው ሁሉም ሰው ስለ ምግብ ማውራትና ስለ ክብደት መጨነቅ የሚያዘወትረው? በሚል ጥያቄም ልትወጣጠሩ ትችላላችሁ።

እንዴት መመገብና ምን መመገብ እንዳለባችሁ የሚሰ'ጡት ምክሮችና ዘዴዎች ሁሉ ግራ አጋቢና አስጨናቂ ሆነው ታገኟቸዋላችሁ። ከዚህ የተነሳ አንዳንድ ጊዜ፤ የትኛውን መመገብና የትኛውን መራቅ እንዳለባችሁ እንኳን መለየት ትቸገራላችሁ። ይህን መሰል ችግር ደግሞ ከዚህ በፊት አጋጥሟችሁ ላያውቅ ይችላል፤ ምክንያቱም፤ በትውልድ ሀገራችሁ የምትመገቡት ተፈጥሮአዊውን (Organic) ምግብ ነው፤ በፋብሪካ ውስጥ ያለፈ ወይንም ሌሎች ንጥረ ነገሮች የተቀላቀሉበትን ምግብ ማግኘት ለእናንተ ቀላል አልነበረም። አሁን ወደ አሜሪካ ወይም ወዳላችሁበት ሀገር ከመጣችሁ ጀምሮ ግን፤ ከአመጋገብ ፍርሀት የተነሳ ሰውነታችሁን እንኳን ማመን ትቸገራላችሁ።

የአመጋገብ ፍራቻ ካደረባችሁና ራሳችሁን በረሀብ ከሚቀጡ ደንበኞች ጋር ተገናኝቼ አውቃለሁ፤ እነዚህ ሰዎች፤ ተፈጥሮአዊም ጤናማም ያልሆኑ ምግቦች አሉ የሚለውን ወሬ ለመጀመሪያ ጊዜ ሲሰሙ ምን ማለት እንደሆነ አይገባቸውም። ምን መብላት እንዳለባቸውና እንዴት መብላት እንዳለባቸው ማወቅ ሲሳናቸውና ግራ ሲጋቡ ደግሞ፤ ጭንቀት ውስጥ ይወድቃሉ።

ሌላው ቀርቶ አሜሪካ ውስጥ የተወለዱና ያደጉ ሰዎች እንኳ ሳይቀሩ፤ እርስ በእርስ በሚጋጩ መረጃዎች ምክንያት ግራ ይጋባሉ። አሜሪካ ውስጥ ከተወለዱና ቃለ መጠይቅ ካደረግኩላቸው ሰዎች መካከል አብዛኛዎቹ እንደሚሉት፤ ወደሚስማማቸው የምግብ አይነትና የአመጋገብ ዘይቤ ከመድረሳቸው በፊት፤ በተነገራትና በቀረቡት መረጃዎችና ምክሮች ላይ የራሳቸውን ፍተሻ አድርገዋል። አንዳንዶቹ በእርግጥም፤ ቤት ውስጥ ምግብ ማዘጋጀት ስለማይችሉ ውጪ መመገብ ጊዜ እንደሚቆጥብላቸው ያስባሉ። እኔም በየቀኑ ቤተሰቦቻቸውን ይዘው ምሳና እራታቸውን ውጪ የሚመገቡ ቤተሰቦችን አውቃለሁ፤ ይህም የሚሆነው እስከ ምሽት ድረስ በስራ ተጠምደው ስለሚውሉ ነው፤ ይህ ደግሞ ለአብዛኛዎቻችን ተጨማሪ የባህል ግርታ መፍጠሩ አይቀሬ ነው።

በአሁኑ ወቅት፤ ስለሚመገቡት ምግብ ብዙ ሰዎች ግንዛቤው ያላቸው ቢሆንም፤ ቀላል ቁጥር የሌላቸው ሰዎች ግን፤ ቤት ውስጥ ምግብ ማዘጋጀትን ይመርጣሉ። በተጨማሪም፤ አሜሪካኖች በሚመገቡት የስጋ መጠን ላይ ለውጥ መኖር አለበት ብለው የሚያምኑ እንደ ቬጋን ያሉ ማህበራዊ ንቅናቄዎች (Vegan Movement) ቁጥር እየጨመረ ነው። ራሳችሁን ከተለያዩ የአመጋገብ መንገዶች / ዘዴዎች ጋር ማስተዋወቅና ማስተማር ተገቢ ቢሆንም፤ እኔ ውጤታማ ነው ብዬ የማስበውና የማምነው፤ የምግብ ስርአትን ማበጀት ነው። እኔም እንደማንኛውም ሰው ግራ በሚያጋቡ ምግቦችና ፕሮግራሞች ውስጥ አልፌያለሁ፤ አንዳንዶቹን ሞክሬያቸዋለሁ፤ ስለ ምግብና አመጋገብም ብዙ አንብቤአለሁ፤ በመጨረሻም ለራሴ ብቻ የሚስማማኝን አመጋገብ መርጫለሁ፤ በስርዓትም እየተጠቀምኩበት ነው።

እናንተም ራሳችሁን ታውቃላችሁ፤ የምታውቁት ሰዎች ስለሚያደርጉት ብቻ፤ ማን-ኛውንም ነገር ተቀብላችሁ ለማድረግ አትሞክሩ፤ የሚጠቅማችሁን ምረጡ፤ ግባችሁ ጤናማ አመጋገብ እስከሆነ ድረስ የራሳችሁን ምርጫ ማካሄድና ራሳችሁንና ቤተሰቦቻችሁን በጤንነት መምራትና ማኖር ትችላላችሁ፤ መጀመሪያ ማድረግ የሚገባችሁ ዶክተራችሁን ማማከር ሊሆን ይችላል። ለዶክተራችሁ መብላት የምትወዱትን የምግብ አይነትና ጤናማ የሆነውን አመጋገብ መከተል እንደምትፈልጉ ልታዋዩት ትችላላችሁ። ምን ማድረግ እንዳለባችሁና ምን አይነት አካሄድ ወይም እቅድ መከተል እንደሚገባችሁም ጠይቁት። ይህ ለምን ጊዜውም ይረዳ-

ችኋል። ነገር ግን ዶክተሮች በዚህ ጉዳይ ላይ ብዙ ምክር መለገስ የሽያጭ ስራ/ ማስታወቂያ ማከናወን ያህል ስለሚቆጥሩት፤ በተቻለ መጠን መቆጠብንና ጥንቃቄ ማድረግን ይመርጣሉ። አብዛኛውን ጊዜ ግን፤ ዶክተሮች በታማኝነትና በቅናነት፤ ማወቅ የሚገባችሁን ለማሳወቅ ወደ ኋላ አይሉም።

እኔን በሚመለከት፤ እስካሁን ድረስ የባህል ግርታ የሚፈትርብኝ፤ በአሜሪካም ሆነ በአጤቃላይ በምዕራቡ አለም፤ ሰዎች በምግብና በክብደት ላይ ያላቸው ከፍተኛ ትኩረት ነው። እየኖራችሁበት ካለው የባህል ግፈት ማምለጥ በርግጥ ከባድ እንደሆነ አውቃለሁ፤ ነገር ግን በዚህ ግራ ሳትጋቡ መስመራችሁን ጠብቃችሁ ተጓዙ። ጤንታችሁን ጠብቃችሁ ከተመገ-ባችሁና የሰውነት እንቅስቃሴ ልምምዶቻችሁን ሳታቋርጡ ከቀጠላችሁ፤ አስተማማኝ የጤና መሰረት ይኖራችኋል። እኔ በመጣሁበት ሀገር ባህል የያም ወቅት አለ፤ ብዛት ያላቸው የተለያዩ ሃይማኖቶች ቢኖሩም እንኳ ሁሉም የራሳቸው የሆነ የያም ወቅት አላቸው።

የእኔ እናት የኦርቶዶክስ ሃይማኖት ተከታይ ናት፤ እኔ ግን ያምና የመሳሰሉትን የሃይማኖቱን ደንቦችና ስርዓቶች የምከተል አልነበርኩም፤ ምክንያቱም እኔ ጥልቅ መንፈሳዊ ሰው እንጂ ሃይማኖተኛ አይደለሁም። ነገር ግን ከቅርብ ጊዜ ወዲህ ነገሮችን ሳስተውል ትኩረቴ ወደዚህ አቅጣጫ በመሳቡ፤ እንዴት እንደሚያምና የሚያምበትን ምክንያት ለማጥናት ወሰንኩ። የጥናት ግኝቴ ደግሞ ትርጉም የሚሰጥ ሆኖ ስላገኘሁት፤ እኔም በአመት ውስጥ የሚካሄዱትን የያም ስርአቶች መከተል ጀመርኩ። አንዳንድ ጊዜ፤ የምንፈልገው ነገር አጠገባችን የሚገኝና በሀገር ቤት ባህል ውስጥ ተካቶልን ሳለ፤ ለምን ወደ ሌላ ውድና ተስፋ አስቆራጭ የአመጋገብ ስርዓትና እቅድ ውስጥ ለመግባት እንደምንገደድ አይገባኛም።

እኔ የምግብ ጥናት ባለሙያ አይደለሁም፤ ስለዚህም የሽያጭ ማስታወቂያ እየሰራሁ ወይም ስለ ሃይማኖት እየመከርኩና እየሰበኩ አይደለም። እያደረግኩ ያለሁት፤ ከብዙ ትግልና ውጣ ውረድ በኋላ፤ ለእኔ የሰራልኝንና የጠቀመኝን ለእናንት ማካፈል ነው። ያም ሆነ ይህ ግን የራሳችሁን መንገድና እቅድ ያልቀየሳችሁና ለመቀየስም ጊዜና ሀሳቡ የሌላችሁ ከሆነ፤ የእኔን መንገድ መጠቀም ትችላላችሁ።

የኦርቶዶክስ ሀይማኖት ተከታዮች ያም የሚያስገርም ነው፤ በአመት ውስጥ ለ 180 ቀናት ይያማሉ። " ያም " ስል ከማንኛውም የእንስሳና የእንስሳት ተዋፅኦ ውጤቶች መታቀብ ማለቴ ነው። ከአትክልትና ከጥራጥሬ ምግብ ውጪ በዚህ ወቅት አይበላም። በአመት ውስጥ የሚያምባቸው ቀናት ተወስነው የተመደቡ ሲሆን፤ ረጅሙ የያም ወቅት ለ55 ቀናት ይቆያል። ይህ ስርአት ለእኔ በሚገብ ሰርቶልኛል። እያደኩኝ ስሄድ፤ ምንም እንኳ ስጋ ከልክ ባለፈ የማልበላ አትክልት ወዳጅ ብሆንም ለሰውነቴ ጠቀሜታ እንዳለው ስለምረዳ፤ ስጋ ከመብላት ራሴን ማግለል አልችልም።

ባለቤቴና እኔ ደግሞ ቤት ውስጥ ምግብ እናዘጋጃለን። ሁለታችንም በስራ የተጣበበ ጊዜ ቢኖረንም ጤናማ አመጋገብን መከተል ግን፤ ምን ጊዜም ቅድሚያ ከምንሰጣቸው ነገሮችን ውስጥ ዋነኛው ነው። ቤት ውስጥ እንበላለን ወይም ምሳችንን ሸክፈን (Pack) እንወጣለን፤ አልፎ አልፎ ብቻ እራት ውጪ እንመገባለን። ከባለቤቴና ከጓደኞቻችን ጋር ውጪ ለመብላት ስንሄድ ግን፤ እኔ ሰላጣ አልበላም፤ የምፈልገውን ማንኛውንም ምግብ ለመውሰድ እደፍራለሁ፤ ፈጣን ምግቦችን (Fast Foods) ሳላፍርና ፀፀት ሳይሰማኝ እመገባለሁ፤ ምክንያቱም እነዚህ ምግቦች በየቀኑ የምመገባቸው አይደሉም። አልፎ አልፎም ምግብ አቋርጬ በማንኛውም ጊዜ፤ መያያምን እመርጣለሁ።

ከአመታት በፊት፤ ከቤቴ ጓር አትክልት መትከል ጀምሬ ስለነበር፤ አንዳንድ አትክልቶችን የምንመገበው፤ ከራሳችን ጓር ካፈራናቸው የጓር አትክልቶች ነበር። አሁንም እየተማርኩና በብዛት እየተክልኩ ነው፤ የእኔ ግብ ቢያንስ ቢያንስ 95 በመቶ የሚሆነውን አትክልት ከራሴ የጓር እርሻ መጠቀም ነው። ይህንን ህልሜን ለማሳካት ደግሞ እየጣርኩና እየተማርኩ ነው።

ጤናማ አመጋገብን በተመለከት ይህንን መንገድ ወድጄዋለሁ፤ ግባችሁ እንዴት ጤነኛ እንደምትሆኑ እንጂ፤ እንዴት ክብደት እንደምትቀንሱ መሆን የለበትም፤ ምክንያቱም አብ-ዛኛው ሰው የሚያስጨንቀው፤ የሚያወራውና ተስፋ የሚያስቆርጠው ይኸው ጉዳይ ስለሆነ ነው። ትኩረታችሁን ጤናማ ምግብ በመመገብና ጤናም የህይወት ዘይቤ ላይ ካደረጋችሁ ስለምንም ነገር መጨነቅ አይኖርባችሁም።

የሰውነት እንቅስቃሴ (Exercise)

እኔ መጀመሪያ ወደ አሜሪካ እንደመጣሁ አካባቢ፤ ሌላው የባህል ግርታ ይፈጥርብኝ የነበረው የጤናና የክብደት ማስተካከያ የሰውነት እንቅስቃሴዎች ማስታወቂያ ብዛት ነበር። ተፈጥሮ-ዊውን (Organic) ምግብ መመገብ ከመልመዴ ባሻገር፤ ትናንሽ ከተሞች ውስጥ የህዝብ ትራንስፖርትና ብስክሌትን መጠቀምም እወድ ነበር። ወደ ትምህርት ቤት፤ አንዳንዴም ወደ ምሰራበት ቦታ ሁሉ፤ አብዛኛውን ጊዜ ብስክሌት መንዳት አዘወትር ነበር። መኪና እነዳለሁ፤ መንዳትም እወዳለሁ፤ ይህን የማደርገው ግን፤ አብዛኛውን ጊዜ ማህበራዊ ክስተቶችና አጋ-ጣሚዎች ሲፈጠሩ ነው። በትናንሽ ከተሞች ውስጥ መኖር የሚጠቅመው ለዚህ ነው ብዬ አምናለሁ።

ወደ አሜሪካ ከመጣሁ በኋላ የተረዳሁት፤ አብዛኛውን ሰው ጊዜውን የሚያውለው ወይ በመንዳት ወይ በመቀመጥ ነው፤ የህይወት ዘይቤው እንቅስቃሴን አይጠይቅም።

በመጨረሻም፤ በከተማ ውስጥ ተስፋፍተው ከሚገኙት ጂምናዚየሞችና የስፖርት ቦታዎች ብዛት አንፃር ሳየው አንድ የተረዳሁት ነገር ቢኖር፤ የስፖርት እንቅስቃሴ መልመድ እንዳለብኝ ነው፤ ሰዎች ሰውነታቸውን ለማፍታታት ይህንን መልመድ አለባቸው ብዬ አምናለሁ።

የማልክደው ነገር ቢኖር፤ ካገኘኋቸው ጥቅሞች የተነሳ የተለያዩ ጂምናዚየሞችን፤ ቡት ካምፖችን (Boot Camps)፤ የታይ ቺ (Tai Chi)፤ እና የዮጋ ልምምዶችንና የተለያዩ የሰውነት እንቅስቃሴ ፕሮግራሞችን ለመካፈል ሞክሬያለሁ። በነዚህ ሂደቶች ውስጥ ሳልፍ ታዲያ፤ ስለ ራሴ ብዙ እንድማር የሚያስችለኝን ልምድ ቀስሜበታለሁ። አንድ ነጥብ ላይ ስደርስ ግን፤ የሰውነት እንቅስቃሴ ለማድረግ ጂም መሄድና መደበኛ የትምህርት ክፍሎችን (Structured Classes) መከታተል ማቆም እንዳለብኝና፤ ያለምንም ውጣ ውረድ ቀኑን ሙሉ ራሴን በማንቀሳቀስ ሰውነቴን ማፍታታት እንደምችል ተገነዘብኩ፤ ስለዚህም የራሴን የሰውነት እንቅስቃሴ ዘዴና ስርዓት ቀየስኩ።

ሰውነታችሁን ማንቀሳቀስ አስፈላጊ ነው፤ ይህንንም የሚያግዙ ጂምናዚየሞችና ተመሳሳይ ተቋማት በብዛት ይኖራሉ። ያም ሆኖ ግን መርሳት የሌለባችሁ አንድ ነገር፤ እነዚህ ተቋማት

ገንዘብ ለማግኘት የተቋቋሙ መሆናቸውን ነው። በርግጥም እንዚህ ተቋማት ገንዘብ የሚያ-
ገኙት፣ ሰዎች ሰውነታቸውን እንዲያፍታቱና ጤንታቸውን እንዲጠብቁ በመርዳትና አገል-
ግሎት በማቅረብ ነው። እኔ ለእነዚህ ተቋማት ከፍተኛ አክብሮት አለኝ፣ እናም ለስፖርት
እንቅስቃሴ ትምህርትም ሆነ የጂምናዚየም ልምምድ ደንበኛ መሆን ከፈለጋችሁ፣ በቂ ጥናት
በማድረግ ፍላጎታችሁን ወደሚያሟሉ ተቋማት መሄድ ትችላላችሁ። ካልሆነም ሁለቱንም
አዋህዳችሁ፣ የሰውነት እንቅስቃሴ የምታደርጉበትን መንገድ መፈለግ ነው።

1. ማድረግ የምትወዱቸውን፣ ዝንባሌዎቻችሁን (Hobbies) እና የሰውነት እንቅስቃሴን
   የሚያካትቱ ለምሳሌ (Hiking):- መደነስ፣ ታይ ቺ (Tai chi)፣ ብስክሌት መንዳት
   የመሳሰሉትን በዝርዝራችሁ ውስጥ አካቱ። አሁን ልታደርጓቸው የምትወዱቸውን ዝር-
   ዝሮች አዘጋጅታችኋል እንበል፣ ቀጥላችሁ ቀናቶቺን፣ ከሰራ በፊትና በኋላ፣ ወይም
   በሳምንቱ መጨረሻ ማድረግ ያለባችሁን ሁሉ ወስናችሁ የጊዜ ሰሌዳ ፕሮግራም ማዘ-
   ጋጀት ይጠበቅባችኋል ማለት ነው።

2. ከንደኞቻችሁ ጋር ለምታሳልፉት ፕሮግራም ጊዜ መድቡ። ጓደኞቻችሁ አብረዋችሁ
   ሊሰሩ የሚችሉትን ቀለል ያሉ ልምምዶችን ፍጠሩ፣ ወይም በስልክ፣ በአንላይን
   ወይም በሌላ ዲጂታል መንገዶች፣ የምታደርጓቸውን የአካል እንቅስቃሴ ልምምዶች
   አካፍሏቸው። ይሄ ደግሞ በጓደኞቻችሁ ዘንድ አክብሮት እንድታገኙና በባለውለታነት
   እንድትታሰቡ ያደርጋችኋል፣ እናንተም ለእነርሱ ተመሳሳይ ምላሽ ለማድረግ ትነሳሳ-
   ላችሁ።

ለሰውነት እንቅስቃሴ የሚረዱችሁ ጥቂት ምሳሌዎች:-

• የህዝብ ትራንስፖርት ተጠቀሙ

• ቢስክሌት ንዱ (በአሜሪካ / ባላችሁባቸው ሀገሮች / የተለያዩ የቢስክሌት ማኮሚያዎች
  የተዘጋጁ አሉ / ይኖራሉ)

• ሊፍት / አሳንሱር ከመጠቀም ይልቅ ደረጃዎችን በእግር ውጡ

271

- በጣም ህፃናት በሆኑ ልጆቻችሁ እንክብካቤ የተጠመዳችሁ ከሆነ፤ በጋራ እየገፋችኋቸው የእግር ጉዞ አድርጉ

- በምሳ እረፍት ሰዓት፤ የእግር ጉዞ አድርጉ

- ምሽት ላይ ልጆቻችሁን ከአስተኛችሁ በኋላ ወይም ለመኝታ ከመሄዳችሁ በፊት የእግር ጉዞ አድርጉ

በእንቅስቃሴ ውስጥ ብዙ ሰውነትን ማስተካከያ መንገዶች አሉ፤ ራሳችሁን ሳትወጣጥሩ በቀላሉና ፈታ ባለ መንገድ ማከናወን ትችላላችሁ። አስታውሱ፤ ግባችሁ ጤናማ የህይወት ዘይቤን መገንባት ነው።

ትኩረት- (Focus)

ትኩረት ወሳኝ ነገር ነው፤ ትኩረት ከሌለን ምንም ማድረግ እንችልም። የምዕራቡ አለም፤ የትኩረት ተስጥአ ያላችሁ እንድትሆኑ ይጠብቅባችኋል። ወደ አሜሪካ ከመምጣቴ በፊት፤ ትኩረት በማድረግ ረገድ ችግር አልነበረብኝም፤ ምክንያቱም በየዕለቱ የምሰራቸው ስራዎች ውሱንና የሚታወቁ ናቸው። በስራ ምክንያትም ሆነ በዕለት ህይወቴ በፍፁም ተወጣጥሬ አላውቅም፤ ወደ ትምህርት ቤት እሄዳለሁ፤ ጥናቴን አጠናለሁ፤ ምናልባትም የፈተና ወቅት ላይ ትንሽ መወጣጠርና መጨናነቅ ሊኖርብኝ ይችል እንደሆን እንጂ፤ ከዚህ ያለፈ ነገር አይከስትም። ቀለል ያለ ማህበረሰብ፤ ቀለል ያለ አኗኗር ነው ያለው። ይሄ ደግሞ በሁሉም የህይወት ዘይቤው ውስጥ ይሰራል- በትምህርት ቤት፤ በቤተሰብ በምግብ ሰዓት ወቅት በሚኖረው የአ- ንድነት ጊዜ፤ ጓደኞችሁን ስትገናኙ፤ ጥሩ መፅሀፍ ስታነቡ፤ ወይም ከፍቅር ጓደኞችሁ ጋር ስትወጡ ወዘተ... ሁሉ የሚንፀባረቅ ነው። አንዳንድ ጊዜ በምዕራቡ አለም የህይወት ዘይቤ ውስጥ ገብቼ ስዳክር፤ ለአጭር ጊዜም ቢሆን ያን የነበረኝን ቀለል ያለ የህይወት ዘይቤ መናፈቄ አይቀርም።

ወደ አሜሪካ ወይም አሁን ወዳላችሁበት ሀገር ስትመጡ፤ ህይወት የተለየ እቅጣጫ

ይይዛል። በዙሪያችሁ ያለው ማንኛውም ነገር ግባችሁንና ትኩረታችሁን የሚሰርቅ ሆኖ የተ-
ቀናጀ ይመስላል፤ ይህ ደግሞ አንዳንድ ጊዜ ያስጨንቃል-- ቴሌቪዥኑ፤ ምግቡ፤ ማስታ-
ወቂያው፤ ስማርት ስልኩ፤ የግብይት ኢ-ሜሎች (Marketing e-mails) እና በዙሪያችሁ
የሚሽከረከሩ ገደብ የሌላቸው ነገሮች ሁሉ ትኩረታችሁን የሚያዛቡ ናቸው። ልታከናውኑ
የምታስቡትን ነገር እንዳታሳኩ ከፍተኛ እንቅፋት ይፈጥሩባችኋል። ግባችሁ ሊሆን የሚ-
ገባው፤ ትኩረትን በሚያዛቡና በሚሰርቁ ተግዳሮቶች መካከል ብትሆኑም እንኳ ትኩረታችሁን
አለመጣል ነው፤ ይህ ደግሞ ልምምድን ይጠይቃል።

- ትኩረት ማድረግን ለመለማመድ፤ ትኩረትን የሚያዛቡ ነገሮችን መቀነስ ይገባል።
  ለስማርት ስልኮች አጠቃቀማችሁ ጊዜን መድቡ፤ አስፈላጊ ካልሆነ በቀር ስልካችሁ
  በተደወለ ቁጥር መልስ የመስጠት ግዴታ የለባችሁም። መልዕክት በድምፅ (Voice
  Mail) ማስተላለፍ ትችላላችሁ፤ አንድ ጠቃሚና ወሳኝ ስራ ላይ ካላችሁ ደግሞ
  የስልካችሁን የጥሪ ድምፅ አጥፉት (Silence)፤ ማሳወቂያችሁን ዝጉት (Turn off
  notifications)፤ በሚመቻችሁና ነፃ በሆናችሁ ጊዜ ምላሽ መስጠት ትችላላችሁ።

- ኢንተርኔት፤ ማህበራዊ ሚዲያን ጨምሮ ትኩረትን የሚያዛቡና የሚሰርቁ መሳሪያዎች
  ናቸው።

በአሁኑ ወቅት ኢንተርኔትን ቀድሞ ከምጠቀምበት ይልቅ፤ በተቻለኝ መጠን በፍጥነት ለመ-
ቀነስ ጥረት አድርጊያለሁ። ቀደም ሲል፤ በባህር ላይ የመንሳፈፍ/ የመንዛዝ ስፖርት (Surfing)
ሳደርግ የኢሜል መልዕክቶች ይመጡልኛል፤ እኔም መመለስ ይገባኛል ብዬ አስብ ስለነበር
የተላከውን መልዕክት ከፌስቡኬ ላይ ከፍቼ ማየት እጀምራለሁ። በዚህ መልኩ እሰራው /
አደርገው የነበረውን ስራ ሁሉ እስከመርሳት እደርስ ነበር። በፅኑ ልምምድ ግን የኢንተርኔት
አጠቃቀሜን በማስተካከል፤ ትኩረቴ ሳይበታተን፤ መስራት የሚገባኝን መስራት የምችልበት
ደረጃ ላይ ደርሻለሁ። ትኩረትን በሚበታትኑ ጉዳዮች መሀል ሆኖ፤ ትኩረትን ጠብቆ ማቆየት
ለውጤታማነትና ለምታከናውኑት ማንኛውም ነገር ሁሉ ጠቀሜታ አለው። ልጆች ካሏችሁ፤
ብዙ ጊዜ በዙሪያቸው ከሚሆነው ነገር የተነሳ ትኩረታቸው እንደሚዛባ ሳታስተውሉ አት-
ቀሩም፤ እናንተ በዚህ ረገድ ብታቱ ከሌላችሁ፤ ልጆቻችሁ ትኩረታቸውን መጠበቅ እንዲችሉ

ልታስተምሯቸውና ልታሰለጥኗቸው አትችሉም፡፡

ግባችሁን መዝግባችሁ ለማስፈር ጥቂት ቅምሻ

(Tips for writing your goals)

1. ግባችሁን በሚገባ አስፍሩ፤ የምትሰሯቸውን ስራዎች በየትኛው ቀን እንደምትሰሩና የምትሰሩበትን ሰዓት የሚያመላክት የጊዜ ሰሌዳ (Schedule) አዘጋጁ፡፡ ይህ ደግሞ ትኩረታችሁ ምን ላይ መሆን እንዳለበትና የምትሰሩትን በሚገባ እንድታስታውሱ ይረ- ዳችኋል፡፡ ይህ ልምምድ፤ በየእለቱ ፆናትንና ስነ ምግባርን ይጠይቃል፡፡ አንዳንድ ጊዜ ባዘጋጃችሁት ፕሮግራም መሰረት ልታከናውኑ ትችላላችሁ፤ አንዳንዴ ደግሞ ላይሳካ- ላችሁ ይችላል፤ ቢሆንም ግን ልምምዳችሁን አታቋርጡ፤ ሳታውቁት እየተካናችሁት ትሄዳላችሁ፡፡ ፍፁም የተዋጣላችሁ ለመሆን አትሞክሩ፤ ይልቁን ውጤታማ ለመሆን ትጉ፡፡ ማንም ሰው ፍፁም / የተሟላ (Perfect) አይደለም፤ አንዳንዴ ልትወድቁ እንደምትችሉና ባሰባችሁት ልክ አእምሮአችሁ ሳይበታተን ማከናወን እንደማትችሉ መጠበቅ ይኖርባችኋል፤ ልምምዳችሁን እስካላቋረጣችሁ ድረስ ችግር የለውም፤ በሚ- ቀጥለው ማለዳ ግን ተነስቱና እንደገና ሙከራችሁን ቀጥሉ፡፡

2. በየወሩና በየአመቱ ምን ማድረግ እንዳለባችሁ መዝግቡና አስፍሩ፡፡ በዚህ መልኩ ስራችሁን መልክ ማስያዝ ትችላላችሁ፤ ይሄ ደግሞ ዝም ብሎ ከአንዱ ወደ ሌላው ከመዳከር / ከመልፋት ይልቅ፤ መቼና ምን ማድረግ እንዳለባችሁ እቅዳችሁን ቅርፅ ያሲዝላችኋል፤ ይሄ ደግሞ ይጠቅማችኋል፡፡ በየቀኑ የምናየው ነገር ሁሉ አዋኪ ነው፤ ሰዎች ሊያጠምዷችሁ ይታገላሉ፤ እናንተ ደግሞ የምትሄዱበትን አቅጣጫ የማታውቁ ከሆነ፤ ሰዎች በጉዟችሁ መሀል ጣልቃ ሲገቡና ሲያቋርጧችሁ ትኩረታችሁ ይዛባና በነርሱ መስመር ገብታችሁ መንገድ / መንዝ ትጀምራላችሁ፡፡ ያም ሆነ ይህ፤ እናንተ በየወሩና በየአመቱ ማድረግ ያቀዳችሁትን በዝርዝር ያስፈራችሁ ከሆነ፤ በየሳምንቱ የምታደርጉትንና ወደ ግባችሁ የሚያደርሳችሁን ጎዳና መያያዛችሁን ታውቃላችሁ፡፡

በዚህ ጊዜ ወደ ጓላ መለስ ማለትና እድገታችሁን መቃኘት አስፈላጊ ነው። በመ-
ዝገቦቻችሁ ማስፈር ያልቻላችኋቸው ብዙ ነገሮች ካሉ፤ ምናልባት ከዝርዝር ውጪ
ባሉ በሌሎች ጉዳዮች ላይ ትኩረታችሁ ተሰርቋል ማለት ሊሆን ይችላል። ይህ ሁኔታ
ሲያጋጥማችሁ ራሳችሁን አትውቀሱ፤ ይልቁን ይህ ሂደት በየወሩ የትኩረታችሁ
አዝማሚያ እንድትገመግሙ ይረዳችኋል። ምናልባት በአንዳንድ ወሮች ንቁ ሆናችሁ
ልትሰሩ ትችላላችሁ፤ ሌላ ጊዜ ደግሞ ትኩረታችሁ የሚነጥፍበት/ ዝቅ የሚልበት
ጊዜ ይኖራል፤ ነገር ግን ጥረታችሁን አታቋርጡ፤ በጊዜ ሂደት እየተሻሻለ ይመጣል።
ስለዚህ የአመት እቅዳችሁንና ግባችሁን አዘጋጁ፤ ከዚያም በየወሩ፤ በየሳምንቱና በየ-
ቀናቶች ከፋፍሏቸው። ይኸ ለህይወታችሁ አስፈላጊ በሆነውና ቅድሚያ በምትሰጡት
ግባችሁ ላይ ትኩረት እንድታደርጉና፤ ትኩረታችሁን ለመበተን ከሚመጣ ማንኛውም
ተግዳሮት እንድትጠ'በቁ ይረዳችኋል። በዚህ ሁሉ ግን ትዕግስት አስፈላጊ ነው፤ ይህንን
ስርአት መከተል ስትጀምሩ ብዙ ጊዜ ልትሰናከሉ / ልትወድቁ ትችላላችሁ፤ ሰዎች
ስለሆንን መማር ጊዜ ይወስዳል።

3. እንደሚባለው፤ የአካል እንቅስቃሴ ማድረግ፤ ጤናማ አመጋገብና ለበቂ ሰዓታት እን-
ቅልፍ ማግኘት፤ በዕለቱ ለምትሰሩት ስራ ትኩረታችሁ ወደ ሌላ እንዳይወሰድ አስ-
ተዋፅኦ አለው። ስለዚህ፤ ሰውነታችሁን ልክ እንደምትይዙት መኪና ጠብቁት፤ ጥሩ
ምግብ ስጡት፤ አንቀሳቅሱት፤ የሚገባውን አቅርቡለት። እኔ ትኩረት እንዳደርግ
ከረዱኝ ውስጥ አብዛኛዎቹን ላካፍላችሁ ሞክሬያለሁ፤ ይህንን መከተል ወይም ሌሎች
ትኩረታችሁን ይበልጥ ሊያሳድጉ የሚችሉ መፃህፍትን ማንበብ ትችላላችሁ፤ ምክን-
ያቱም ከትኩረት ውጪ ግብን የማሳኪያ ሌላ መንገድ /ዘዴ የለም።

ህልውናን የማስጠበቅ ክህሎት

(Mastering Survival)

ህልውናችሁን ማስጠበቅ የምትችሉበትን ቁልፍ፤ መቼ መጫን እንዳለባችሁ እወቁ። ቀድሞ ትጨነቁባቸው ከነበራችንቸው ነገሮች ተላቅቃችሁ መጫነቅ ማቆማችሁን ስትገነዘቡ፤ ነገሩ ግልፅ እየሆነላችሁ ይመጣል። ጠረጴዛችሁ ላይ ሁሌ ምግብ አይታጣም፤ ኪራያችሁንና የተለያዩ ወጪዎቻችሁን መክፈል ደረጃ ላይ ትደርሳላችሁ፤ ከዚያም አልፎ ማጠራቀምና መቆጠብም ትጀምራላችሁ። እዚህ ደረጃ ላይ ስትደርሱ ምቾት ይሰማችኋል። በዚህ ጊዜ የኢኮኖሚ ነፃነትን ለመኖናፀፍና ወደሚቀጥለው ደረጃ ለመሸጋገር መዘጋጀት ይጠበቅባችኋል። ነገር ግን ከዚህ ጋር ተከትሎ የሚከሰት ፍርሀት ሊያጋጥማችሁ ይችላል። የያዛችሁትን መጠበቅና ማቆየት ትሻላችሁ / ትፈልጋላችሁ፤ ከእጃችሁ አምልጦ ችግር ውስጥ መውደቅ አትፈልጉም፤ ይሄ ደግሞ ጤናማና በማንም ላይ የሚከሰት ነው። አንዳንዴ አእምሮአችን፤ ሁሉን ነገር ስናጣና እንደገና ከባዶ መነሳትን ሲያስብ ይረበሻል፤ ስለዚህ ችግር እንዳያጋጥመን ለማረጋገጥ መሞከሩ ተገቢ ነው።

ለዚህ ደግሞ መፍትሄው፤ ሁሉን በሚችለው ኃይልና በራሳችሁ ላይ እምነት መጣል ነው። በትጋት፤ በፀሎት፤ በትክክለኛ ምዘና / አተያይ (Good Judgment)፤ በመንግስት ርዳታ እና በፅኑ ውሳኔ ህይወታችሁን ማስተካከል ትችላላችሁ። ወደ አዲስ ሽግግርና ስኬት ለማለፍ ግን፤ አሁንም በራስ መተማመናችሁን መገንባት እንዳለባችሁ አትርሱ።

ባለፈው ምዕራፍ ላይ አፅንዖት / ትኩረት ሰጥቼ እንደገለፅኩት፤ ወደ ሚቀጥለው ደረጃ መሸጋገር ከፈለጋችሁ፤ ከዚህ ቀደም ትረዱ'በት የነበረውን የመንግስት ርዳታ ልታቆሙ ይገባል።

ለምሳሌ፦ ጥሩ ክፍያ የሚከፈልበት ስራ አገኛችሁ እንበል፤ ነገር ግን ይህን ስራ መቀበል ማለት፤ የምታገኙትን የገገዘብ ድጎማ ማጣት ማለት እንደሆነ እሙን ነው። ስለዚህ የእናንተን ውሳኔ ይጠይቃል፤ በዚህ ጊዜ ማድረግ ያለባችሁ፤ ያገኛችሁትን ስራ በእምነት መቀበልና የመንግስትን ድጎማ እንዲቋረጥ ማድረግ ነው፤ የሚሆነውን ታያላችሁ፤ ደግሞም ትገረማ-

ላችሁ። ነገር ግን ስራውን ከጀመራችሁ በኋላ እንደጠበቃችሁት ሳይሆን ቢቀርና የመንግስት ርዳታ ዳግመኛ የሚያስፈልጋችሁ ከሆነም፤ ችግር የለውም፤ እንደገና ማመልከት ትችላላችሁ። ነገር ግን በአንድ ነገር ላይ ብቻ ጥገኛ ሆናችሁ ምንም ነገር የማትሞክሩ ከሆነ፤ ያላችሁን አቅም ልታውቁና ልትፈትሹ አትችሉም።

ያም ሆነ ይህ፤ የሚቀጥሉት ጥቂት ጉዳዮች የመንግስትን ድጋፍ እንድትሹ ሊያደርጓችሁ ይችላሉ፤ ለምሳሌ፦ ወደ ትምህርታችሁ መመለስና ተጨማሪ ገቢ ማግኘት ትፈልጉ ይሆናል።

በዚህ ጊዜ ትምህርታችሁ ላይ ብቻ አተኩራችሁ ለማጥናት እንድትችሉ፤ የመንግስት ርዳታን ማግኘት ተገቢ ይሆናል፤ አንድ ጊዜ ትምህርታችሁን ከጨረሳችሁና ተመርቃችሁ ስራ ካገኛችሁ በኋላ፤ ከመንግስት እርዳታ መላቀቅ የሚያስችላችሁን ቀጣይ ርምጃ መውሰድ ትችላላችሁ።

ባላችሁ ክህሎት ወደ ፊት መግፋት ካልቻላችሁ ልታድጉና ከአእምሮ ነፃነት ጋር የተተረ- ፈረፈሩ ሕይወት ልትመሩ አትችሉም። በዚህ ፋንታ የመንግስትን ድጋፍ እንዳታጡ በመፍራት ብቻ፤ ድብቅ ስራ ለመስራትና ተጨማሪ ገንዘብ ለማግኘት ስትሞክሩ ራሳችሁንና ቤተሰባችሁን አደጋ ላይ ትጥላላችሁ።

ከዚህ በተጨማሪ፦

1. የበለጠ ነገር ለማድረግ በመነሳሳት፤ መሆን የምትፈልጉትን ለመሆን ካልቻላችሁ፤ በውስጣችሁ የታመቀውን ከፍተኛ ኃይልና ክህሎት ልታወጡትና ስራ ላይ ልታውሉት አትችሉም።

2. ህገወጥ መንገድን መከተል ምርጫችሁ ካደረጋችሁ፤ ደህንነታችሁን አደጋ ላይ ከመጣል ባለፈ፤ ቤተሰቦቻችሁንም ለችግር ትዳርጋላችሁ።

3. የመንግስትን ርዳታ እየተቀበላችሁ ገቢያችሁ ከተገቢው መጠን ያለፈ ከሆነ፤ ይህ ማጭበርበር ይባላል። መንግስት፤ እያደረጋችሁት ያለውን ነገር ገና ባይደርስበትም እንኳን፤ ካሁን አሁን ታወቀብኝ በሚል ስጋት ውስጥ ወድቃችሁ በጭንቀት እንቅልፍ

ልታጡ ትችላላችሁ። አእምሮአችሁ በሚ'ገባ የሚሰራው ከጭንቀት ነፃ ሲሆን ነው።
ወደ አሜሪካ ወይም ወዳላችሁበት ሀገር የመጣችሁት ነፃነት ፍለጋ አይደለምን? ታዲያ
ለምን የህሊና እስረኛ ትሆናላችሁ?

4. ልጆች ካጲችሁ እንደምታውቁት፤ ልጆች በሚያዩት እንጂ በሚነገራቸው አይደለም
የሚማሩት። እናንተ እምቅ ችሎታችሁን የምትደብቁ ከሆነ፤ እነርሱም የራሳቸውን
አያወጡትም። ልክ አይደለሸም ልትሉኝ ትችላላችሁ " እኔ'ኮ ልጆቹ ከእኔ በበለጠ
እንዲማሩና እንዲያጠኑ አበረታታቻዋለሁ " ትሉ ይሆናል፤ ይህን መሰል አባባልም
ከብዙ ደንበኞቼ አፍ ሰምቻለሁ፤ ይህ ግን ትክክል አይደለም፤ ልጆቻችሁ የሚመለ-
ከቱትን ነው የሚቀዱት (Copy) እንጂ የሚሰሙትን አይደለም። ልጆቻትን ጠንካራ
ሰራተኞች እንዲሆኑ፤ ነፃና ህልማቸውን ለማሳካት እንዲጨክኑ ከተፈለገ የምንነግራ-
ቸውን ሁሉ በተግባርም ማሳየት መቻል አለብን።

ከጥቂት ዓመታት በፊት፤ ስለ አንድ አፍሪካዊት ስደተኛ ሴት ታሪክ ሰማሁ። ይህቺ ሴት
ሁሉም ልጆቿ ከኮሌጅ እስከሚመረቁ ድረስ በሆስፒታል ውስጥ በሞግዚትነት (Custodian)
ተቀጥራ ትሰራ ነበር። ይህች ሴት አንድም ቀን ስራዋን አስተንጉላ አታውቅም ፤ የምትታ-
ወቀውም በጠንካራ ሰራተኛነቷ ነበር። ልጆቿ ሁሉም የተሳካ ሙያና ስራ ባለቤት ሆነዋል፤
ስለ እናታቸው ሲናገሩ በጣም ነበር የተነካሁትና የተገረምኩት። ከተመረቁበት ጊዜ ጀምሮ፤
እናታቸው አረፍ እንድትልና እነርሱም በተራቸው እናታቸውን መጦር እንዲችሉ ለማሳመን
ብዙ ጥረት አድርገዋል። በአንድ ቃለ መጠይቅ ወቅት፤ አንደኛዋ ልጇዋ " እናቴ ጠንክሮ
መስራት ማለት ምን እንደሆን በተግባር አሳይታኛለች " ነበር ያለችው ፤ ድንቅ ተምሳሌትነትና
ምስክርነት ነው!

አንዳንድ ስደተኞች፤ ልጆቻቸው በአሜሪካ የህይወት ዘይቤ ተጠላልፈው፤ ምናልባት የዕፅ
ሱሰኞች ይሆናሉ፤ ወይም ወንጀል ውስጥ ይዘፈቃሉ ብለው ይጨነቃሉ። ይህች ብቸኛ እናት
ግን በቂ ትምህርት ባይኖራትም እንኳ ለልጆቿ ልታሳያቸው የሞከረችው፤ ትኩረቲን ስራዋ
ላይ ብቻ በማድረግ ጠንካራ ሰራተኛነቲን ማረጋገጥ ነው።

ምንም እንኳ የስደተኞች ልጆች ሲጎረምሱ ለሚፈጠረው የባህሪይ ችግር፣ አሜሪካን
ወይም አሁን ያለንበትን ሀገር ለመውቀስ እንገፋፋ ይሆናል። አጥፊና አሳፋሪ የህይወት
ዘይቤ፣ አንዳንዴ ከፍተኛ ተፅእኖ ያለው ቢሆንም እንኳ፣ ይህም አንዱ የህይወት ገፅታ ነውና
በፀጋ ልንቀበለው ይገባል። ምንም እንኳ ይህንን መስማት ባንወድም፣ እየመረረንም ቢሆን
ልንውጠው የምንገደደው ሀቅ መሆን አለበት።

የራሳችንን መልካም ጎን ለማሳየት በየትኛውም መስክ ቢሆን ጠንክረን መስራት አለብን፣
ለልጆቻችን ሀልሞች መፍጠንም ምን ማድረግ እንደሚገባቸው አቅጣጫ ማሳየት ይገባናል፣
እነርሱም ወዲያውኑ እኛን ለመምሰልና የእኛን ድርጊት አምነው ለመቀበልና ለማራመድ
ይነሳሳሉ። ጠንክረው እንዲሰሩ ስትነግሯቸው ያዳምጧችኋል፣ ምክንያቱም መልካም አርአያ
ሆናችሁ ተገኝታችኋልና። ደግሜ እላለሁ፣ ልጆቻችንን ምን ማድረግ እንዳለባቸው ወይም
ምን መሆን እንዳለባቸው ብቻ አንንገራቸው፣ እኛም ምሳሌ በመሆን እናሳያቸው። ሰዎች
ላይ ጣትን መቀሰርና መውቀስ የሰው ተፈጥሮ ነው፣ ' ይህ የመንግስት ጥፋት ነው፣ ይህ
የባህል ስህተት ነው ' ማለት ቀላል ነው፣ ነገር ግን ጣታችንን የምንቀስርባቸው ሰዎች ያደኑት
ተወልደው በኛ ቤት ውስጥ ነው። ሁሉም ነገር የሚጀምረው ከቤት ስለሆነ፣ የራሳችንን
የሀላፊነት ድርሻ መወጣት ይጠበቅብናል። ይሄ ማለት ግን ውጪ ያለው ነገር ሁሉ ትክክል
ነው ማለት አይደለም፣ ይህ ዓይነት አመለካከት ከእውነት የራቀ ነው፣ ያም ሆኖ ግን ስህተት
ስናይ፣ ለምሳሌ:- ዘረኝነትን ስንመለከት፣ ወይም መብታችን ሲደፈር፣ ነገሮችን እንዴት
በእርጋታና ክብራችንን ሳናስነካ እንደምናስተናግደው ለልጆቻችን ማሳየት መቻል አለብን።
መብቶቻቸውን ለማስከበር ማድረግ ያለባቸውን ከእናንተ ይማራሉ። በአሉታዊ መልክ ነገሮችን
ስታዩና " በዚህ ሀገር ሰው ሁሉ ዘረኛ ነው " በሚል ደምድማችሁ ምላሽ ስትሰጡ እና ሁልጊዜ
መብታችሁ ሲገፈፍና ሲደፈር ስራዬ ብሎ የሚሟገትላችሁ እንደሌለ የምትናገሩና የምታማርሩ
ከሆነ፣ ልጆቻችሁም የሚማሩት ይሄንኑ ነው። ስለዚህ ስለ መብቶቻችን መጀመሪያ እራሳችንን
እናስተምር፣ በመናገር ብቻ ሳይሆን በመኖርም ተምሳሌት እንሁን።

የሚያሳዝነው፣ አንዳንድ ስደተኞች በብዙ ነገር ራሳቸውን ጭንቀት ውስጥ ይከታሉ፣
በዙሪያቸው ስለሚሆነው ነገር ምንም የማድረግ አቅም እንደሌላቸው ያስቡና፣ ጭንቀታቸውንና

ተስፋ ቢስነታቸውን ለመወጣት የተሳሳተ አቅጣጫ ይከተላሉ፤ ወደ አልኮል ወይም ወደ ተለያየ ሱስ ይዞራሉ፤ መፋታት፤ ጥቃት (Abuse)፤ ስራ ማብዛት (Overwork)፤ በቤት ውስጥ የማይገቡ ባሕሪያትን ማሳየት ይጀምራሉ፤ ልጆችም ለነዚህ ባሕሪያት ይጋለጡና እነሱም በተራቸው ይሄንኑ መንገድ ይከተላሉ።

አንድ ጊዜ የአልኮል ሱሰኛ ከሆነ ስደተኛ አባት ጋር ተገናኘሁና እንዲህ አለኝ " እኔኮ ጥሩ ባሕሪያትም አሉኝ፤ ነገር ግን የሆያ አንድ አመቱ ወንድ ልጄ ሊከተል የወደደው መጥፎ ባሕሪዬን ብቻ ነው፤ ይህ እንዴት ሊሆን ይችላል? " ሲል ነበር የጠየቀኝ። አንዳንድ ጥናቶች እንደሚያመላክቱት፤ አንድ ልጅ በቤት ውስጥ አጥፊ ባሕሪይን በተደጋጋሚ የሚያይ ከሆነ በቀላሉ ሊከተለው ይችላል። ልጆቻችን በህብረተሰቡ ውስጥ ተገቢውን ሚና እንዲጫወቱ ከፈለግን፤ በቤተሰብ ውስጥ የሚከሰቱ ግጭቶችንና ልዩነቶችን ለልጆቻችን ስንል መፋታት አለብን።

የላይኛዎቹ ምሳሌዎች የተለጠጡ ሊሆኑ ይችላሉ ብንል እንኳ እውነታው ግን፤ ልጆች የሚማሩት በሚያዩት እንጂ በሚሰሙት እንዳልሆነ መገንዘቡ ተገቢ ነው። አንድ ጊዜ አባቴ በ17 ዓመቴ ሲጋራ ሳጨስ ያዘኝ፤ በዚያን ጊዜ በተሰበረ ልብ ሆኖ የተናገረኝ፤ ልክ ከላይ የተጠቀሰው አባት እንዳለው ነው፤ " የተከተልሽው የኔን መልካም ጎን ሳይሆን፤ ከእኔ መውረስ የሌለብሽን መጥፎ ጎኔን ነው " ነበር ያለኝ።

ትክክል ነው ያለው፤ በመጣሁበት ባህል ተገቢነት የሌለውን ድርጊት ነው የፈፀምኩት፤ ስጀምረው ግን የዘመናዊነት መገለጫ አድርጌ ነው የወሰድኩት፤ አባቴም የሚያጨሰው ዘመናዊ ስለሆነ ነው ብዬ ነው ያሰብኩት። ማጨስ ለማቆምና ዘመናዊነት አለመሆኑን ለመረዳት ግን፤ ብዙ የልብ ስብራት፤ ገንዘብና ድካም ጠይቆኛል፤ ይህ አጥፊ ልማድ ነው።

ልጆቻችን ጥሩ ባሕሪይ እንዲኖራቸው፤ ነፃና በራስ መተማመን እንዲያዳብሩ ለማስተማር ከህሎቶቻችንን ልናሳያቸው ይገባል፤ ይህን ደግሞ ባለማቋረጥ በህይወታችን ዘመን ሁሉ ያለንን የታመቀ ብቃት ሳንደብቅ ማውጣት፤ መማርና ማስተማር ይገባናል። የራሳችንን የተለየ (Unique) ማንነት መገንዘብና ለህልማችን መታገል ይገባናል፤ ልጆቻችንም ከዚህ

ይማራሉ። ልጆቻችን ስለምንስራው የትኛውም ስራ ግድ የላቸውም፤ ወደ ትኩረትና መሳብ የሚያዘነብሉት እንዴት ጠንክረን እንደምንሰራና ወደሚቀጥለው ከፍታ እንዴት እንደምንሸ- ጋገር ሲመለከቱ ነው። ልጆቻችንን እንዴት ነፃ እንደሚሆኑ ካላሳየናቸው ነፃ መሆንን ሊማሩ አይችሉም።

ህይወት የተሟላ / ፍፁም አይሆንም፤ በምንፈልገውም መንገድ ላይሄድልን ይችላል። ባለን ኃይል ሁሉ ማንኛውንም ነገር ማድረግና ማሟላት ብንችልም፤ ልጆቻችን በፈለግነው መንገድ ላይንዙልን ይችላሉ፤ በዚህ ጊዜ ራሳችንን ልንወቅስ አይገባም፤ ምክንያቱም የቻልነውን ያህል በማድረግ ምሳሌነትን ልንተውላቸው ምክረናል። ማድረግ የሚገባንን እየቻልን ሳናደርግ ስንቀር ብቻ ነው የህሊና ወቀሳው ከባድ ሊሆንብን የሚችለው።

ያላችሁ እምቅ አቅም (Potential) አልተነካም፤ እናንተ ግን ምን ያህል ኃይል እንዳ- ላችሁና ስኬታማ መሆን እንደምትችሉ ፍንጭም የላችሁም እንበል፤ ስለዚህ ማድረግ ያለ- ባችሁ፤ ክህሎቶቻችሁን መረዳትና በእምነት ለመራመድ መሞከር ነው። ብትወድቁም እንኳ ምን እንደገደላችሁና፤ ምን ማሟላት እንዳለባችሁ ማወቅ ደረጃ ላይ ትደርሳላችሁ።

በአሜሪካ ፤ ምናልባትም ባላችሁበት ሀገር መሆናችሁ ደስ የሚያሰኘው ለዚህ ነው፤ ሌላ ቦታ የማታገኙትን ግብአትና አቅርቦት እዚህ ማግኘት ትችላላችሁ።

ከአዲሱ እኔነታችሁ ጋር ተገናኙ (Meet the New You)

ከአዲሱ ሀገራችሁ ጋር በሚገባ መዋሀድን ባጠናከራችሁ ቁጥር፤ ቀድሞ ራሳችሁን ከምታ- ውቁት በላይ ራሳችሁን በሚገባ ማወቅ ትጀምራላችሁ። ሰዎች ተለውጣችኋል ይሏችኋል፤ እንዳንዶች ደግሞ ከህብረተሰቡ አስተሳሰብ ጋር እንደጠበቁት አለመራመዳችሁን ያዩና ሊያ- ሳፍሯችሁ ይሞክራሉ።

ለዚህ አትጨነቁ፤ አዲሱን እኔነታችሁን አሁን አግኝታችሁታል። በትክክለኛው መስመር ውስጥ ገብታችሁ ውህደታችሁን ስታከናውኑ፤ አንድ እግራችሁን ትታችሁ የመጣችሁት የት-

ውልድ ሀገራችሁ ባህል ላይ፤ ሌላኛውን እግራችሁን ደግሞ፤ በአሜሪካ ወይም በመጣችሁበት አዲስ ሀገር ባህል ላይ ማሳረፍ ትችላላችሁ። ይህ ማለት፤ በጎውን የአሜሪካ ባህል ለጥቅማችሁ ወስዳችሁ፤ ጎጂውን ደግሞ ታስቀራላችሁ ማለት ነው፤ በተመሳሳይ መንገድ ተወልዳችሁ ያደጋችሁበትን ሀገር መልካም ባህልና እሴት ወስዳችሁ፤ አሁን ግን ሊያገለግላችሁ የማይችለውን ትተዉታላችሁ ማለት ነው።

ወደ ትውልድ ሀገራችሁ በምትመለሱበት ወቅት፤ በአሜሪካ ወይም በአዲሱ ሀገራችሁ ውስጥ ስትኖሩ አላስፈላጊነቱን ተረድታችሁ ስለተዋችሁት የሀገር ቤት ክህሎትና እሴት አትጨነቁ፤ ልክ የረሳችሁትን ብስክሌት መንዳት ከጥቂት ሙከራ በኋላ አስታውሳችሁ እንደምትነዱት ተመልሶ ወደ አእምሮአችሁ ይመጣል።

ከአዲሱ እኔነታችሁ ጋር ተገናኙ፤ በጣም ልዩ ተደርጎ የሚታይ ሰው ቢኖር፤ የተወለደበትንና ያደገበትን ባህልና እሴት፤ በአዲሱ ስፍራ ካለው የባህልና እሴት ጋር አጣጥሞ የማየትና የማዋሀድ አቅም ያለው ሰው ነው። አሜሪካንን ወይም ያላችሁበትን ሀገር፤ ሌሎች ለብዙ አመታት ኖረው ባላዩበት መንገድ ማየት ትጀምራላችሁ፤ ያለውን እምቅ አቅም (Potential) ችግሮችንና ሌላው ቀርቶ መፍትሄዎቻቸውን ሁሉ ማየት ትጀምራላችሁ።

በሌላ በኩልም፤ ከኋላችሁ ትታችሁ የመጣችሁትን ባህልም በአዲስ መንገድ መቃኘት ትጀምራላችሁ፤ እናም ጊዜው ሲደርስና እድሉ ሲያጋጥማችሁ የራሳችሁን አስተዋፅኦ ለማበርከት የተዘጋጃችሁ ትሆናላችሁ። ለምን? ምክንያቱም እናንተ ለማንኛውም አዲስ ወይም ለውጥ ለሚሻ ነገር፤ አሁን ግንባር ቀደም አራማጆች መሆን ጀምራችኋል።

አመራር/ ቀጥሎስ?

(Leadership / What is Next)

ቀጣዩ አስፈላጊ ነገር፤ በልግስና / በመስጠት ቀዳሚ የመሆንን ልማድ ማዳበር ነው። ልግስና / መስጠት / የብዙ ገንዘብ ባለቤት ከመሆን ጋር የተያያዘ አይደለም፤ አመለካከት ነው።

ብዙዎቻችን እንደምናስበው " በቂ ጊዜ ሲኖረኝ፣ ይኸና ያ በቂ ሁኔታ ሲሟላልኝ እሰጣለሁ " እንላለን።

ነገር ግን የመስጠት ተፈጥሮ ከሌላችሁ፣ ሀብታም ወይም ቢሊየኔር ብትሆኑም እንኳ በምንም አይነት መንገድ መስጠት አትችሉም።

የልግስና / የመስጠት/ አስተሳሰብ የሚመጣው ከልብ መሻትና " እንዴት ነው ላገለግል የምችለው? " ብሎ ራስን ከመጠየቅ የሚመነጭ ነው። ይህን መሰል አመለካከት በቤተሰቦ-ቻችሁ፣ በንደዎቻችሁ፣ በ ጋብቻና በህብረተሰቡ ውስጥ ባላችሁ መስተጋብር / ግንኙነት ላይ በጣም ጠቃሚ አስተዋፅኦ አለው።

ልግስና / መስጠት / ራሱን የቻለ የማንነት መገለጫ ውበት ነው። ተቀባይ መሆን ችግር የለውም፣ ነገር ግን የህይወት ውበት የሚታየው በመስጠትና በመቀበል ውስጥ ተጣምሮ ሲገኝ ነው፣ ሚዛን መጠበቅ ያስፈልጋል። በርግጥም ገና አዲስ በተሰደዳችሁበት ወቅት ፣ ማንም ሰው ከናንተ መቀበልን አይጠብቅም። ያላችሁን ነገር ሁሉ ህይወታችሁን ለማቋቋምና መሰረት ለማስያዝ ስለምታውሉት፣ መስጠት ባለመቻላችሁ የፀፀት ስሜት ሊያድርባችሁ አይገባም።

ነገር ግን በአሜሪካም ሆነ አሁን ባላችሁበት ሀገር አዲስ ብትሆኑና በኑር ትግል ላይ ብትጠመዱም፣ ሌላው ቢቀር በቀን ውስጥ ለጥቂት ደቂቃም ቢሆን " እንዴት ማገልገል እችላለሁ? " ብላችሁ ልታስቡ ይገባል። እንዴት ማድረግ እንዳለባችሁ ባታውቁም እንኳ፣ ራሳችሁን መጠየቃችሁን ቸላ አትበሉ። እርግጠኛ ነኝ፣ መልሱ ቀስ ብሎ ይመጣላችኋል። ምናልባት በቤተክርስቲያን/ መስጊድ፣ በየትኛውም ለፀሎት በምትሄዱበት ስፍራ በበጎ ፍቃ-ደኝነት ማገልገል ሊሆን ይችላል፣ ያ ካልሆነና ልጆዎን ወደ ትምህርት ቤት የሚልኩ ከሆነም፣ እዛም በፍቃደኝነት ለማገልገል የሚችሉበት እድል ይኖርዎታል፣ ከገበያ መደብርም ሸቀጥ ገዝተው ጭነው ከሚወጡት ሰዎች አንደኛቸውን በትህትና ቀርበው ሊያግዟቸው ቢሞክሩ፣ ቀላል እርዳታ አድርገው አያስቡት።

መጀመሪያ ወደ አሜሪካ እንደመጡ፣ ወደ ምግብ ባንክ በማምራት ወርሀዊ ራሽንዎን ለመቀበል ሄደው ይሆናል፣ በዚህም ቦታ ቢሆን እርዳታ እያደረገልዎ ያለውን ድርጅት

በፈቃደኝነት ሊያግዙ ይችላሉ፡ የማይፈልጓቸውን የልጆቻዋን ወይም የራስዋን ልብሶችም መለገስ ይችላሉ። በየትኛውም ሁኔታና ደረጃ ላይ ብንሆንም ልገሳ ማድረግ እንችላለን፡ ማስብ ያለባችሁ እንዴት መርዳት/ መለገስ እንዳለባችሁ ማወቅ ብቻ ነው። ይህን ልማድ አድርጋችሁ ለማዳበር እንዲያስችላችሁ ደግሞ ልግስናችሁን በጥቂቱ መጀመርና፡ የገንዘብ፡ የግብአትና የጊዜ መጠናችሁ እያደገ ሲመጣ፡ ልግስናችሁም እየጨመረ እንደሚመጣ መገንዘብ ነው።

እኔ መጀመሪያ ወደ አሜሪካ ስመጣ፡ ወርሃዊ ድጎማዬን ወደምቀበልበት የምግብ ባንክ (Food Bank) ሄድኩ፡ በሄድኩ ቁጥር ሰዎች በሚገባ ያስተናግዱኛል፡ እኔም በእነርሱ አገል- ግሎት ፍላጎት አድሮብኝ፡ አንድ ቀን እኔም በዚሁ ስፍራ ሌሎችን ለማገልገል እመኝ ነበር። ነገር ግን ልዩ ጥንቃቄና እንክብካቤ የሚሻ ልጅ ስለነበረኝ፡ ባሁኑም ለመረዳት፡ በአሜሪካ ያለውን ህይወቴንም ለማሳተካከል ጥረት የማደርግበት ወቅት ስለነበር በስራ የተወጠርኩበት ጊዜ ነበር፡ በወቅቱ የምመኘውን አገልግሎት ለመስጠት የሚያስችለኝ ሁኔታ ውስጥ አልነ- በርኩም። ያም ሆነ ይህ ግን ወደ ምግብ ባንኩ በሄድኩ ቁጥር ይህ አስተሳሰብ ከአእምሮዬ ሊወጣ የሚችል አልነበረም።

ረጅም ጊዜ ሳይወስድ ግን፡ አገልግሎት መስጠት የሚያስችለኝ ዕድል እንዳለ ተመለከትኩ፡ ወዲያውም ሳላመነታ ገባሁበት። በማህበረሰቤ ውስጥ በዶክተሮች ቢሮ ወይም በማስፈልግበት የትም ቦታ፡ በአስተርጓሚነት በነጻ ለማገልገል ፍቃደኛ ሆንኩ፡ የእንግሊዝኛ ንግግር ክህሎቴ እጅግ በጣም ጥሩ ከመሆንም ባሻገር፡ ሰዎች ቀለል እንዲላቸውና ምቹት እንዲሰማቸው የሚያደርግ የወዳጅነት ስሜትና ፈገግታ ፊጿም አይለየኝም ነበር። በዚህ መልኩ ዕድል ባገኘሁ ቁጥር፡ በበጎ ፍቃደኝነት አገለግላለሁ። ይዬን እያደረኩ እያለሁ አትራፊ ላልሆነ ድርጅት ከምትሰራና ማህበረሰቧን ከምታገለግል አንዲት ራሴን የሰጠች ጠንካራ ሴት ጋር ተዋወቅኩ። ከሷ ጋር አንዳንድ ሀሳቦች ከተለዋወጥን በኋላ ወደ ቢሮዋ ጋበዘችኝ፡ በወቅቱ ስራ ለማግኘት ችግር ላይ ስለነበርኩም በበጎ ፍቃደኝነት ማገልገል የምችልበት አንድ ሌላ አጋጣሚ አገኘሁ። ይህች ሴት የሳን ዮዜ ከተማ መስተዳድር ዓመታዊ " የስደተኞች ቀን " ለማክበር እየተዘጋጀ እንደሆን ስትናገር ሰማሁ፡ ይህ ዝግጅት ደግሞ ከተለያዩ ማህበረሰቦች የተውጣጣ የባህል

ሙዚቃ/ የዳንስ ትዕይንትም የሚቀርብበት ነው። እሲም አፍሪካውያን ምንም እንኳን የበለፀገ ባህል ቢኖራቸውም አላስተዋወቁትም በሚል ትቆጭ ስለነበር፤ ይህን አባባሏን ስሰማ የዳንስ ቡድን የማዘጋጀት ሀላፊነቱን መውሰድ እንደምችል ነገርኳት፤ ምክንያቱም እራሴም ዳንስ አወድ ነበር። ምንም እንኳ የተጣባበ ጊዜ ያለኝ ብሆንም ጨክኜ ገባሁበት፤ በዚሁ ዝግጅትም የምስራቅ አፍሪካን የዳንስ ባህል አስተዋወቅን፤ ከዚያን ጊዜ ጀምሮ ይህ ፕሮግራም በየዓመቱ እንዲቀጥል ለማድረግ ችያለሁ። ሌላ በበን ፍቃደኝነት ለማገልገል ያገኘሁት ተጨማሪ እድል ደግሞ፤ ልዩ እንክብካቤ ለሚሹ ህፃናትና ወላጆች የኔ ልዩ እንክብካቤ የሚጠይቀውን ልጄን በመጠቀም፤ እንዴት መንከባከብ እንደሚቻል ስልጠና መስጠት ነው።

በተሳሳተ መንገድ እንዳትረዱኝ በአክብሮት እጠይቃለሁ፤ በበን ፈቃደኝነት አንዳንዴ በብዛት እሰማራለሁ፤ አንዳንዴ ደግሞ አነስ ባለ መልኩ እሳተፋለሁ፤ ሁሉም ግን የሚወሰነው ባለኝ የጊዜ ስሌዳና የኑሮ ትግሌን በማይጋፋ መልኩ ነው። አንዳንዴ ወንድ ልጄ በተደጋጋሚ ይታመምብኝና በከባድ/ አስቸጋሪ ሁኔታ ውስጥ የማልፍበት ጊዜ አለ፤ በዚህ ጊዜ ከበን ፍቃደኝነት አገልግሎቴ ራሴን ገሸሽ / ገለል አደርጋሁ፤ ሌላ ጊዜ ደግሞ ሌላው ወንድ ልጄ ከተወለደ አንድ ዓመት እስከሚሞላው ድረስ ከአገልግሎት እርቃለሁ፤ ነገር ግን መመለሴን አልተውም። ሁልጊዜ " ባለኝ ነገር እንዴት ነው ሌሎችን የማገለግለው? " የሚለው ሀሳቤ ግን ከአእምሮዬ ጠፍቶ አያውቅም፤ አይጠፋምም።

ጊዜ ሲፈቅድልኝና ሲመቸኝልኝ፤ ይህን አገልግሎት ጉልህ ውጤት ባለው መልኩ ለማ- ስቀጠል ከነበረኝ አላማ አንፃር፤ ይህ አመለካከቴ፤ ልዩ ጥንቃቄና እንክብካቤ ለሚፈልጉ ልጆችና ወላጆቻቸው መርዳት የሚያስችለኝን፤ የራሴን አትራፊ ያልሆነ ድርጅት በትውልድ ሀገሬ በኤርትራ እንዳቋቁም ረድቶኛል፤ ይህን ድርጅት፤ በወንዱ ልጄ በኤረን ስም ነው የሰ- የምኩት። ስለዚህ አትራፊ ያልሆነ ድርጅት ለማወቅ ከፈለጋችሁ ይህን ዌብሳይት መጎብኘት ትችላላችሁ- www.aaronkfoundation.org

ስለዚህ ካላችሁበት ጀምሩ። በአሁኑ ወቅት ጉልበት ወይም ገንዘብ ባይኖራችሁና መለገስ ባትችሉም እንኳ፤ ሁልጊዜ እንዴት ማገልገል እንደምትችሉ ራሳችሁን ከመጠየቅ አሁንም አትቦዝኑ። ማህበረሰባችሁን የምታገዙበትና አስተዋፅኦ የምታደርጉበትን መንገድ ማየት ትጀ-

ምራላችሁ፤ ጎረቤቶቻችሁም ሊሆኑ ይችላሉ፤ ሌላው ቢቀር፤ ለጎረቤቶቻችሁ የምትለግሱት ፈገግታና ሰላምታ እንኳ ራሱ በቂ ሊሆን ይችላል።

ጊዜና አቅም ስታገኙ የምትጀምሩት አነስተኛ የመሰለ ልግስና፤ የበለጠ ጊዜና አቅም ስታገኙ አያደግ ይመጣል፤ ይሄ ደግሞ የማንነታችሁ አንድ አካል ይሆናል። አንድ ቀን ባላሰባችሁት ሁኔታ ልግስናችሁ፤ ለትውልድና ላላችሁበትም ሀገር የራሳችሁን ድርሻ ስትወጡ የምታገኙበት ይሆናል።

በማህበረሰባችሁ ውስጥ የማትቀበሉትና የማትደግፉት አንዳንድ ተገቢ ያልሆኑ ነገሮችን ታዩና ያንን ለመለወጥ ታስቡ ይሆናል፤ ምክንያቱም ነገሩ ምቾት የማይሰጣችሁና ብዙ ጊዜ ስሜታ የምታቀርቡበት ጉዳይ ሊሆንም ይችላል፤ ያለውን ሁኔታ ከመቀበልና በምሬት ብቻ ከማለፍ ይልቅ፤ በማህበረሰባችሁ ውስጥ ግንባር ቀደም መሪ በመሆን፤ ሁኔታውንና አካባቢውን ለመለወጥ ልትነሳሱበትና ሌሎችንም ልታንቀሳቅሱበት ትችላላችሁ።

ምናልባት አሜሪካዊ ጎረቤቶቻችሁ ከሌሎች ጋር መግባባት የተሳናቸው በመሆናቸው ፤ በእነርሱ ላይ ስሜታና ምሬት ከማሰማትና በራሳችሁም ላይ እንደተጫነ ከባድ ችግር ከመቁጠር ይልቅ፤ በዙሪያችሁ ካሉ ሌሎች ጎረቤቶቻችሁ ጋር በመወያየት፤ አንድ ላይ የምትሰባሰቡበት ቀለል ያለ ፓርቲ አዘጋጅታችሁ ባህሎቻችሁን ለመለዋወጥ ለምን አትሞክሩም? ጎረቤትነት ማለት ለናንተ ምን ትርጉም እንደሚሰጣችሁና፤ እነርሱንም በሚገባ ልታውቋቸው እንደምትፈልጉ ለምን አትነግሯቸውም? ሳታስቡት፤ በመንደራችሁ ግንባር ቀደም መሪ ሆናችሁ ራሳችሁን ታገኙና የአካባቢውን ልማድና ወግ (Norm) መቀየር ትጀምራላችሁ። በዚህ ጊዜ ምሳሌነታችሁን የሚከተሉና ይህ የመሰባሰብና የአንድነት ጊዜን ቀጣይነቱን የሚደግፉ ብዙ ሰዎች ስታገኙ ትገረማላችሁ።

ዘረኝነትን የምትጠሉ ከሆነም፤ ሁላችንም እንደምናደርገው በማህበረሰባችሁ ውስጥ በዘረኝነት ላይ ያተኮሩ አንዳንድ ጉዳዮች ላይ መወያየት የሚያስችል አንድ መድረክ መፍጠር ትችላላችሁ። ልጆቻችሁ ላይ ትምህርት ቤት የሚሳለቁባቸው ከሆነ፤ በዚህ መልኩ ጥቃት የሚደርስባቸውን ልጆች ወላጆች በማሰባሰብና ለልጆቻቸው ድምፅ በመሆን፤ ብሶታችሁን

የምታሰሙበትንና መብታችሁን የምታስከብሩበትን መንገድ ማመቻቾት ትችላላችሁ፤ አን-ዲሁም ልጆቻችሁ ይህን መሰል ጥቃት ሲደርስባቸው ማድረግ የሚገባቸውን የምታሳውቁበት ፕሮግራምም መንደፍ ትችላላችሁ።

አሁንም ደጋግሜ የምለውና ላስታውሳችሁ የምሞክረው ነገር ቢኖር፤ ዓለም ሁሉንም የም-ታረካና ፍፁም አይደለችም፤ ስለዚህም ፍፁምነትን አትጠብቁ። ስሞታ ከማሰማትና መሪር ከመሆን ይልቅ ጠቃሚ ነው በምትሉት ነገር ላይ ግንባር ቀደም ሆናችሁ ተገኙ። ታላላቅ የተባሉ መሪዎች ሁሉ በተግዳሮት ውስጥ ነው የተወለዱት - ዶክተር ማርቲን ሉተር ኪንግ ጁኒየርን፤ ጋንዲን፤ ኔልሰን ማንዴላን መጥቀስ ይቻላል። አንዳቸውም መሪ እንሆናለን ብለው አስበው አያውቁም። በዙሪያቸው ያለውን ክስተት ሲያዩት ግን አልወደዱትም፤ አልተቀ-በሉትም፤ ስለዚህ ቁጭ ብለው ከማማረር ይልቅ ሁኔታውን ለመለወጥ ቆርጠው ተነሱ፤ አንድ ነገር ማድረግ እንዳለባቸውም ወሰኑ፤ ሌሎችም ተመሳሳይ ሀሳብ ያላቸው ብዙ ሰዎች ተከተሏቸው፤ ይህም በዙሪያቸው የነበረውን ሁኔታ በአዎንታዊ መልኩ መለወጥ አስቻላቸው።

እናንተም ለአንድ ነገር ዝግጁ ስትሆኑ፤ ባመናችሁበት ነገር ላይ ግንባር ቀደም ሁኑና ለፍልሚያው ተነሱ፤ እውነትን ለመናገርና ለእውነት መታገል እስካልጀመራችሁ ድረስ፤ ያላችሁን እምቅ ችሎታ ልታውቁትና ስራ ላይ ልታውሉት አትችሉም።

ይህን መፅሀፍ ለመፃፍ በመቻሌ ደስተኛ ነኝ፤ ለስደተኛው ማህበረሰብ መለገስ የምችለው አንድ ነገር ቢኖር ይህ ነው፤ ምክንያቱም በሚገባ መዋሀድ የቻሉ ስደተኞች፤ ለአሜሪካ ባህል ድንቅ አስተዋፅኦ ይኖራቸዋል፤ ቀድሞም ቢሆን'ኮ ባህሉ የተገነባው ከመላው አለም በመጡ ስደተኞች ነው።

ምናልባት ይህ መፅሀፍ በእያንዳንዱ የውህደት ሂደት ውስጥ የተጠቀሱትን ቁርጥራጮች ለመገጣጠም የሚያረዱትን ክህሎቶች የሚያሳያችሁ ይሆናል - ይህም በአሜሪካ ወይም በም-ትኖሩበት ምድር የቤተኝነት መንፈስ እንዲሰማችሁ ያደርጋል። እኔ የማምነው እናንተ ልዩ፤ ጠንካራ እና አሜሪካም ሆነች ያላችሁባት ሀገር የምትኮራባችሁ መሪዎች ወይም የለውጥ ሐዋርያቶች መሆን እንደምትችሉ ነው። በአጭሩ፤ ያላችሁባት ሀገር ቤታችሁ ነው፤ ባይተዋ-

ርነት ሊሰማችሁ አይገባም፤ እንግዳነትን አሽንፋችሁ መውጣት ትችላላችሁ፤ ለራሳችሁም ሆነ ለምትኖሩባት ምድር በረከት ከመሆን ምን ሊያግዳችሁ ይችላል? ምንም! ስለዚህ ጉዟችሁን ቀጥሉ፤ በሚቀጥለው መጽሀፌም እንገናኝ እላለሁ።